சுந்தர ராமசாமியின்
தேர்ந்தெடுத்த கட்டுரைகள்

உள் அட்டையில் காணும் சிற்பக் காட்சியில், பகவான் புத்தரின் அன்னை மாயாதேவி கண்ட கனவின் பலனை மன்னர் சுத்தோதனருக்கு நிமித்திகர் மூவர் விளக்குகின்றனர். அவர்களுக்குக் கீழே அமர்ந்து அந்த விளக்கத்தை எழுதுகிறார் ஓர் எழுத்தர். எழுதும் கலையைச் சித்தரிக்கும் முதல் இந்தியச் சிற்பம் இதுவாகவே இருக்கலாம்.

நாகார்ஜுன் மலைச்சிற்பம் கி.பி. இரண்டாம் நூற்றாண்டு.

(பட உதவி: நேஷனல் மியூசியம், புது தில்லி)

சுந்தர ராமசாமியின் தேர்ந்தெடுத்த கட்டுரைகள்

தொகுப்பாசிரியர்
ச. தில்லைநாயகம்

சாகித்திய அகாதெமி

Sundara Ramasamyin Thernthedutha Katturaigal: Anthology of essays of Sundara Ramasamy, selected and compiled by S. Thillainayagam, Sahitya Akademi, New Delhi, (Reprint 2018), Rs. 240/-

உரிமை © சாகித்திய அகாதெமி

தொகுப்பாளர் : ச. தில்லைநாயகம்

பொருள் : கட்டுரைத் தொகுப்பு

வெளியீடு : சாகித்திய அகாதெமி

முதல் பதிப்பு : 2013

இரண்டாம் பதிப்பு : 2018

ISBN: 978-81-260-4128-2

விலை : ₹ 240/-

All rights reserved. No part of this book may be reproduced or utilized in any form or by any means, electronic or mechanical including photocopying, recording or by any information storage and retrival system, without pe.mission in writing from Sahitya Akademi.

சாகித்திய அகாதெமி

தலைமை அலுவலகம் : 'இரவீந்திர பவன்', 35,பெரோஸ்ஷா சாலை, புது தில்லி 110 001. secretary@sahitya-akademi.gov.in | 011-23386626/27/28.

விற்பனை அலுவலகம் : 'ஸ்வாதி', மந்திர் சாலை, புது தில்லி 110 001. sales@sahitya-akademi.gov.in | 011-23745297, 23364204.

கொல்கத்தா: 4, டி.எல். கான் சாலை, கொல்கத்தா 700 025. rs.rok@sahitya-akademi.gov.in | 033-24191683/24191706.

சென்னை : குணா வளாகம், 443, இரண்டாம் தளம், அண்ணா சாலை, தேனாம்பேட்டை, சென்னை 600 018. chennaioffice@sahitya-akademi.gov.in 044-24311741 | 24354815.

மும்பை : 172, மும்பை மராத்தி கிரந்த சங்கிரகாலய சாலை, தாதர், மும்பை 400 014. rs.rom@sahitya-akademi.gov.in 022-24135744 | 24131948.

பெங்களூரு: மத்தியக் கல்லூரி வளாகம், பல்கலைக்கழக நூலகக் கட்டிடம், டாக்டர் அம்பேத்கர் வீதி, பெங்களூரு 560 001. rs.rob@sahitya-akademi.gov.in. 080-22245152, 22130870.

அட்டை வடிவமைப்பு: *Spectrum Graphic Studio*, Chennai – 17

ஒளி அச்சு: Image Digital, Chennai · .7 | அச்சகம்: *M.K. Enterprises,* Chennai

Visit our website at *http://www.sahitya-akademi.gov.in*

பொருளடக்கம்

முன்னுரை — 7

I - ஆளுமையும் ஆக்கங்களும்

1. கனவுகளும் காரியங்களும் — 39
2. சுய அறிமுகம்: சில சிதறல்கள் — 43
3. நானும் என் எழுத்தும் — 59
4. என் நாவல்கள் — 68
5. என் படைப்பனுபவம் — 75
6. 'தோட்டியின் மகன்' தமிழுக்கு வந்த கதை — 82
7. இறந்த காலம் பெற்ற உயிர் — 90

II - மதிப்பீடுகளும் எதிர்பார்ப்புகளும்

8. மொழியின் தேய்வும் அதிகாரத்தின் வலுவும் — 101
9. சில கெட்ட உறுப்புகள் — 110
10. புதிய மண், புதிய முளைகள் — 113
11. நாடக மேடையின் புதிய போக்குகள் — 126
12. தமிழ்ப் பத்திரிகைகளின் தரம் — 132
13. ஆசையும் குறிக்கோளும் — 141
14. உறவும் கொடுக்கல் வாங்கலும் — 150

15.	தலித் இலக்கியம் பற்றி...	162
16.	போலி முகங்கள் – சந்தர்ப்பம்: ஞானபீடப் பரிசு	166

III - *படைப்பாளிகளும் படைப்புகளும்*

17.	நான் காணும் பாரதி	179
18.	புதுமைப்பித்தனின் மனக்குகை ஓவியங்கள்	188
19.	க.நா.சு.வின் விமர்சன முகம்	209
20.	சி.சு. செல்லப்பாவின்– *என் சிறுகதை பாணி*	219
21.	ஷண்முகசுந்தரத்தின் கிராமங்கள்	223
22.	மௌனி	233
23.	சேரன் கவிதைகள்	238
24.	பஷீர்: முற்போக்கு இலக்கியத்தின் அசல்	244
25.	காஃப்காவின் *விசாரணை*	251

IV - *சமூக - அரசியல் சிந்தனைகள்*

26.	காந்தி இன்று	258
27.	திருவள்ளுவர் என்னும் நண்பர்	271
28.	ஜீவா: காற்றில் கலந்த பேரோசை	277
29.	இ.எம்.எஸ்.	295
30.	பயம் – நனவிலும் கனவிலும்	299

முன்னுரை

சுந்தர ராமசாமி: எல்லைகளை உடைத்தப் படைப்பாளி

மறுபக்கம் பார்க்காது ஒன்றைப் பார்ப்பதால் கிடைக்கும் தெளிவு எனக்கு வேண்டாம். இரண்டையும், இருபதையும், முடிந்தால் அவற்றுக்கு மேற்பட்ட பக்கங்களையும் பார்த்துக் குழம்பி, அவஸ்தைப்பட்டு, அழிந்துபோகப் பிறந்தவன் நான்.

(சுந்தர ராமசாமி)

தன் படைப்புத்திறனை நாவல், சிறுகதை, கவிதை, கட்டுரை, மொழிபெயர்ப்பு, நாடகம் எனப் பலதுறைகளிலும் வெளிப்படுத்தி இருபதாம் நூற்றாண்டின் பின்பாதியிலும் அதன் பின்னும் தமிழின் மிகச் சிறந்த படைப்பாளிகளில் ஒருவராக விளங்குபவர் சுந்தர ராமசாமி (1931 – 2005). 1951இல் தன் முதல் படைப்பை வெளியிட்டது முதல் தேர்ந்த தமிழ் வாசகர்களின் மதிப்பையும் பாராட்டையும் பெற்று வருபவர். அரை நூற்றாண்டுக்கும் மேலாகத் தமிழ் இலக்கிய, பண்பாட்டு அரசியலின் தவிர்க்க இயலாத ஆளுமையாக விளங்கியமைக்கு இவரின் உள்ளார்ந்த, பாசாங்கற்ற எழுத்தே காரணமாகும். பிறரிடம் அன்பும் கனிவும் காட்டுவதும் தன்னைக் கடுமையாக விமர்சிப்பவர்களையும் மதிப்பதும் இவருடைய சிறப்பியல்புகள். இவரது பெருமையையும் அருமையையும் தமிழகம் முழுமையாக அறியும் காலம் இன்னும் வரவில்லை. ஆனால் இவருக்கென நிலைத்த வாசகர் வட்டம் தமிழகத்திலும், கேரளத்திலும் மட்டுமின்றி தமிழர் வாழும் இலங்கை, அமெரிக்கா, கனடா, ஐரோப்பா, மலேஷியா, சிங்கப்பூர் எனப் பரந்துள்ளது. சுந்தர ராமசாமி

எனும் இவரது பெயரின் முதலெழுத்துக்களால் 'சுரா' என நண்பர்களால் அன்புடன் அழைக்கப்படுகிறார்.

தமிழ் மக்களின் வாழ்க்கைத்தரத்தை முன்னேற்ற சுரா எடுத்துக்கொண்ட முயற்சி தமிழ் இலக்கியத்தையும் மொழியையும் தற்காலத்திற்கேற்ப புதுமையும் வளமையும் சேர்க்க அவர்வழங்கிய படைப்புகள் போன்று குறிப்பிடத் தக்கதாகும். தமிழ் இலக்கியத் தரம், இலக்கிய விமர்சனம், இலக்கிய ரசனை ஆகியவற்றையும் மேம்படுத்த தம் எழுத்துக்கள் வழி முயற்சித்தார். தமது இலக்கியப் படைப்புகள் மூலமாகக் குறிப்பாகக்கட்டுரைகளில் தமிழர் வாழ்க்கையின் பண்பாட்டுக்கூறுகளின் தரத்தினை மேம்படுத்தக் கடுமையாக முயற்சித்தார்.

அறுபது ஆண்டுகளுக்கு மேலாக இலக்கியப் படைப்பையே தம் வாழ்வாகக் கொண்ட சுரா, உண்மையை வெளிப்படையாக எடுத்துரைக்கும் தம் படைப்புகள் வாசகர்களின் மீது ஏற்படுத்தும் தாக்கத்தைக்கண்டு மகிழ்ந்திருக்க வேண்டும். ஆனால் தன் வாழ்வின் இறுதி ஆண்டுகளில் மிகவும் கவலைப்பட்டுக் கூறினார்:

> நம் சிந்தனையை மழுங்கடிக்கும் காரியத்தைத்தான் ஆக்கச் சக்திகளாகச் செயல்பட வேண்டிய ஊடகங் களும் பார்வைக் கலைகளும் அரசு இயந்திரங்களும் சமய நிறுவனங்களும் பெரிய அளவில் இன்று செய்து கொண்டு இருக்கின்றன. சிந்திக்கும் திறனை இழந்துவிட்ட மக்கள் விழிப்புணர்ச்சி கொள்வதோ சமூக மாற்றத்தை துரிதப் படுத்தவோ சாத்தியமில்லை.

(ப. 288, ஆளுமைகள் மதிப்பீடுகள், காலச்சுவடு, 2004)

தமிழர்களுக்காக இவர் எழுதியவை, முக்கியமாக இவரது கட்டுரைகள், வேறு எந்த நாட்டு மக்களின் மீதும் நல்ல தாக்கத்தை ஏற்படுத்தி இருக்கும். மனித வாழ்க்கையின் அடிப்படை மற்றும் பொதுவான விஷயங் களை இவர் கையாண்டவிதம் உலகலாவியப் பார்வையை பெற்றிருந்தது. இவர் கட்டுரைகளில் நாவல், சிறுகதை, கவிதை, கல்வி, மொழிபெயர்ப்பு, நாடகம் முதல் திரைப் படம் வரை கம்யூனிசம் முதல் முதலாளித்துவம் வரை, நெருக்கடிநிலை முதல் மரண தண்டனை வரை, மைய, மாநில அரசுகளின் தவறான கொள்கைகள் முதல் நிறுவனங்களின்

ஐயப்பாட்டிற்குரிய செயற்பாடுகள் வரை வாழ்க்கையைப் பாதிக்கும் அனைத்து விஷயங்களும் இடம் பெற்றன. இவரது கட்டுரைகளில் எடுத்துக்கொண்ட பொருள் பற்றிய இவரது நேர்மையான பார்வை, கூர்மையான விமர்சனப்பாங்கு, கடும் உழைப்பு மற்றும் வாசகர்களிடையே கருத்துக்களை எளிமையாகவும் மலினப் படாமலும் கொண்டு செல்வதில் உள்ள பொறுப்புணர்வு ஆகியன சிறப்பாகச் சுட்டத்தக்கன.

இவரது நாவல்கள், சிறுகதைகள், கவிதைகளில் காணப்படும் அறிவுக்கூர்மையும், படைப்புத்திறனும் பிற இந்திய மொழிகள், ஆங்கிலம் மற்றும் சில ஐரோப்பிய மொழிகளிலும் அவை மொழிபெயர்க்கப்படும் பெருமையைப் பெற்றன. மரபை உடைத்தல், புதுமை புகுத்துதல், உறுதியான கட்டமைப்பு, மொழிநடை புதுமையும் செறிவும் கொண்டிருத்தல், கருத்துவளம் நிறைந்த ஒழுகலாறுகள், வாசகரை ஈர்க்கும் ஒப்பற்ற அழகியல் என்பன இணைந்து நிற்றல் இவரது படைப்புகளின் தனித்தன்மையாகும்.

சுரா தான் எழுதிய முதல் கட்டுரையில் தன்னை 'வசனத்தின் குழந்தை' என்று கூறிவிட்டு அதற்கு விளக்கமும் கொடுத்தார்:

> கவிதை இலக்கியத்தை என்றும் என் மனம் ஆசை வெறியோடு தழுவியது இல்லை. கவிதைபால் பாராமுகம் என் ரத்த குணம் என்றே நினைக்கிறேன். யாப்பு எனக்கு ஆகாது. அரும்பதங்கள் நடையில் ஊடுருவ அறிந்து இடம் கொடுக்க மாட்டேன். நிலவு, ஞாயிறு, இயற்கை எழில், செவ்வானம், கிளி, கடல், மேகம் இத்யாதி விஷயங்களை நான் அவ்வளவாக ரசித்ததும் இல்லை. இது சம்பந்தமாகக் கவிஞர்கள் சொல்வதைக் கேட்க எனக்குப் பொறுமையும் இல்லை... அதோடு, கவிதையில் புலனாகும் ஓசையை நுட்பமாக உணரவும் என் செவிகளால் ஆகவில்லை... வசனமே எனக்குப் பிரியமானது.
>
> (ப. 30, ஆளுமைகள் மதிப்பீடுகள்)

இதன்பின் தன்னுடைய முதல் தொகுப்பான 'காற்றில் கலந்த பேரோசை'யின் முன்னுரையில்:

என் முதல் கட்டுரையை எழுதி இப்போது முப்பத்தைந்து வருடங்கள் ஓடிவிட்டன. எழுதத் தொடங்கிய காலத்தில் என் மனத்தில் படைப்பு முதன்மையாகவும் படைப்புக்கு வெளியே நிற்பதாகக் கற்பனை செய்து கொண்டிருந்த கட்டுரை வடிவம் வெகு தொலைவிலும் இருந்தன. கட்டுரை வடிவம் பற்றிய இக்கற்பனை என் இலக்கிய முன்னோர்களிடமிருந்து என்னிடம் வந்து சேர்ந்த ஒன்று. ஆனால் இந்த நீண்ட காலப்பகுதியில் கட்டுரை வடிவத்தின்மீது தன்னிச்சையாக நான் வெளிப் படுத்தியிருக்கும் கவனம் இலக்கிய உருவங்கள் சார்ந்த என் கற்பனையை உடைத்துக்கொண்டு செயல்பட்டிருக்கிறது. கவிதை, சிறுகதை, நாவல் ஆகிய வடிவங்கள் மீது என் கவனம் வெளிப்பட்டுள்ள அளவுக்குக் கட்டுரைகள் மீதும் வெளிப்பட்டுள்ளதை இக்கட்டுரைகளை நூல் வடிவத்தில் தொகுக்க முற்பட்ட போதுதான் நான் உணர்ந்தேன்.

(ப.11, காற்றில்கலந்த பேராசை, காலச்சுவடு, 1988)

தமிழகத்தின் தென்கோடியில் உள்ள நாகர்கோவிலில் சுரா 1931இல் பிறந்தார். 1939 வரை இவரது குடும்பத்தார் கோட்டயத்தில் வசித்தனர். பின்னர் நாகர்கோவில் சென்றனர். சுராவின் தொடக்கக் கல்வி கோட்டயம் பள்ளியில் அமைந்ததால் அங்கு மலையாளம், ஆங்கிலம், சமஸ்கிருதம் ஆகியவை மட்டுமே படிக்க முடிந்தது. தமிழ், பெற்றோரிடம் கற்றது மட்டுமே. ஆகையால் பதினாறாம் வயது வரை தமிழ் எழுதவோ வாசிக்கவோ தெரியாது. ஆனால் சில ஆண்டுகளிலேயே தம்முடைய சுயமுயற்சியால், தமிழ் கற்பதில் இருந்த தணியாத தாகத்தால் வியக்கத்தக்கவகையில் அதில் தேர்ச்சியடைந்தார். இது தற்கால செவ்வியல் இலக்கியமான தகழி சிவசங்கரன் பிள்ளையின் '**தோட்டியின் மகன்**' நாவலை தமிழில் மொழிபெயர்க்கும் அளவிற்கு இவரை ஊக்குவித்தது. தமிழுக்கு புதுப்பாதை காட்டிய இவரது படைப்புகள் போதுமான அளவு வரவேற்பையும் பாராட்டுகளையும் பெறவில்லை என்பது வருந்துதற்குரியதாகும்.

இயல்பாகவே கூரிய திறனாய்வுத் திறமை கொண்ட சுராவின் எண்ணங்களை மரபோ பழக்கவழக்கங்களோ எவ்வகையிலும் கட்டுப்படுத்தவில்லை. எந்த ஒரு தேவையற்ற சொல்லையும் திணிக்காத, கருத்துச் செறிவுடைய ஆழமான உரைநடை தமிழ்க் கட்டுரை வடிவத்திற்கு புதிய திருப்பத்தை

யும் நோக்கத்தையும் கொடுத்தது. இவரது கட்டுரைகள் தரமான இலக்கியப் படைப்பை உருவாக்கவும், நேர்மையான இலக்கிய விமர்சனத்தை முன்வைக்கவும், இலக்கியச் சுவையின் தரத்தை உயர்த்தவும், சமூக விழிப்புணர்ச்சியை வளர்க்கவும் முன்னின்றன. இவற்றுக்கெல்லாம் மேலாக வாழ்க்கையை சீராக எதிர்கொள்ள துணை நிற்பது குறிப்பிடத்தக்கது. இக்கட்டுரைகளை கற்கும் வாசகனின் வாழ்க்கை நெறிகளும், வாழ்வின் பல்வேறு அம்சங்களை மதிப்பிடும் திறனும், இலக்கிய ரசனையும் மேம்படும் என்பது உறுதி.

விவாதத்திற்குரிய கருத்துக்களை ஏராளமாகவும் ஆழமாகவும் கொண்ட சுராவின் நாவல்கள், சிறுகதைகள், கவிதைகள் ஆகியவற்றுக்கு ஏராளமான அளவில் எதிர் வினை ஆற்றும் திறனாய்வாளர்கள், ஆதரவாளர்கள் மற்றும் எதிர்ப்பாளர்கள் இப்படைப்புகளுக்கு இணையான அல்லது அதற்கும் மேம்பட்ட, வாசகர்களை சிந்திக்கவும் செயல்படவும் வைத்த இவரின் கட்டுரைகளில் கவனம் கொள்ளாதது வருந்தத்தக்கது. இக்கவனக்குறைவே பிறமொழிகளில் இவரது கட்டுரைகள் மொழிபெயர்க்கப்படாமைக்குக் காரணம். தமிழ் வாசகர்களை முன்வைத்து இந்தியச் சூழலை மையமாகக் கொண்டு எழுதப்பட்ட இக்கட்டுரைகள் உலகளாவிய பார்வையும் கொண்டிருப்பதால் அனைவருக்கும் உகந்ததாகவும் பொருத்தமாகவும் இருப்பது மறுத்தற்கியலாதது. பிற மொழிப்படைப்புகளை தமிழுக்குக் கொண்டுவர வேண்டியதின் தேவையை இவர் உணர்த்துவதை இதற்குச் சான்றாக்கலாம்.

பிற மொழிகளிலிருந்து முக்கியப் படைப்புகளை நாம் மொழிபெயர்ப்பது அம்மொழியினரை கௌரவப் படுத்துவதற்கல்ல. நம் மொழியையும் சிந்தனையையும் கலாச்சாரத்தையும் செழுமைப்படுத்திக்கொள்ளத்தான். தமிழ் மட்டுமே அறிந்த தமிழன் இந்தியாவைச் சூட்சுமமாக அறிய வேண்டும். உலகத்தைத் தெளிவாகப் புரிந்துகொள்ள வேண்டும். கிணற்றுத் தவளை மனோபாவம் நம்மை விட்டு நீங்கி விரிவுகளையும் ஆழங்களையும் நோக்கி நாம் நகர வேண்டும். நம் பார்வை விரிவுபட மொழிபெயர்ப்பு நூல்கள் போல் உதவக்கூடியவை வேறு எதுவுமில்லை.

(ப. 365, ஆளுமைகள் மதிப்பீடுகள்)

நல்லறிவுத்திறன் மேலோங்கியிருக்கும் பொழுது மொழி தடையாக நிற்பதில்லை. மொழிபெயர்ப்பு பற்றிய இவரது பிற சிந்தனைகளைத் தரும் 'உறவும் கொடுக்கல் வாங்கலும்' 'ஆசையும் குறிக்கோளும்' முதலான கட்டுரைகள் எல்லோராலும் கற்கவும் பின்பற்றவும் தக்கன.

இதுபோன்றே திரைப்படம் பற்றிய இவரது கருத்துக்களும் அனைவராலும் படிக்கத்தக்கன. மனிதகுலத்தின் ஆழமான சிக்கல்களையும், கடுமையானப் போராட்டங்களையும் திரைப்படங்களால் சிறப்பாகப் பதிய வைக்க முடியும். அதனால் வாழ்க்கையை செப்பம் செய்யவும் இயலும் என நம்பினார். தமிழர் நலனுக்காக ஒரு வலிமையான திரைப்பட இயக்கம் உருவாகவேண்டும் என்றார். அது தமிழுக்கு மட்டுமின்றி உலகில் அனைவருக்கும் நன்மை விளைவிக்கும் எனவும் நம்பினார்.

தமிழ்ச்சூழல் தீவிரமான விமர்சனத்தின் தேவையை இன்று வற்புறுத்திக் கொண்டிருக்கிறது. நேற்றைய சரிவுகளை மேடுகளாக்கி விடும் சரிவுகள் இன்று தமிழ்ச் சமூகத்தில் நிகழ்ந்துகொண்டிருக்கின்றன. ஜாதி, சமயம் சார்ந்த பிரிவுகள் திட்டமிட்டு வலிமையாக்கப்படுகின்றன. மனிதனிலிருந்து மனிதனைப் பிரிக்கும் இழிவுகள், குரூர முகம் கொள்கின்றன. வன்முறையும் சமூக விரோதச் செயல்பாடுகளும் அதிகாரத்தை விரைவில் கவ்வத் துணை நிற்கும் சக்திகளுக்குக் குறுக்கு வழிகளாகிவிட்டன. காட்சிப் படிவமான சினிமா போல அநீதிக்கு எதிராக மக்களைத் திரட்ட வலுவான மற்றொரு ஊடகம் இல்லை. இந்தப் பின்னணி தீவிரமான ஒரு சினிமா இயக்கத்தின் தேவையை வற்புறுத்துகிறது.

(ப. 238, இவை என் உரைகள், காலச்சுவடு, 2003)

இங்கே ஜாதி, சமயம் என்ற பிரிவினை சக்திகளோடு நிறம், கோட்பாடு, மொழி, நாடு, இனம் ஆகியவற்றையும் சேர்த்துக் கொள்ளலாம். இதுபோன்றே, இவரது எல்லா எழுத்துக்களும் உலகை வன்முறை, தனி நபர் சுரண்டல்கள், அரசு எதேச்சாதிகாரம், பண்பாட்டுச் சீரழிவுகள் ஆகியவற்றிலிருந்து விடுவிக்கும் நோக்கத்தையே முக்கியமாகக் கொண்டுள்ளன.

....

முன்னுரை

இப்பொழுது இவருடைய சிறுகதைகள், நாவல்கள், கவிதைகள், கட்டுரைகள் தவிர்த்த மற்ற எழுத்துக்களைச் சுருக்கமாகக் காணலாம்.

மலையாள எழுத்தாளர் தகழி சிவசங்கர பிள்ளையின் 'தோட்டியின் மகன்,' 'செம்மீன்' என்ற இரு நாவல்களையும் சுரா மொழிபெயர்த்துள்ளார். குறையற்ற சிறப்பான தமிழ்பெயர்ப்புகளாக இவை பாராட்டப்படுகின்றன. தன்னுடைய 'உறவும் கொடுக்கல் வாங்கலும்' என்ற கட்டுரையில் சுரா சொல்கிறார்:

நான் மொழிபெயர்த்த தகழியின் 'செம்மீன்' நாவலும் தமிழ் வாசகர்களால் விரும்பிப் படிக்கப்பட்டது. இரண்டு நாவல்களும் பல சிறுகதைகளும் பல கவிதைகளும் நான் எழுதியிருந்தும் 'செம்மீன்' மொழிபெயர்ப்பாளனாக மட்டுமே என்னை அடையாளம் காணும் வாசகர்கள் தமிழ்நாட்டில் இன்றும்கூட இருக்கிறார்கள்.

(ப. 364, ஆளுமைகள் மதிப்பீடுகள்)

காரணம்: இது மலையாளத்தில் திரைப்படமாக எடுக்கப்பட்டு தமிழ் நாட்டிலும் வெற்றிகரமாக ஓடியது.

ஆங்கில மொழியின் வழி பிறமொழிக் கவிதைகளை தமிழில் மொழிபெயர்த்து 'தொலைவிலிருக்கும்' கவிதைகள் (2004) என்ற பெயரில் வெளியிட்டுள்ளார். ஆனால் இது சிறிய அளவிலேயே தமிழ் வாசகர்களைக் கவர்ந்துள்ளது.

'நினைவோடை' என்ற தலைப்பில் ஜீவா (2003), கிருஷ்ணன் நம்பி (2003), க.நா. சுப்ரமண்யம் (2003), சி.சு. செல்லப்பா (2003), பிரமீள் (2005), ஜி. நாகராஜன் (2006), தி. ஜானகிராமன் (2007) மற்றும் கு. அழகிரிசாமி (2011) ஆகியோர் பற்றிய இவரது எண்ணங்கள் பதிவு பெற்றுள்ளன. அவர்களுடனான தொடர்புகள் இவரது வழக்கமான தன்னடக்கக் குரலில் வெளிப்பட்டுள்ளன. மற்ற படைப்பாளிகளின் போற்றத்தக்க நல்ல பண்புகளைப் பாராட்டுவதிலும் குறைகளைச் சுட்டுவதிலும் இவர் கொண்டிருந்த தெளிவை அவை காட்டு கின்றன.

ந. பிச்சமூர்த்தி பற்றிய இவரது திறனாய்வுக் கட்டுரை 'ந. பிச்சமூர்த்தியின் கலை: மரபும் மனித நேயமும்' என்ற தலைப்பில் 1991இல் வெளிவந்துள்ளது.

கல்வியாளர் முனைவர் வ.வசந்தி தேவியுடனான இவரது கருத்தாடல் *'தமிழகத்தில் கல்வி'* என்ற பெயரில் நூல் வடிவம் (2000) பெற்றுள்ளது.

இவரது பிற நூல்கள்:

இதம் தந்த வரிகள் (2002), வாழ்க சந்தேகங்கள் (2004), வானகமே இளவெயிலே மரச்செறிவே(2004) புதுமைப்பித்தன் கதைகள்: சு.ரா. குறிப்பேடு (2005), மூன்று நாடகங்கள் (2006), இந்திய இலக்கியச் சிற்பிகள்: கிருஷ்ணன் நம்பி (சாகித்திய அகாதெமி, 2006).

படைப்பு, சமூக விமர்சனம், சரித்திரம், தத்துவம், கலைகள் ஆகியத் துறைகளைச் சார்ந்த எழுத்துக்களை இயன்றவரை தரமாகத் தந்து தமிழ்ச் சிந்தனையை ஆழப்படுத்தும் நோக்கத்துடன் 'காலச்சுவடு' எனும் காலாண்டிதழை 1988இல் தொடங்கினார். அதன் முதல் இதழில் சுரா கீழ்க்கண்டவாறு எழுதினார்.

தமிழ்க் கலாச்சாரத்தின் தரமும் தமிழ் வாழ்வின் மதிப்பீடுகளும் சரிந்து கொண்டிருப்பதாகக் 'காலச்சுவடு' கருதுகிறது. பொய்யும் புனைசுருட்டும் போலிகளின் தலைமைகளும் கலாச்சாரச் சுரண்டல்களும் வணிக மதிப்பீடுகளும் இங்கு தலைவிரித்தாடிக் கொண்டிக்கின்றன. தமிழ்ச் சமூகம் காலத்தோடு கொள்ள வேண்டிய உயிர்ப் பிணைப்பு அறுந்து கிடக்கிறது. கலாச்சாரக்காலம், நமக்கு ஒன்றாகவும், உலக அரங்கில் அது, முன்னோடிப் பாய்ந்துவிட்ட மற்றொன்றாகவும் இருக்கிறது. சிந்தனைகளிலும் படைப்பு களிலும் கலைகளிலும் நாம் வெகுவாய்ப் பின்தங்கிக் கொண்டிருக்கிறோம். இந்தப் பின்தங்கல் பற்றி அறியாது, இந்தப் பின்தங்கல் வரும் நாட்களில் பறிக்கவிருக்கும் குழிகள் பற்றிய போதமுமின்றி, காலப் பிரக்ஞையை முற்றாக இழந்து, நேற்றைய்ச் சாதனைகளை உண்டு இன்று உயிர் வாழும் பேதமையைத்தக்கவைத்துக்கொள்ள முயல்கிறோம். 'காலச்சுவடு' ஊனங்களின் மூலகாரணங்களை ஆராய்வதில் கவனம் எடுத்துக்கொள்ளும். இது பெரிதும் சமூக விஞ் ஞானம் சார்ந்த ஒரு பரிசீலனையாக இருக்கும். ஊனங்களை அறிவு ரீதியாகப் புரிந்து கொள்வது மூலமே நாம் அவற்றைத் தாண்டிப் போகும் மார்க்கம் கூடும்.

(ப.603, ஆளுமைகள் மதிப்பீடுகள்)

தன் நோக்கில் குறைவுபடாத 'காலச்சுவடு', நுண்ணறிவுத் தேடல் கொண்ட சுமார் ஆயிரம் தமிழ் வாசகர்களை மட்டுமே ஈர்க்க முடிந்தது. எதிர்பார்த்தபடியே எட்டு இதழ்கள் மற்றும் ஒரு ஆண்டு மலருடன் இதன் வருகை நின்றது. ஆனால் 1994இல் இவரது மகன் கண்ணன் சுந்தரத்தால் திரும்பவும் ஆரம்பிக்கப்பட்டு எச்சார்புமின்றி மாத இதழாகக் குறிப்பிடத்தக்க வரவேற்பைப் பெற்றுள்ளது. இதன் 'கொள்கை அறிக்கை'யில் வெளியிடப்பட்ட நோக்கங்களிலிருந்து சற்றும் வழுவாமல் தொடர்வது குறிப்பிடத்தக்கது. அசுர வேகத்துடன் பேரலையாய்ப் பொங்கிவரும் சமூகச் சீர்குலைவு ஏற்பட்டுள்ள இன்றைய காலகட்டத்தில் தெளிவும் சமூக விழிப்புணர்வும் கொண்ட வாசகர்களும் பெருகியுள்ளனர். இது இன்றைய உலகில் ஒரு புறம் முன்னேற்றத்திற்கான செயல்பாடுகளும் தீமைகளின் வளர்ச்சியும் ஒரு சேரப் பெருகி வருவதற்கு ஒப்பானதாகும்.

சுரா, முன்னுரை, அணிந்துரை, மதிப்பீடு, அறிமுகக் கட்டுரைகள், சிறு விளக்கங்கள் எனப் பல வடிவங்களில் எண்ணற்றவைகளை வழங்கியுள்ளார். குறிப்பிடத்தக்க ஆளுமைகள், இதழாசிரியர்கள், படைப்பாளிகள், வாசக நண்பர்கள் ஆகியோருடன் இவர் நடத்திய விவாதங்கள்; கல்வி நிறுவனங்கள், நூலரங்குகள், விழாக்கள் போன்ற வற்றில் நிகழ்த்திய பல்வேறுபட்ட சொற்பொழிவுகள், முக்கியமான கடிதங்கள், பிற இதழ்களுக்கு வழங்கிய நேர் காணல்கள், வானொலி உரைகள் ஆகியவையும் இவரது கட்டுரைத் தொகுப்புகளில் இடம் பெற்றுள்ளன.

நண்பர்கள், சமகால எழுத்தாளர்கள், வாசக விசிறிகள் எனப் பலருக்கும் இவர் எழுதிய கடிதங்களின் எண்ணிக்கை அளவிடற்கரியது; ஆனால் அவை பற்றிய தெளிந்த வரையறை இல்லை. ஒருவருடன் தொடர்புகொள்ள எப்போது நினைத்தாலும் உடன் கடிதம் மூலமாக உறவாடுவார். தனக்கு வந்த எந்தவொரு கடிதத்திற்கும் இவர் பதில் எழுதத் தவறியதில்லை என்று துணிந்து சொல்லலாம். இவரது கட்டுரைத்தொகுப்புகளில் சேர்க்கப்பட்டுள்ள கடிதங்கள் இவரின் விரிந்து பரந்த இதயத்தையும், பிறரிடம் கொண்டுள்ள நேயத்தையும், அக்கறையையும் காட்டுகின்றன. யாரிடமும் வயது, பால், தொழில், அரசியல் சார்பு, இலக்கியக்

கொள்கை முதலான வேற்றுமை கடந்து இவரால் சமூக உறவு கொள்ளமுடியும். தம்மைச் சுற்றியுள்ள உலகில் நடப்பன வற்றின் மீது இவர் கொண்டிருந்த நுண்ணிய ஆழமானப் பார்வையையும், சமகால எழுத்தாளர், அறிமுக எழுத்தாளர், விமர்சகர், வாசகர் என அனைவரிடத்திலும், ஏன் மரண தண்டனைக்குக் காத்திருக்கும் கைதியுடன் கூட அக்கறையுடன் அவர்தம் சொல்லுக்கு செவிசாய்த்தலும் இவரது உயரிய பண்புகளாக அக்கடிதங்கள் காட்டுகின்றன. தாமாகவே முன்வந்து தேவையான உதவிகளைச் செய்வதும், தோழமை உணர்வுடன் வழங்கும் அறிவுரைகளும் எதிர் நிற்பார்க்குப் பெரிய ஆறுதலாக அமைவதும் இவரின் பெருமைக்குரியவையாகும். தாம் எழுதிக்கொண்டிருக்கும் படைப்பு பற்றி பிற எழுத்தாளர் மற்றும் வாசகருடன் விவாதம் செய்வது இவரின் தனிப்பண்பாகும். இவர் நண்பர்களுக்கு எழுதிய பல கடிதங்கள் இலக்கியத் திறனாய்வு போன்று அமைகின்றன. தமிழின் குறிப்பிடத்தக்க பெண்ணிய எழுத்தாளர்அம்பை, 'சுராவுடன் ஏற்பட்ட நட்பு இலக்கியத்துடனான என் உறவை ஆழமாக்கி அதன் பரப்பையும் பெருக்கியிருந்தது' என்கிறார். மற்றொரு நாவலாசிரியர் தோப்பில் முகமது மீரான், சுரா கடிதங்கள் வழி தன் வாசிப்புத்திறன், மொழிநடை, வாசகர் வட்டம் ஆகியவற்றை மேம்படுத்த சிறப்பான யோசனைகள் தந்ததை நெகிழ்ச்சி கலந்த நன்றியுடன் நினைவுகூர்ந்துள்ளார். இவர் போன்றே இன்னும் பல இளைய, முதிய எழுத்தாளர்கள் சுராவிற்குத் தம் நன்றிக்கடனை முழுமனதுடன் பதிவு செய்துள்ளனர்.

* * *

அறுபதுக்கும் மேற்பட்ட சிறுகதைகளைப் படைத்த சுரா, தமிழின் மிகச் சிறந்த சிறுகதையாசிரியர் வரிசையில் முக்கிய இடம் பெற்றுள்ளார்.

சுராவின் முதல் சிறுகதை இவர் தயாரித்து வெளியிட்ட புதுமைப்பித்தன் நினைவு மலருக்காக எழுதிய 'முதலும் முடிவும்' ஆகும். அப்போது வயது இருபது என்பது மட்டுமல்ல, அதற்கு இரண்டு ஆண்டுகளுக்கு முன்புதான் தமிழ் கற்கத் தொடங்கியிருந்தார். இக்கதையில் புதுமைப்பித்தனின் 'மகாமசானம்' கதையின் நிழல் படிந்திருப்பதை யாரும்

முன்னுரை

எளிதாக உணரலாம். தன்னுடைய இரண்டாவது படைப்பான 'தண்ணீர்' தான் தன் முதல் படைப்பென்று சுரா கூறுவது வழக்கம். இதுவும் வேறு சில கதைகளும் தொ.மு.சி. ரகுநாதனின் இலக்கிய முற்போக்கு நாளிதழான 'சாந்தி'யில் வெளிவந்தன. அடுத்த இரண்டு வருடங்களில் 'சரஸ்வதி'யில் ஒன்பது கதைகள் வெளியாயின. அதன்பின் வெவ்வேறு சிற்றிதழ்கள் இவரது கதைகளை வெளியிட்டன. வெகுஜன வணிக இதழ்களில் எழுதுவதனின்றும் விலகியே நின்றார்.

சிறுகதையெனும் கலை வடிவத்திற்கான இலக்கணத்தை, குறிப்பாக அது நாவலிலிருந்தும் வேறுபட்டு நிற்பதைக் கடைப்பிடிப்பதில் மிகுந்த அக்கறையுடன் இருந்தார். இவர்தனது உளத்தூண்டல்களை நுண்மையாக ஆராய்ந்து, தேவையற்ற வருணனைகளைக் களைந்து, யாவற்றையும் தன் கட்டுப்பாட்டிற்குள் கொண்டுவந்து படைப்பாக்குகிறார்.

சுரா சமூக அவலங்களைக் கூர்ந்து நோக்கி நடுநிலையுடன் விமர்சிக்கும் பாங்கே நம்மை இவருடன் ஒன்றச் செய்கிறது. மனிதனின் விரும்பத்தகாத எண்ணங்களுக்கும் கைவிடப்பட வேண்டிய நடத்தைகளுக்கும் துணைசெய்யும் மரபுகளையும் பழக்க வழக்கங்களையும் முன்வைத்து சுரா கேட்கும் வினாக்களே நம்மை வெகுவாகத் தாக்குகின்றன.

சுராவின் பிற்காலத்திய சிறுகதைகளில் முந்தைய கதைகளைவிட சமுதாயத்தின் இருண்ட கூறுகள் அதிக கவனம் பெறுகின்றன. மேலும் இவற்றை நிதானமாகவும் அமைதியாகவும் அணுகுவதால் ஆழ்ந்த கருத்து வளத்துடன் சரியான வடிவம் கொள்கின்றன. இப்பிற்காலத்திய கதைகளில் இயல்பாகப் பொருந்தி நிற்கும் கவித்துவத்தையும், மொழிநடையையும், சிக்கலை ஆய்வதில் கலந்து நிற்கும் அங்கதத்தையும் வாசகர் எளிதாக உணர முடியும். இவை கட்டமைப்பிலும், வெளிப்படுத்துமுறையிலும் கவனமுடன் நெறிப்படுத்தப்பட்டுள்ளதால் சிறுகதை கலைநுட்பத்தில் உயர்விடம் பெறுகின்றன. மனித வாழ்வின் முரண்பாடுகளை ஆராயும் உளத்தூண்டல் இவரின் *அனைத்து சிறுகதைகளிலும்* இழையோடியிருக்கக் காணலாம்.

இவருடைய நடை கத்தியைப் போல் கூர்மையானது. தேவையற்ற சொற்களை பயன்படுத்துகிறார் என்ற குற்றச்சாட்டு

ஒருபோதும் இவர் மீது எழ வாய்ப்பில்லை. பல கதைகளில் இவருக்கு இயல்பான கன்னியாகுமரி வழக்கு இடம்பெற்றுக் கூடுதல் அழகு சேர்க்கிறது.

தனித்தனியாக ஒவ்வொரு கதையையும் பற்றி விவாதிக்க இடமில்லை. என்னைக் கவர்ந்தவற்றில் சிலவற்றை மட்டும் இங்கு சுட்டுகிறேன். 'பிள்ளை கெடுத்தாள் விளை' (குமரி மாவட்ட வழக்கில் மனத்தை ஈர்க்கும் கவித்துவ நடையில் அமைந்துள்ளது. ஆணாதிக்க கொடுமைகளையும் சாதியப் பாகுபாடுகளையும் நுட்பமாகக் கண்டிக்கிறது.), 'ஜன்னல்' (குழந்தைகளைப் புரிந்து கொள்வதில் முதியவரிடையே காணப்படும் இயலாமையை எடுத்துக்காட்டுகிறது.), '**மெய்க்காதல்**' (காதல் கற்பனைகள் மெய்ப்படும்போது ஏற்படும் சிக்கலை வேடிக்கையாக படம்பிடிக்கிறது.), 'அலைகள்' (அரசு வன்முறையை பலமாகக் கண்டிக்கிறது. இக்கதையை இத்தொகுப்பிலுள்ள 'பயம் - நனவிலும் கனவிலும்' என்ற கட்டுரையுடன் இணைத்து வாசிக்க வேண்டும்). 'லீலை' (திருமணம் செய்துகொள்ள விழையும் 32 வயதான பெண், அவளது கையாலாகாத் தந்தை எனும் இருவரின் மனங்களை உளவியல் பார்வையில் அணுகுகிறது.), '**பக்கத்தில் வந்த அப்பா**' (குடும்பத்தலைவர் என்ற நிலையில் விடாப்பிடியான தன்னல நோக்கில் முட்டாள் தனமாகச் செயல்படும் தந்தையால் பெரும் ஏமாற்றமடையும் இணக்கமான மகனை முன் நிறுத்துகிறது.)

* * *

'ஒரு புளியமரத்தின் கதை' (1996), 'ஜே. ஜே'. சில குறிப்புகள்: (1981), 'குழந்தைகள் பெண்கள் ஆண்கள்' (1998) எனும் மூன்று நாவல்களை சுரா எழுதியுள்ளார். மூன்றும் தமிழில் குறிப்பிடத்தக்க மிகச் சிறப்பான நாவல்கள் வரிசையில் இடம் பெற்றுள்ளன. இவரது எதிர்ப்பாளர்களாலும் இவற்றைப் புறக்கணிக்க இயலவில்லை. இவை ஒவ்வொன்றும் அடிக்கருத்து, மொழிநடை, உத்திகள் இவற்றில் முற்றிலுமாக ஒன்றையொன்று வேறுபட்டுத் தனித்தன்மையுடன் திகழ் கின்றன.

தனது நினைவில் போற்றி வளர்த்த இரு கனவுகளின் சிதைவால் ஏற்பட்ட வெறுமையில் தோன்றியது 'ஒரு

புளியமரத்தின் கதை என சுராவே கூறியுள்ளார். கோட்டயத்தி லிருந்து அவருடைய குடும்பம் நாகர்கோவிலுக்கு மாறிய போது அவ்வூர் பற்றிய எதிர்பார்ப்பு முற்றிலுமாக சிதைந்தது முதலாவதாகும்.

பேரழகியான ஒரு இளம்பெண் மிக மோசமான வசை களைச் சொல்லிக் கத்தியது இப்போதும் என் நினைவில் இருக்கிறது. பேரழகும் வசைகளும் ஒரு ஜீவனில் இணையும் என்பதை அப்போது நான் கற்பனை செய்திருக்கவில்லை.

சந்துகளில் நான் இல்லாமையின் சகல கோலங்களையும் பார்த்தேன். அழுக்குகளின் நிறங்கள், வசைகளின் ஏற்ற இறக்கங்கள், சிதைந்துபோன ஒழுக்கங்கள்.

ஊர் சார்ந்த என் கனவுகள் குலையத் தொடங்கின.

(ப. 353, ஆளுமைகள் மதிப்பீடுகள்)

இரண்டாவது விடுதலை இந்தியா பற்றிய கனவுகள் விடுதலையின் பின் நிகழ்ந்த நிகழ்வுகளால் கலைந்ததாகும்.

தொடர்ந்து நிகழ்ந்த நிகழ்ச்சிகள் ஏமாற்றத்தைத் தந்தன. இந்து முஸ்லீம் கலவரம், காந்திஜியின் மறைவு, தேசமே அனாதையாகிவிட்டது போல் இருந்தது. அந்நிய ஆட்சியை எதிர்ப்பதில் ஒன்று திரண்டிருந்த மக்கள் தங்களுக்குள் பிளவுபட்டு எதிரெதிர் அணிகளில் திரள்வது போல் தோன்றிற்று. ஜாதி, மதம், மொழி சார்ந்த பிரிவுகள். பொதுக் குறிக்கோள் காணாமல் போய்விட்டது.

(ப. 353, ஆளுமைகள் மதிப்பீடுகள்)

இந்நாவல் வெளிவந்தபொழுது வாசகர் மற்றும் விமர்சகர் களிடமிருந்து பெரும் வரவேற்பைப் பெற்றது. ஒரு புளிய மரத்தை முன்னிலைப்படுத்திப் புதிய பார்வையை தமிழ் நாவல் உலகுக்கு அளித்த ஆசிரியரை வாசகர்கள் வியப்புடன் பார்த்தனர். ஊரின் நடுவிலுள்ள புளியமரம் அங்குச் சுற்றிலும் நடப்பனவற்றிற்கு மௌன சாட்சியாய் நிற்கிறது. அதுவே பின் அவ்வூர் மக்களிடையே பிளவு ஏற்படுத்துவதற்கும் காரணமாகிறது.

'ஒரு புளியமரத்தின் கதை' வெளிவந்து பதினைந்து ஆண்டுகள் கழிந்த பின்பே 'ஜே.ஜே.' சில குறிப்புகள்: வெளியானது. மிக விரிவான ஒரு நாவலைத் திட்டமிடும் போது ('குழந்தைகள் பெண்கள் ஆண்கள்' ஆக இருக்கலாம்) ஏற்பட்ட திடீர் உந்துதலில் இந்நாவல் உருவானது.

பெருந்தாகத்தோடு தமிழ் எழுத்துக்களை ஆழமாய்ப் படிக்கத் தொடங்கிய போது, சமகால எழுத்தாளர்களில் புதுமைப்பித்தன் மற்றும் ஒரு சிலர் தவிர்த்த ஏனையோர் மலையாள எழுத்தாளரைப் போன்று சுராவைக் கவரவில்லை. இலக்கியம் பற்றிய இவ்ரது கோட்பாடுகளுக்கு அவர்கள் விலகி நின்றனர். அன்றைய சூழலில் தமிழ் இதழ்களை ஆக்கிரமிப்பு செய்திருந்த தரக்குறைவான இலக்கியப் போக்கு சுராவுக்கு ஏமாற்றத்தையும் மனவேதனையையும் அளித்தது. நாடக மேடை, திரைப்படம் என எல்லாக் கலைகளும் மலினப்பட்டு வணிக நோக்கினை மட்டுமே இலக்காகக் கொண்டிருந்தன. தமிழ் வாழ்க்கையை விமர்சித்து நாவல் எழுதினால் அது வேண்டாத எதிர் விளைவுகளைத்தான் தரும் என்பதால் மலையாளச் சூழலைத் தேர்ந்தெடுத்தார்.

தமிழ்ச் சூழலை விமர்சிக்க மலையாளக் கலாச்சாரப் பின்னணி எதற்கு என்ற கேள்வி எழலாம். என்னிடமுள்ள குறையை ஒருவர் தன்னிடமிருக்கும் குறையாகக்கண்டு அக்குறையைச் சார்ந்து என்னிடம் பேசினால் அக்குறை களுக்கு நான் செவி மடுக்கிறேன். அவற்றை கிரகித்துக் கொள்ளுகிறேன். சிறிது சிந்திக்கவும் செய்கிறேன். அதே குறைகளை என்னுடைய குறைகளாக அவர் முன்னிறுத்தினால் என் மனம் விலகி அந்நியப்படுகிறது. எதிர்மறையான பாதிப்பும் அடைகிறது.

(ப.356, ஆளுமைகள் மதிப்பீடுகள்)

தமிழ்ச் சூழல் வழக்கத்திற்கு மாறாக 'ஜே. ஜே.' சில குறிப்புகள்: ஏராளமான விமர்சனங்களை பாராட்டாகவும் பழிப்பாகவும் பெற்றது. வடிவம், கட்டமைப்பு,கவித்துவ மொழிநடை ஆகியவற்றில் காட்டிய புதுமை வெகுவாகப் புகழப்பட்டது. நாவலுக்குள் கதை தேடியோர் மட்டும் ஏமாந்தனர். ஆனால் தமிழ் எழுத்தாளரும் தேர்ந்த

விமர்சகருமான ஜெயமோகன், 'சுந்தர ராமசாமியின் உரைநடை இந்நாவலில் தன்அதிகபட்ச சாத்தியங்களை அடைகிறது. விவாதத்தன்மை கொண்ட நடை இந்த அளவு கவிதைத்தன்மையைக் கொண்டமை ஓர் இலக்கியச் சாதனையாகும்' என்று தன் கருத்தைப் பதிவு செய்துள்ளார். (ப.187, நவீனத் தமிழிலக்கிய அறிமுகம், உயிர்மை, 2011)

பேராசிரியர் பஞ்சாங்கம் தன்னுடைய 'எடுத்துரைப்பின் உச்சம்: 'ஜே.ஜே.' சில குறிப்புகள்' என்ற கட்டுரையில் இந் நாவலை இன்னும் சிறப்பாக மதிப்பிடுகிறார்:

'ஜேஜே' சில குறிப்புகள்: என்ற இந்தப் பிரதி தொண்ணூறு களில் தமிழில் தோன்றி பின்நவீனத்துவ எழுத்து முறையை 1981லேயே தொடங்கி வைத்துவிட்டது. (மேலும்) எடுத்துரைப்பின் உச்சம் என்று சொல்லத்தக்க அளவிற்கு வாசகர்களுக்குள் பாய்ந்து பரவுகிறது.

பெரும்பான்மைத் தமிழ் வாசகரின் புறக்கணிப்புக் குள்ளான சுரா என்றும் சோர்வடைந்ததில்லை. மலிவான இன்பம் தரும் கதாசிரியர்களான கல்கி, அகிலன், சாண்டில்யன் போன்றோரைப் பாராட்டிய அவர்கள், வாழ்வின் நிலையை உயர்த்தவும் நற்சிந்தனைகளைத் தூண்டவும்முனைந்த புதுமைப்பித்தன் போன்ற துணிச்சலாக புதுவழி காட்டும் எழுத்தாளர்களை என்றுமே பாராட்டியதில்லை.

'குழந்தைகள் பெண்கள் ஆண்கள்' மேலும் பக்குவப்பட்டு முதிர்ச்சியடைந்த சுராவின் மிக உயரிய கலைப்படைப்பாகும். இது, கதைக்கரு, உத்தி, கட்டமைப்பு, மொழிநடை என்பனவற்றில் முன்னிரு நாவல்களினின்றும் பெரிதும் வேறுபடுகிறது. மிக நுண்ணிய உணர்வும் பண்பும் கொண்ட படைப்பாளியின் படைப்பாக 'குழந்தைகள் பெண்கள் ஆண்கள்' மலர்ந்துள்ளது. பல ஆண்டுகளாக வாழ்க்கை பற்றிய சித்தாந்தங்கள், வாழ்வியல் சூழல்கள், இன்பதுன்பங்கள், முரண்கள் ஆகியவற்றை உன்னிப்பாக கவனித்ததின் விளைவே இப்படைப்பு. படைப்பாக்க உத்திகளில் புதுமை எதுவும் இல்லாத, குறைகளும் இல்லாத இந்நாவல் நல்லொழுக்கக் கூறுகளை முன்னிறுத்துவதை உணரலாம். சுராவின் மற்ற இரு நாவல்களும் பெற்ற

வரவேற்பை இது பெறவில்லை. அவற்றின் புதுமைகளும் மிக இறுகிய கட்டமைப்பும் இல்லாததே காரணமாக இருக்கலாம்.

இந்நாவலில் இடம்பெற்றுள்ள மிகப்பல பொருண்மை களையும், அவற்றின் பல்வேறு விளக்கங்களுக்கு இடம் கொடுக்கும் செறிவையும், மனித வாழ்க்கையை ஆரம்ப காலம் முதல் ஆட்சி செய்து இன்றும் வழிநடத்தும் 'மாற்றம்' என்ற பொருண்மையை ஆராயும் பாங்கையும் கவனத்தில் கொள்வோம் என்றால் உலகத்தின் சிறந்த நாவல்களின் வரிசையில் இதை தயக்கமின்றி இணைக்கலாம்.

பலவிதமான விளக்கங்களுக்கு வழிவிடும் வளமான சுரங்கமாய் உள்ளது இந்நாவல். விமர்சகர் பிரேம் தனது 'குழந்தைகள் பெண்கள் ஆண்கள்: மாறுதல்களை கற்றறித லும் கற்பித்தலும்' என்ற கட்டுரையில் சொல்வது போல, '... சுந்தர ராமசாமி எழுதிய 'குழந்தைகள் பெண்கள் ஆண்கள்' நாவல் தன்னளவில் நவீன உளவியல்பு மற்றும் நவீன வாழ்வியல் குறித்த ஆய்வு நாவலாகவும் நவீனகால மாறுதல் நிலையின் சிக்கல்கள் குறித்த விளக்கமுறை நாவலாகவும் அமைந்துள்ளது. நிகழ்வுகளைத் தொகுத்துக் கூறுவதை மட்டும் செய்யாமல் அவை குறித்த கேள்விகள், விளக்கங்கள் மற்றும் முன்- பின் சூழல்கள் ஆகியவற்றையும் தொகுத்துரைப்பதன் மூலம் இந்நாவல் ஒரு பொருளுரைப்பு நாவலாகவும் மற்றொரு தளத்தில் கருத்துகள் குறித்த நாவலாகவும் அமைந்திருக்கிறது.'

இந்நாவலில் இடம்பெறும் குழந்தைகள் படிப்படியாக ஆண்களாக, பெண்களாக வளருகின்றனர். குழந்தைப் பருவத்தில் ஏற்படுகின்ற மாற்றங்கள் அவர்களை எப்படிப் பாதிக்கின்றன? இடைவெளியின்றி ஒன்றன் பின் ஒன்றாகத் தோன்றும் இம்மாற்றங்களைக் குழந்தைகள் எப்படிச் சமாளிக்கின்றனர்? ஆசிரியரின் அனைத்துத் தளங்களையும் உள்ளடக்கிய பார்வை, குடும்பம், சமூகம், நாட்டினிடையே ஏற்பட்டுள்ள மாற்றங்களை தெளிவாக எடுத்துரைப்பதில் வெற்றியடையத் துணையாயிற்று.

* * *

சுரா பிற இலக்கியவகைமைகளில் போன்று கவிதையில் பெற்ற வெற்றியும் தனித்தன்மை வாய்ந்தது. பசுவய்யா என்ற புனைபெயரில் இவர் படைத்த கவிதைகள் '107 கவிதைகள்' என்ற பெயரில் வெளியாயின.

இவரால் பெரிதும் மதிக்கப்பட்ட விமர்சகர் க.நா. சுப்ரமண்யம், சுராவாலும் சிறந்த கவிதைகளை யாப்பைத் தாண்டி எழுத முடியும் என்று தூண்டும் வரை இவர் கவிதையில் ஈடுபாடு கொள்ளாமலும் தன்னுள்ளும் ஒரு கவிஞன் இருக்கிறான் என்பதை உணராமலும் இருந்தார். ஆனால் எழுத ஆரம்பித்ததும் கவிதையை யாப்பிலிருந்து விடுவித்து புதிய தடம் பதித்தார்.

இவரது முதல் கவிதை 'உன் கை நகம்,' சி.சு. செல்லப்பா வின் 'எழுத்து' சிற்றிதழில் 1959இல் வெளிவந்தது. இச்சிற்றிதழ் அந்நாளில் புதிய பாடுபொருட்களை புதிய சொல்லமைப்பில் புதிய உருவங்களில் கொடுத்து தமிழ்க் கவிதையை நவீனப்படுத்துவதில் பெரும்பங்கு ஆற்றியது. அலங்காரமற்ற, கருத்துச் செறிவுடைய சுராவின் கவிதை எவ்விதப் பின்னணியுமின்றி நேரடியாக பாடுபொருளில் இறங்கி, இலக்கிய மரபுகளை உடைத்தெறிந்த துணிவு 'எழுத்து' வாசகர்களையே வியப்பில் ஆழ்த்தியது. ஆனால் மார்க்சிய விமர்சகர் வானமாமலை யாப்பிலிருந்தும், கெட்டி தட்டிப் போன பழமையிலிருந்தும், மரபிலிருந்தும் தமிழ்க் கவிதையை மீட்ட இவரையும் மற்ற 'மணிக்கொடி' எழுத்தாளர்களையும் 'மன வக்கிரங்களுக்கு ஆட்பட்ட நோயுற்ற கவிஞர்கள்' என்று அழைத்ததில் வியப்பில்லை.

கவிதை பற்றிய தம் கருத்துக்களையும் தம் தற்காலக் கவிஞரிடம் எதிர்பார்ப்பது என்ன என்பது பற்றியும் சுரா, 'ந. பிச்சமூர்த்தியின் கலை: மரபும் மனித நேயமும்' எனும் திறனாய்வுக் கட்டுரையில் தெளிவுபடுத்தியுள்ளார்.

நேற்றைய கவிஞன் எந்தவிதமான கற்பனைகளைச் சார்ந்து நின்று தன் கவிதைகளைப் படைத்தானோ, எவ்விதமான அலங்காரங்கள் அல்லது விளைவுகள் கவிதைகளை உருவாக்கும் வலுக்கள் என்று நம்பினானோ அவற்றையெல்லாம் ஒவ்வொன்றாகத் துறந்து அனைத்து நிலைகளிலும் தன் கவிதைகளை எழுப்பி காட்டியவன்

தான் நவீனக் கவிஞன். இன்றைய கவிஞனிடம் யாப்பின் மீதான சாய்வு இல்லை, ஓசைகளைக் கூட்ட அவன் முயல்வதில்லை. உவமை, உவமேயம், படிமம், போன்ற அலங்காரங்களைத் தேடிச்சேர்க்கும் மனோபாவத்தை அவன் முற்றாகத் துறந்து விட்டான்.

இவ்வழிகாட்டுதலை பின்பற்றும் இவர் கவிதைகள் வாழ்க்கைச் சிக்கல்கள் மற்றும் முரண்கள் மீது இவரது பார்வை, முன்னுள்ள வாழ்க்கைப் பயணம், எண்ணப்போக்குகள், மன உந்துதல்கள், நம்பிக்கைகள், ஏமாற்றங்கள் எனப் பலவற்றைப் பேசுகின்றன. எல்லாக் கவிதைகளும் அளவில் சிறியன. அவற்றுள்ளும் மிகச் சிறியவை மேலும் ஆழமாகவும் கருத்துச் செறிவுடனும் உள்ளன. தம்முடைய வாழ்வில் நட்பிற்கு அளித்த முக்கியத்துவம் இவர் கவிதைகளில் வெளிப்படுவதும் சுட்டப்படவேண்டியதாகும்.

கவிதைத் தொகுப்பு தவிர 38 கவிதைகள் வெளி யிடப் படாமல் இருக்கின்றன. ஏன் இவைகளை வெளியிட வில்லை என்பதற்கான காரணத்தை ஊகிக்கத் தான் வேண்டிய திருக்கிறது. அவை வெளியிடத் தகுதி யற்றவையென்று கருதியிருக்கலாம்; தெளிவற்றவையாக தோன்றியிருக்கலாம் அல்லது வெளி உலகிற்கு தெரிவிக்க விரும்பாத தற்குறிப்புகள் இடம் பெற்றிருக்கலாம். சுரா பிரசுரிக்காமல் விட்ட கரட்டு வடிவக் கவிதை ஒன்று.

என்னை அழைக்கிறது அந்த அடிவானம்
நான் உணர்ச்சிக் கடலில் துடிப்பு பிடிக்கும் போது
முன்னகர்த்தி என்னைச் சரிக்கும்போது
என் பயணத்தின் பயனை
எனக்கு அளக்கத் தெரிவதில்லை
நாளாகிற்று கரை மறைந்து
முகங்கள், உறவுகள்
என்னை எப்போதும் ஆட்படுத்தும் அந்த இலைகளின் அசைவுகள்
ஆழத்தின் அழகை என் மனதில் பாய்ச்சிய
பள்ளத்தாக்குகளின் கரிய நிழல்கள்
இவை பின்னகர்ந்து நாளாயிற்று
இப்போது இருப்பது உள் நின்றெரியும் சுடர்
பார்வை குத்திய அடிவானத் திகைப்பு

முன்னுரை 25

என் தாய் போல் காற்று
அழைத்துச் செல்லும் அது
அலை என்பது காற்றின் வடிவம்
என் சுடர் நின்றெரிய வேண்டும்
அது அணைந்து போனால்
என் தோணி போய்ச் சேரும்

* * *

சிறுகதைகள் போன்று சுராவுடைய பெரும்பாலான கட்டுரைகளும் சிற்றிதழ்களிலேயே வெளிவந்துள்ளன. மிகச் சிலவே கல்கி, கலைமகள், அமுதசுரபி, இந்தியா டுடே, குமுதம், தினமணி, சண்டே எக்ஸ்பிரஸ் எனப் பரவலான வாசகர் வட்டத்தைக் கொண்ட இதழ்களில் வந்துள்ளன. இயல்பாக அனைத்து எழுத்தாளர்களுக்கும் இருக்கக்கூடிய, 'என் படைப்பு பல்லாயிரக்கணக்கான வாசகரைச் சென்றடைய வேண்டும்' என்ற விருப்பம் இவருக்கும் இருந்தது. அப்பொழுது தான் சமூகத்தின் மீது தன் தாக்கத்தைச் சிறப்பாகச் செய்ய முடியும் என்று நம்பினார். ஆனால் வாசகரின் ரசனைக்கேர்ப்ப செயல்படும் ஜனரஞ்சக இதழ்களின் வரம்பு மீறிய செயற்பாடுகள் இவருக்கு ஒத்து வருவதாக இல்லை. அவற்றிலும் ஓரளவுக்குத் தரமான இதழ்களில் சில நண்பர்களின் தூண்டுதலால் இவர் காலத்தின் பிற்பகுதியில் சில கட்டுரைகள் வெளிவந்தன.

சுராவின் கட்டுரைகள் இடம் பெற்ற இதழ்களின் பட்டியல் காலச்சுவடு, சாந்தி, சரஸ்வதி, எழுத்து, மணிக்கொடி, இலக்கிய வட்டம், கணையாழி, தாமரை, பிரக்ஞை, தெறிகள், ஞானரதம், சுபமங்களா, சுவடு, தேடல், சதங்கை, புதுயுகம் பிறக்கிறது, தாமிரபரணி, தீபம், கொல்லிப்பாவை, தீராநதி, புதியபார்வை, வைகை, இனி, தீம்தரிகிட, விண்நாயகன், சக்தி, சிலேட், யாத்ரா, கல்குதிரை, பச்சைக் குதிரை என நீண்ட ஒன்று.

எல்லாக் கட்டுரைகளும் 'காற்றில் கலந்த பேரோசை' (1998), 'விரிவும் ஆழமும் தேடி' (1998), 'இறந்த காலம் பெற்ற உயிர்' (2003), 'இவை என் உரைகள்' (2003) என நான்கு தொகுப்புகளாக வந்துள்ளன. அனைத்து முக்கிய மான கட்டுரைகளும் 'ஆளுமைகள் மதிப்பீடுகள்' (2004) என்ற தலைப்பில் ஒரே தொகுப்பாகவும் வந்துள்ளன.

இத்தொகுப்பிலுள்ள அனைத்துக் கட்டுரைகளும் 'ஆளுமைகள் மதிப்பீடுகள்' தொகுப்பில் இடம் பெற்றுள்ளன. இறப்பதற்கு சில வாரங்கள் முன்பு வரை அயராது எழுதிக் கொண்டிருந்தார். 'வாழும் கணங்கள்' (2005) என்ற தொகுப்பு இவர் இறந்த பின்னர் வெளிவந்தது. இதில் மூன்று சிறுகதைகள், நான்கு உரைகள், பத்தொன்பது கட்டுரைகள், நோபல் பரிசு பெற்ற போலந்து நாட்டுக்கவி விஸ்லாவா சிம்போர்காவின் கவிதை ஒன்றின் ஆங்கில வழி மொழிபெயர்ப்பும் அடங்கியுள்ளன.

* * *

இந்நூலில் சுராவின் நூற்றைம்பதுக்கும் மேற்பட்ட கட்டுரைகளில் முப்பது கட்டுரைகள் தேர்வு செய்யப்பட்டு நான்கு பகுதிகளாகத் தரப்பட்டுள்ளன. வாசகர்களுக்கு சுராவின் பன்முகம், படைப்புகள், ஆளுமை, திறனாய்வுப் பார்வை, சமுதாய அக்கறை இவற்றிற்கெல்லாம் மேலாக அவர்தம் மனிதநேயம் ஆகியவற்றின் அறிமுகமாக இத் தேர்வு அமைகிறது.

முதல் பகுதி '**ஆளுமையும் ஆக்கங்களும்**' என அமைகிறது. இதில் சுரா தன்னையும் தன் படைப்புகளையும் பற்றி எழுதியுள்ள கட்டுரைகள் இடம் பெற்றுள்ளன. முதலாவதாக இடம் பெற்றுள்ள '**கனவுகளும் காரியங்களும்**' 'காலச்சுவடு' இதழின் நோக்கங்களை விளக்குவதாக உள்ளது. இது தமிழ் வாசகர்கள் மற்றும் தமிழ்ச் சமூகத்தின் மீது இவர் கொண்ட பார்வை, அக்கறை, ஆதங்கம் ஆகியவற்றைக் காட்சிப் படுத்துகிறது.

'**சுய அறிமுகம்: சில சிதறல்கள்**,' '**நானும் என் எழுத்தும்**,' '**என் நாவல்கள்**,' '**என் படைப்பனுபவம்**' ஆகிய அடுத்து இடம் பெறும் நான்கு கட்டுரைகளும் அவரது படைப்பு முயற்சிகளை சொந்த வாழ்க்கைக் குறிப்புகளோடு இணைத்துப் பேசுகின்றன. இவை, தன்னுள் முடங்கிய, உடற்பிணியால் துன்புற்ற இளைஞன் எப்படி ஒரு இலக்கியவாதியாக, விமர்சகராக, தமிழ்ப் பண்பாட்டரங்கில் ஒரு ஆளுமையாக வளர்ந்தார் என்பதை அவருக்கே உரிய பொறுப்புணர்ச்சியுடன் சுய நையாண்டி கலந்து எடுத்துரைக்கின்றன. இவை, இவரது படைப்புகள் உருவாகிய சூழ்நிலை, அவற்றின் மீது ஏற்பும்

மறுப்புமான விமர்சனங்கள், இவரது திறனாய்வுப்பார்வை, நடைத்திறன் மேம்பாடு, இவரின் மீது தாக்கத்தை ஏற்படுத்திய எழுத்தாளர்கள், இவர் புகழ்ச்சிக்கும் இகழ்ச்சிக்கும் இலக்கான எழுத்தாளர்கள், இவர் முன்னிலைப்படுத்துபவை, தவிர்க்கவிரும்புபவை, மனப்பாங்கு, நோக்கங்கள், நம்பிக்கைகள், ஏமாற்றங்கள், ஐயங்கள், உறவுகள், நண்பர்கள் என அனைத்தையும் நேர்மையான பார்வையில் நவில்கின்றன.

'**தோட்டியின் மகன் தமிழுக்கு வந்த கதை**'யில் சுரா தன் இளம் வயதில் தகழியின் நாவலை மொழிபெயர்த்த போது அடைந்த மன எழுச்சியையும் மகிழ்ச்சியையும் வாசகர்களுடன் பகிர்ந்து கொள்கிறார்.

'**இறந்த காலம் பெற்ற உயிர்**' எனும் புதுமைத் தலைப்பின் கீழ் தமது வேர்களைத் தேடியுள்ளார். சிறுவனாக இருந்த போது கோட்டயத்தில் வாழ்ந்த வீட்டைத் தேடிக் கண்டு பிடித்த அனுபவத்தில் கிடைத்த ஆனந்தத்தையும் சங்கடங்களையும் விரிவாகத் தந்துள்ளார். தமிழையும் மலையாளத்தையும் நன்கறிந்த ஒரு எழுத்தாளரால் இரு மொழிகளின் பண்பாட்டில் காணப்படும் உணர்வுப் பூர்வமான வேறுபாடுகளைத் தம் படைப்பில் சுட்டுதல் தவிர்க்க இயலாது என்பதை இக்கட்டுரை எடுத்துக் காட்டுகிறது.

'மதிப்பீடுகளும் எதிர்பார்ப்புகளும்' எனும் இரண்டாவது பகுதி இவரின் இலக்கியம் மற்றும் சமூகம் பற்றிய அக்கறையை உணர்த்துகின்றது. இவருள் இரண்டற கலந்து நின்ற சமூகப் பார்வை வியக்கத்தக்க கூர்மையுடயது. நம்மைச் சுற்றி காணப்படும் சமூக அவலங்களை நுண்மை யாக ஆராய்ந்து அவற்றின் காரணங்களை மிக்க அழுத்தமாகவும் துணிவுடனும் கூறுவதில் தன்னிகரற்று விளங்குகிறார். இச்சமூகக் குறைபாடுகள், வாழ்க்கையின் உயர்வினை, மதிப்பினை மிக வேகமாக வீழ்த்தி அழித்துவிடுவதாக இருக்கின்றன. இவ்வீழ்ச்சியின் வேகம் இன்றையத் தொழில் நுட்ப வளர்ச்சியின் வேகத்தோடு ஒத்திருக்கிறது. பேராசை, மொன்னைத்தனம், கீழ்மை என்பன தனிமனித ஒழுக்கத்தை கடுமையாகத் தாக்குகின்றன. எண்ணம், சொல், செயல் அனைத்திலும் இவ்விழிநிலையே. இது தனிமனிதன், சமூகம், உலகம் என எல்லாத் தளங்களிலும் உணரப்படுகிறது. இதுவே வன்முறையாக தனிமனிதனிடமும் சமூகங்களிடமும்

அரசாங்கங்களிடமும் மனிதகுலத்திற்கே சவால் விடும் அளவிற்கு பரவி வருகிறது.

இலக்கியத்தின் விளைநலம் சமுதாயமாதலின் இரண்டையும் இணைத்தே பார்க்கும் சுராவுக்கு இலக்கிய விமர்சனமும் சமூக விமர்சனமும் ஒன்றே. இலக்கியமே வாழ்வின் விமர்சனம் தான். எனவே கலை வாழ்க்கைக்காக என்பதில் உறுதியுடையவர். இலக்கியம் மனிதநேய வெளிப் பாடாகவும் நாகரிக நடத்தையை ஊக்குவிப்பதாகவும் இருக்கவே விரும்புகிறார். படைப்பின் நோக்கம் சமூகத்தை முன்னிட்டே அமைய வேண்டும். ஆனால் அது கலைநயத் துடன் பிரச்சாரக் கூறுகளின்றி இருக்கவேண்டும் என்பதற்கு மிகுந்த அழுத்தம் கொடுக்கிறார்.

ஒரு இலக்கியப்படைப்பின் விமர்சனம் அதன் உள்ளார்ந்த தகுதிப்பாட்டின் மதிப்பீடாக இருக்கவேண்டுமேயன்றி மேனாட்டார் இலக்கியக் கொள்கைகளுக்கோ பழந் தமிழ் கொள்கைகளுக்கோ கட்டுப்பட்டதாக இருக்கக் கூடாது. இதுவே இலக்கிய விமர்சனம் பற்றி சுராவின் முதன்மையான கொள்கையாகும். இவரது எந்த விமர்சனக் கட்டுரையிலும் மேனாட்டார் அல்லது பழந்தமிழ் இலக்கணக்கொள்கைகளை காண்பதற்கியலாது. பட்டறிவின் நேர்மையான வெளிப்பாடுகள், போற்றத்தக்கப் பொருண்மை, நேர்த்தியான கட்டமைப்பு ஆகியவற்றையே இவர் பிறர் படைப்புகளில் தேடினார்.

'மொழியின் தேய்வும் அதிகாரத்தின் வலுவும்' என்ற இப்பகுதியின் முதல் கட்டுரை தமிழரின் மனதை உளவியல் வழி ஆய்கிறது. தமிழில் வரலாற்று நாவல்கள் புராணங்களின்பால் வாசகர் மனத்தில் ஒரு மயக்கத்தை ஏற்றுகின்றன. இத்தகு நாவல்களின் உற்பத்தியாளர்கள் தமிழ் வாசகர்களின் உணர்வுகளை முடமாக்குகின்றனர்; ஒரு பொய்மொழியை உருவாக்கி பாமர வாசகரிடையே அதனை ஆழப் பதியச் செய்கின்றனர். இத்தகு ஆசிரியர்கள் வாசகர்களைக் காமத்தைப் பற்றவைக்கும் புதைசேற்றில் புரளவைக்கும் அதே நேரத்தில் தம்மைப் புனிதத்தை மட்டுமே ஏற்றுக் கொள்பவர்களாக நடிக்கின்றனர்.

முன்னுரை

'புதிய மண், புதிய முளைகள்' இவருடைய வாசிப்பு ஆர்வமும் அறிவுத்தேடலும் எந்த ஒரு எல்லைக்குள்ளும் கட்டுப்பட்டதில்லை என்பதைத் தெளிவாகக் காட்டுகிறது. தன் காலத்து குறிப்பிடத்தக்க இளம் நாவலாசிரியர்கள், சிறுகதை ஆசிரியர்கள், கவிஞர்கள், ஆராய்ச்சியாளர்களின் முக்கியமான படைப்புகளைப் பட்டியலிட்டு அவற்றைப் பற்றி சிறு விமர்சனக் குறிப்புகளும் தந்துள்ளார். இதைப் படிக்கும் யாரும் இவருடைய வாசிப்பின் ஆழத்தையும் விரிவையும் கண்டு வியக்காமல் இருக்க முடியாது. மேலும் இளம் எழுத்தாளர்களுக்கு வேண்டிய தாய்மொழியின் மீதும் தம்மீதும் நம்பிக்கை, வாசிப்பில் விருப்பம், நேர்மை, பொறுமையுடன் கூடிய கடும் உழைப்பு ஆகியவற்றை இக் கட்டுரை உறுதிபடக் கூறுகிறது.

நாடகம் பற்றிய சுராவின் இரு கட்டுரைகளில் ஒன்று வானொலி உரையான 'நாடக மேடையின் புதிய போக்குகள்' என்பதாகும். மூன்றே பக்கங்களில் அமைந்த இக்குறுகிய கட்டுரையில், நாடகக்கலையின் தனித்த கூறுகள்; இருபதாம் நூற்றாண்டின் தமிழ் நாடக வரலாறு; புகழ்பெற்ற சிறுகதை எழுத்தாளர்களும் கவிஞர்களும் நாடக முயற்சிகளில் தோல்வியுற்றதும் அதன் காரணங்களும்; மெதுவாக தமிழ் நாடகம் மேலை நாடுகளிலும், இந்தி மொழி அரங்குகளிலும் காணப்படும் புதிய நாடகப் போக்குகளையும் உத்திகளையும் பின்பற்றி வளர்வது; இதற்குப் பொறுப்பானவர்கள்; தமிழ் நாடகத்தை முன்னேற்றப் பாதையில் எடுத்துச் செல்ல என்னென்ன செய்ய வேண்டும் என்பன போன்ற எண்ணற்ற தகவல்கள் நிறைந்துள்ளன.

'ஆசையும் குறிக்கோளும்', 'உறவும் கொடுக்கல் வாங்கலும்' எனும் இரு கட்டுரைகளும் மொழிபெயர்ப்பின் உன்னதத் திற்கான சுராவின் உரத்த சிந்தனைகள். மொழிபெயர்ப்பு ஒரு கலை; படைப்பாளி எதிர்கொள்ளும் சவால்களை சற்றும் குறைவின்றி மொழிபெயர்ப்பாளர்க்கும் அளிப்பது. எந்த ஒரு மொழிபெயர்ப்புக் கொள்கையின் துணையின்றி தன்னுடைய பட்டறிவிலிருந்து இக்கலையில் புதிதாக ஈடுபடுவோருக்கு சுரா கொடுக்கும் யோசனைகளும் எச்சரிக்கைகளும் என்னாட்டவருக்கும் பயன் தரும். மொழிபெயர்ப்புக்கு எத்தகைய படைப்புகளை தேர்வு

செய்வதென்பது தமிழ் வாசகர்களை முன்னிட்டு உரைக்கப் படினும் மலையாள வாசகர்களுக்கும் பயன்படும். ஆனால் மொழிபெயர்ப்பு பற்றிய இவருடைய தீர்க்கமான கருத்துகள் எம்மொழி சார்ந்தோருக்கும் முழுமையாகப் பொருந்தும்.

'தமிழ்ப் பத்திரிகைகளின் தரம்' தமிழ் மலையாள மொழி களின் வாசகர்களின் இலக்கிய ரசனை, இரு மொழிகளிலும் வெளியாகும் இதழ்களின் தரம், மொழிபெயர்க்கப்படும் நூல்கள், அவைகள் பெறும் வரவேற்பு ஆகியவற்றை ஒப்பீடு செய்கிறது. ஒப்பீட்டாளர்கள் கூறுவது போல எதொன்றையும் தனியாகக் கற்றுப் பெறும் அறிவை விட ஒப்பீட்டு முறையில் கூடுதலாகவும் முழுமையாகவும் பெறுதற்கியலும். தம்முடைய ஆணித்தரமான (தமிழர்களுக்கு கசப்பான) கருத்துகளை, தகுந்த விளக்கங்களுடனும் மறுக்க வியலாத சான்றுகளுடனும் நிறுவுகிறார்.

'தலித் இலக்கியம் பற்றி...' என்ற குறுங்கட்டுரை தலித் இலக்கியத்தின் பயனையும் தேவையையும் அறிவு பூர்வமாகவும் மறுக்க முடியாதபடியும் வாதிடுகிறது. வாழ்க்கையைப் பற்றி அறிய முழு வாழ்க்கையை உள்ளடுக்கும் படைப்புகள் தேவை. இதுகாறும் நாம் அறிந்திருக்கும் வாழ்க்கை பெரிதும் மேல்தட்டு வாழ்க்கையே. விடுபட்டுப்போன மிகப்பெரிய பகுதி ஒன்று அதன் சுவடுகளைப் படைப்பில் பதிக்கும் காலம் நெருங்கிக்கொண்டிருக்கிறது. அப்படைப்புகள் முன் வைக்கும் பார்வை வாழ்க்கையைப் பற்றிய நம்முடைய பார்வையை விரிவுபடுத்தி நம் அடிப்படைகளையே மறு பரிசீலனை செய்ய நம்மை வற்புறுத்தலாம்.

(ப. 251, ஆளுமைகள் மதிப்பீடுகள்)

அகிலனின் 'சித்திரப் பாவை' ஞானபீடம் விருதிற்காக தேர்வு செய்யப்பட்டதை 'போலி முகங்கள் - சந்தர்ப்பம்: ஞானபீடப் பரிசு' பெருங்கோபத்துடன் விமர்சிக்கிறது. இதுவே இவருடைய கட்டுரைகளில் கடுஞ்சொற்களையும் குத்தும் நையாண்டியையும் அதிக அளவில் கொண்டது.

தகுதி வாய்ந்த பல மேலான தமிழ் எழுத்தாளர்களை புறந்தள்ளிவிட்டு ஒரு தரமற்ற மலினமான எழுத்தை ஞானபீடம் தேர்வு செய்ததே இதற்கு அடிப்படை. ஒரு நல்ல நாவல் எப்படி உருவாகமுடியும் என்று

விரிவாக எடுத்துரைத்துவிட்டு 'சித்திரப் பாவை' எங்ஙனம் தவறுகிறது என்பதையும் கோடிட்டுக்காட்டுகிறார். சுராவின் தார்மீகக் கோபம் அதன் உச்சத்தைத் தொடுகிறது: 'தன் அனுபவங்களை மதிக்கும் எந்த மனித மூளையாலும் 'சித்திரப் பாவை'யைத் தனது உடற்சதையைப் பிய்ப்பது போன்ற சங்கடத்துக்கு ஆளாகாமல் படிக்க இயலாது.' (ப. 208, ஆளுமைகள் மதிப்பீடுகள்)

இவரது இலக்கிய விமர்சனங்கள் குறிப்பாக, தரமற்ற விரும்பத்தகாத படைப்புகளுக்கு விமர்சர்களும், சிந்தனைத் திறனற்ற வாசகர்களும், படைப்பாளியின் நலவிரும்பிகளும் தரும் குறைகாணாத போற்றுதல்களுக்குத் தரும் எதிர் வினை.

'சில கெட்ட உறுப்புகள்' கட்டுரையில் தமிழகத்தின் பதிப்பாளர்கள் நல்லொழுக்கம் கற்பிக்கும் உயர்ந்த நிலையினராகத் தங்களைக் காட்டிக்கொள்ளும் ஏமாற்று வேலைகளை சிரித்து ரசிக்கக் கூடிய நகைச்சுவையுடன் ஏளனம் செய்கிறார். இவருக்கும் ஒரு பதிப்பாளருக்கும் இடையே நடந்த தொலைபேசி உரையாடலை இவர் விவரிப்பது முசுடுகளையும் வயிறு குலுங்க சிரிக்க வைக்கும்.

மூன்றாம் பகுதி 'படைப்பாளிகளும் படைப்புகளும்' தமிழ்ப் படைப்புலகின் சாதனையாளர் எண்மர், மலையாள எழுத்துலகில் போற்றப்படும் எழுத்தாளர் ஒருவர், மற்றும் 'அமைதியைக் குலைக்கும் மேதை,' ஃப்ரன்ஸ் காஃப்காவின் 'விசாரணை' மீதான விமர்சனங்களைத் தருகிறது.

சுரா தமிழின் முதன்மையான படைப்பாளர்களை நுணுகிப் படித்ததின் விளைவே அவர்கள் மீதான விமர்சனக் கட்டுரைகள். இவர் எழுதிய முதல் கட்டுரை பாரதி மீதான விமர்சனம். பிறர், பாரதி காலத்தைத் தொடர்ந்து வந்தவர், சுராவின் சமகாலத்தவர் மற்றும் இவர் காலத்தில் இலக்கியப் படைப்பாளர்களாக விரும்பிய குறிப்பிடத்தக்க இளம் எழுத்தாளர்கள் ஆவர். பல்வகைப்பட்டதும் பரந்து விரிந்ததுமான இவரது வாசிப்பு போலவே இவரது கட்டுரைப் பொருட்களும் பன்முகம் காட்டுகின்றன. தன் காலத்திய சிறந்த தமிழ் எழுத்தாளர்கள் மட்டுமின்றி, வைக்கம் முகம்மது பஷீர், தாஸ்தயேஸ்வஸ்கி, சினுவா ஆச்சிபி, ஃப்ரன்ஸ் காஃப்கா ஆகியோர் மீதும் விமர்சனக்

கட்டுரைகள் எழுதியுள்ளார். கன்னட தலித் இலக்கியம் பற்றியும் இவரது கண்ணோட்டம் கட்டுரையாக்கம் கண்டுள்ளது.

க.நா.சுப்ரமண்யத்தின் தூண்டுதலின் பேரில் 'நான் காணும் பாரதி எழுந்தது. தம்முள் பாரதியின் தாக்கத்தை ஆராய முனைந்த சுரா கீழ்க்கண்டவாறு முடிக்கிறார்.

சமூக வாழ்வில் அக்கறை, கலையை விடவும் வாழ்க்கை பிரதானமானது என்ற எண்ணம்; ஜாதிப் பாகுபாட்டில் அவநம்பிக்கை; ...நாஸ்திகனைவிடவும் ஆஷாட பூதியான ஆஸ்திகனைப் பரம வைரியாகக் கருதுதல்; மனித குலத்தை அழிக்க முற்படும் தீய சக்திகளுக்கு எதிராகக் கலையை ஒரு பிரச்சார சாதனமாக்க மனம் ஒப்புதல்; சமூகப் பின்னணியை மாற்றுவதன் மூலம் மனிதனை ஒரு எல்லை வரையிலும் மாற்றிவிடலாம் என்ற நம்பிக்கை; அறிவை முதன்மையாகக் கருதுதல்; அடக்கம்; பெண்களிடத்தில் விசேஷ வாஞ்சை; எந்தத் துறையைச் சேர்ந்த மேதையைக் கண்டாலும் பரவசப்படுதல் - இத்தியாதி குணாம்சங்களைப் பற்றி எண்ணுகிறபோது பாரதி என்னைப் பாதித்திருக்கிறார் என்று தான் எண்ண வேண்டியிருக்கிறது.

(ப. 30 - 31, ஆளுமைகள் மதிப்பீடுகள்)

இது போன்ற, தன்னைத்தானே மிகச் சரியாக வரைந்து கொள்ளும் சொல்லோவியம் அரிதாகும். சுரா தனது இளம் வயதிலேயே இவ்வளவு முன்னோக்குடன் வரைந்திருப்பது பாராட்டுக்குரியதாகும்.

தமிழின் பெருமைமிகு எழுத்தாளர்களில் ஒருவரான புதுமைப்பித்தன், சுராவின் எழுத்துப்பணியில் தொடக்கம் முதல் இறுதி வரை ஆட்கொண்டவராவார். சிறுகதை எழுத்தாளர்களில் புதுமைப்பித்தன் ஒருவருக்குத்தான் 'திறமை எனும் வார்த்தையை சிறுமைப்படுத்தி விடும் மேதாவிலாசம்... சித்தியாகியிருந்தது' என்று சொல்கிறார். மேலும் சொல்லுகிறார்:

புதுமைப்பித்தனின் கதைகளைப் படிக்கும் போது மேதாவிலாசம், அந்தரங்க சுத்தி, சுதந்திரம் என்ற மூன்று வார்த்தைகளையும் நமது அடிமனம் உச்சரித்து கொண்டுதானிருக்கும். புத்தியின் தணிக்கைக்குக் காத்திராத அவருடைய கலை உணர்ச்சி இம்மூன்று குணங்களிலிருந்தும்

செழுமையை உறிஞ்சி அவருடைய கதைகளில் எத்தனையோ சோபைகளை ஏற்றியிருக்கிறது.

(ப. 67, ஆளுமைகள் மதிப்பீடுகள்)

புதுமைப்பித்தனின் புரட்சிப் படைப்புகள், குறிப்பாக சிறுகதைகள், தமிழ் மொழிக்கும் இலக்கியத்திற்கும் அளித்துள்ள கொடைகளைப் பற்றிப் பேசுவதில் சுரா என்றும் சலித்ததில்லை. அவரைப் பற்றிய கட்டுரைகளில் மட்டுமின்றி இலக்கிய மேன்மையைப் பேசும் பிறவற்றிலும் புதுமைப்பித்தனின் ஆளுமை தவறாமல் இடம்பெறுகிறது. இருப்பினும் சுரா அவர் கதைகள் சிறுகதைகளின் இறுக்க மான கட்டமைப்பையும் தனியான குணங்களையும் பின்பற்ற சிரத்தை எடுத்துக்கொள்ளாததைச் சுட்டத் தவறவில்லை.

சிறுகதை என்ற தனியான, பிற இலக்கிய உருவங்களுக்கு வித்தியாசமான- நால்களிலிருந்தும் துண்டாக வேறுபட்ட - ஒரு இலக்கியப் பிரக்ஞையை நாம் மனத்தில் பேணி வந்தோம் என்றால், இவருடைய கதைகளில் பல சிறுகதை உருவம்பெறத் தவறிவிட்டவை என்பதை உணர முடியும்.

(ப. 61, ஆளுமைகள் மதிப்பீடுகள்)

இவரது க.நா. சுப்ரமண்யம் பற்றிய மதிப்பீடும் ('க. நா.சு.வின் விமர்சன முகம்') துல்லியமாக அமைகிறது. தமிழ் வாசகரின் இலக்கியச் சுவைப்பைச் சீர் செய்வதற்காக க.நா.சு. எடுத்துக்கொண்ட இடைவிடாத முயற்சியைப் பாராட்டு கிறார். எனினும் ஒரு வாழ்க்கைக் கண்ணோட்டத்தை இலக்கியத்தைச் சாதனமாகக்கொண்டு முன்வைக்கவில்லை என்பதால் அவரை இலக்கியத் திறனாய் வாளராகக் கருதாமல் இலக்கிய சிபாரிசுக்காரர் என்று தான் அழைக்க வேண்டுமென்கிறார்.

'சி.சு. செல்லப்பாவின் என் சிறுகதை பாணி'யில் சுரா., சிறுகதை, நாவல், நாடகம், கவிதை, இலக்கியத் திறனாய்வு, மொழிபெயர்ப்பு ஆனப் பல துறைகளிலும் பேரளவிலான அவரது கொடையால் தமிழ் செழித்துள்ளதைச் சிறப்பாகப் பதிவு செய்கிறார். பல இன்னல்களுக்கிடையே பத்தாண்டுகளுக்கு மேல் 'எழுத்து' எனும் சிற்றிதழை நடத்தித் தமிழ் வாசகரிடையே கவிதை பற்றிய பார்வையை மாற்றி, இலக்கிய விமர்சனத்தில் விரைந்த வளர்ச்சி

கொணர்ந்தார் எனப் பாராட்டுகிறார். எனினும் தன் சிறுகதைகளின் சுருக்கத்தை அதில் இணைத்துள்ளதை கேள்விக்குள்ளாக்குகிறார்.

எலும்புக் கூடுகளை வைத்து அவற்றிற்குரிய உடல்களையோ உள்ளங்களையோ கற்பனை செய்ய இயலாதது போலவே சிறுகதைச் சுருக்கங்களிலிருந்து சிறுகதைகளை கற்பனை செய்ய இயலாது.

(ப. 575, ஆளுமைகள் மதிப்பீடுகள்)

படைப்பாளராக விழையும் இளைஞருக்கு செல்லப்பா தன் சிறுகதை உத்திகளைப் பின்பற்ற பரிந்துரைப்பது படியெடுக்கும் முயற்சியாக, புற்றீசல் போல் பெருகவே வழிவகுக்குமென மீண்டும் தன் எதிர்ப்பைத் தெரிவிக்கிறார். 'கவிதையை இலக்கணத்தின் கொடுமையிலிருந்து விடுவிக்க முயன்ற போராளி, சிறுகதையில் இலக்கணத்தின் ஆட்சிக்கு அடி பணியும் விதம் புரிந்து கொள்ள இயலாத முரணாக இருக்கிறது,' என்கிறார். மேலும், 'படைப்பூக்கம் இலக்கணத்தை, மொழியை, மதிப்பீட்டை, தத்துவத்தை, நம்பிக்கையை மீறுவதன் மூலமே வாழ்க்கைக்கு புதிய அர்த்தத் தளங்களைத் தரும் படைப்பை உருவாக்குகிறது' என்ற தன்னை வழி நடத்திச் சென்ற கொள்கையைச் சொல்லி தன் கருத்தை அசைக்கமுடியாதபடி நிறுவுகிறார்.

ஷண்முகசுந்தரத்தின் நாவல்களுக்கு சுரா அளித்த திறனாய்வுக் கட்டுரை ('ஷண்முகசுந்தரத்தின் கிராமங்கள்') அவர் நாவல்களை வாசிப்பதற்கு நல்ல வழிகாட்டியாக இன்று வரை தொடர்கிறது. ஷண்முகசுந்தரம் கிராமிய வாழ்க்கையை அதன் இயல்பு நிலையில் எவ்விதப் பிரச்சார நோக்குமின்றி தருபவரென்று எடுத்துக்காட்டுகளுடன் கூறுகிறார். அதே நேரத்தில், '...ஷண்முகசுந்தரத்தின் அனுபவங்கள் அவருக்கே உரித்தான வாழ்க்கைக் கண்ணோட்டத்திற்கு ஆளானதன் மூலம் வீச்சும் விரிவும் பெற்றுச் செழுமை அடைந்ததாக சொல்ல இயலாது,' என்கிறார். (ப. 78)

மௌனியின் மறைவு ஒருவித வெறுமை உணர்வை ஏற்படுத்தியது. அதிலிருந்து மீளவும், அவருக்கு அஞ் சலி செலுத்தவும் மௌனியின் படைப்புகளை மீண்டும்

வாசித்தார். இம்முறை அவரது சிறுகதைக்கான திறவு கோலை, அவரது படைப்புக்ககலையின் முதன்மை நோக்கினைக் கண்டு தெளிந்தார். மௌனி கதைகளில் வரும் காதலனும் காதலியும் எவ்வாறேனும் இணையமுடியாமல் போய்விடுகிறது. சுரா சொல்வதைப்போல் இந்த ஜீவன்களின் இணயத்துடிக்கும் வேட்கையும் அடையமுடியாமல் போகும் அவலமும் தான் மௌனியின் மையமான தந்தி.

சிறுகதை, நாவல்களை விமர்சிப்பதில் சுரா காட்டும் ஆர்வம் கவிதை விமர்சிப்பில் காணபதற்கில்லை. இலங்கைத் தமிழர் மீது இவர் கொண்டிருந்த ஆழ்ந்த கவலையையும் தொடர்ச்சியான இலங்கை அரசுகளின் அராஜகத்தாலும் வெறித்தனமான வன்முறைகளாலும் பல இன்னல்களுக்கும் கொடுமைகளுக்கும் ஆளான இலங்கைத் தமிழ் எழுத்தாளர்களிடம் இவர் கொண்டிருந்த உளமார்ந்த நட்பையும் எடுத்துக்காட்டுவதற்காக **'சேரன் கவிதைகள்'** இத்தொகுப்பில் சேர்க்கப்பட்டுள்ளது.

சேரன் முழுவதுமாக மரபிலிருந்து வெளிவரவில்லை என்பதில் சுராவிற்கு ஏமாற்றம் உண்டு. தமக்கு மரபின் மீதுள்ள எதிர்தாக்கத்தை வெளிப்படுத்த இக்கட்டுரையை பயன்படுத்திக் கொள்கிறார்.

நீங்கள் நிற்கிற மரபுப் புள்ளியிலிருந்து மிகக் கவனமாக ஒரு அடிதான் எடுத்து முன்னே வைப்பீர்கள் என்றால் மரபு உங்களை வாரிச் சுருட்டி நீங்கள் நின்றிருந்த புள்ளிக்கு உங்களைப் பின்னகர்த்திவிடும். மிகப் பெரிய தாண்டலை உங்களால் நிகழ்த்த முடிந்தால் தான் மரபின் ஈர்ப்பு வளையத்திலிருந்து வெளியே வந்த உங்களுடைய அனுபவங்களை உங்கள் குரலில் சொல்லமுடியும்.

(ப. 589, ஆளுமைகள் மதிப்பீடுகள்)

ஒரு படைப்பாளியின் மறைவை எதிர்கொள்ளுவதில் கேரளத்தவருக்கும் தமிழருக்கும் இடையே காணப்படும் வேறுபாட்டை வைக்கம் முகம்மது பஷீரின் மறைவு காட்டுகிறது. பஷீரின் மறைவுக்காக வருந்தினாலும், இப்படைப்பாளியின் மறைவுக்கு கேரள மக்கள் ஒரு தேசியத் தலைவருக்குப்போல் அளித்த கௌரவமான அஞ்சலியால் உளம்குளிர்ந்தார். புதுமைப்பித்தன் போன்ற இலக்கிய ஆளுமைகள் வாழும்போதும் இறக்கும் போதும் தமிழக

அரசும் மக்களும் காட்டும் அக்கறையின்மையை இதனோடு ஒப்பிட்டு மிகுந்த மன உளைச்சலுக்கு ஆளாகிறார்.

இவ்வஞ்சலி 'பஷீர்: முற்போக்கு இலக்கியத்தின் அசல்') பஷீருக்கான நல்லறிமுகமாகவும் அமைகிறது.

காஃப்காவின் அறிவார்ந்த நிறுவன எதிர்ப்புக் கொள்கைகளின் மீது சுரா ஆர்வம் கொண்டிருந்தார். தமிழில் காஃப்காவின் சிறந்த படைப்பான 'விசாரணை'க்கு ஒரு நேர்த்தியான தமிழ் மொழிபெயர்ப்பு வந்தபோது, தமிழ் வாசகர்கள் உலகம் போற்றும் இவ்வெழுத்தாளரை கடினமானவரென்று ஒதுக்குகிறார்களே என்ற ஆதங்கத்தில் இக்கட்டுரையை ('காஃப்காவின் விசாரணை') எழுதினார். இது காஃப்காவுக்கு ஒரு நல்ல அறிமுகமாகவும் இவர் போன்ற மற்ற எழுத்தாளர்களை வாசித்துப் பயன்பெற உற்ற துணையாகவும் இருக்கிறது.

இதற்கும் மேலாக, சுரா இந்த மொழிபெயர்ப்பை அடிப்படையாகக் கொண்டு தமிழில் ஏற்பட்டுள்ள வளர்ச்சி யைப் பற்றி கூறுவது கவனிக்கத்தக்கதாகும்.

இம்மொழிபெயர்பைப் படிக்கும் போது காஃப்காவின் நுட்பமான உலகத்தை வாங்கிக்கொள்வதில் தமிழ் பெற்றிருக்கும் வெற்றி நமக்கு மிகுந்த நம்பிக்கையை உருவாக்குகிறது. கவிதை மரபின் ஆற்றல்களை உள்வாங்கி வளர்ந்திருக்கும் ஒரு மொழி நவீனக் கட்டமைப்பிற்கும் அறிவுப் பார்வைக்கும் உரிய தர்க்கங்களைத் துல்லியமாகவே வாங்கிக் கொண்டிருக்கிறது.

(ப. 575, ஆளுமைகள் மதிப்பீடுகள்)

'சமூக- அரசியல் சிந்தனைகள்' எனும் நான்காம் பகுதியின் முதல் கட்டுரையாக, 'காந்தி இன்று' இடம் பெற்றுள்ளது. இன்றைய இந்தியாவிற்கும் காந்தியின் சிந்தனைகளும் கோட்பாடுகளும் பொருத்தமாவதை சுரா இதில் சுட்டிக் காட்டியுள்ளார். காந்தியின் வாழ்வியல் சிந்தனைகள் இன்றும் வாழ்க்கையை மேம்படுத்தவும் சீர்படுத்தவும் துணை நிற்கும் என்று நம்புகிறார். சமத்துவமின்மையின் கொடுமையைக் காந்தியைப் போல் எளிமையாக உணர்த்தியவர் எவருமில்லை என்பதையும் அழுத்தமாக நம்புகிறார். ஆனால் காந்தியின் கடவுள், சைவ உணவு,

பிரம்மச்சரியம் ஆகியவை பற்றிய கொள்கைகளில் சற்றும் உடன்பாடில்லை. அகிம்சை சித்தாந்தமும் கேள்விக்கு உட்படுத்தப்பட வேண்டியதென்கிறார். நிலம் அதில் உழைக்கும் மக்களுக்கே சொந்தமானது என வற்புறுத்தாது தர்மகர்த்தா சித்தாந்தத்தை உருவாக்கியது புரிந்துகொள்ள முடியாததென்று முடிக்கிறார்.

'திருவள்ளுவர் என்னும் நண்பர்' திருக்குறள் பற்றிய ஆய்வு அன்று. திருவள்ளுவரையும் திருக்குறளையும் தங்கள் சுயநலத்திற்காக பயன்படுத்துவோரை ஏளனம் செய்கிறது இக்கட்டுரை.

இரண்டாயிரம் ஆண்டுகள் கடந்த பின்னும் திருக்குறள் மிகச் செறிவான மொழியில் வாழ்க்கையின் அடிப்படைக் கோட்பாடுகளை இன்றும் பொருந்தும் வகையில் தெளிவாக அறிவுறுத்துகிறது. இந்நூல் காட்டும் வாழ்வியலின் செம்மையான மதிப்பீடுகளை உள்வாங்கி அவற்றை நம் முன்னேற்றத்திற்கு பயன்படுத்திக் கொண்டு, அவரை என்றும் துணை நிற்கும் நண்பனாகப் போற்ற வேண்டுமே தவிர அவரை சிலையாக்கி வழிபடுதல் நகைப்புக்குரியது என்பது இவர் கருத்து.

பொதுவுடைமைக் கட்சித் தலைவரும், அப்பழுக்கற்ற சமூகத் தொண்டருமான ப. ஜீவானந்தத்திற்கு சுரா செலுத்திய அஞ்சலி 'ஜீவா : காற்றில் கலந்த பேரோசை.' மிக எளிய குடும்பத்தில் பிறந்த ஜீவா எப்படிப் பொதுமக்களின் அன்பான தலைவராக உயர்ந்தார் என்பதை விரிவாகப் புலப்படுத்துகிறது இக்கட்டுரை. ஜீவாவின் பேச்சுத் திறமையை இவர் வருணிக்கும் பகுதிகளின் வாக்கியக் கட்டமைப்பும் கவித்துவமும் ஜீவாவின் மேடைப்பேச்சுப் போன்று யாரையும் ஈர்க்கும். ஜீவாவின் தெளிந்த வலிமையான கருத்துக்களை உள்ளடக்கிய உரைகளில் உள்ளம் பறிகொடுத்தவர் சுரா.

இ.எம்.எஸ். நம்பூதிரிப்பாட் மறைவிற்கான இரங்கலுரை, பொதுவுடைமைச் சிந்தனையாளர் என்பதில் அவர் பெற்ற வெற்றிகளைப் பட்டியலிட்டு, 'மக்களுக்குக் கற்றுத் தந்த ஆசான்' என்றும் 'ஜனநாயக மார்க்சியத்தின் தந்தை' என்றும் புகழ்கிறது. பொதுவுடைமைக் கோட்பாட்டில் இ.எம். எஸ்ஸுக்கு வாழ்நாள் முழுவதும் இருந்த உறுதியான

நம்பிக்கையை அழுத்தமாகவும், தனக்கு பின்னாட்களில் கட்சி மீது ஏற்பட்ட அதிருப்தியை மெல்லிழையாகவும் உணர்த்து கிறார்.

1976இல்அறிவிக்கப்பட்ட நெருக்கடி நிலை நாடெங்கும் அதிர்ச்சி அலைகளை உண்டாக்கி மக்களை பலவித இன்னல் களுக்கும் பயங்களுக்கும் ஆட்படுத்தியது. 'பயம் -நனவிலும் கனவிலும், உணற்திறன் மிகுந்த இலக்கியவாதியான சுராவை இந்நெருக்கடிநிலை அல்லும்பகலும் வாட்டியெடுத்த முறைமையை மிகத் தீவிரமாக நகை உணர்வுடன் பதிவு செய்கிறது. மக்களை அறச்சிந்தனையுடன் பண்பு வழியில் ஆற்றுப்படுத்த வாழ்நாளெல்லாம் முயன்ற ஒரு இலக்கியச் செல்வரை அரசு கண்காணிப்புக்குள்ளாக்கியது சமூக ஆர்வலர்களுக்கு மிகுந்த கவலை தருவதாகும்.

1
கனவுகளும் காரியங்களும்

காலச்சுவடு தமிழ்ச் சிந்தனையை ஆழப் படுத்தும் நோக்கத்தை முதன்மையாகக் கொண்ட ஒரு காலாண்டிதழ். படைப்பு, சமூக விமர்சனம், சரித்திரம், தத்துவம், கலைகள் ஆகிய துறைகளைச் சார்ந்த எழுத்துகளை இதன் வளர்ச்சிப் போக்கில் இயன்றவரை தரமாகத் தர இது முயலும். தமிழ் நாடு, இந்தியா, உலகநாடுகள் ஆகியவற்றின் கலாச்சாரத் தளங்களைச் சார்ந்த மேலான சிந்தனைகளையும் படைப்புகளையும் தமிழ் மொழி யில் உருவாக்கும் ஒரு எளிய முயற்சி என்றாலும் உலகக் கலாச்சாரச் செல்வங்களின் வாரிசாகத் தன்னைக் கணித்துக்கொள்வதிலும் இக்கணிப்பு தூண்டும் கனவுகளில் மூழ்குவதிலும் பெருமிதம் கொள்ளும் இதழ் ஆகும். இதன் இன்றைய பெருமித மும் கனவும் இதன் எதிர்காலச் செயல்பாடுகளில் சாதனைகளாக மாற வேண்டும். இக்கனவை எவரும் தன்னந்தனியாக நிறைவேற்ற முடியாது என்பதைக் காலச்சுவடு நன்றாகப் புரிந்து வைத்திருக்கிறது. தமிழ்க் கலாச்சார மேன்மைக்கு ஏங்கும் வாசகர்களும் மாணவர்களும் கல்விமான்களும் எழுத்தாளர்களும் அறிவாளிகளும் கலைஞர்களும் எந்த அளவுக்குக் காலச்சுவடோடு இணைந்து செயல்படுவார்களோ அந்த அளவுக்குத் தான் இது தன் லட்சியங்களை நிறைவேற்றிக் கொள்ள முடியும்.

காலச்சுவடின் அணுகுமுறை விஞ்ஞானபூர்வமான சிந்தனை களுக்கு அழுத்தம் தருவதாக இருக்கும். மொழி, பிறப்பு, தத்துவம், சமயம், கட்சிகள், குழுக்கள், நிறுவனங்கள் ஆகியவற்றின் குறுகிய பிடிகளிலிருந்து தன்னை முற்றாக விடுவித்துக்கொண்டு, மனித குலத்தின் படைப்புச் சுடர், பரிணாமத்திலும் சரித்திரத்திலும் எந்தச் சுதந்திரப் பெருவெளியில் திளைத்தது மூலம் ஆகப்பெரிய படைப்புகளைச் சொல்லிலும் கல்லிலும் வண்ணங்களிலும் ஒலிகளிலும் இந்த மண்ணில் இறக்கிற்றோ அந்தச் சுதந்திரச் சுடரின் குரலாகக் காலச்சுவடு செயல்படும். மனிதனின் புறக்கோலங்களுக்கு அப்பால், மனித குலத்தைப் பிணைக்கும் ஆதார சுருதிகளை, சிந்தனைகள் மூலமும் படைப்புகள் மூலமும் முன் வைத்து அவற்றுக்கு அழுத்தம் தருவதில் காலச்சுவடு நம்பிக்கை கொண்டிருக்கும்.

நம் வாழ்வின் சகல மேன்மைகளுக்கும் சகல இழிவு களுக்கும் மனிதன் மட்டுமே காரணமாக இருக்கிறான். ஆக, இன்றைய ஊனங்களைத் தாண்டிச் செல்லும் பொறுப்பும் அவனுடையது மட்டுமே ஆகிறது. மனிதன் தன்னையும் தான் எதிர்கொள்ளும் வாழ்க்கையையும் எந்த அளவுக்குக் கனவு களின்றி, மூட நம்பிக்கைகளின்றி, மன மயக்கங்களின்றிப் புரிந்துகொள்கிறானோ அந்த அளவுக்குத்தான் அவன் செயல்பாடுகளிலும் செம்மை கூடும். அனுபவங்களிலிருந்து கற்றுக்கொள்ள வேண்டிய பாடங்களை அவன் கற்றுக் கொண்டிருந்தால் இன்றைய வாழ்க்கையின் முகம் வேறு மாதிரி இருந்திருக்கும். கற்றுக் கொள்ள அவன் தவறிவிட்டதைச் சரித்திரம் நிரூபிக்கிறது. இதனால் சரித்திரத்தைப் புதிதாக அவன் பார்க்க வேண்டியிருக்கிறது. தன்னையும் கடந்து வந்த தன் பாதைகளையும் சக மனிதனையும் அவன் புதிதாகப் பார்க்க வேண்டியிருக்கிறது. தன் குறிக்கோள்களின் சாராம்சத்தைக் கிரகித்துக் கொண்டு ஒரு புதிய தார்மீகச் சக்தியாக அவன் தன்னை மாற்றிக்கொள்ள வேண்டியிருக்கிறது. இந்தத் தார்மீகச் சக்திகளின் அறிவுலகப் பயணங்கள் உலகெங்கும் வெவ்வேறு ரூபங்களில் நிகழ்ந்துகொண்டிருக்கின்றன. அந்தப் புனிதப் பாதங்களுடன் ஒரு சில எட்டுகளையேனும் முன்வைத்துச்

கனவுகளும் காரியங்களும்

செல்லக் காலச்சுவடு முயலும்.

தமிழ்க் கலாச்சாரத்தின் தரமும் தமிழ் வாழ்வின் மதிப்பீடுகளும் சரிந்துகொண்டிருப்பதாகக் காலச்சுவடு கருதுகிறது. பொய்யும் புனை சுருட்டும் போலிகளின் தலைமைகளும் கலாச்சாரச் சுரண்டல்களும் வணிக மதிப்பீடுகளும் இங்குத் தலைவிரித்தாடிக் கொண்டிருக்கின்றன. சகல துறைகளிலும் ஆழத்தையும் செய்நேர்த்தியையும் தொலைத்துக் கொண்டிருக்கிறோம். தமிழ்ச் சமூகம் காலத்தோடு கொள்ள வேண்டிய உயிர்ப் பிணைப்பு அறுந்து கிடக்கிறது. கலாச்சாரக் காலம், நமக்கு ஒன்றாகவும் உலக அரங்கில் அது முன்னோடிப் பாய்ந்துவிட்ட மற்றொன்றாகவும் இருக்கிறது. சிந்தனைகளிலும் படைப்புகளிலும் கலைகளிலும் நாம் வெகுவாகப் பின்தங்கிக் கொண்டிருக்கிறோம். இந்தப் பின்தங்கல் பற்றி அறியாது, இந்தப் பின்தங்கல் வரும் நாட்களில் பறிக்கவிருக்கும் குழிகள் பற்றிய போதமின்றி, காலப் பிரக்ஞையை முற்றாக இழந்து, நேற்றைய சாதனைகளை உண்டு இன்று உயிர் வாழும் பேதமையைத் தக்கவைத்துக்கொள்ள முயல்கிறோம். காலச்சுவடும் ஊனங்களின் மூல காரணங்களை ஆராய்வதில் கவனம் எடுத்துக்கொள்ளும். இது பெரிதும் சமூக விஞ்ஞானம் சார்ந்த ஒரு பரிசீலனையாக இருக்கும். ஊனங்களை அறிவு ரீதியாகப் புரிந்துகொள்வது மூலமே நாம் அவற்றைத் தாண்டிப் போகும் மார்க்கம் கூடும்.

காலச்சுவடு கல்வித்துறை ஆராய்ச்சியாளர்களுக்கான இதழ் அல்ல. நம் வாழ்வின் இன்றையத் தரம் குறித்துக் கவலைப்படும் கலாச்சாரவாதிகளின் பத்திரிகை ஆகும். கலைத் தாகமும் அறிவுத் தாகமும் கொண்ட எவரும் புரிந்து கொள்ளும் வகையில் இதில் விஷயங்கள் வெளியாகும். ஆழமான விஷயங்களைக்கூட முடிந்த மட்டும் தெளிவாகத் தர இது முயலும். காலச்சுவடின் முதன்மையான கவனம் படைப்புரீதியான சிந்தனை. சகல அறிவுகளையும் இன்றைய வாழ்வின் ஸ்திதி குறித்த விசாரணைக்குப் பயன்படுத்தும் தன்முனைப்பற்ற எழுத்துகளையே அது வெளியிடும். அகந்தையின் சிறகடிப்புகளுக்கோ புலமையின் விளம்பரங்களுக்கோ அது இடம் தராது. சிந்தனைகளின்

சமூகப்பெறுமானம் பற்றியும் கலைகளின் கலைப் பெறுமானம் பற்றியும் அது கவலை கொண்டிருக்கும். வளர்ந்து வரும் இளம் படைப்பாளிகளைக் கவனித்து மதிப்பிடுவதில் அது கவனம் செலுத்தும். இன்றைய நிலையில் அயல்நாட்டுச் சிந்தனைகளும் படைப்புகளும் நம்மைப் பாதிப்பதைப் பார்க்கிலும், நவீன இந்தியச் சிந்தனைகளும் படைப்புகளும் இயற்கையாகவும் சுலபமாகவும் நம்மைப் பாதிக்கும் என்று காலச்சுவடு நம்புகிறது. ஆக, இன்றைய மேலான இந்தியச் சிந்தனைகளையும் படைப்புகளையும் தருவதில் அது கவனம் எடுத்துக்கொள்ளும். அரசாங்கம், நிறுவனங்கள், தனிநபர்கள் ஆகியோரின் நன்கொடைகளையோ நிபந்தனைகள் சார்ந்த ஊக்குவிப்புகளையோ காலச்சுவடு ஏற்றுக்கொள்ளாது. சந்தா செலுத்தி இவ்விதழைப் படிக்க விரும்பும் வாசகர்கள், தன் படைப்பிலும் பயணத்திலும் உற்ற துணையாக நிற்கும் நண்பர்கள், இவர்கள் தரும் பலங்களில் அது நிலைபெற முயலும்.

தமிழ்ப் படைப்பாளிகளும் சிந்தனையாளர்களும் காலச்சுவடின் வளர்ச்சியில் பங்குகொள்ள வேண்டும். தன் பலத்தை அறிந்து நம்பிக்கை பெறவும் தன் பலவீனங்களை உணர்ந்து திருத்திக்கொள்ளவும் அதற்கு விமர்சனம் தேவை. தன்னை மேலும் செழுமைப்படுத்திக் கொள்வதற்கு யோசனைகள் தேவை. நின்று நிலைக்க எண்ணற்ற கரங்களின் அரவணைப்புத் தேவை. சகல திசைகளிலிருந்தும் இவை வந்து சேரும் என்ற நம்பிக்கையில் காலச்சுவடு இன்று பிறந்திருக்கிறது.

'காலச்சுவடு,' ஜனவரி - மார்ச் 1988

2

சுய அறிமுகம்: சில சிதறல்கள்

நான் சிற்றிதழ்களில் ஏறத்தாழ ஐம்பது வருடங்களாக எழுதிக் கொண்டிருப்பவன். இந்த நீண்ட காலப்பொழுதில் சிற்றிதழ் வாசகர்களுடன் பல சமயங்களில் விட்டுவிட்டும் சில காலங்களில் தொடர்ந்தும் உரையாடல் நிகழ்த்தியிருப்பவன். விரிந்த தளத்தைச் சேர்ந்த வாசகர்களும் என்னை அறிவார்கள் என்று கற்பனை செய்துகொள்வது எனக்கு நல்லது அல்ல. இப்போது இந்தத் தளத்தில் உரையாடலைத் தொடங்குவதற்கு முன்னர் நான் சுய அறிமுகம் செய்துகொள்வது எனக்கும் நல்லது; என்னோடு உறவாட இருக்கும் வாசகர்களுக்கும் நல்லது.

நான் 1931இல் பிறந்தேன். பள்ளிப் படிப்பு என்று சொல்லும்படி எனக்கு ஒன்றும் இல்லை. பள்ளிக்குச் சென்ற குறைந்த காலத்தில் என் மனம் வகுப்பறை ஜன்னல்வழியாக வெளியே தாவித் தன் போக்கில் அலைந்துகொண்டிருந்தது. என் புத்தகங்களைப் படிக்கும்போது நான் ஏதேனும் கற்றுக் கொண்டிருப்பதாக வாசகர்களுக்குத் தோன்றினால் அவை என் சுய முயற்சியில் அறிந்து கொண்டவைதான்.

ஆசிரியரின் கீழ் மாணவனாக இருந்த சொற்ப நாட்களில் மிகுந்த அவநம்பிக்கையுடன் இருந்தேன். என் பதினெட்டாவது வயது வாக்கில் சுயமாகக் கற்றுக்கொள்ளத் தொடங்கியபோது மிகுந்த உற்சாகமும் நம்பிக்கையும் அடைந்தேன். அந்த நம்பிக்கையும் உற்சாகமும் இன்று வரையிலும் தொடர்ந்துகொண்டிருக்கின்றன. துல்லியமாகச் சொல்லப் போனால் வளர்ந்துகொண்டே போகின்றன. சுயமாகக் கற்க புத்தகங்களைத் தேடிக்கொண்டு போகின்றன. கிடைக்கும் புத்தகங்களிலிருந்து எனக்கு விருப்பமானவற்றைத் தேர்வு செய்கிறேன். என் சுதந்திரத்திற்குள் நிற்கும் தேடலும் தேர்வும். என் விருப்பம்போல் படிக்கிறேன். படிக்காமலும் இருக்கிறேன். பாதி படித்த நிலையில் அலுப்பு மேலிட நிறுத்திக் கொள்ளவும் செய்கிறேன். மனத்தில் தோன்றும் மதிப்பீடுகளை உருவாக்கிக்கொள்கிறேன். அவற்றை நண்பர்களுடனும் வாசகர்களுடனும் பகிர்ந்துகொள்கிறேன். ஆசிரியர்களின் குறுக்கீடு அற்ற வாசிப்பின் மூலம்தான் ஆளுமையை ஓரளவேனும் வளர்த்துக் கொள்ள முடிந்தது என்று நம்புகிறேன்.

உங்களுடன் உரையாட எனக்கு மூன்று தகுதிகள் இருக்கின்றன. ஒன்று: நான் வாழ்ந்துகொண்டிருக்கிறேன். இரண்டு: நான் வாசித்துக்கொண்டிருக்கிறேன். மூன்று: நான் படைத்துக்கொண்டிருக்கிறேன். இவற்றில் முதல் தகுதி தான் முக்கியமானது. நான்காவது தகுதி என்று சொல்ல எனக்கு எதுவும் இல்லை. இந்தத் தகுதிகளுக்குப் பின்னால் இருக்கும் சில அனுபவங்களைச் சிதறலாகக் கூறுவதுதான் இக்கட்டுரையின் நோக்கம்.

பல அறிஞர்கள் தமிழகத்தில் இருந்திருக்கிறார்கள். இன்னும் இருந்து வருகிறார்கள். அவர்கள் வாசகர்களுடன் நிறையவே உரையாடி இருக்கிறார்கள். அந்த உரையாடல்களின் மூலம் மிகுந்த பலனையும் வாசகர்கள் பெற்றிருக்கிறார்கள். நான் அந்த அறிஞர்களின் வரிசையில் ஒருவன் அல்ல.

அறிஞர்களின் முக்கியமான குணம் தெளிவு. என் ஆதாரமான குணம் சந்தேகம்.

வாழ்க்கை பற்றியும் வாசிப்புப் பற்றியும் படைப்புப் பற்றியும் பேசுவதில் எனக்கு நம்பிக்கை உண்டு. வாழ்க்கையின் மேடு பள்ளங்களில் இந்த நம்பிக்கை நீண்ட காலமாகத் தொடர்ந்து வருவதால் மேம்போக்கானது அல்ல என்று நினைக்கிறேன். அத்துடன் என் கருத்துக்களை முன்வைக்கும்போது அவை உருவாக்கும் எதிர்வினைகள் மீது எனக்கு மிகுந்த மதிப்பு உண்டு. எதிர்நிலைகள் மீதும் கவனம் உண்டு.

வாழ்க்கையில் என்னைக் கனவில் ஆழ்த்திய முதல் இடம் நான் படித்த பள்ளி என்று சொல்ல வேண்டும். வகுப்பறைகள் அல்ல. பள்ளி. பள்ளியின் மீது நான் கொண்டிருக்கும் கவர்ச்சி காலப்போக்கில் அழுத்தம் பெற்றுவருகிறது. என் நினைவு களிலிருந்து அதைப் பிரிக்க முடிவதில்லை. அது மிகப் பெரிய கட்டிடம். கம்பீரமான முகப்பு. உச்சி மீது அழகான கூண்டு. கூண்டின் மீது திசைகளைச் சுட்ட காற்றில் சுழலும் அம்புக்குறி. அகலமான வராண்டாக்கள். பிரம்மாண்டமான தூண்கள். வெவ்வேறு மட்டங்களில் விரிந்து கிடக்கும் மைதானங்கள். ஒன்றிலிருந்து மற்றொன்றிற்கு இறங்கப் படிக்கட்டுகள். மரங்கள், வேம்பு, மா, புன்னை என்று பல. (புன்னையும் மாவும் இப்போது இல்லை) காலையிலும் மாலையிலும் இன்றும் நாள் தோறும் அங்குப் போய் வருகிறேன். வேப்பமரங்களை ஒருநாள் பார்க்கவில்லையென்றாலுங்கூடக் குறையாக இருக்கிறது. மைதானங்களைப் பிரிக்கும் படிக்கட்டுகளின் இடிபாடு சங்கடத் தைத் தருகிறது.

இந்தியா சுதந்திரம் பெறுவதற்கு முற்பட்ட காலம். மாணவர்கள் மனத்தில் பரவலாகச் சுதந்திர வேட்கை கனன்று கொண்டிருந்த காலம். அன்றைய சூழலை இன்று நான் எதார்த்தமாக வர்ணித்தாலும் இன்றைய தலைமுறையைச் சார்ந்த வாசகர்களுக்குச் சற்று மிகையாகத்தான்படும். குறிக்கோள் சார்ந்த வாழ்க்கை இந்தளவுக்கு மாணவர்களை ஆட்கொண்டிருந்திருக்க முடியுமா என்று தோன்றும். அந்தளவுக்கு இன்றைய மாணவர்கள் வாழ்க்கை முறைகளில் மாற்றங்கள் நிகழ்ந்துவிட்டன.

பல மாணவர்களுடைய பெற்றோர்கள் சுதந்திரப் போராட்டத்தில் நேரடியாகவோ மறைமுகமாகவோ ஈடுபட்டிருந்தனர். அவர்கள்மீது கவிழும் சோதனைகள் சார்ந்த செய்திகள் எல்லாம் - சிறைத் தண்டனை உட்பட - வகுப்பறைக்கு வந்து சேர்ந்து பரபரப்பூட்டும். மாணவர்களின் மனங்களை மூட்டத்தில் ஆழ்த்தும். அன்று மாணவர்கள் வகுத்துக்கொண்டிருந்த சுய கட்டுப்பாடுகள் அவர்களுக்கு வயதிற்கு மீறிய தோற்றத்தைத் தந்து கொண்டிருந்தன. கடகடவென்று சிரிக்க வேண்டிய சந்தர்ப்பங்களில் புன்னகை பூத்தும் புன்னகை பூக்கவேண்டிய சந்தர்ப்பங்களில் உதடுகளை அழுத்திப் பிடித்துக்கொண்டும் இருப்பார்கள். தீவிரமான மன நிலையைத் தக்கவைத்துக் கொள்வது தான் அவர்களுக்கு விருப்பமாக இருந்தது. போராட்டத்தின் முதல் வெடிப்பில் தன்னை அர்ப்பணித்துக்கொள்ள வேண்டும் என்ற துடிப்பு. தேசத் தலைவர்களின் தியாகங்களைப் பற்றிய பெருமிதங்கள். தொண்டன் எனக் கூறுவதில் உருவாகும் பவ்வியம். எளிமையான-சிறு கிழிசல்கள் இருப்பது மேலும் பெருமைக்குரியது- கதராடை, காலணியற்ற பாதங்கள்.

மாணவர்கள் மத்தியில் புத்தகங்களைப் பற்றிப் பேசிக் கொள்வது அன்று வழக்கத்திலிருந்தது. அந்த நாட்களில் எனக்கு அவர்கள் பேச்சு புரிவதில்லை. எனக்கோ தமிழ் எழுதத் தெரியாது. வாசிக்கக்கூடத் தெரியாது. என் அம்மாவும் அப்பாவும் எந்தத் தமிழைப் பேசினார்களோ அதை நானும் அன்று பேசிக்கொண்டிருந்தேன். புத்தகப் பேச்சு ஆரம்பமானதும் அந்த இடத்தைவிட்டு நழுவிவிடுவேன். அது ஒரு நுட்பமான விஷயம் என்றும் அதைப் புரிந்துகொள்ளத் தேவையான நரம்பு என் மூளையில் இடம் பெறவில்லை என்றும் நினைத்தேன்.

அன்று என் நண்பர்களில் முக்கியமானவன் வீரபத்திரத் தேவர். அவன் ஒருவன்தான் எங்கள் வகுப்பில் முகச்சவரம் செய்யத் தொடங்கியிருந்தவன். வாட்டசாட்டமான உடம்பு. இறுக்கமான தாடையும் கழுத்தும். என்மீது எனக்கே விளங்காத பிரியம் கொண்டிருந்தான். சோனியாகவும் பிறருடைய கேலிக்கு

சுலப இலக்காகவும் இருந்த எனக்கு அவனுடைய தோழமை ஒரு பாதுகாப்பைத் தந்தது. என்னைக் காப்பதில் அவனுக்குப் பெருமையும் இருந்தது. மாணவர்கள் அவனுக்குத் தந்த மரியாதையில் பாதியை எனக்கும் தரும்படி ஆக்கியிருந்தான். இதை அமுல்படுத்த அவன் ஒரு சொல்கூடச் செலவழித்தது இல்லை.

வீரபத்திரத் தேவர் கடைந்தெடுத்த சுதந்திர வீரன். அவனுடைய ஒரே கனவு சிறைத் தண்டனை பெறுவது. சிறை வாழ்க்கையைத் தழுவவில்லை என்றால் அவன் எப்படித் தன்னைப் பாரத மாதாவின் பிள்ளை என்று மார்தட்டிக்கொள்ள முடியும்? அவனுக்கும் 'தியாகி' என்ற ஒற்றைச் சொல்லால் மட்டுமே பள்ளியில் அறியப்பட்டு வந்த சுப்பையனுக்கும் சுதந்திர வேள்வியில் குதிப்பது தொடர்பாக உளவியல் போட்டி இருந்தது.

ஒருமுறை பள்ளியில் சுதந்திரப் போராட்டத்தின் விளைவாக மாணவர்கள் வகுப்பிலிருந்து வெளியேறி, அஹிம்சை கோஷங்களை முன்வைத்துச் சில்லறை ஹிம்சை களில் ஈடுபட்டபோது அதற்குத் தலைமை தாங்கியவன் வீரபத்திரத் தேவர். இரண்டாம் தலைவனாகக் காட்சி அளித்தவன் சுப்பையன். ஆனால் துரதிஷ்டம் என்றுதான் சொல்லவேண்டும். போலீஸ் சுப்பையனை மட்டும் கைது செய்து அழைத்துக்கொண்டு போய்விட்டது! ஆகஸ்ட் புரட்சியில் சுப்பையன் ஏற்கனவே கைதாகி ஒன்றரை நாட்கள் சிறைவாசம் புரிந்திருந்ததால் அவனுடைய பெயர் போலீஸ் குறிப்பில் இருந்தது. அவனைக் கைது செய்தபோது வீரபத்திரத் தேவர் வேகமாக இன்ஸ்பெக்டர் முன் பாய்ந்து 'பாரத மாதாவுக்கு ஜே,' 'மகாத்மா காந்திக்கு ஜே' என்று கத்தினான். இன்ஸ்பெக்டர் அவனைக் கண்டுகொள்ளவில்லை. சுப்பையன் போலீஸ் லாரியில் ஏறியபோது தேவரைப் பார்த்துக் கையை விசிறினான். அப்போது தேவர் போலீஸ் லாரியில் தொற்றி ஏற ஓடினான். நகர்ந்துகொண்டிருந்த லாரி அதற்குள் வேகம்கொண்டுவிட்டது. நான் தேவரின் முகத்தைப் பார்த்தேன். அவன் நெற்றியில் நரம்புகள் புடைத்திருந்தன. அவமானத்தையும் வருத்தத்தையும்

எனக்கே தாங்கிக்கொள்ள முடியவில்லை.

அதன்பின் தேவர் பள்ளிக்கு வரவில்லை. நான் இரண்டொரு நாட்கள் நிம்மதியில்லாமல் கழித்தேன். பாதுகாப்பின்றி இருக்கும் பதற்றம் என்னை ஆட்கொண்டிருந்தது. மூன்றாவது நாள் நான் தேவரைத் தேடிக்கொண்டு அவனுடைய வீட்டுக்குப் போனேன். அப்போது மாலை மணி ஆறு ஆறரை இருக்கும். முன் நீண்டு விழுந்த நிழல்கள் புரியாத மனக் கலக்கத்தை ஏற்படுத்தின. அவன் வீடு இருந்த சந்தில் முனிசிப்பல் ஊழியர் மண்ணெண்ணெய் ஊற்றித் தெருவிளக்கு ஏற்றிக் கொண்டிருந்தார். அவன் வீட்டு முற்றத்தில் கால் வைத்த நேரம் என் வாழ்க்கையில் மிக முக்கியமான நேரம். பின்னர் முளைத்த பல செயல்களின் விதைகள் அன்றைய துக்கத்தில்தான் ஊன்றப் பட்டன என்று நினைக்கிறேன்.

தேவர் முற்றத்தில் ஒரு கயிற்றுக் கட்டிலில் உட்கார்ந்து கொண்டிருந்தான். வெற்றுடம்பு. இடுப்பில் காவிக் கதர் வேட்டி. இடது கை ஒரு புத்தகத்தைத் தூக்கிப் பிடித்திருக்க வலது கை இடுப்பைப் பற்றியிருக்கிறது. அந்தப் புத்தகம் ஏன் எனக்கு அவ்வளவு பெரிய அதிர்ச்சியைத் தருகிறது? அந்தக் காட்சியின் சிலைத்தன்மை என் மனத்தில் விழுந்து உறைந்தது. இன்றளவும் அதன் திட்பம் குறையவில்லை. நான் நெருங்கியதை உணர முடியாத அளவுக்கு வாசிப்பில் மூழ்கியிருந்தான் தேவர். என் நிழல் புத்தகத்தின் மீது படிந்ததும் தலைதூக்கிப் பார்த்தான். எனக்குக் குரல் எழுப்புவது சாத்தியமில்லை என்று தோன்றிற்று. தேவர் என்று கூப்பிட்டேன். எதற்கு என்பதுகூடச் சொல்ல வரவில்லை.

புத்தகம் என் பார்வையைக் கவ்விப் பிடித்து விட்டது போலிருந்தது. என்னை வியப்பில் ஆழ்த்தும் அதன் மாயம் கணந்தோறும் பெருகிக்கொண்டிருந்தது. சுமார் ஆயிரம் பக்கங்கள் கொண்ட தடிமன்புத்தகம். தேவரின் சுண்டுவிரல் புத்தகத்தின் கடைசிப் பக்கங்களின் மீது மடங்கியிருந்தது. முடிக்கும் இடம் வரையிலும் வந்துவிட்டிருக்கிறான். அடப்பாவி! எப்படி இந்த அதிசயத்தை அவனால் நிகழ்த்த முடிகிறது? எத்தனை நாட்களாக இதையே படித்துக்

சுய அறிமுகம்: சில சிதறல்கள்

கொண்டிருந்திருக்கிறான்? இதன் எழுத்துக்கள் எல்லாம் ஒன்றுவிடாமல் அவன் மூளைக்குள் போய் ஒட்டிக் கொண்டு விடுமா? எப்படி அவனால் புத்தகங்களைக் கண்டு பிடிக்க முடிகிறது? ரகசியங்கள் நிறைந்த ஒரு உலகம் தன்னிடம் சிக்கியிருப்பதை மறைக்க சாது வேஷம் பூண்டு அவன் உட்கார்ந் திருப்பது போல் இருந்தது.

நான் கையை நீட்டினேன். தேவர் புத்தகத்தைத் தந்தபோது என் கை குண்டை ஏந்தியதுபோல் தாழ்ந்தது நினைவிருக்கிறது. அதைப் பிரித்தேன். இலேசாக விசிறினேன். இப்போது புத்தகத்தைப் பற்றி நான் ஏதாவது பேசியாக வேண்டும். அந்தப் புத்தகத்தின் ஒவ்வொரு பக்கமும் எனக்கு வெறும் காகிதம். அதைப் பற்றிப் பேச என்னிடம் ஒரு சொல் இல்லை. உலகத்தில் இருக்கும் எந்தப் புத்தகத்தைப் பற்றியும் என்னால் பேச முடியாது. தமிழ் வாசிக்கத் தெரிந்தவனாக நான் இருந்திருந்தாலும்கூட அந்தப் புத்தகத்தை என்னால் வாசித்திருக்க முடியாது. நிச்சயமாக அது எனக்குப் புரியாது. அதுபோன்ற ஒரு புத்தகத்தைப் புரிந்துகொள்வதற்கு என்னென்ன காரியங்கள் வாழ்க்கையில் நிகழ்ந்திருக்க வேண்டுமோ அவை ஒன்றும் எனக்கு நிகழவில்லை. இனிமேல் அவை நிகழ்வதற்கான சாத்தியமும் இல்லை. நானும் ஒரு ஜீவன்; தேவரும் ஒரு ஜீவன் என்று சொல்வதில் எந்த அர்த்தமும் இல்லை. அவன் வித்தியாசமானவன். கண்ணுக்குத் தெரியாத ஒரு ஆலமரம் அவன் மனதுக்குள் கிளைவீசிப் படர்ந்து கொண்டிருக்கிறது. 'படிச்சுப் பாரு' என்றான் தேவர்.

நான் ஒன்றும் சொல்லவில்லை. என் அறியாமையைச் சொல்லியிருந்தாலும் அவன் நம்பியிருக்கமாட்டான். எந்த ஊரில் நான் முதலில் பள்ளியில் சேர்க்கப்பட்டேனோ அங்குத் தமிழைக் கற்றுக் கொள்ள வசதி இருக்கவில்லை என்று நான் தேவரிடம் சொல்லலாம். ஆனால் அந்த நியாயம் அவனிடம் எடுபடாது. பாரத மாதா அடிமைச் சங்கிலி யில் பிணைக்கப்பட்டுத் தாங்க முடியாத துக்கத்தை அனுபவித்துக் கொண்டிருக்கும்போது நான் அற்பத் தடை களைப் பற்றியெல்லாம் பேச முடியாது. பாரத மாதாவின்

துன்பத்திலிருந்து பிரித்துப் பார்க்கும் காரியம் என்று எதுவுமே அன்று அவனுக்கு இருக்கவில்லை.

'தலைப்பைப் படி' என்றான் தேவர்.

புத்தகத்தை என் முகத்துக்கு எதிரே பிடித்தான். நான் மௌனமாக இருந்தேன்.

'எரிமலை அல்லது இந்திய சுதந்திரப் போராட்டம்' என்றான் அவன்.

புத்தகத்தின் தலைப்பைத் திருப்பிச் சொல்ல எனக்குக் கூச்சமாக இருந்தது.

2

இன்றுவரையிலும் புத்தகங்கள் வியப்பாகவே இருக்கின்றன. மனதில் புத்தகங்களின் அங்கங்களைக் கழற்றிப் பார்க்கிறேன். வெட்டித் துண்டாடப்பட்ட காகிதங்கள். ஒவ்வொரு பக்கத்திலும் எழுத்தின் எறும்புச் சாரிகள். காகிதங்களை இணைக்கச் சில தையல்கள். அதற்கு மேல் ஒரு சட்டை. இலேசாகவோ அல்லது கட்டியாகவோ. அந்த இணைப்பிலிருந்து ஒரு பெரும் வியப்பு எப்படித் தோன்ற முடியும்? புத்தகங்களைப் பார்க்கும்போது ஏன் ஒரு பரபரப்பு எற்படுகிறது? புத்தம் புதிய புத்தகங்கள் அடுக்கி வைக்கப்பட்டிருக்கும் கடைக்குள் நுழையும்போது ஏன் நாடித் துடிப்பு வேகம் கொள்கிறது? ஏன் ஒரு பேராசை மனதில் விம்முகிறது? பெண்களின் அழகுகள் சகஜமான பின்பும்கூடப் புத்தகங்கள் கோடிக்கணக்கில் உற்பத்தியான பின்பும் எப்படி அவை புதுமையையும் புதிரையும் வனப்பையும் தக்கவைத்துக் கொள்கின்றன?

புத்தகங்கள் அளிக்கும் வியப்பு விளக்கத்திற்கு அப்பாற் பட்டது என்றுதான் நினைக்கிறேன்.

பதினெட்டு வயது வாக்கில் தமிழ் எழுதக் கற்றுக் கொண்டேன். ஆசிரியர் கற்றுத்தரும்போது ஒவ்வொன்றும் எவ்வளவு சிரமமாக இருந்ததோ அந்தளவுக்குச் சுயமாகக் கற்றுக்கொள்ளும்போது ஒவ்வொன்றும் சுலபமாக இருந்தது.

இருபது வயது வாக்கில் என் முதல் கதையை எழுதினேன். அந்தக் கதையை அம்மாவிடம் படித்துக் காட்டியபோது நன்றாய் இருக்கிறது என்றுதான் அம்மா சொன்னாள். (எந்த அம்மாவுக்குத்தான் தன்பிள்ளையின் கதை நன்றாக இல்லாமல் இருந்திருக்கிறது!). உண்மையில் அது புதுமைப்பித்தன் மீது நான் கொண்டிருந்த பித்து உச்சகட்டத்தில் இருந்த காலத்தில் எழுதியது. அந்தக் கதை முற்றிலும் புதுமைப்பித்தனின் எதிரொலிகளைக் கொண்டிருப்பதை இன்று உணர முடிகிறது. 'புதுமைப்பித்தன் நினைவு மல'ரில் சேர்ப்பதற்காக அன்று அந்தக் கதையை எழுதினேன். வாசிப்பும் எழுத்தும் சுலபமாக ஒன்றிலிருந்து மற்றொன்றிற்கு விரியும் காரியமாக மாறிக் கொண்டு வந்தன.

'புதுமைப்பித்தன் நினைவு மல'ரை வெளியிடுவதற்கு முன்னரே தகழி சிவசங்கர பிள்ளையின் 'தோட்டியின் மகன்' நாவலை மலையாளத்திலிருந்து மொழிபெயர்த்தேன். அதை ஒரு சாகஸம் என்றுதான் சொல்ல வேண்டும். தகழிக்கோ அன்றே நட்சத்திர மதிப்பு வந்துவிட்டிருந்தது. அதற்கு முன்னர் நான் அரைப்பக்கம் கூட மலையாளத்திலிருந்து மொழிபெயர்த்தது இல்லை. என் திறமையைப் பற்றி யோசித்திருந்தால் அந்தப் புத்தகத்தின் பக்கமே போகத் துணிந்திருக்கமாட்டேன். இளமையின் சாகஸம்! எதிலேனும் ஏறி விழுந்து தன்னை இனங் கண்டுகொள்ள வேண்டும் என்ற துடிப்பு.

1953இல் நண்பர் தொ.மு.சி. ரகுநாதன் 'சாந்தி'யைத் துவக்கியபோது என் 'தண்ணீர்' சிறுகதை அதன் முதல் இதழில் வெளிவந்தது. அப்போது நான் தீவிர கம்யூனிஸ்ட் அனுதாபியாக மாறியிருந்தேன். எனக்கு இடதுசாரி நண்பர்களும் கிடைத்திருந்தனர். புத்தகங்கள் இருக்கும் இடங்களும் எனக்குத் தெரிந்துவிட்டன. பேச நண்பர்களும் உருவாகிவிட்டனர். எழுத விஷயங்களும் இருந்தன. ஒரு இளைஞனுக்கு இதைவிட வேறு என்ன வேண்டும்?

ஒருநாள் உள்ளூர் நூல்நிலையத்திலிருந்து வெளியே வந்ததும் பூங்காவின் முன் வாசலில் கறுப்புச் சுட்டி அழுக்குத் துண்டின் மீது குவிந்து கிடந்த புத்தகங்களை ஒருவர் விற்றுக்

கொண்டிருந்ததைப் பார்த்தேன். அத்தனையும் புத்தம் புதிய ஆங்கிலப் புத்தகங்கள். 'மாஸ்கோ பிரசுரங்கள்' என்றார் அவர். பரபரப்பாக நாலைந்து பேர் புத்தகங்களைப் புரட்டுகிறார்கள். நானும் புத்தகங்களை அளையத் தொடங்கினேன். எல்லாம் தடிமன் புத்தகங்கள். சிறியவை என்று எதுவுமே இல்லை. ஆகச் சிறியதும் சற்றுத் தடிமனாகத்தான் இருந்தது. விலை சொன்ன போது நம்பமுடியவில்லை. பெரிய புத்தகங்கள் கால் ரூபாய், சிறியவை அரைக்கால் ரூபாய்.

அப்போது என் மனத்தில் தெளிவாக இரண்டு உறுத்தல்கள் இருந்தன. என்னால் அவற்றை வாங்க முடியாது. வாங்க முடிந்தாலும் வாசிக்க முடியாது.

3

வாசிப்பில் தேர்ச்சிகொண்ட ஒருவன் ஆங்கிலப் புத்தகங்களைச் சரிவரப் பார்க்கக் கற்றுக் கொண்டால் வாங்குவதற்கு முன்பே வாசித்த திருப்தியைச் சிறிய அளவில் பெற்றுவிடலாம். வாசகனுக்கும் புத்தகத்துக்குமான ரகசிய உறவில் புத்தகத்தின் தோற்றம் வெளிப்படுத்தும் சமிக்ஞைகள் காலப்போக்கில் விரிந்துகொண்டே போகின்றன. அவற்றின் மேலட்டையும் அச்சமைப்பும் பின்னட்டைக் குறிப்புகளும் ஓரத்தாள் செய்திகளும் வெளியீட்டகத்தின் பெயரும் எவ்வளவோ சூட்சுமச் செய்திகளை அறிவித்தவண்ணம் இருக்கின்றன. ஒரு புத்தகத்தின் தரத்துக்கும் அது உருவாக்கப்படும் முறையில் வெளிப்படும் சூட்சுமங்களுக்குமான இணைப்பிலிருந்து சரிவரச் சங்கேதங்களைப் பெறும் ஆற்றலை ஒரு வாசகன் வளர்த்துக்கொண்டே போனால் தோற்றத்திலிருந்து தரத்தை மதிப்பிடும் கலையில் அவன் தேர்ச்சி பெற்றுக்கொண்டே போக முடியும். புத்தகத்தின் தோற்றத்தை வைத்து அவன் அறியாத ஆசிரியரின் தரத்தைக்கூட ஒரு எல்லை வரையிலும் முன்கூட்டிக் கணித்துவிடவும் முடியும்.

எமிலி பிராண்டியின் 'உதரிங் ஹைட்ஸ்' என்ற ஆங்கில நாவலைத் தான் முதலில் படிக்க முயற்சித்தேன். முனிசிப்பல் பூங்காவில் ஒரு மர பெஞ்சில் உட்கார்ந்துகொண்டிருந்தபோது

பக்கத்தில் அமர்ந்திருந்த ஒரு கண்ணாடி மாமா, விபூதி மாமா விடம் உலகத்திலேயே தலைசிறந்த நாவல் 'உதரிங் ஹைட்ஸ்' தான் என்ற ஒரு போடு போட்டார். நூல்நிலையமோ பூங்காவின் மையத்தில் இருந்தது. 'எமிலி, எமிலி, என் அருமை எமிலி' என்று ஜெபித்துக்கொண்டே குரோட்டன்ஸ் செடிகளைத் தாவி நூல்நிலையத்தைப் பார்க்க விரைந்தேன். பூங்காவன நூல் நிலையம் என்று கௌரவமாக அழைக்கப்படும் அந்த ஓட்டுக்கூரையின் கீழ் இருட்டறையில் புத்தகங்கள் அடுக்கு மறிந்து கிடக்கும். சராசரி இரண்டு மணி நேரமேனும் சிறந்த புத்தகங்கள நினைத்தபடியே புத்தகக் குவியலைத் துழாவுவது அன்று என் வழக்கத்தில் இருந்தது. நூல் நிலையத்தில் எமிலி பிராண்டி சிறைப்பட்டிருப்பார் என்று உள்ளுணர்வில் தட்டிற்று. என்ன ஆச்சரியம்! கை வைத்த இடத்தில் அவர் இருந்தார். என் வருகையை முன்னிட்டுத் தவம் செய்துகொண்டிருந்திருக்கிறார். பாவம். 'உங்களை மிகவும் நேசிக்கிறேன்' என்று கூறியபடியே அந்த நாவலை உருவினேன். ஒரு புதிய உலகம் திறக்கவிருக்கும் எக்களிப்பு ஏற்பட்டது.

அதற்குப்பின் ஒரு வாரம் - ஒரு வாரம் என்று எப்படிச் சொல்வது?- இரண்டு வாரங்கள், மூன்று வாரங்கள், ஏன் பல வாரங்கள் எனக்கு மிகவும் சோதனையான காலம். எமிலி பிராண்டி என்ற பெருமாட்டியை நான் சிறிதும் குறை கூற முடியாது. அவர் தன் அனுபவத்தை எந்த நேரத்திலும் மனம் திறந்து என்னுடன் பகிர்ந்து கொள்ளத் தயாராகத்தான் இருந்தார். அதில் எள்ளளவும் சந்தேகமில்லை. ஆனால் அவர் சொல்வது எனக்குப் புரிய மாட்டேன் என்கிறதே. மீண்டும் மீண்டும் முட்டி மோதுகிறேன். விட்டுத்தர மறுக்கிறது அந்த மொழி. ஒரு பக்கத்துக்குப் பத்துப் பதினைந்து என்று புரியாத சொற்கள். அகராதியை மாறி மாறிப் புரட்டியதில் கண்ணும் மனமும் கையும் சோர்ந்து போகின்றன. பின்னால் எனக்கு வசப்பட்டுச் சேவகம் செய்ய அடிமைகள் போல் இன்று காத்துக் கிடக்கும் அகராதிகள் அன்று செய்த சண்டித்தனங்களை நினைக்கும் போது ரத்தம் கொதிக்கிறது. அகராதியிலிருந்து நாவலுக்கும் நாவலிலிருந்து அகராதிக்கும் தாவும் மனக் களைப்புத் தாங்க முடியாமல் அழத் தொடங்கினேன். அழுகை

நான் எதிர்பார்த்ததைவிடச் சற்று அசிங்கமானபோது அறைக் கதவை உள்ளே தாழிட்டுக்கொள்ள வேண்டியிருந்தது.

அன்று அழுதது எவ்வளவோ நல்லதாயிற்று. அவ்வாறு அழுவது போல் மன ஆரோக்கியத்தை மேலெடுத்துச் செல்லும் காரியம் படைப்பாளிக்கு வேறு எதுவும் இல்லை என்றே நம்புகிறேன். சவால்களை எதிர்கொள்ளுவதும் தோற்பதும் - தோல்வியை ஏற்க மறுத்து மீண்டும் சவால்களை எதிர்கொள்வது - இதுதான் படைப்பாளியின் தொழில்.

காலத்தின் போக்கில் ஒன்றைக் கற்றுக்கொண்டேன். சவால் முன் ஒரே ஒரு தேர்வுதான் எப்போதும் இருக்கிறது. அதை நேரடியாக எதிர்கொள்வது. கூச்சமின்றி எதிர்கொள்வது. படைப்புக் கலையில் தேர்ச்சி பெறவோ குறுக்குவழிகள் என்று எதுவும் இல்லை. பின்னகர்ந்தால் சவால் மூர்க்கம் கொள்ளும். முன்னகர்ந்தால் விட்டுத் தரும். வாசிப்பும் எனக்கு வசப்படத் தொடங்கிற்று. தமிழ், ஆங்கிலம், மலையாளம் மூன்றிலும் ஒவ்வொன்றிற்கும் அவற்றுக்கே உரித்தான உலகங்கள் இருக் கின்றன. ஒரு மொழி என்பது ஒரு வாசல். அதைத் திறந்தால் விரிவது ஒரு உலகம். ஒரு உலகத்துக்குள் நுழைந்தால் பலப் பல உலகங்கள்.

நான் பெரிய துரதிஷ்டசாலி, சில விஷயங்களில். பெரிய அதிருஷ்டசாலி, பல விஷயங்களில். 'உங்கள் அதிர்ஷ்டத்திலேயே ஆகப் பெரிய அதிர்ஷ்டம் எது?' என்று ஒரு வாசகன் என்னைக் கேட்டால் இந்தியாவிலும் பிற தேசங்களிலும் பல முக்கிய நூல் நிலையங்களிலும் மிகப் பெரிய புத்தகக் கடைகளிலும் பல மணி நேரங்கள் எண்ணற்ற புத்தகங்களைத் துழாவியிருக்கும் வாய்ப்பைத்தான் சொல்வேன். கிறிஸ்துவுக்கு முன்னும் பின்னும் தோன்றியுள்ள மூலத்தத்துவங்களை உருவாக்கியுள்ள ஆசிரியர்களின் படைப்புக்களைத் தொட்டுணர்ந்திருக்கிறேன். நான் தொட்டுணராத இருப்புத் தத்துவங்கள் என்று எதுவுமே இல்லை என்று கூடச் சொல்லலாம். அவை பற்றி அறிஞர்கள் பேசும் போது அந்த மூலப் படைப்புக்களின் இருப்பைப் பற்றி ஒரு அவசியமற்ற சந்தேகம் இளம் வயதி லிருந்தே எனக்கு இருந்துகொண்டு வந்தது. மூலத் தத்துவப்

சுய அறிமுகம்: சில சிதறல்கள்

படைப்புக்களைக் கண்ணால் காண்பது சாத்தியம் இல்லை என்றே எண்ணிக்கொண்டிருந்தேன்.

புத்தகங்களின் உள்ளடக்கம் எனக்கு எந்தளவுக்கு முக்கியமானதோ அந்தளவுக்கு அவற்றின் பதிப்பும் இளவயதிலிருந்தே முக்கியமாகத்தான் இருந்திருக்கிறது. ஆனால் அந்த உணர்வை அப்போது எனக்கு மொழியில் வகைப்படுத்தத் தெரியவில்லை. வாசிப்பு வெறி என்னை ஆட்டிப்படைக்கத் தொடங்கிய காலத்தில் சோவியத் புத்தகங்கள் மலிவாகக் கிடைத்தன. எனக்குப் பொருளாதார நோக்கில் தேவையாக இருந்தாலும்கூட அழகியல் நோக்கில் அவை அதிருப்தியைத் தந்தன. அந்தப் புத்தகங்களின் குட்டைத் தன்மை என்னை உறுத்திற்று. கூட ஒரு சென்டி மீட்டர் பெருந்தன்மையுடன் வழங்கியிருந்தாலே அவை நியாயமான உயரங்களைப் பெற்றிருக்க முடியும். ஆனால் அன்றைய சோவியத் இறுக்கத்தில் அந்த ஒரு சென்டி மீட்டரை அனுமதிப்பது கடினமான காரியமாக இருந்திருக்கலாம். ஸ்டாலின் வரையிலும் போய் அனுமதி பெற வேண்டிய காரியமாகக்கூட இருந்திருக்கலாம். அவர்கள் தேர்ந்தெடுக்கும் அச்சு வடிவங்களை- முக்கியமாக ஆங்கிலத்தில் - என்னால் சகித்துக்கொள்ள முடிந்திருக்கவில்லை. அவர்களோ அந்த அச்சு வடிவத்தைப் பயன்படுத்துவதில் பிடிவாதமாகவே இருந்தார்கள். அதைத் தேர்ந்தெடுத்ததன் மூலம் தல்ஸ்தோய்க்கும் தாஸ்தாயேவ்ஸ்கிக்கும் துர்கனிவுக்கும் அந்தன் செகாவ்க்கும் புஷ்கினுக்கும் மக்சீம் கார்க்கிக்கும் வாபஸ் வாங்கிக்கொள்ள முடியாத தீங்கை இழைத்துவிட்டார்கள் என்பதுதான் என் வருத்தம். இந்தப் படைப்பாளிகள் தங்களுடைய படைப்புக்களுக்குள் திரட்டிய நுட்பமான அழகியல்களை மொட்டையடிக்க முயல்வது போல் அந்த அச்சு வடிவங்கள் எனக்குக் காட்சியளித்தன. இத்தனைக்கும் புத்தகங்களின் கட்டுமானங்களை (பைண்டிங்) உருவாக்குவதில் ருஷ்யர்களுக்கு இருந்த திறனை இன்றுவரையிலும் உலகில் எந்த இனமும் தோற்கடித்ததில்லை. ருஷ்ய மக்கள் கொண்டிருக்கும் விரிந்த மார்புக்கும் வலிமை கொண்ட தோள்களுக்கும் இணையான திடம் அந்தப் புத்தகங்களின் கட்டுமானங்களிலும் ஏறியிருந்தது. ஈனப் புத்திக்கு ஆட்பட்டு நாம் அந்தப் புத்தகங்களைக் கால்பந்

தாகப் பயன்படுத்தினால்கூட இரண்டு மூன்று கோல்கள் போடு வது வரையிலும்கூட அவை தாக்குப்பிடிக்கத்தான் செய்யும்.

எனக்கு ஏற்பட்ட மற்றொரு பிரச்சினை, அந்தப் புத்தங் களின் காகிதங்களில் வெளிப்பட்ட நெடி. புத்தகத்தை முகர்ந்து பார்க்க வேண்டிய அவசியம் இல்லை என்று ஒரு சிலர் கருதலாம். ஆனால் காகிதத்தின் நேர்த்தியைத் தெரிந்துகொள்ள முகர்ந்து பார்ப்பதும் அவசியமாகத்தான் இருக்கிறது. (காகிதங்களில் எனக்கு அதிகப் பரிமளத்தைத் தந்துகொண்டிருந்தது 'இல்லஸ்டிரேட்டட் வீக்லி ஆஃப் இந்தியா.') சோவியத் காகிதங்களின் நெடி என்னை மிக மோசமாகச் சங்கடப்படுத்தியிருக்கிறது. இதை என் தோழர் களிடமிருந்து நான் மறைத்து வைக்க விரும்பவில்லை. இந்தியக் கழிப்பிடங்களைச் சுத்தம் செய்தபின் தூவப்படும் வெள்ளைப் பொடி (மன்னிக்கவும், அதன் ரசாயனப் பெயரை மறந்துவிட்டேன்) ஏற்படுத்திய நெடியை அந்தப் புத்தகங்களில் முகர்ந்தேன் என்று சொல்வதற்கு வாசகர்கள் மன்னிக்க வேண்டும். அந்த நெடியை நான் தாங்கிக்கொண்டது பெரிய விஷயம் இல்லை. அந்தப் புத்தகங்களின் ஆசிரியர்களான தல்ஸ்தோயும் தாஸ்தாயேவ்ஸ்கியும் துர்க்கனிவும் அந்தன் செகாவ்வும் புஷ்கினும் மக்சீம் கார்க்கியும் தாங்கிக்கொண்டார்களே அது மிகப் பெரிய விஷயம். எவ்வளவோ சோதனைகளை ஏற்றுக் காலத்தைத் தாண்டி வந்து கொண்டிருக்கும் அந்த மகான்கள் இந்த நெடியையும் தாண்டி வரும் ஆற்றலைப் பெற்றிருந்தார்கள் என்றுதான் சொல்லவேண்டும்.

நெடியுடன் படித்த ருஷ்யக் கிளாசிக்குகள் எல்லா வற்றையுமே எனக்கு வியாபாரத்தில் சில்லறை வரத் தொடங்கிய போது அவற்றின் நெடியற்ற முதலாளித்துவப் பதிப்புக்களை வாங்கி இரண்டாவது முறையாகப் படித்தேன். அந்தப் புத்தகங்கள் சார்ந்த என் முதல் வாசிப்பு என்று இதைத்தான் சொல்லவேண்டும். அது நெடியற்ற ஒரு ஆனந்த அனுபூதி!

தமிழ்ச் சூழல், இலக்கியம், கலை, எழுத்தாளர்கள், படைப்புகள், ஊடகங்கள், அவ்வப்போது என் மனதைத் தொட்ட பிரச்சினைகள், சில நெருக்கடிகள் ஆகியவை பற்றி

யெல்லாம் புலமை சாராத என் கட்டுரைகளைத் தொகுத்து இரு புத்தகங்களாக வெளியிட்டிருக்கிறேன். அவற்றின் சில அடிப்படைகளை இங்கு நான் கூற முற்படுவது ஒருவிதத்தில் அபத்தமானது. ஆனால் அர்த்தம் சார்ந்த சகல காரியங்களிலும் அபத்தமும் கூடவே ஒட்டிக்கொண்டு வருவதைத் தவிர்க்க இயலும் என்று தோன்றவில்லை.

நான் சமத்துவத்திலும் ஜனநாயகத்திலும் நம்பிக்கை கொண்டவன். வாழ்வின் குறிக்கோளைத் தீர்மானிக்கும் இவ்விரு அடிப்படைகளிலும் நம்பிக்கையற்ற ஒரு மனம் சிந்தனைகளை ஆழப்படுத்திக் கொள்வது சாத்தியம் என்று நான் நம்பவில்லை. சமத்துவம், ஜனநாயகம், மனித நேயம் உட்பட வாழ்வை மேலெடுத்துச் செல்லப்பயன்படும் சகல தத்துவங்களையும் அவற்றின் சாராம்சங்களிலிருந்து பிரித்து அடையாளங்களிலிருந்து மாற்றும்போது அவற்றின் அர்த்தங் களையே நாம் இழந்து விடுகிறோம். தமிழ்ச் சூழல் சாரங்களின் சக்கைகளிலிருந்து அடையாளங்களை உற்பத்தி செய்யும் மிகப் பெரிய தொழிற்சாலையாக இயங்கிக்கொண்டிருக்கிறது. சாரங்களை இனங்காணவோ வறுமைப்படுத்தவோ மறு பரிசீலனை செய்யவோ உதறவோ திராணியற்று அடையாளங்கள் சார்ந்து ஏமாறும் குணம்தான் இன்று நம் பின்னடைவிற்கு முக்கியக் காரணம் என்று நினைக்கிறேன்.

சமத்துவமும் சரி, ஜனநாயகமும் சரி, முழுமைக்கு இட்டுச் செல்லும் ஒரு இறுதிப் புள்ளியைச் சென்றடைய முடியும் என்று தோன்றவில்லை. அவற்றை முழுமையை நோக்கி நகர்த்துவது தான் இன்றைய மனித குலத்தின் சவாலும் போராட்டமுமாக இருக்கிறது. இந்தப் போராட்டத்தில் பங்குகொள்ள கூரான விமர்சனப் பார்வையை நாம் வளர்த்துக்கொள்ள வேண்டும்.

நம் சிந்தனையில் ஒரு பெரும் மாற்றம் நிகழாத வரையிலும் நம்மைச் சுற்றிச் சுழலும் சமூகச்சக்திகளின் போக்குகளை நாம் மதிப்பிட முடியாது. நம் சிந்தனையை மழுங்கடிக்கும் காரியத்தைத்தான் ஆக்கச் சக்திகளாகச் செயல்பட வேண்டிய ஊடகங்களும் பார்வைக் கலைகளும் அரசு இயந்திரங்களும் சமய நிறுவனங்களும் பெரிய அளவில் இன்று செய்து

கொண்டு இருக்கின்றன. சிந்திக்கும் திறனை இழந்து விட்ட மக்கள் விழிப்புணர்ச்சி கொள்வதோ சமூக மாற்றத்தை துரிதப் படுத்துவதோ சாத்தியமில்லை.

சிந்தனைகள் கூர்மைப்படுத்தும் சமூகத்தில்தான் உணர்வுகளும் கூர்மைப்பட்டுச் செயல் உருவங்கள் வேகம் கொள்கின்றன. விவாதங்களும் முனைப்புக் கொள்கின்றன. நம் உணர்வுகள் முனை மழுங்கிப் போய்விட்டமைக்கு நம் வாழ்க்கையிலிருந்து எத்தனையோ உதாரணங்களைச் சுட்ட முடியும். முதன்மைப்பட்டு நிற்கும் உதாரணம் தீண்டாமை. இந்தக் கொடுமைக்கு ஆளாகிறவர்களுக்கு இதிலிருந்து விடுதலைபெறும் அளவிற்குத் தங்கள் போராட்டத்தை வலுமைப் படுத்த முடியவில்லை. கொடுமை இழைப்பவர்களுக்கோ மனித நேயம் சார்ந்தும் மரபு சார்ந்தும் ஆகப் பெரிய அவமானமாக இது உருக்கொண்டிருக்கும் உணர்வு இல்லை. இந்தியா விடுதலை பெற்ற பின்னர் சிந்தனை தரும் சுரணை நமக்கு இருந்திருந்தால் மிகக் குறுகிய காலத்திலேயே இந்தத் தீமையை நாம் துடைத்தெறிந்திருக்க முடியும். எல்லைகளில் ஆக்ரமிப்பு நிகழும்போது நாம் கொள்ளும் ஆவேசத்துக்கு இணையான ஆவேசம் இவ்விழிவு சார்ந்தும் நமக்கு ஏற்பட்டிருக்கும் என்றால் இந்தக் கொடுமையை ஒழித்து இந்த அவமானத்திலிருந்து எல்லோருக்கும் விடுதலை தேடித் தந்திருப்போம். மண்ணை இழப்பதைவிடக் கொடுமையானது சக மனிதனை இழப்பது.

சிந்தனைகளில் ஈடுபாடு கொள்வது மிகப் பெரிய மனப்புரட்சி. இப்புரட்சியை உருவாக்க வேண்டிய இரு சக்திகள் இலக்கியமும் இதழ்களும். சமூக மாற்றத்தை உருவாக்கும் சிந்தனையின் விதைகளை மக்கள் மனங்களில் விதைக்க வேண்டியவை இவைதான். தமிழ்ச் சமூகத்தில் இன்று இவை ஆற்றிக் கொண்டிருக்கும் பங்கு என்ன என்ற கேள்வி முக்கிய மானது.

விண்நாயகன், 1999 டிச. 1-15,
1999 டிச. 16-31.

3
நானும் என் எழுத்தும்

நான் எழுத்துத் துறையில் புகுந்த வருஷம் பிறந்த அடுத்த வீட்டுப் பெண் குழந்தை ஸாரி கட்டிக்கொண்டு கல்லூரிக்குப் போகிறது. அவளுக்குப் பதினைந்து வயது தாண்டியிருக்க வேண்டும்.

இந்தப் பதினைந்து வருடங்களில் என்ன சாதித்தேன் என இப்போதெல்லாம் அடிக்கடி என்னையே கேட்டுக்கொள்கிறேன். இந்தக் கேள்வி பிறந்த மாத்திரத்தில் சோர்வு தட்டுகிறது. எழுதாமல் வீணாகிப் போன காலங்களின் சுமை நெஞ்சை அழுத்துகிறது. 'நாளையிலிருந்து அதி தீவிர எழுத்து வேலை ஆரம்பமாகிறது' எனும் வாக்கியத்தின் சாராம்சத்தை அவ்வப்போது இருந்த மனநிலைகளுக்கு ஏற்றாற்போல் பலவாறு விரித்து, கடந்த பதினைந்து ஆண்டுகளில் நான் எழுதியுள்ள டயரிக் குறிப்புகள் எண்ணிக் கணக்குப் பார்க்க இடமளிப்பவை அல்ல. எதை எதையோ தேடுகிறபோதெல்லாம் வாய்விட்டுச் சொல்லப் படாமல், மனசுக்குள் புதையுண்டு கிடந்தால் அவற்றிற்கு வலு அதிகம் என எண்ணி, புது வாழ்வின் துவக்கத்திற்கு அடையாளமாய் அவ்வப் போது வாங்கிய புத்தகங்களும் கண்களுக்குப் புலனாகின்றன. வாங்கப்பட்ட காலங்களில் அவை

வெறும் புத்தகங்களாக மட்டும் பிறர் கண்களுக்குக் காட்சி தரும் அஞ்ஞானத்தை எண்ணி மனசுக்குள் சிரித்திருக் கிறேன். இப்போது எனக்கும் அவை வெறும் புத்தகங்களாகி விட்டிருக்கின்றன. முதல் பக்கத்தைத் திருப்பித் தேதியைப் பார்க்கிறேன். அன்றைய தேதியில் எதுவும் புதுசாய் ஆரம்பமாகி விடவில்லை என்பதற்கோ ஆரம்பமாகியிருந்தால் அதுவும் வெகு விரைவில் ஆறிப்போய்விட்டது என்பதற்கோ எனது இன்றைய நிலைமை தவிர வேறு சாட்சியங்கள் தேவையில்லை. இன்னும் வேறு சில சந்தர்ப்பங்களில்- இவ்வாறு செய்யாததால்தான் காரியம் கெட்டுப் போய்விட்டது போல்- சபதங்களைக் கொட்டை கொட்டையாக எழுதுவதோடு, அடியில் கோணாமல் இரு வரைகளையும் இழுக்கிறேன். முக்கியத்துவம் மேலும் அதிகரிக்க, ஆங்காங்கு பெருக்கல் சின்னங்களில் புள்ளிகள் குத்துகிறேன். மனைவியையும் ஒரு சாட்சியாக இழுத்துப் போட்டுவிட்டால், அவளிடம் முகத்தைக் காப்பாற்றிக் கொள்ள வேண்டும் என்பதற்காகவேனும் இயங்கத் தொடங்கிவிடுவோம் என்றெண்ணி, 'ஞாபகம் வைத்துக்கொள். இன்னிக்குத் தேதி ஆறா?... 7-4-65' என்கிறேன்.

'8-12-64 என்னாச்சு?' என்கிறாள் அவள்.

'அது சரி. போனது போகட்டும்' என்கிறேன்.

'1-2-64?'

'அது சரி.'

'3-8-63?'

இப்படியே பின் நகர்ந்து, அவள் கழுத்தில் நான் தாலி கட்டிய தேதியை நெருங்கிவிடுவாள் என்பது எனக்குத் தெரியும்.

புத்தக அலமாரியின் பின்பக்கம் நூலாம்படை தட்டுகிற போது, அங்குச் சுவரில் சிவப்புப் பென்சிலால் எழுதியிருக்கும் ஒரு பழைய தேதி பார்வையில் தட்டுப்படுகிறது. அதையொட்டிப் பழைய நினைவுகள் கொஞ்சம் கிளம்புகின்றன. பச்சாதாபம் மனசில் கவிகிறது. துணிமணிகளை எடுத்துச் சுவர் அலமாரியைச்

சுத்தப்படுத்துகிறபோது, பின் சுவரின் மூலையிலிருந்து 11-3-53 என்று ஒரு மிகப் பழைய தேதி தலையைக் காட்டுகிறது.

நாளை நாளை என நழுவவிட்டுப் பதினாறு ஆண்டுகள் ஓடி விட்டன. மொத்தத்தில் இவை பச்சாதாப நாட்களே தவிர வேறு அல்ல. கனவு கண்டு கண்டு காரியம் காணாத நாட்கள் இவை என்றாலும் இன்றுவரையிலும் கனவுகள் கண்டே வந்திருக்கிறேன். ஒரு இலக்கியக்கர்த்தா ஆகிவிடவேண்டும் என்றே எப்போதும் எண்ணி வந்திருக்கிறேன். இதைவிடவும் மேலானது என்று மற்றொன்றை நம்ப மனசு மறுத்துக் கொண்டே தான் வந்திருக்கிறது.

இவ்வாறு ஒரு ஆசை என்னை வாட்டி வதைத்துக் கொண்டிருப்பதை எண்ணுகிறபோது ஆனந்தமாகத்தான் இருக்கிறது.

எழுதாமல் வீணாகிப் போன நாட்கள் ஒருபுறமிருக்க, இன்று வரையிலும் நான் எழுதியிருப்பவை எவ்வாறு எழுதப் பட்டுப் பிரசுரமும் ஆகிவிட்டன என்று யோசிக்கையில் அதுவும் ஒரு ஆச்சரியமாகவே இருக்கிறது.

நவீன எழுத்தாளனின் ஒரே மேடை, சஞ்சிகை என்றாகி விட்டது. தமிழ்நாட்டிலோ எந்தப் பிரபல சஞ்சிகைக்கும் இலக்கியத் தகுதி கொண்ட ஒரு ஆத்மா ஆசிரியராக இருப்ப தாகத் தெரியவில்லை. வாசகர் கூட்டத்தின் அசட்டுத் தேவை களைப் பயன்படுத்திக்கொண்டு, நல்ல லாபத்தில் விற்று முதல் செய்ய, அவர்கள் எழுத்தாளர்களிடம் சரக்குக் கொள்முதல் செய்ய அலைகிறார்கள். தங்கள் கொள்முதல் கொள்கை செலாவணியில் இருந்துவர, அசட்டு வாசகர்களைத் தயாரிப்பதில் அவர்கள் மேலும் மும்முரமாக ஈடுபட்டு வருகிறார்கள்.

எனக்கு இவர்களுடைய தாட்சண்யம் தேவையில்லை. கடந்த முப்பதாண்டு இலக்கியச் சரித்திரத்தில், நவீனத் தமிழ் இலக்கியத்திற்கு அர்த்தமளித்திருக்கும் எந்த சிருஷ்டி கர்த்தாவை உருவாக்குவதிலும் பிரபல பத்திரிகைகளுக்குப் பங்கில்லை என்பது ஆராய்ச்சி தேவைப்படாத ஒரு உண்மையாகும். வேறு மேடைகளில் அவன் தன் குரலை வெளிப்படுத்தித் தன்னை

உருவாக்கிக்கொண்ட பின்னரே இவர்களுடைய கவனம் அவன் மீது கவியும். எந்த அடிப்படைக் குணங்கள் அவனிடம் தொழில் பட்ட காரணத்தால் அவன் சிருஷ்டித் துறைக்கான தகுதியை ஏற்படுத்திக்கொண்டானோ, அவற்றையெல்லாம் அவன் காலப்போக்கில் இழந்துவிடுவதே அவர்களுடைய தொடர்பு அவனுக்கு அளிக்கும் பரிசாகவும் இருக்கும். சிருஷ்டியை அனுபவிக்க அக்கறை கொண்ட வாசகன் தன்னை அதற்கு ஏற்றாற்போல் தயார் செய்து கொள்ள வேண்டுமே தவிர, வாசகர்களின் தரத்தோடு சமரசம் செய்து கொள்வது இலக்கியக்கர்த்தாவின் நோக்கத்திற்கே நேர் எதிரானதாகும். பத்திரிகைகளோ வாசகர்களுடைய மேல்வாரியான தாகங்களைத் தீர்ப்பதற்காகத் தயார் செய்யப் படும் வியாபாரச் சரக்குகளே.

எதற்காக எழுதுகிறேன் எனும் கேள்வியை எழுப்பிக் கொள்கிறேன். லகுவாக அதற்குப் பதில் கிடைக்குமென்று தோன்றவில்லை. அப்போது எதற்காக எழுத ஆரம்பித்தேன் எனும் கேள்வி பிறக்கிறது.

படிக்க வேண்டிய காலத்தில் படிக்காத மாணவனும் சம்பாதிக்க வேண்டிய காலத்தில் சம்பாதிக்காத இளைஞனும் மலடியான மருமகளும்- அவர்களுக்கு வேறு தகுதிகள் ஆயிரம் இருக்கட்டும்- குடும்பங்களில் அவர்களுக்குரிய அந்தஸ்தைப் பெற முடியாது. நான் முதல் வகுப்பிலிருந்து பள்ளிப் படிப்பு முடிப்பது வரையிலும் கடைசி பெஞ்சு மாணவனாகவே இருந்து வந்திருக்கிறேன். என் பள்ளி வாழ்க்கையில் பக்தி சிரத்தையோடு நாலு வரிகள் உருப்போட்ட நினைவு எனக் கில்லை. இதன் விளைவாகக் குடும்பம் என்னை அசடு என்று முத்திரை குத்திற்று. அப்போது அந்தப் பட்டம் கனகச்சித மாய்ப் பொருந்தும்படியாகவே நான் இருந்தேன்- குறைந்த பட்சம் வெளி உலகிற்கேனும். எனது துரதிர்ஷ்டம் என்னுடன் படித்து வந்த என் சகோதரி படிப்பில் கன சூட்டிகையாக வந்து வாய்த்தாள். அவளோடு ஒப்பிட்டுப் பேசப்படும் சங்கடங் களுக்கு ஆளானேன்.

நான் முட்டாள் அல்ல என்பதை நிரூபித்து என் தந்தையை ஒப்புக்கொள்ளச் செய்துவிட வேண்டும் என்பதற்காகவே எழுத ஆரம்பித்தேன். அவர் மதிக்க நிர்ப்பந்திக்கப்படும் ஒரு புத்திசாலி உலகம் என்னைக் கொண்டாடும் நாட்களை உருவாக்கி அவரை அசடு வழியச் செய்துவிட வேண்டும் என்று ஆசைப்பட்டேன். அதோடு என் எழுத்தில் மயங்கி அழகிய ரசிகைகள் யாரேனும் வலிய வந்து என்னைக் காதலிக்கக்கூடும் என்ற நப்பாசையும் எனக்கு இருந்தது.

எனக்கே முற்றிலும் தெளிவாகாத ஒரு இயற்கைத் தாகம்தான் இன்றும் என்னை எழுதத் தூண்டுகிறது எனத் தோன்றுகிறது. ஒரு விதத்தில் இதைத் தவிர வேறு வேலை எதுவும் மேற்கொள்ள என்னால் ஆகாது என்றும் சொல்லலாம். ஒரு வியாபார ஸ்தாபனத்தின் தமிழ்க் கடிதப் போக்குவரத்தைக் கவனித்தல், ஒரு இலக்கியப் பத்திரிகைக்கு ஆசிரியராக இருத்தல், கவுரவமான குடும்பம் ஒன்றில் காரோட்டியாக வேலை பார்த்தல், ஐந்து வகுப்பு வரையிலும் குழந்தைகளுக்கு வீட்டுப் பாடம் எடுத்தல் ஆகிய வேலைகளையும் என்னால் திருப்திகரமாகச் செய்ய முடியுமென்றாலும், எழுதுகிறபோது ஏற்படுகிற ஒரு 'அட் ஹோம்' உணர்ச்சி எனக்கு வேறு வேலைகளில் ஏற்படுவதில்லை. வேறு காரியங்களில் ஈடுபட்டிருக்கும்போது எனது மூர்த்தீகரம் சிந்திச் சிதறுவதாகத் தோன்றுவதாலும், எழுத்தில் குவிந்து தன்னம்பிக்கையையும் ஆத்ம திருப்தியையும் ஏற்படுத்துவதாலும் இயற்கை இந்த ஒரு வேலைக்கே என்னைத் தயார் செய்திருக்கிறதோ என எண்ணிக் கொள்கிறேன்.

எழுதுவதன் மூலம் நான் வாசகர்களுக்கு எந்த விதத்திலும் கடமைப்பட்டவனாக உணரவில்லை. என்னுடைய வாசகர்கள் யார் என்பதும் எனக்குத் தெரியாது. வாசகர்களை சுவாரஸ்யப் படுத்துவதோ அவர்களுக்குக் கிச்சுகிச்சு மூட்டுவதோ வாழ்க்கைப் பாதையில் அலுப்பு நடை நடந்து அவர்கள் 'அப்பாடா!' என்று ஆயாசத்துடன் சோர்ந்து உட்காரும்போது குதிரைச் சதை பிசைந்துவிடுவதோ என்னுடைய வேலை அல்ல. இது தான் தர்மம் எனக் காட்டவோ, இதுதான் உண்மை என உணர்த்திவிடவோ என்னால் ஆகாது. எது தர்மம், எது

உண்மை என்பது எனக்கே குழப்பமாக இருக்கிறது. தமிழ்ப் பண்பாடுகளைக் கொஞ்சம் அழுத்துவோம் என்றால் அதன் கீழ்வரும் அயிட்டங்கள் என்ன என்ன என்பது எனக்குத் தெரிய வில்லை. மனிதாபிமானத்தையாவது பரப்பலாமே என்றால், நானே ஒரு மனிதாபிமானி தானா என்பது சந்தேகமாகவே இருக்கிறது.

நான் எனக்காக மட்டும் எழுதக் கூடியவனாக இருக்க வேண்டுமென்றே ஆசைப்படுகிறேன். எனக்குள் புதையுண்டு கிடக்கும் கலை உணர்ச்சி ஒரு வடிவம் பெற்று வெளிவந்த பின்புதான் எனக்கே அது இருந்திருப்பது தெரியவருகிறது. இதேபோல் வேறு என்ன என்ன இருக்கின்றன என்பதை அறிந்துகொண்டுவிடவே நான் எழுத முற்படுகிறேனோ என்னவோ! இவ்வாறு வெளிப்பட வெளிப்பட, நான் அத்தகைய அனுபவங்களுக்கு ஆளாக ஆளாக, என்னை நான் கண்டுகொள்வது ஒரு விதத்தில் சாத்தியமாக இருக்குமென்று தோன்றுகிறது. என்னைப் பற்றி நான் தெரிந்துகொள்ள எழுதும் எழுத்துகள், தங்களைப் பற்றித் தெரிந்துகொள்ள உபயோகப்படும் என்று எண்ணுகிறவர்கள் தாம் என் வாசகர்கள். என்னுடைய பூட்டுக்கு நான் அடித்த சாவிகள் அவர்களுடைய பூட்டுகளுக்கும் சேரும் என்று கேள்விப்படுகிறபோது அவர்கள் என் வீடு தேடி வருவார்கள். நான் படித்துக்கொண்டும் கனவுகள் கண்டுகொண்டும் இருப்பதால் ஒன்றுக்கு இரண்டுமுறை தட்டினால்தான் கதவையே திறப்பேன்.

ஒரு பிரஜை என்ற அளவில் நான் சமூக வாழ்க்கைக்குத் தகுதியானவன்தான். என் வீட்டுக் கொல்லையைப் பெருக்கி அடுத்த வீட்டுக் கொல்லையில் கொட்ட நான் ஒருநாளும் இடமளிக்க மாட்டேன். எனது கைத்தடியைச் சுழற்றும் சுதந்திரம் எதிராளியின் மூக்கு நுனியோடு முடிவடைந்துவிடும் என்பது எனக்கு எப்போதும் நினைவிருக்கும். அரசாங்க வரிகளைப் பாக்கிப் போடாமல் செலுத்துவதில் அக்கறை கொள்வேன். சொந்தக்காரர்களின் பிணங்களைக் காடுவரையிலும் சென்று வழியனுப்பி வரத் தயங்கமாட்டேன். அகாலத்தில் வந்து சேரும் விருந்தாளியின் பசியாற என்னால் ஆகக்கூடியதைச் செய்வேன்.

பொது நன்மைக்காகக் குலுக்கப்படும் உண்டியல்களில் என் காணிக்கையையும் செலுத்திவிட வேண்டுமென்றே நினைப்பேன். நட்புக்குத் துரோகம் இழைக்காலிருக்கக் கூடுமான வரையிலும் முயல்வேன். பொய்கள் சொல்வதை- முற்றிலும் விட்டுவிடுவது சிரம சாத்தியமாகவே இருக்கிறது என்றாலும்- குறைத்துக்கொள்ள அந்தரங்க சுத்தமாகப் பாடுபடுகிறேன்.

ஒரு எழுத்தாளன் என்ற முறையில் நான் எதற்கும் பூரண விசுவாசம் செலுத்துகிறவன் அல்ல. நடைமுறை அர்த்தப்படி கட்சிகள், அரசாங்கம், சமூகம், மதம், தேசம் இவற்றிற்கெல்லாம் பூரண விசுவாசம் அளித்துவிடக் கூடாது என்பதை எனது இலக்கியக் கொள்கையின் ஒரு பகுதியாக நான் ஏற்றுக்கொண்டிருக்கிறேன். வெகு ஜனத்தின் நம்பிக்கைகளைப் பிரதிபலிப்பதோ புதிய நம்பிக்கைகளை ஏற்றுக்கொள்ளும்படி அவர்களைத் தூண்டுவதோ என்னுடைய வேலை அல்ல. அவர்களுடைய பொது நம்பிக்கைகளுக்கு அப்பாற்பட்ட விதி விலக்கான உண்மைகளைச் சொல்லி, அந்தச் சந்தர்ப்பங்களில் அவர்களுடைய விரோதியாகவும் காலத்தின் நண்பனாகவும் இருப்பதே என் வேலை என்று எண்ணுகிறேன். மனிதனின் சராசரித் தன்மையின் அழுத்தத்தினால் வெளியே பிதுங்கிவிடும் விதிவிலக்கான உண்மைகள் அலட்சியப்படுத்தப்பட்டு முக்கால் உண்மைகள் முழு உண்மைகளின் தோற்றம் கொள்கிறபோது, மைனாரிட்டியின் கால் உண்மையில் கலந்துகொண்டு கத்துவது தவிர்க்க முடியாத காரியமாகவே எனக்குப் படுகிறது. இந்திய-சீன எல்லையில் சண்டை மூண்டபோது ஒரு பிரஜை என்ற அளவில் நம் போர் வீரர்களின் தாக்குதல்கள் பற்றியும் இந்திய மக்களின் ஒற்றுமை உணர்ச்சியைப் புலப்படுத்துவதுமான செய்திகளை நான் அக்கறையுடன் கவனித்தேன் என்றாலும், அதை மேலும் ஊக்குவிக்கும் காரியத்தைக் கலைபூர்வமாகச் செய்யவேண்டிய பொறுப்பு எனக்குண்டு என நான் கருதவில்லை. அது என்னுடைய வேலை அல்ல என்றே கருதினேன். இந்தியாவில் பிறந்து நம்மிடையே வாழ்ந்துவரும் சீனர்கள் அந்நாட்களில் என்ன என்ன சிரமங்களுக்கு ஆளாவார்கள் என்பதை அவர்கள் மீது பரிவுணர்ச்சிகொண்டு விவரிப்பதே ஒரு இலக்கியக்கர்த்தா என்ற அளவில் அப்போது எனக்கு

எழுதத் தகுந்த ஒரே விஷயமாகப்பட்டது. அந்தப் பார்வையை ஏற்றுக்கொண்டு நம்மவர்கள் 'இந்தியச்சீனர்'களுடன் சகோதரத்துவம் கொண்டாட ஒரு தேசிய அடிப்படையில் முற்படுவார்கள் என்றால், முழுக்க முழுக்க அவர்களை நம்புவது விவேகமல்ல என்று நான் சொல்ல ஆரம்பிப்பேன். இந்த விசுவாசமற்ற தன்மையை ஒரு எழுத்தாளன் காப்பாற்றி வர அவனுக்கு அத்தியாவசியமான சுதந்திரத்தையே எழுத்துச் சுதந்திரம் என்று நான் மதிப்பேன். சுலபமாக விவரிக்கப்பட்ட மேற்சொன்ன காரியங்களை நடைமுறையில் பின்பற்ற அவசியமான அளவு சத்திய உணர்வோ தைரியமோ இன்று எனக்கில்லை. எனினும் அவை வளர்த்துக்கொள்ளப்பட வேண்டும். அது சாத்தியம் என்றே கருதுகிறேன்.

ஒரு நவீனத் தமிழ் எழுத்தாளனான நான் புதுமைப்பித்தன், மௌனி, குபரா, பிச்சமூர்த்தி, செல்லப்பா, க.நா.சு, ராமாமிருதம், ஜானகிராமன், அழகிரிசாமி இவர்களுக்குப் பின்னால் வந்தவன் என்பதை எப்போதும் நினைவில் வைத்துக்கொள்கிறேன். சிருஷ்டிகள் மூலம் அவர்கள் பவித்திரப்படுத்தியும் கூராக்கியும் தந்த வார்த்தைகள் என் வேலைக்குப் பயன்படுகின்றன என்பது எனக்குத் தெரியும். இவர்களை முற்றாகப் புறக்கணிக்கிறவன் என்னை ஏற்றுக்கொள்ள மாட்டான் என்பதோடு இவர்களைப் புறக்கணிக்கும் எந்த ஸ்தாபனம், குழு, தனி மனிதனின் பாராட்டையும் நான் ஏற்றுக்கொள்ள மாட்டேன். தமிழ் வளர்ச்சிக் கழகத்தின் பரிசு எனக்கு அளிக்கப்படுமென்றால் அதை நான் அவர்கள் முகத்தில் விட்டெறிந்துவிடுவது என்னைப் பொருத்தவரையிலும் தவிர்க்க முடியாத காரியமாகவே இருக்கும். இதற்குக் காரணம் என்னுடைய இலக்கிய முன்னோர்களைக் கவுரவிக்கத் தவறியதன் மூலம் எனக்குப் பரிசளிக்கும் தகுதியை அவர்கள் இழந்துவிட்டார்கள் என்பதாகும்.

எழுத ஆரம்பித்த காலத்தில் எனக்கிருந்த மிதமிஞ்சிய உற்சாகம் இப்போது எனக்கில்லை. ஸ்வீடிஷ் அகாடமியிலிருந்து அழைப்பு வந்து விட்டால் விலை உயர்ந்த பனிக் கோட்டுகள் வாங்குவது சிரமமாக இருக்குமே என எண்ணிக் கவலைப்பட்டுக் கொண்டிருந்த காலம் மலையேறிவிட்டதைப் பற்றி எனக்குச்

சந்தோஷம்தான். நாள் போகப் போக உலக இலக்கியம் பொருட்படுத்தும்படி எதையேனும் அளிக்க என்னால் ஆகுமா என்று மலைப்புத் தட்ட ஆரம்பித்திருக்கிறது. என்னைக் கருவியாய்க் கொள்ளும் இயற்கையின் முகவிலாசம் பின்னால் எப்படி விரியும் என முன்கூட்டிக் கணிப்பது தர்க்க அறிவுக்கு அப்பாற்பட்டது என்று சமாதானம் அடைகிறேன். இலக்கிய உலகில் மகத்தான வெற்றி கிடைக்காவிட்டாலும் தோல்வி ஏற்படும் எனில் அத்தோல்வியும் மகத்தான தோல்வியாக இருக்க வேண்டும் என்று பிரார்த்தித்துக்கொள்கிறேன். அற்ப வெற்றி எனும் தண் ைக்கு ஆளாகாமல் தப்புவேன் என்றால் அதுவே பெரிய . ுதிர்ஷ்டம் என்று கருதுவேன்.

வாழ்வின் அந்திமதசையில் இவ்வாறு கூறிக்கொள்ள முடிந்தாலே போதும். “என்னுடைய கலைத்திறன் மிகச் சொற்ப மானதுதான். எனினும் அந்தச் சொற்பமான கலை உணர்வையும் நான் பேணிச் சீராட்டி வளர்த்தேன். எனது அந்தரங்கத்துக்கு உவப்பான விஷயத்தையே நான் அளித்தேன். மூன்று வார்த்தைகளில் சொல்லக்கூடியதை நாலு வார்த்தைகளில் சொல்லலாகாது என்ற விதியைக் கடைசி வரையிலும் நான் காப்பாற்ற முயன்றேன். எனக்குக் கிடைத்த மொழியை மலினப் படுத்தாமல் மறு சந்ததிக்கு அளிக்க நானும் என்னால் ஆன முயற்சி எடுத்துக்கொண்டேன்.”

இவ்வளவு போதும் எனக்கு.

நான் செல்லும் பாதை என்னைக் கோவிலின் சந்நிதானத்திற்கு இட்டுச் செல்வதற்குள் நான் களைப்படைந்து போய்விடலாம். ஆனால் நடந்து செல்கிற பாதை சுத்தமான பாதையாக இருந்துவிட்டாலே போதும். அப்போது வழி நெடுகிலும் கோவில்கள்தாம், வழி நெடுகிலும் கோபுரங்கள்தாம்.

தீபம், 1966

'ஜே.ஜே: சில குறிப்புகள்'

4

என் நாவல்கள்

நான் இரண்டு நாவல்கள் எழுதியிருக்கிறேன். ஒரு புளியமரத்தின் கதையும், 'ஜே.ஜே'. சில குறிப்பு: களும்.

என் சிறு வயதில் நான் பிறந்த ஊரான நாகர்கோவில் என் மனத்தில் ஒரு கனவாகவே இருந்தது. எட்டு வயது வரையிலும் நான் கோட்டயத்தில் இருந்தேன். அங்கு நான் படித்த மொழி மலையாளம். நாங்கள் வீட்டில் பேசுகிற தமிழை நாகர்கோவிலில் ஊர் முழுக்கப் பேசுவார்கள் என்று என் அம்மா என்னிடம் சொன்னபோதுதான் என் முதல் கனவு துளிர்க்கத் தொடங்கிற்று என நினைக்கிறேன்.

நாகர்கோவிலில் குதிரை வண்டிகள் இருந்தன. தெருக்களில் கழுதைகள் சகஜமாகப் பார்க்கக் கிடைக்கும். என் பாட்டி பின் வீட்டுப் பக்கம் ஆறு ஓடிக் கொண்டிருந்தது. எங்கள் உறவுப் பெண்கள் குளிக்கப்போகும்போது அவர்கள் பின்னால் போகும் என் வயதை ஒட்டிய குழந்தைகளுக்குக்கூட நீச்சல் தெரிந்திருந்தது. பாட்டியின் வீட்டுப் பின் பக்கம் பெரிய தென்னந்தோப்பு. அதைத் தாண்டி வாய்க்கால். பச்சைப்பசேல் என்று காற்றில் தலை சாய்த்து ஓடத் தொடங்கும் பயிர்கள், மலைகளில் முட்டிக் கொள்வது வரையிலும் ஓடும்.

தோப்பிலிருந்து பார்த்தால் புத்தேரி ஆஸ்பத்திரி தெரியும். என் பிறப்பை மேற்பார்வை செய்ய வந்த வெள்ளைக்கார லேடி டாக்டர் நடுநிசியில் வலது கையால் டார்ச் விளக்கை அடித்தபடி இடது கையால் சைக்கிளை ஓட்டிக்கொண்டு வந்தாராம். என் இளமைக் காலக் கனவுகளை வளர்த்துக்கொள்ள எனக்குக் கிடைத்த போஷாக்குகளில் ஒரு சில இவை. எங்கள் குடும்பம் கோட்டயத்திலிருந்து நாகர்கோவிலுக்கு வந்தபோது கனவின் கிளுகிளுப்பில் முகத்தைப் புதைத்து கொள்ளப்போகும் பரபரப்பில் நான் இருந்தேன்.

நாகர்கோவிலும் கோட்டயம்போல் புழுதியால்தான் செய்யப்பட்டிருக்கிறது என்பது எனக்குப் போகப்போகப் புரியத் தொடங்கிற்று. வீடுகள், கோவில்கள், கள்ளுக்கடைகள், விதவிதமான மனிதர்கள். அவர்களுக்குச் சிரிக்கத் தெரியும். பேசத் தெரியும். அற்புதங்களை நிகழ்த்திக்காட்டத் தெரியும். சிறுமைகளில் உழலவும் தெரியும்.

ஊர் சுற்றுவதில் எனக்கு மிகுந்த சந்தோஷம் இருந்தது. சாலைகள் அலுத்தபோது நான் சந்துகளில் நுழைந்தேன். அதில் ஆர்வமும் பரபரப்பும் இருந்தன. என் அம்மாவிடமிருந்து எனக்குக் கிடைத்திருந்த மன உலகங்கள் சந்துகளின் மோசமான பகுதிகளில் விழுந்து நொறுங்கின. அகலப் பாதையின் எந்த இடத்தில் இந்தச் சந்துகள் போய்ச் சேரும்? எதிர்பாராத இடங்களில் திருப்பங்கள். படிக்கட்டுகள். பேரழகியான ஒரு இளம் பெண் மிக மோசமான வசைகளைச் சொல்லிக் கத்தியது இப்போதும் என் நினைவில் இருக்கிறது. பேரழகும் வசைகளும் ஒரு ஜீவனில் இணையும் என்பதை அப்போது நான் கற்பனை செய்திருக்கவில்லை.

சந்துகளில் நான் இல்லாமையின் சகல கோலங்களையும் பார்த்தேன். அழுக்குகளின் நிறங்கள். வசைகளின் ஏற்ற இறக்கங்கள். சிதைந்துபோன ஒழுக்கங்கள்.

ஊர் சார்ந்த என் கனவுகள் குலையத் தொடங்கின.

2

அரசியல் சார்ந்த என் கனவுகள் குலைந்தது மற்றொரு விதம்.

ஒரு வயது மூத்தவரான என் சிறிய தாய் மாமா என்னை விடவும் ஊர் சுற்றுவதில் நம்பிக்கை கொண்டிருந்தார். நாகர்கோவில் சுற்று வட்டாரத்தில் ஐந்தாறு மைல்களுக்குள் நடைபெறும் சகல பொதுக்கூட்டங்களுக்கும் நாங்கள் போவோம். மாமாதான் என் அரசியல் குரு. அரசியலில் அவர் அறியாத விஷயம் இல்லை என்று எனக்குத் தோன்றிற்று. வெள்ளையன் வெளியேறியதும் இந்தியாவின் சகல கஷ்டங்களும் நீங்கும் என்று மாமா என்னிடம் சொன்னார். பொதுக் கூட்டங்களில் கேட்டுக்கொண்டிருந்த முழக்கங்களும் மாமாவின் பேச்சைத்தான் எனக்கு உறுதிப்படுத்தின. சுதந்திர இந்தியா என் மனதில் பெரிய கனவாக இருந்தது.

இந்தியா சுதந்திரம் பெற்றபோது தேசத் தலைவர்களின் பேச்சை நானும் மாமாவும் வானொலியில் நள்ளிரவில் கண்விழித்துக் கேட்டோம். ஆனால் தொடர்ந்து நிகழ்ந்த நிகழ்ச்சிகள் ஏமாற்றத்தைத் தந்தன. இந்து முஸ்லீம் கலவரம். காந்திஜியின் மறைவு. தேசமே அனாதை ஆகிவிட்டது போல் இருந்தது. அந்நிய ஆட்சியை எதிர்ப்பதில் ஒன்று திரண்டிருந்த மக்கள் தங்களுக்குள் பிளவுபட்டு எதிரெதிர் அணிகளில் திரள்வது போல் தோன்றிற்று. ஜாதி, மதம், மொழி சார்ந்த பிரிவுகள். பொதுக் குறிக்கோள் காணாமல்போய்விட்டது.

நானும் மாமாவும் ஊரைச் சுற்றிக்கொண்டு வந்தபோது இனம் தெரியாத ஒரு வெறுமை எங்கள் மனத்தில் படிந்தது. புற உலகில் எவ்வித மாற்றத்தையும் காணோம்! குறுகிய தெருக்களில் அழுக்குகள் அப்படியே இருக்கின்றன. இல்லாமை, இன்னல்கள், கொடுமைகள். வெறுமைப்பட்டுப் போன முகங்கள். எல்லாம் அப்படியே இருக்கின்றன.

அரசியல் சார்ந்த என் கனவும் பொய்த்துப்போய்விட்டது போல் பட்டது.

ஊர் சார்ந்த கனவும் அரசியல் சார்ந்த கனவும் சிதறிப் போனதில் மனத்தில் படர்ந்த வெறுமையும் ஏமாற்றமுமே 'ஒரு புளியமரத்தின் கதை' என்ற என் முதல் நாவலில் ஏதோ ஒரு விதத்தில் பிரதிபலிக்கிறது என்று கருதுகிறேன்.

இந்த நாவல் எழுதும்போது தமிழ் நாவல் எப்போதும் சுற்றிச்சுற்றி வரும் குடும்பம் என்ற கருதுகோள் என் மனத்தில் இருக்கவில்லை. புற உலகமும் மனிதர்களும். புற உலகில் மனிதர்கள் ஒருவருக்கொருவர் கொள்ளும் உறவுகள், முரண்கள். இதனால் என் நாவல் தமிழ் நாவலுக்கு மிகவும் பழக்கப்பட்டுப் போயிருந்த குடும்பத்தை விட்டுவிட்டு மரத்தடிக்கு வந்துசேர்ந்தது.

காலத்தின் போக்கில் ஒரு ஊர் மாறிவரும் விதம்; மனித உணர்வுகள் பின்னகர்ந்து பணம் சார்ந்த ஆசைகள் ஊடுருவும் கோலங்கள்; அரசியல் இயக்கங்கள்; லாப வேட்கை சார்ந்த இழுபறிகள்; அனைத்திற்கும் சாட்சியாக மையத்தில் நிற்கும் மரம். அந்த மையம்தானே மனிதனின் சரிவை உணர்த்திக் கொண்டிருக்கிறது? ஆகவே அதை அழித்துவிடும் சாகசமும் மனிதர்களின் அடி மனங்களில் உருவாகிவருகிறது. மரம் அழிக்கப்படுகிறது. இந்த நாவலை அப்போது என்னிடமிருந்த மொழிக்கும் விமர்சனத்திற்கும் பார்வைக்கும் ஏற்றவாறு சொல்ல முயன்றிருக்கிறேன்.

3

1950 வாக்கில்தான் எனக்கு எழுத வேண்டும் என்ற எண்ணம் ஏற்பட்டது. அப்போது நான் அரைகுறையாக அறிந்திருந்த மூன்று மொழிகளில் மலையாளமும் ஒன்று. நான் மலையாளப் புத்தகங்களைப் படிக்க முயன்றேன்... 1950லிருந்து 1965 வரையிலுமான காலகட்டத்தில் எனக்குத் தெரிய வந்திருந்த தகழி, கேசவ் தேவ், பஷீர், காரூர் போன்ற பலருடைய எழுத்துகளையும் படித்தேன். இந்திய மொழி இலக்கியங்களைச் சார்ந்த ஆசிரியர்கள் பற்றியும் உலக ஆசிரியர்கள் பற்றியும் தெரிந்துகொள்ள வேண்டும் என்ற அவா எனக்கு இருந்தது. இவர்களைப் பற்றிய செய்திகள் எனக்குத் தமிழில் கிடைக்கவில்லை. மலையாள விமர்சனங்களைப்

படிக்கத் தொடங்கினேன். எம்.பி.பால், ஜோசப் முண்டசேரி, குட்டிக்கிருஷ்ண மாரார், எம். கோவிந்தன், சி.ஜே. தாமஸ், பி.கே. பாலகிருஷ்ணன் போன்றவர்களின் விமர்சனங்களைப் படித்தேன். சி.ஜே. தாமஸின் மொழியும் எம். கோவிந்தனின் கருத்துலகத் தேடல்களும் என்னை வெகுவாகக் கவர்ந்தன. மலையாள இலக்கிய உலகம் மனத்தில் நெருக்கமாக உணரக்கூடிய ஒன்றாயிற்று. அத்துடன் எழுத்தாளர்கள் ஒருவருக்கொருவர் கொண்டிருந்த உறவுகள் பற்றி, அவர்கள் பங்கு கொண்டிருந்த இயக்கங்கள் பற்றி, இயக்கங்களுக்கும் அவர்களுக்கும் இடையே இருந்த இடைவெளிகள் பற்றி, கருத்து மோதல்கள் பற்றியெல்லாம் அறிந்துகொண்டேன்.

இந்தக் காலகட்டத்தில் தமிழ் இலக்கியம் சார்ந்து எதிர்மறையான எண்ணங்கள் என் மனத்தில் வளர்ந்து கொண்டிருந்தன. தமிழ் சஞ்சிகைகளின் வணிகப் போக்கு எனக்கு மிகுந்த ஏமாற்றத்தைத் தந்தது. தீவிரமான படைப்பு களுக்கு அவற்றில் இடமில்லை. மேலான ஆசிரியர்கள் போது மான வாசகர்களைச் சென்றடைய வழியுமில்லை. சினிமா, நாடகம் போன்ற கலைகளும் மேலோட்டமாகவே இருந்ததில் ஏமாற்றம் அதிகமாயிற்று. தமிழ் இலக்கியம் சார்ந்தும் தமிழ்க் கலாச்சாரம் சார்ந்தும் தமிழ் வாழ்க்கை சார்ந்துமே கூரான விமர்சனங்கள் மனத்தில் உருவாகிவந்தன.

எனது இரண்டாவது நாவலாக, புதுமையான படைப்பு ஒன்றை உருவாக்க வேண்டும் என்ற எண்ணம் எனக்கு உள்ளூர இருந்திருக்கலாம்.

'ஜே.ஜே சில குறிப்புகள்': நாவலுக்குரிய உத்வேகம் தற்செயலாக என்னிடம் வெளிப்பட்டது. உண்மையில் நான் எழுதிக்கொண்டிருந்தது மற்றொரு நாவல். அந்த நாவலின் ஒரு கதாபாத்திரத்தின் வீட்டுத் திண்ணையில் அமர்ந்து பல நண்பர்களும் தாழ்த்தப்பட்டோர்களைக் கோவிலுக்குள் அனுமதிக்கும் சட்டம் பற்றிப் பேசிக் கொண்டிருக்கிறார்கள். அப்போது விவாதத்தில் ஒரு தேக்கம் உருவாகிறது. பேசிக் கொண்டிருக்கும் கதாபாத்திரம் ஒன்று மறுநாள் தன் சகோதரனான சம்பத்தை அழைத்து வருவதாகவும் அவன் சில

என் நாவல்கள்

புதிய விஷயங்களைக் கூறி முடிச்சு விழுந்துவிட்ட சிந்தனையை மேலெடுத்துச் செல்வான் என்றும் சொல்கிறது. மறுநாள் சம்பத் வந்து பேசுகிறான். விவாதம் தொடர்கிறது. தன் நண்பனும் மலையாள இலக்கியத்தின் புகழ்பெற்ற படைப்பாளியும் ஓவியனுமான ஜோசஃப் ஜேம்ஸை தான் மறுநாள் அழைத்து வருவதாகவும் கூரிய சிந்தனைவாதியான தன் நண்பன் விவாத விஷயத்தை முற்றிலும் புதிய கோணத்தில் பேசுவான் என்றும் சம்பத் சொல்கிறான்.

ஜோசஃப் ஜேம்ஸ் என்ற பெயர்ச்சொல்லை எழுதிய நிமிஷத்தில் என் மனம் சிறகு கட்டிப் பறக்கத் தொடங்கிற்று. மலையாள இலக்கியம் சார்ந்தும் மலையாள வாழ்க்கை சார்ந்தும் நான் பெற்றிருந்த அனுபவங்களின் சாரங்கள் என் மனத்தில் திரண்டன. மிகுந்த உவகை தரும் ஆவேசத்திற்கு ஆட்பட்டேன். எழுதிக்கொண்டிருந்த பெரிய நாவலை அப்படியே விட்டுவிட்டு என் மனத்தை வெகுவாகக் கவர்ந்த, ஆவேசம் மிகுந்த, சிந்தனைத் தெறிப்புகள் கொண்ட ஜோசஃப் ஜேம்ஸ் என்ற பாத்திரத்தைப் பின்தொடர்ந்து செல்லத் தொடங்கினேன். நான் மிகவும் விரும்பும் ஒரு மன உலகம் கலைப்பாங்காக விரியத் தொடங்கிற்று. ஜோசஃப் ஜேம்ஸின் ஆவேசம்தான் என்னை இழுத்துக் கொண்டுபோய் முழு நாவலையும் எழுத வைத்தது என்று நினைக்கிறேன்.

'ஜே.ஜே: சில குறிப்புகள்' மலையாளக் கலாச்சார உலகத்தைப் பின்னணியாகக் கொண்டதுதான். ஆனால் உண்மையில் அது தமிழ்க் கலாச்சார உலகம் சார்ந்து முன் வைக்கப்பட்ட ஒரு விமர்சனம். தமிழ் வாழ்வின் சாரம் சார்ந்த ஒரு விமர்சனம்.

தமிழ் வாழ்வை விமர்சிக்க மலையாளக் கலாச்சாரப் பின்னணி எதற்கு என்ற கேள்வி எழலாம். என்னிடமிருக்கும் குறையை ஒருவர் தன்னிடமிருக்கும் குறையாகக் கண்டு அக்குறையைச் சார்ந்து என்னிடம் பேசினால் அக்குறைகளுக்கு நான் செவி மடுக்கிறேன். அவற்றைக் கிரகித்துக் கொள்கிறேன். சிறிது சிந்திக்கவும் செய்கிறேன். அதே குறைகளை என்னுடைய குறைகளாக அவர் முன்னிறுத்தினால் என் மனம் விலகி அந்நியப்படுகிறது. எதிர்மறையான பாதிப்பும் அடைகிறது.

தமிழ் வாசகர்களை அந்நியப்படுத்தாமல் தமிழ் வாழ்க்கை சார்ந்த விமர்சனத்தை முன் வைக்க வேண்டும் என்ற ஆசை 'ஜே.ஜே சில குறிப்புகள்': எழுதும்போது என்னை அறியாமலே என்னிடம் வெளிப்பட்டிருக்க வேண்டும்.

திருவனந்தபுரம் வானொலியில்
27-3-94இல் ஒலிபரப்பப்பட்டது.

புதின பூக்களம், 1994.

5

என் படைப்பனுபவம்

என் படைப்பனுபவம் பற்றிய சில எளிய தகவல்களை வாசகர்களுடன் பகிர்ந்துகொள்ளலாம் என்று நினைக்கிறேன். படிப்பனுபவத்திலிருந்து படைப்பனுபவத்தைப் பிரிக்க முடியும் என்று தோன்றவில்லை. மிகச்சிறந்த படைப்புகளைப் படிக்கும் போது 'இதுபோல் நம்மாலும் எழுத முடியுமா?' என்ற ஆதங்கம் தோன்றுகிறது. இந்த ஆதங்கம்தான் படைப்பை உருவாக்கும் சக்தியாகப் பரிணமிக்கிறது.

என் சுய படைப்பு என்று என் இரண்டாவது சிறுகதையான 'தண்ணீரை'த்தான் சொல்ல வேண்டும். இடதுசாரிச் சிந்தனைகள் என்னை வெகுவாகக் கவர்ந்திருந்த காலம் அது. குடும்பச் சூழலில் அடக்குமுறைக்கு ஒடுங்கிப்போன வருத்தமும் கோபமும் என் மனத்தில் இருந்தன. இருப்பையும் சுதந்திரத்தையும் நிலைநாட்டிவிட வேண்டும் என்ற ஆவேசம் பொங்கி வழிந்துகொண்டிருந்தது. இடதுசாரிச் சிந்தனை, மக்களை வர்க்கங்கள் என்று பிரித்துப் பேசினாலும் மனித குலத்தின் நன்மையை ஒட்டுமொத்தக் குறிக்கோளாகக் கொண்டிருந்தது என் மனத்தை வெகுவாகக் கவர்ந்தது. அச்சிந்தனை சார்ந்த கனவும் அந்தக் கனவிலிருந்த தர்க்கமும் என் எதார்த்த மனதுக்கு

இசைவாக இருந்தன.

நாற்பதுகளில் தமிழில் நிறையத் துண்டுப் பிரசுரங்கள் வெளிவந்தன. ஏதோ ஒரு துறை சார்ந்த எதிர்ப்பை உரத்த குரலில் பதிவு செய்யும் துண்டுப் பிரசுரங்கள். கடவுளுக்கு எதிராக, சமயங்களுக்கு எதிராக, பணக்காரர்களுக்கு எதிராக, பிற்போக்குவாதிகளுக்கு எதிராக, வெள்ளையனுக்கு எதிராக இந்தத் துண்டுப் பிரசுரங்களில் வெளிப்பட்ட எதிர்நிலை அம்சம்தான் என்னை வெகுவாகக் கவர்ந்தது. கோபாவேசத்துடன் எழுதப்பட்டிருந்த இந்தத் துண்டுப் பிரசுரங்களை வாங்கிப் படிப்பதை நான் பழக்கமாகக் கொண்டிருந்தேன். ஒவ்வொரு நாள் காலையிலும் ஒரு தமிழ்ப் புத்தகத்தை எடுத்து மாலைக்குள் அதைப் படித்து முடிப்பேன். மாலையில் ஒரு துண்டுப் பிரசுரத்தை வாங்கி அதை முடித்த பின்னரே படுக்கைக்குப் போவேன்.

அன்றே தமிழ் இதழ்களைப் படிப்பதில் எனக்கு ஆர்வம் இருக்கவில்லை. நகைச்சுவைகளின் எல்லா வகைகளும் எனக்குச் சிரிப்பை மூட்டின என்றாலும் துணுக்குகளைப் படித்துச் சிரிக்கும்போது ஏதோ ஒரு வெட்கம் மனத்தில் கவிந்தது. சஞ்சிகைகளில் எதைப் படித்தாலும் மேலோட்டமாகப் பட்டது. தமிழில் படித்த புதுமைப்பித்தன், ஆர். சண்முக சுந்தரம், க.நா.சு., போன்றவர்களின் எழுத்துகளும் மலையாளத்தில் படிக்க நேர்ந்த தகழி, பஷீர், எம். கோவிந்தன் போன்றவர்களின் எழுத்துகளும் என் மனத்தில் இருந்த ரொமான்டிக்கான கனவைச் சிதறடித்துவிட்டிருந்தன. இந்தக் கனவை ஒருவன் இழந்துவிட்டால் அதன்பின் அவன் மனம் தமிழ்ச் சஞ்சிகைகளுடன் ஒட்டாது என்றுதான் நினைக்கிறேன். 'நான் வாழும் இந்த மண்ணைப் பற்றிப் பேசினால்தான் உங்கள் குரலுக்கு என்னால் செவிசாய்க்க முடியும்' என்ற நிபந்தனை எல்லாப் படைப்பாளிகள் சார்ந்தும் என் மனத்தில் இருந்த காலம் அது.

என் ஆரம்பகாலக் கதைகள் என் நண்பர் தொ.மு.சி. ரகுநாதனின் 'சாந்தி' இதழ்களில்தான் அதிகம் வெளிவந்தன. இந்தக் கதைகளின் மூலம் ஒரு சில வாசகர்களையும் சில

எழுத்தாளர்களின் அறிமுகங்களையும் நான் பெற்றுக் கொண்டேன். கதைகளின் உள்ளடக்கம் முற்போக்காக இருந்தாலும் அவற்றின் கலைத்தன்மை வலுவாக இருந்தால்தான் அவை வாசகனைச் சென்றடையும் என்ற என் நம்பிக்கையை உறுதி செய்துகொள்ளும் வகையில் என் ஆரம்பகாலக் கதைகள் அமைந்தன.

'சாந்தி' நின்றுபோன பின் நான் மற்றொரு சிற்றிதழின் வருகைக்காகக் காத்துக்கொண்டிருந்தேன். என் இலக்கிய நம்பிக்கை சார்ந்து ஜனரஞ்சக இதழ்களுடன் எனக்கு எந்தத் தொடர்பும் இல்லாமல் இருந்ததால் இக்காத்திருப்பு கடினமாக இருக்கவில்லை. நண்பர் வ.விஜயபாஸ்கரனை ஆசிரியராகக் கொண்டு 'சரஸ்வதி' வெளிவரத் தொடங்கியபோது என் 'கைக் குழந்தை' என்ற கதை அதில் வெளிவந்தது. தொடர்ந்து பல கதைகள் 'சரஸ்வதி'யில் வெளிவந்தன.

சோவியத் ஆட்சி மிகக் கொடுமையான சர்வாதிகாரப் போக்கு கொண்டது என்ற உண்மையை நான் அறிந்தபோது எனக்கு மிகுந்த அதிர்ச்சியும் ஏமாற்றமும் ஏற்பட்டன. இயக்கங்கள் மீதும் அரசியல்வாதிகள் மீதும் மிகுந்த அவநம்பிக்கை ஏற்பட்ட காலம் அது. இதன் தொடர்ச்சியாக வாழ்க்கைபற்றி ஒரு மறுபரிசீலனை உருவாயிற்று என்றே சொல்லலாம். பொருளாதாரத் தன்னிறைவு கூடிவிட்ட காரணத்தினாலேயே மனிதன் நிம்மதியாக வாழ்வான் என்பதற்கு ஆதாரம் இல்லை என்ற எண்ணம் எனக்கு ஏற்பட்டது. பொருளாதாரத்தைத் தாண்டியும் மனிதனுக்கு எண்ணற்ற பிரச்சினைகள் இருக்கின்றன. மனித மனத்தின் சிக்கலையும் சமூக அமைப்பின் சிக்கலையும் நுட்பமாகப் புரிந்து கொள்ளாத வரையிலும் வாழ்க்கையின் அடிப்படையை மாற்றும் காரியங்கள் எதையும் செய்ய முடியாது என்று நம்பத் தொடங்கினேன்.

இரண்டு ஆண்டுகளில் 'சரஸ்வதி'யில் ஒன்பது கதைகள் வெளிவந்தன. மிகக் குறைவாக எழுதும் என் இயற்கையை எண்ணிப் பார்க்கும்போது இதைப் படைப்பூக்கம் மிகுந்த காலம் என்றுதான் சொல்லவேண்டும். 'சாந்தி' மூலம் இடது

சாரி எழுத்தாளர்களுக்கும் வாசகர்களுக்கும் தெரிய வந்திருந்த நான் 'சரஸ்வதி'யில் எழுதியதன் மூலம் மறுமலர்ச்சி எழுத்தாளர்களுக்கும் இலக்கிய வாசர்களுக்கும் தெரியவந்தேன். சென்னை எழுத்தாளர்கள் ஒரு சிலருடன் எனக்கு இந்தக் காலத்தில் உறவும் ஏற்பட்டது. 'சரஸ்வதி' இதழ் நின்று போன பின் நான் விரும்பும் வகையிலான இதழ் எதுவும் இல்லாமல் போயிற்று.

ஐம்பதுகளின் மத்தியில் எனக்கு நா. பார்த்தசாரதியுடன் நட்பு ஏற்பட்டது. பின்னர் அவர் மிகுந்த புகழ்பெற்ற எழுத்தாளராக மலர்ந்தபோது விரிந்த தளத்தில் வாசகர்கள் என்னை அறிய வேண்டும் என்று பெரிதும் விரும்பினார். என் படைப்புகளைப் பாராட்டியும் நான் புகழ் பெற வேண்டிய அவசியத்தை வற்புறுத்தியும் கடிதங்கள் எழுதுவார். அவரிடம் எனக்கு நட்பும் மதிப்பும் இருந்தன. ஆனால் அவருடைய எழுத்துப் போக்கு என்னைக் கவரவில்லை. அவர் விருப்பத்திற்கு ஏற்ப நான் அவ்வப்போது ஒரு சில கதைகளைத் தலைப்பின்றி எழுதித் தந்தேன். இக்கதைகளுக்கு அவர் விருப்பப்படி தலைப்பிட்டு 'கல்கி' இதழ்களிலும் தீபாவளி மலர்களிலு'ம் வெளியிட்டார். ஜீவாவுடன் எனக்கு இருந்த நெருக்கத்தால் என் ஒரு சில படைப்புகள் 'தாமரை'யிலும் வெளிவந்தன.

நா.பா. அவரது சொந்தப் பத்திரிகையான 'தீப'த்தை உருவாக்கிய போது அதன் ஆரம்ப இதழ்களில் நான் எழுதினேன். அதன்பின் 'ஞானரதம்', 'சதங்கை,' 'கொல்லிப்பாவை' போன்ற பல சிற்றிதழ்களில் கதைகளும் கவிதைகளும் எழுதினேன்.

என் முதல் நாவலான 'ஒரு புளியமரத்தின் கதை'யின் ஆரம்பப் பகுதிகள் 'சரஸ்வதி'யில் வெளிவந்தன. 'சரஸ்வதி' நின்றபோது நான் அந்த நாவலை எழுதி முடிக்க ஆர்வம் கொள்ளவில்லை. ஐந்தாறு வருட இடைவெளிக்குப் பின் காஞ் சிபுரத்தில் ஒரு ஓட்டலில் தங்கி அந்நாவலை எழுதி முடித்தேன். வாசிப்பில் எனக்கு இருந்த ஆர்வம் காரணமாகத் தமிழ், மலையாளம், ஆங்கிலம் ஆகிய மூன்று மொழிகளிலும் படிக்கக் கிடைக்கும் வாய்ப்பை இயன்றவரையிலும் பயன்படுத்தி வருகிறேன். ருஷ்ய இலக்கியமும் பிரெஞ்சு இலக்கியமும்தான்

என் மனத்தை வெகுவாகக் கவர்ந்தன. அமெரிக்க எழுத்தாளரான ஜான் ஸ்டீன்பெக்கின் Grapes of Wrath என்ற நாவல் என்னைப் பாதித்தது. அதைத் தொடர்ந்து அமெரிக்கப் படைப்புகள் பலவற்றையும் படித்தேன். வால்ட் விட்மனின் கவிதைகள் மிகுந்த மன எழுச்சியைத் தந்தன.

படைப்புகளில் எனக்கு எந்தளவுக்கு ஆர்வம் இருந்ததோ அந்த அளவுக்குச் சிந்தனைகளிலும் தத்துவங்களிலும் ஆர்வம் இருந்தது. மேற்கத்திய சிந்தனை சார்ந்த இன்றையப் படைப்பு களையும் நவீனத்துவத்துக்குப் பிந்தைய கவிதைகளையும் படித்துப் புரிந்துகொள்வது கடினமாகவே இருக்கிறது. நாம் வந்து சேர்ந்திருக்கும் சிந்தனையின் தளத்துக்கும் உலகம் உருவாக்கிக்கொண்டிருக்கும் சிந்தனையின் தளத்துக்கும் இடையே மிகப்பெரிய இடைவெளி உருவாகி இருக்கிறது. இந்த இடைவெளியைத் தாண்டிச் செல்ல நாம் கடுமையாக உழைக்க வேண்டும் என்றே நான் நினைக்கிறேன்.

இன்றைய தமிழ்க் கலாச்சாரத்தின் பின்தங்கல் என் மனத்தைத் தொடர்ந்து உறுத்திக்கொண்டு வந்திருக்கிறது. இந்தப் பின்தங்கலின் குணங்களை வெளிப்படுத்துபவை நம் வெகுஜன இதழ்கள், திரைப்படங்கள், அரசியல் செயல்பாடுகள், கல்வி, தொலைக்காட்சி, சமயப் பின்னணி கொண்ட மூட நம்பிக்கைகள் போன்றவை. வணிக சினிமாவும் தொலைக்காட்சியும்தான் பெரியளவில் தமிழனின் மனத்தைக் கட்டமைக்கின்றன. தமிழ்க் கலாச்சாரத்தின் தாழ்வைக் கலைபூர்வமாக ஆராய வேண்டும் என்ற நோக்கம்தான் 'ஜே.ஜே: சில குறிப்புகள்' நாவலில் வெளியா யிற்று. இந்த நாவலின் பின்னணி மலையாள வாழ்க்கையாக இருந்தாலும்கூட மறைமுகமான விமர்சனத்துக்கு இலக்காவது தமிழ்க் கலாச்சாரத்தின் அவலம்தான். தமிழில் அதிகளவுக்கு விமர்சனத்தை உருவாக்கிய நாவல் இது. ஏறத்தாழ ஐம்பது விமர்சனங்களை நான் படித்திருக்கிறேன். இவற்றில் அதிகமும் எதிர்மறையானவை. ஒருசில கடுமையான தாக்குதல்கள். இந்த விமர்சனங்கள் எவற்றுக்கும் நான் பதில் சொல்லவில்லை. நாவல் ஒரு பெரிய கலை உருவம். அந்தக் கலை உருவம் அளிக்கும் சவால்களை இன்றையப் படைப்பாளிகள் பலரும்

எதிர்கொள்ளவில்லை. இன்றும் கதை சொல்வதுதான் நாவலின் குறிக்கோள் என்று கருதப்படுகிறது.

1963லிருந்து நான் கட்டுரைகளும் எழுதி வருகிறேன். என் முதல் கட்டுரையான 'நான் காணும் பாரதி', க.நா.சு.வின் 'இலக்கிய வட்டம்' மலரில் வெளியிடப்பட்டது. ஜீவாவின் மறைவைப் பற்றிய 'காற்றில் கலந்த பேரோசை' என்ற கட்டுரை 'தாமரை - ஜீவா' மலரில் வெளிவந்தபோது என் இலக்கிய நண்பர்களில் பலரும் அதைப் பாராட்டினார்கள். தொடர்ந்து கட்டுரைகள் எழுத முடியும் என்ற நம்பிக்கை இதன் பின்னர்தான் ஏற்பட்டது. இலக்கியம், விமர்சனம், மதிப்புரை, சமூகம், கல்வி என்று பலதுறைகள் சார்ந்தும் என் கருத்துக்களை வெளிப்படுத்தியிருக்கிறேன். இவை 'காற்றில் கலந்த பேரோசை,' 'விரிவும் ஆழமும் தேடி' என்ற இரு தொகுப்புகளாக வெளிவந்திருக்கின்றன.

என் இளம் வயதில் நான் கவிதை எழுத முடியும் என்று நம்பியதில்லை. ஐம்பதுகளின் மத்தியில் க.நா.சு.வைச் சந்தித்தேன். அவருடன் முப்பது வருடங்களுக்கு மேற்பட்ட நட்பு எனக்கு இருந்திருக்கிறது. யாப்பைத் தாண்டியும் கவிதையைத் தமிழில் உருவாக்க முடியும் என்று முதலில் என்னிடம் தர்க்க ரீதியாகச் சொன்னவர் க.நா.சு. அவருடைய சிந்தனைகள் என்னைப் பாதித்தன. கவிதை, வாழ்க்கையின் நெருக்கடியைப் பிரதிபலிக்க வேண்டும் என்று க.நா.சு. கூறினார். 1959ல் 'உன் கை நகம்' என்ற என் முதல் கவிதை சி.சு. செல்லப்பாவின் 'எழுத்து' இதழில் வெளிவந்தது. இதற்குப் பின் கவிதைகள் எழுதுவதும் கவிதைகளை மொழிபெயர்ப்பதும் என் ஆர்வங்களாக இருந்து வருகின்றன. என் கவிதைகள் '107 கவிதைகள்' என்ற தலைப்பில் புத்தக வடிவம் பெற்றுள்ளன.

1962ல் நான் தகழி சிவசங்கரப்பிள்ளையின் 'செம்மீன்' நாவலை மொழிபெயர்த்தேன். தமிழ் வாசகர்கள் மிகவும் விரும்பிப் படித்த கதை இது.

சற்றுப் பெரிய நாவல் ஒன்றை எழுத வேண்டும் என்ற விருப்பம் எனக்கு எப்போதும் இருந்து வந்திருக்கிறது.

இளமைக்காலம்தான் என் மனத்தில் பசுமையாக இருக்கிறது. இளமையில் நான் வாழ்ந்த மலையாளப் பின்னணியும் அங்கு நான் பார்த்த இடங்களும் மனிதர்களும் இன்றும் என் நினைவில் நீங்காது நிற்கின்றனர். 1937, 38, 39 ஆகிய காலத்தைச் சேர்ந்த நிகழ்வுகளாக நான் இந்த நாவலைக் கற்பனை செய்திருக்கிறேன். 'குழந்தைகள் பெண்கள் ஆண்கள்' என்ற தலைப்பில் இந்த நாவல் வெளிவந்திருக்கிறது. வாழ்க்கையில் மனிதர்கள் வெகு சகஜமாகக் காட்சி அளிக்கிறார்கள். இலக்கியம் என்ற கற்பனை யின் ஊடாக வாழ்க்கையை வெளிப்படுத்தும்போது அதன்மீது ஒரு மாயத்திரை படிந்துவிடுகிறது. இந்த மாயத்திரையின்றி நம்மால் இலக்கியத்தை நேசிக்க முடியுமா? வாழ்க்கைக்கு இல்லாத பூச்சை இலக்கியத்துக்குத் தந்து அதை நேசிப்பது வாழ்க்கையை நேசிப்பது ஆகுமா? குணங்களுடனும் குறை களுடனும் வாழ்க்கை ஓடிக்கொண்டிருக்கிறது. உயர்வின் மிகப்பெரிய வீச்சும் தாழ்வின் மிக மோசமான குறுகலும் ஒன்றிலிருந்து மற்றொன்றைப் பிரிக்க முடியாதவாறு வாழ்வில் விரவிக் கிடக்கின்றன.

வாழ்க்கையை ஆழ அறிந்து அதனுடன் உறவு வைத்துக் கொள்வதே நேசம். இந்த நேசத்தை உருவாக்குவதே இலக்கியம். இந்த நேசத்தின் அடிப்படையில்தான் வாழ்க்கையை மாற்றவும் முடியும். இலக்கியம் என்பதைச் சாதாரணத்தின் அசாதாரணம் என்றால் 'குழந்தைகள் பெண்கள் ஆண்கள்' நாவலைச் சாதாரணத்தின் சாதாரணம் என்று சொல்லவேண்டும்.

விண்நாயகன், 16-31, ஜனவரி 2000

6
'தோட்டியின் மகன்'
தமிழுக்கு வந்த கதை

தகழி சிவசங்கரப் பிள்ளையின் 'தோட்டியின் மகனை நான் மொழிபெயர்த்த போது நிலவிய சூழலும் மனநிலையும் இளமைக்கால நினைவுகளும் இன்றும் என் மனத்தில் பசுமையாக அப்படியே இருக்கின்றன. அன்றைய அனுபவங்களை வாசகர்களுடன் சிறிய அளவிலேனும் பகிர்ந்துகொள்ள வேண்டும் என்ற ஆவல் ஓர் இழை போல் இந்த நீண்ட காலப் பகுதியில் தொடர்ந்து வந்திருக்கிறது.

1946இல் எழுதப்பட்ட 'தோட்டியின் மகனை 1951,52 ஆம் வருடங்களில்தான் மொழி பெயர்த்தேன். அப்போது எனக்கு வயது இருபது, இருபத்தியொன்று. அதற்குமுன் தமிழில் சொல்லும்படி நான் எதுவும் எழுதியிருக்கவில்லை. நிச்சயமாக என்னுடைய படைப்பென்று எதுவும் அச்சேறியிருக்கவில்லை. என் உடல், மனம் சார்ந்த அன்றைய வேதனைகளைக் கோபத்துடனும் வருத்தத்துடனும் புலம்பல் கடிதங்களாகக் கடவுளுக்கு எழுதிக்கொண்டிருந்தேன். அவை கிறுக்கல்களாகக் கைவசம் இருந்தன. வெளியே காட்ட யோக்கியதை அற்றவை அவை. தமிழில் என்னை வெளிப்படுத்திக் கொள்வது பெரும்

'தோட்டியின் மகன்'

திணறலாக இருந்த காலம் அது. அப்போது நான் தமிழை எழுதவும் படிக்கவும் கற்றுக்கொண்டு இரண்டு மூன்று வருடங்களுக்கு மேல் ஆகியிருக்கவில்லை.

'தோட்டியின் மக'னை மொழிபெயர்க்கும் நேரத்தில் என்னை ஒரு கலாச்சார ஏழை என்றுதான் சொல்ல வேண்டும். 'கலை உலகின் கடைசி ஏழை' என்ற விவரிப்பும் அப்போது மனத்தில் இருந்தது. தகழியை மொழிபெயர்க்க வேண்டும் என்ற ஆசை மூண்டபோது மொழிபெயர்க்கத் தகுதியிருக்கிறதா என்று யோசிக்கக்கூடத் தெரியாமல் இருந்தேன். அந்த மொழிபெயர்ப்பு நடந்து முடியவும் அந்த யோசனையற்ற நிலைதான்காரணம். யோசித்திருந்தால் அன்றே புகழ் பெற்றிருந்த தகழியின் படைப்புலகில் குறுக்கிடாமல் விலகிப்போயிருப்பேன்.

அப்போது நான் பெற்றிருந்த 'ஞானங்களை' இப்போது நினைத்துப் பார்க்க முயல்கிறேன். படித்திருந்தவை அதிகமும் அரசியல், சமூகச் சீர்திருத்தம், கலாச்சார விமர்சனம் சார்ந்த துண்டுப் பிரசுரங்கள்தான். ஆர்வத்துடன் படித்த படைப்புகளில் இன்றும் நினைவில் இருப்பவை, க.நா.சு.வின் 'ஒருநாள்', தொ.மு.சி. ரகுநாதனின் 'புயல்,' 'முதலிரவு,' 'கன்னிகா,' 'இலக்கிய விமர்சனம்' முதலியவை. கவிமணியின் கவிதைகளும் முக்கியமாக 'மருமக்கள் வழி மான்மியமும்,' (பிராமணர் அல்லாதாரின் கொச்சையில் அன்று மிகுந்த ஈர்ப்பு இருந்தது.) இவை எல்லாவற்றையும் விட முக்கியமாகப் பெற்றிருந்த 'ஞானம்' புதுமைப்பித்தன் சிறுகதைகள். 'புதுமைப்பித்தன் கதைகளும்' 'காஞ்சனை' தொகுப்பும். (அவரது 'ஆறு கதைகள்' என்ற தொகுப்பைக்கூடப் பின்னால்தான் படித்தேன் என்று நினைவு.) மனத்தை ஈர்த்த கதைகளை மீண்டும் மீண்டும் படித்ததில் பல பகுதிகள் மனப்பாடமாகியிருந்தன. 'காஞ்சனை' தொகுதியின் முன்னுரை முழுமையாகவே மனப்பாடமாகி யிருந்தது. மனப்பாடப் பகுதிகளை வீட்டில் பிறர் முன் சந்தர்ப்பம் சார்ந்தும் சாராமலும் அரற்றுவது அப்போது பழக்கத்திலிருந்தது. அந்த அரற்றல், தொய்யும் மனதுக்கு நாணேற்ற நான் கண்டுபிடித்திருந்த வழி. அதற்குப் பலன் இருந்தது.

அரற்றுவதற்குப் புதுமைப்பித்தனைவிடவும் அதிக ஆவேசமளித்த இரண்டு படைப்புகளும் அதே காலத்தில் கிடைத்தன. ஒன்று இயேசுவின் மலைப் பிரசங்கம். மற்றொன்று வ.வே.சு. ஐயர் மொழிபெயர்த்த எமர்சனின் 'தன்னம்பிக்கை' என்ற நீண்ட கட்டுரை. இவற்றைத்தான் அன்றைய ஞானத்தின் ஆத்மீகத் தேட்டங்கள் என்று சொல்ல வேண்டும். கவிதை மீதான ஆசையை இந்த அரற்றல் வளர்த்ததோடு மொழியின் காந்த சக்திக்கு ஆட்படும் உணர்வுகளையும் கூர்மைப்படுத்தியது.

அந்தக் காலத்தில் சஞ்சிகை என்று நான் படித்தது கோவிந்தனின் 'சக்தி' மட்டும்தான். அதிலும் 'சக்தி'யின் கடைசிக் காலத்தில் தொ.மு.சி. ரகுநாதனும் கு. அழகிரிசாமியும் இணைந்து பதிப்பித்த தொகுப்புகள் அவை. 'சக்தி' இதழ் ஒன்றில் வெளிவந்த மாப்பசானின் நாவல் பற்றிய ஒரு நீண்ட கட்டுரையின் மொழிபெயர்ப்பை (ரகுநாதன் செய்தது) பத்துப் பதினைந்து முறையாவது படித்திருப்பேன். யாருக்கும் தெரியாத படைப்பின் ரகசியங்களை என்னிடம் மட்டும் மாப்பசான் ரகசியமாகக் கூறுவதாகக் கற்பனை செய்துகொண்டு அந்தக் கட்டுரையைப் படித்தேன். 'சக்தி' இதழ் ஒவ்வொன்றையும் மாற்றி மாற்றிப் பலமுறை படிப்பது அப்போது வழக்கத்திலிருந்தது. சிற்றிதழ்களின் முக்கியமான பகுதிகளை - பல சமயங்களில் முக்கியமற்ற பகுதிகளைக்கூட- தர்க்கத்துக்கு அப்பாற்பட்ட ஒரு காரணத்தால் பலமுறை படிக்கும் பழக்கம் இன்றளவும் இருப்பது அன்றைய மனநிலையின் தொடர்ச்சி என்றுதான் நினைக்கிறேன்.

மலையாளத்தில் அப்போது முக்கியமாக நான்கு ஆசிரியர் களுடன் வாசக உறவு ஏற்பட்டிருந்தது. தகழி சிவசங்கரப் பிள்ளை, கேசவ தேவ், பொன்குன்னம் வர்க்கி, வைக்கம் முகம்மது பஷீர். பின்னால் இவர்களுடைய வரிசை என் மதிப்பீட்டில் மாறிவிட்டது என்றாலும் அப்போது எனக்குத் தகழி மீதுதான் மிகுந்த ஈர்ப்பு இருந்தது. தகழியிடம் இருந்தது ஈர்ப்பு என்றால் சி.ஜே. தாமஸிடமும் எம். கோவிந்தனிடமும் உருவானது ஆழ்ந்த ஈடுபாடு. வாழ்க்கையின் போதாமைகளை எண்ணி ரத்தத்தைக் கொதிக்கவைத்துக்கொள்ள ஒரு முகாந்தரம் தேடிக்கொண்டிருந்த எனக்கு அந்தக் காலத்தில்

தகழியைப்போல் கொதிப்பின் சுகத்தை வேறு எவருமே அளிக்கவில்லை. 'கௌமுதி' என்ற மலையாள வார இதழையும் அப்போது ஆவேசத்துடன் படித்துவந்தேன். அதன் ஆசிரியர் கே. பாலகிருஷ்ணனின் கையில் அப்போது மிக நீளமான சவுக்கு இருந்தது. அவருடைய மொழி அவருடைய விளாசல்களைச் சொடுக்கிய விதம் பிரமிப்பைத் தந்தது. அவர் தீவிர இடதுசாரிச் சிந்தனையாளர். புரட்சி என்ற சொல்லில் உண்மையாகவே புரட்சி கசிந்துகொண்டிருந்த பொற்காலம்.

அன்றைய நாட்களில் என்னைப் பற்றி எனக்கு இருந்த ஒரு சித்திரம் இப்போதும் நினைவில் இருக்கிறது. மாலையில், இருள் கவியும் நேரத்தில், மலையடிவாரத்தில், காய்ந்து வெடித்துக் கிடக்கும் வயல் வெளிகளின் ஓரத்தில், ஓர் ஒற்றையடிப் பாதை வழியாக நான் தன்னந்தனியாக நடந்து போய்க்கொண்டிருப்பேன். வளைந்த முதுகுடனும் குனிந்த தலையுடனும் அந்தச் சித்திரத்தில் வேட்டியின் விளிம்பு பறக்க நான் விடாமல் நடந்துகொண்டிருந்தாலும் என் பக்கத்தில் நின்ற தென்னை மரம் அதே இடத்தில் இருந்துகொண்டிருந்தது ஒரு முரண்பாடாகவே இருந்ததில்லை. துக்கத்தைச் சுமந்துகொண்டு நடப்பது அன்றைய நாட்களுக்குரிய சுயபரிசோதனைக்கு இசைவாகவே இருந்தது. அதை ஒரு கற்பனைச் சித்திரம் என்று சொல்ல முடியாது. அது ஒரு குறியீடு.

நோயினால் உடல் சார்ந்த கஷ்டங்கள். எதையெதையோ சாதிக்க வேண்டும் என்று ஏங்கும் மனம். எதைச் சாதிப்பது என்பது பற்றியோ எவ்வாறு சாதிப்பது என்பது பற்றியோ எந்தத் தெளிவும் இல்லாத மனநிலை. எழுத ஜீவசக்தி கொண்ட மொழி இல்லை. இல்லாத ஒரு மொழியை வைத்து எதையும் ஆக்கவோ அழிக்கவோ முடியாது என்ற யதார்த்தத்தை உணரும்போது மனத்தில் பொங்கும் விசனம். வாசிக்கப் புத்தகங்கள் இல்லை. இலக்கியம் பேச நண்பர்களும் இல்லை. வாழ்க்கையின் போதாமைகளோ மனத்தில் கீறல்களை ஏற்படுத்திக்கொண்டிருந்தன. ஆனால் அந்தக் கீறல்களை மொழிக்குள் வைக்கத் தெரியவில்லை.. நிறையக் கேள்விகள் முளைத்தவாறு இருந்தன. எல்லா விடைகளும் அறிந்திருந்த

ஒருவரை அன்று சந்தித்திருந்தாலும் கூடக் கேள்விகளை என்னால் உருவாக்க முடிந்திருக்குமா என்பது சந்தேகம்தான். என் கேள்விகளையும் நீங்களே உருவாக்கிப் பதில்களையும் நீங்களே சொல்லிவிடுங்கள் என்றுதான் சொல்ல நேர்ந்திருக்கும். வாழ்க்கையில் உணர்ந்திருந்த குறைகளை அனுபவ வடிவங்களாகச் சிறுகதைகளிலும் கவிதைகளிலும் நாவல்களிலும் படிக்கும்போது ரத்தம் கொதிப்பது போலிருக்கும். எதிரே நிற்கும் சுவரையும் காலால் உதைத்துத் தூளாக்கிவிடலாம் என்று தோன்றும். ஒரு அகராதியைத் தூக்குவதற்கான பலம்கூட என்னுடைய உடலுக்கு இல்லாதிருந்ததைக் கோபப்படும் என் மனம் ஒரு சமயம்கூடக் கணக்கில் எடுத்துக் கொண்டதில்லை.

இந்தப் பின்னணியில்தான் 'தோட்டியின் மக'னைப் படித்தேன். விருப்பமும் வியப்பும் மனத்தில் அலைமோதின. கொடுமையான ஒரு வாழ்க்கையை எவ்வளவு நேர்த்தியாக மனத்தில் பதியும்படிச் சொல்லிவிட்டார் இந்த ஆசிரியர்! வெளியுலகத்துக்கே தெரியாத ஒரு இருண்ட வாழ்க்கையினூடே எப்படி இவரால் இவ்வளவு சகஜமாகப் புகுந்து மன உணர்ச்சிகளை அள்ளிக் கொண்டுவர முடிகிறது? தகழி வெளிப் படுத்தியிருப்பது தோட்டிகளின் வாழ்க்கை சார்ந்த தகவல்களை அல்ல என்பதையும் காலம் அவர்களது அடி மனங்களில் மூட்டும் நெருப்பு என்பதையும் உணர்ந்தபோது மிகுந்த வியப்பு ஏற்பட்டது. இந்த நெருப்பை எப்படி அவரால் மொழியில் மறுஉருவாக்கம் செய்ய மு டிந்தது? கொடுமையில் மனம் கொள்ளும் கோபத்தில், ரத்தத்தில் உஷ்ணம் ஏறாமல் என்னால் அப்போதெல்லாம் 'தோட் டியின் மக'னின் எந்தப் பக்கத்தையும் படிக்க முடிந்ததில்லை. எனக்குத் தெரியாத ஒரு உலகத்திற்குள் என்னாலும் இவரைப் போல் புகுந்து புறப்பட முடியுமா என்ற கேள்வியின்முன் மனம் மிகவும் சோர்ந்து போயிற்று.

'தோட்டியின் மக'னை மொழிபெயர்த்த பின்புகூட அந்தக் காரியம் நடந்து முடிந்திருப்பதை என்னால் நம்ப முடியவில்லை. எப்படி இதைச்செய்து முடித்தேன் என்று எனக்கு நானே கேட்டுக்கொண்டே இருந்தேன். இந்தப்

'தோட்டியின் மகன்'

பூரிப்பைப் பகிர்ந்துகொள்ள இசைவான எவரும் அப்போது எனக்கு இருக்கவில்லை. என் அம்மாவைத் தவிர. இருந்த ஒன்றிரண்டு நண்பர்களிடம் நான் செய்திருந்த 'விஷமத்தை'ச் சொல்லக் கூச்சமாகவும் இருந்தது. சொன்னாலும் புதிராகவோ புரிந்துகொள்ள முடியாமலோதான் இருக்கும் என்று தோன்றிற்று. அவர்களை நான் கைவிட்டுவிட்டதாகக்கூட நினைக்கலாம் என்றும் நினைத்தேன். இடதுசாரிச் சிந்தனைகளில் ஆழ்ந்த அக்கறைகொண்ட தோழர்கள் உருவானபோது நான் செய்திருந்த பணியின் மதிப்பு என் மனத்தில் திடீரென்று உயர்ந்தது.

தோழர்களுக்குக்கூடத் 'தோட்டியின் மகன்' என்ற நாவலின் தலைப்பு வெளிப்படையாகச்சொல்ல இயலாத அந்நிய உணர் வைத்தான் முதலில் தந்தது. அவர்களுடைய இலக்கிய நம்பிக்கைகள் அவர்களுடைய உணர்வுகளை வெளியே காட்டிக் கொள்ள இடம் தருவதாகவும் இருக்கவில்லை. அன்று ஒரு முதிய தோழருக்கும் எனக்கும் நடந்த சம்பாஷணையின் சாராம்சம் பல தோழர்களுடைய அன்றைய மனநிலையைக் காட்டக்கூடியது.

'மலையாளத்திலும் தோட்டியின் மகன் என்றே தலைப்பா?' என்று கேட்டார் அந்த முதிய தோழர்.

'ஆமாம்' என்றேன்.

சில கணங்கள் மௌனம்.

'வாங்கிப் படிக்கிறாங்களா?'

'நிறைய'

'முழுக்கவும் தோட்டிகள்தான் வாராங்களா?'

'அநேகமாக அவங்கதான்.'

'காதல் உண்டா?'

'உண்டு.'

'காதலிப்பவளும் தோட்டிச்சியா?'

'ஆமாம்.'

'அவங்க பாக்கற வேலைவெட்டி பத்தியெல்லாம் சொல்றாரா?'

'சொல்றார்.'

'ஒண்ணுவிடாம?'

'ஒண்ணுவிடாம.'

'குடும்பத்தைப் பத்தி?'

'சொல்றார்.'

'தமிழ்ல தலைப்பை மாத்திப்புட்டா என்ன, தோழர்?'

தோழர் கேட்ட கடைசிக் கேள்வி கவலையைத் தந்தது. புத்தகத்தை அச்சேற்றவே முடியாதோ என்ற எண்ணம் ஏற்பட்டது. தோட்டி என்ற சொல்லைத் தமிழில் எங்கேயாவது அச்சில் படித்திருக்கிறேனா என்று நினைவுபடுத்திப் பார்த்தேன். சட்டென்று எதுவும் நினைவுக்கு வரவில்லை. புத்தகம் வெளிவந்தால் தோழர்கள் துணிந்து படிப்பார்கள் என்று தோன்றிற்று. 'தோட்டிகளும் தொழிலாளி வர்க்கம்தானே, தோழர்' என்று ஜி. நாகராஜன் சொன்ன வாக்கியம் மிகுந்த ஆறுதலைத் தந்தது.

தொ.மு.சி. ரகுநாதனுடன் என் நட்பு நெருங்கியபோது 'தோட்டியின் மகன்' நாவலின் கையெழுத்துப் பிரதியை அவருக்குப் படிக்கத் தந்தேன். மொழிபெயர்த்து அப்போது இரண்டு மூன்று வருடங்களேனும் ஆகியிருந்தன. ஆனால் அது ஒரு சுமையாக என் மனத்தில் இருக்கவில்லை. 'தோட்டி' யைத் தமிழ் ஏற்றுக்கொள்ளச் சிலகாலம் காத்திருக்க நேர்வது இயற்கையாகவே தோன்றிற்று. 'மொழிபெயர்ப்பு நன்றாக வந்திருப்பதாகவும் மேலும் திருத்தங்கள் செய்து முழுமைப்படுத்தலாம்' என்றும் ரகுநாதன் கடிதம் எழுதியதாக நினைவு. அதற்குச் சில வருடங்களுக்குப் பிறகு அவரிடமிருந்து 'சரஸ்வதி' ஆசிரியர் நண்பர் வ.விஜயபாஸ்கரனின் கைக்கு என் கையெழுத்துப் பிரதி போயிற்று. அவர் கொடுத்தாரா, நான்

வாங்கித் தந்தேனா என்பது நினைவில்லை. 'சரஸ்வதி' இதழில் என் பெயரில் சிறுகதைகள் வந்துகொண்டிருந்ததால் என்.எஸ். ஆர். என்ற பெயரில் 'தோட்டியின் மகன்' தொடர்கதையாக வெளியாயிற்று. மார்ச் 57இலிருந்து ஜூன் 58 வரையிலும்.

'தோட்டியின் மக'னை மொழிபெயர்த்த பின்பும் நான் காய்ந்தவயலோரம் ஒற்றையடிப் பாதையில் நடந்து போகும் சித்திரம் மனத்தில் வந்துகொண்டுதான் இருந்தது. புறக் காட்சிகளில் - தென்னைமரம் உட்பட - எந்த மாற்றமும் ஏற்பட்டிருக்கவில்லை என்றாலும் நடந்து போகும் என் கையில் அப்போது ஒரு புத்தகம் முளைத்திருந்தது. அந்தப் புத்தகத்தின் தலைப்பை நான் சொல்ல வேண்டியதில்லை.

'தோட்டியின் மக'னை நான் மொழிபெயர்த்து ஐம்பது வருடங்கள் ஆகிவிட்டன. தமிழில் வெளியிடத் தகழி ஐம்பதுகளிலேயே உரிமையும் தந்திருந்தார். வெளியிடாமல் அசிரத்தையாக இருந்துவிட்டேன் என்று சொல்லலாம். அசிரத்தைக்கும் நாம் உணராத காரணங்கள் இருக்கக்கூடும்.

மலையாளத்தில் 'தோட்டியின் மகன்' வெளிவந்த காலத்தி லிருந்து தொடர்ந்து பேசப்பட்டுவரும் நாவல். மேடையிலும் எழுத்திலும் அங்கு நடந்த விவாதங்கள் என் நினைவில் இருக்கின்றன. ஆனால் 'சரஸ்வதி'யில் இந்நாவல் தொடர் கதையாக வந்தபோது வாசகக் கவனத்தை இந்தத் தொடர் பெற்றதற்கான எந்த அடையாளமும் என்னிடம் வந்து சேர வில்லை. யாரும் இந்த நாவலைப் பற்றி இன்றுவரையிலும் எழுத்திலோ பேச்சிலோ குறிப்பிட்ட நினைவும் இல்லை. இருந்தாலும் காலம் மாறிக்கொண்டிருக்கிறது. தலித் இலக்கியம் தமிழில் உருவாகிக் கொண்டிருக்கிறது. தலித் இலக்கியத்தைப் படிக்கும் வாசகர்களும் தோன்றியிருக்கிறார்கள். திருநெல்வேலிச் சீமையிலிருந்து மாடுகள்போல் பிடித்துக் கொண்டு போகப்பட்ட இந்தத் தோட்டிகள் தலித் வாழ்க்கையின் அவலத்தை நம் மனத்தில் ஆழமாகப் பதிய வைக்கின்றனர்.

'தோட்டியின் மகன்' நூலின் முன்னுரை, 2000

7

இறந்த காலம் பெற்ற உயிர்

1939ஆம் வருடம் என் எட்டாவது வயதில் நான் கோட்டயத்திலிருந்து நாகர்கோவிலுக்கு வந்தேன். 1979இல் 'ஜே.ஜே: சில குறிப்புகள்' நாவலை எழுதவேண்டும் என்று நினைத்தபோதோ அல்லது எழுதத்தொடங்கிய பின்னரோ எனக்குக் கோட்டயம் ஊரைப் பார்க்க வேண்டும் என்ற எண்ணம் ஏற்பட்டது. அங்கிருந்து எங்கள் குடும்பம் நாகர்கோவில் வந்து சுமார் நாற்பது வருடங்கள் அப்போது ஆகியிருந்தன. கோட்டயத்தில் சில நாட்கள் தங்கி என் நினைவிலிருந்த எங்கள் வீடு, சுற்றுப்புறங்களில் இருந்த பிற வீடுகள், திருநக்கரைக்கோவில், கடைவீதி, நான் படித்த மலையாளப் பள்ளிக்கூடம், அதன் எதிரேயிருந்த காவல் நிலையம், கம்பி மைதானம் போன்ற பரிச்சயமான பிற இடங்கள் எல்லாவற்றையும் சுற்றிப்பார்க்க வேண்டும் என்ற எண்ணம் ஏற்பட்டது. அதற்கு முன்பு கூடக் காரியார்த்தமாக ஒரு முறை நான் அங்குச் சென்றிருந்தது சற்று மங்கலான அனுபவமாக என் மனத்தில் பதிந்திருந்தது.

1957 வாக்கில் இடதுசாரிகள் பின்னின்று நடத்திய முற்போக்கு எழுத்தாளர் சங்கத்தின் மாநாடு கோட்டயத்தில் நடந்தது. அன்று

இறந்த காலம் பெற்ற உயிர் 91

கோட்டயத்திலிருந்த என் நண்பர் ராஜாமணி (அவரைப் பற்றிய தகவல் எதுவுமே பின்னால் எனக்குத் தெரியாமல் போய்விட்டது) கடிதம் எழுதி மாநாட்டுக்கு என்னை வரச் சொல்லியிருந்தார். அப்போது என் சகோதரி கோட்டயத்தில் நாங்கள் முன்னர்க் குடியிருந்த வீட்டிற்குப் பக்கத்திலேயே குடியிருந்தாள் அதிர்ஷ்டவசமாக அவளுடைய மூத்த பெண்ணுக்கு முதல் பிறந்த தினம் முற்போக்கு எழுத்தாளர் மாநாடு நடந்த தேதியையொட்டி வந்ததால் என் தந்தையே அதில் கலந்துகொள்ள என்னை அனுப்பி வைத்தார். மாநாட்டுக்கே அவர் என்னை அனுப்பி வைத்துவிட்டதாகக் கற்பனை செய்து கொண்டு மிகுந்த மகிழ்ச்சியுடன் கோட்டயம் போனேன். என்னை அந்த நாட்களில் வெகுவாகக் கவர்ந்திருந்த மலையாள எழுத்தாளர் சி.ஜே. தாமஸை அப்போதுதான் பிரபல வெளியீட்டகமான நேஷனல் புக் ஸ்டாலில் சந்தித்தேன். (இச்சந்திப்பு 'ஜே.ஜே: சில குறிப்பு'களில் சில மாற்றங்களுடன் பதிவாகியிருக்கிறது.) இதே புத்தக நிலையத்தில்தான் இலக்கிய விமர்சகர்களால் மிக உயர்வாக மதிப்பிடப்பட்டிருந்த காரூர் நீலகண்டப் பிள்ளை என்ற சிறுகதை எழுத்தாளரையும் பார்த்தேன். சத்யஜித் ரேயின் அதுவரையிலும் வெளியாகியிருந்த எல்லாப் படங்களையும்- (இவற்றில் ஒரு சில நான் ஏற்கெனவே பார்த்திருந்தவை) பார்க்கவும் ஒரு வாய்ப்புக் கிடைத்தது. இன்று டி.சி.புக்ஸ் என்ற பெயரில், கேரள கலாச்சாரத்தில் பரவலான தாக்கத்தை ஏற்படுத்திவரும் நிறுவனமாக உருவாக்கிய டி.சி. கிழக்கேமுறி என்பவருடன் எனக்கு சகஜமாகப் பழகும் வாய்ப்பும் ஏற்பட்டது. அன்று என்னைப் பாதித்தவை இவை. ஊரைச் சுற்றிப்பார்க்க வேண்டும் என்ற எண்ணம் ஏன் எனக்கு அன்று தோன்றவில்லை என்ற கேள்விக்கு எனக்குப் பதில் தெரியவில்லை.

ஊரைச் சுற்றிப்பார்ப்பதற்காக நான் கோட்டயம் போனபோது திருநக்கரைக்கோவிலுக்கு அருகில் இருந்த வாடகை மலிவான ஒரு ஓட்டலில் அறை அமர்த்திக்கொண்டேன். ஊருக்குள் ஏகமாகச் சுற்றினேன். கால் சோர்ந்துபோகும் அளவுக்குத் தாறுமாறாக அலைந்தேன். நாங்கள் குடியிருந்த

வீட்டை மீண்டும் பார்க்க வேண்டும் என்ற ஆசை என் மனத்தில் துடித்துக்கொண்டிருந்தது. ஐந்தாறு முறையேனும் அந்தப் பக்கம்போயிருப்பேன். வீட்டுக்கு முன்னால் நடுவீதியில் இருந்த படிக்கட்டு அகற்றப்பட்டு அந்தப் பள்ளத்தில் மண் நிரப்பி, மேட்டுப் பாங்கான வீதியாக மாற்றப்பட்டிருந்தது. படிக்கட்டுக்குப் பக்கத்திலிருந்த பொதுக் கிணறு இருந்த இடமே தெரியாமல் பாதையின் ஒரு பகுதியாக மாறியிருந்தது. கிணற்றையொட்டியிருந்த என் சித்தப்பாவின் சிறிய வீடு இல்லை. அந்த இடத்தில் நடுத்தரக் குடும்பம் ஒன்று வசிக்க ஏற்றதுபோல் முகப்பில்லாத நாகரிகமான ஒரு புது வீடு கட்டப்பட்டிருந்தது. சுற்றி வர மேலும் பல ஓட்டுக் கூரை யில்லாத வீடுகள் தோன்றியிருந்தன.

எங்கள் வீட்டிற்குப் பக்கமிருந்த சந்து என் சிறு வயதில் காட்சியளித்துக் கொண்டிருந்தது போலவே அசுத்தமாக இருந்தது. என் வீட்டின் முன்படிக்கட்டுகளை என்னால் துல்லியமாக அடையாளம் காண முடிந்தது. ஆனால் வீட்டைப் பார்க்கக் கிடைக்கவில்லை. முன்பு அந்த வீட்டின் முற்றமாக இருந்த பகுதியில் இடது ஓரமாக ஒரு புதிய கட்டிடம் தோன்றி யிருந்தது. சுற்றி வர எந்த வீட்டிலும் நான் அடையாளம் கண்டு கொள்ளக் கூடிய முகம் ஒன்றைக்கூடப் பார்க்க முடிய வில்லை. தெருவில் போகிறவர்களிடம்தான் விசாரிக்க முடிந்தது. ஏறத்தாழ எல்லோரும் சிறு சிறு வித்தியாசங்களுடன் ஒரே பதிலைத்தான் சொன்னார்கள். எங்கள் பழைய வீடு இடிக்கப் பட்டுவிட்டதாகவும்,முன்னால் எழுப்பப்பட்டிருக்கும் பெண்கள் விடுதியின் ஒரு பகுதியாக இப்போது அந்த இடம் மாறி விட்டதாகவும் சொன்னார்கள். பெண்கள் விடுதியில் விசாரிக்கத் தயக்கமாக இருந்தது.

பலமுறை முயன்றும் வீட்டைப் பார்க்க முடியாமல் போனது சோர்வைத் தந்தது. ஊரின் வேறு பகுதிகளில் சுற்றத் தொடங்கினேன். கோவிலுக்கு முன்னால் சிறிது தூரத்திலிருந்த எனது பள்ளிக்கூடம் அங்கில்லை. அந்த இடத்தில் ஓட்டல் வந்துவிட்டிருந்தது. எதிரேயிருந்த காவல் நிலையமும் இல்லை. காவல் நிலையம் இடிக்கப்பட்டு வீதியின் ஒரு பகுதியாக

ஆகிவிட்டது என்று நினைத்தேன். இந்த இடங்களின் பழைய தோற்றங்கள், 'குழந்தைகள் பெண்கள் ஆண்கள்' நாவலில் பத்திரமாகப் பாதுகாக்கப்பட்ட நிலையில் இருந்து கொண்டிருக்கிறது.

இதற்குப்பின் சில பணிகளை முன்னிட்டும் ஊரைப் பார்க்கும் ஒரே குறிக்கோளுடனும் கோட்டயத்துக்குக் குறைந்தது ஐந்தாறு தடவையேனும் போயிருப்பேன். 'குழந்தைகள் பெண்கள் ஆண்கள்' நாவலை எழுதி முடிக்கும் நேரத்தில் ஒரு முறை போய் சில நாட்கள் தங்கியிருந்தேன். இந்தச் சந்தர்ப்பங்களில் எல்லாம் நான் மேற்கொண்ட அலைச்சல் கடுமையானது. ஒரு தடவை என் தந்தையின் அலுவலகத்தைத் தேடிக் காயலோரத்தில் இருந்த 'போட்ஜெட்டி'க்குப் போனேன். அங்கு முன்பிருந்த இடத்தில் அலுவலகத்தையே காணோம். போட்ஜெட்டி இருந்த காயலோரங்களில் ஈரநைப்பில் செழித்தோங்கி வளரும் பலவகைச் செடிகள் காடாக மண்டிக் கிடந்தன. ஆலப்புழைக்குச் செல்லும் 'போட்'களைப் பற்றி விசாரித்தபோது அவை பக்கத்திலேயே மற்றொரு இடத்திலிருந்து புறப்படுவதாகவும் ஆலப்புழைக்குச் செல்வது தரை வழியாகவும் சாத்தியமான பின்பு 'போட்'களில் பயணிகள் எவரும் போவதில்லை என்றும் சொன்னார்கள். அந்த போட்ஜெட்டிக்குப் போனேன்.

ஆலப்புழைக்கு ஒரு தடவை 'போட்டி'ல் போக ஆசையாக இருந்தது. அவ்வாறு சிறு வயதில் பல முறை போன நினைவுகள் மனத்தில்ப சுமையாக இருந்தன. 'போட்' யாத்திரைக்குப் பயணச்சீட்டு அளிப்பவர் தன் பேச்சினால் முடிந்த அளவு என் ஆசையைச் சிதறடித்தார். மீன், கறிகாய்கள், கோழிகள், முட்டைகள், மூங்கில் கழிகள், பானைகள் போன்ற வியாபாரப் பொருட்களையே 'போட்'களில் இப்போது ஏற்றிச் செல்வதாகவும் வியாபாரிகளான ஆண்களும் பெண்களும் மட்டுமே போய் வருதாகவும் சொன்னார். சுமார் ஒவ்வொரு ஐந்து மைல்களுக்கும் இடைவெளியில் சரக்கை இறக்குவதற்கும் ஏற்றுவதற்குமாக 'போட்' சிற்றூர்களில் ஒதுங்கும் என்றும், ஆலப்புழை போய்ச் சேர ஐந்தாறு மணி நேரம் ஆகும் என்றும் சொன்னார். ஒரு மணி நேரத்தில் போகக்கூடிய பஸ் இருக்கிறபோது எதற்கு

இங்கு வருகிறீர்கள் என்று அலுப்புடன் நொந்துகொண்டார். நான் என் ஆசையைக் கைவிடும்படி ஆயிற்று.

ஊருக்குள் சவப்பெட்டி விற்கும் புதிய கடைகள் தோன்றி யிருந்தன. முன்பு ஓலை வேய்ந்த பந்தல்களில் மண்டிகள் போலிருந்த அக்கடைகள் மறைந்து நவீனத் தோற்றம் கொண்ட கடைகளாக மாறியிருந்தன. இரண்டு மூன்று கடைகளை ஏறி இறங்கிப் பார்த்தேன். சவப்பெட்டிகளுக்கு என் மனத்தில் இருந்த விலையை விட பத்து மடங்கு அதிகமாக இருந்தது. வேலைப்பாடு மிகுந்த ஒரு சவப்பெட்டியைக் காட்டி ஐயாயிரம் ரூபாய் வரையிலும் ஆகும் என்றார் கடைக்காரர். இன்று பத்தாயிரம் ரூபாய்க்கு அதிகமாகவே இருக்கக்கூடும். பிரபல பணக்காரிகள், பணக்காரர்கள் சிலரின் பெயர்களை அடுக்கி அவர்கள் எல்லோருமே இதுபோன்ற சவப்பெட்டிகளிலேயே அடக்கம் செய்யப்பட்டுள்ளதாகக் கடைக்காரர் கூறினார். எனக்குப் பயன்பட சந்தர்ப்பம் இல்லாமல் இருந்ததால் முன்கூட்டி ஒரு சவப்பெட்டியைப் பதிவு செய்து வைத்துக்கொள்ள முடியாமல் போய்விட்டது.

நாங்கள் இருந்தபோது இல்லாத ரயில் நிலையம் பெரிய அளவில் உருவாகியிருந்தது. பழைய, சிறிய பஸ் ஸ்டாண்டு மாற்றப்பட்டு விசாலமான இடத்தில் புதிய பஸ் ஸ்டாண்டு முளைத்திருந்தது. புதிய வீதிகளும் தமிழர்கள் நடத்தும் ஜவுளிக்கடைகளும் ஓட்டல்களும் கண்களில் பட்டன. மாதா கோவில்கள் பழமையான தோற்றத்துடன் மனச்சிலிர்ப்பைத் தரும் விதத்தில் காலத்தில் உறைந்து கிடந்தன. மலையாள மனோரமா தினசரியின் ஸ்தாபகர் பெயரில் உருவாக்கப்பட்டிருந்த மண்டபம் பிரம்மாண்டமாகவும் கம்பீரமான தூண்கள் கொண்ட முகப்புடனும் காட்சியளித்தது. வெவ்வேறு துறைகளைச் சார்ந்த புத்தகங்களை விற்கும் கடைகள் ஏராளமாகத் தோன்றியிருந்தன. அவற்றிலும் ஏறி இறங்கினேன். பாலுணர்வையும் திடுக்கிடும் திருப்பங்களையும் சரி சமமாகக் கலந்து நாவல்கள் தயாரித்துக்கொண்டிருந்த பலரில் கோட்டயம் புஷ்பநாத் அதிகம் விற்பவராக இருப்பதைத் தெரிந்து கொண்டேன்.அவரை நேரில் சந்திக்க வேண்டும் என்று

தோன்றிற்று. அவர் பேசும்போது அவரது உதடுகள் எந்தவிதமாக அசையும் என்பதைப் பார்க்க ஆசையாக இருந்தது. அன்னாரின் சில புத்தகங்கள் தமிழிலும் மொழிபெயர்க்கப்பட்டுள்ளன. மாற்றங்களும் புதிய செய்திகளும் ஒரு இனந்தெரியாத சந்தோஷத்தையே ஏற்படுத்தின. இன்னும் கண்டுபிடிக்க எவ்வளவோ இருக்கும் என்று எனக்கு எப்போதும் தோன்றிக் கொண்டிருக்கும் நம்பிக்கை அப்போதும் தூக்கலாக மனத்தில் வந்தது. கால்வலி அதிகமாக இருந்ததால் அதற்கு மேல் அலைய முடியவில்லை.

2

மலையாளக் கவிஞர் கே. சச்சிதானந்தனை ஆசிரியராகக் கொண்ட 'பச்சக் குதிர' (பச்சைக் குதிரை) என்ற மும்மாத இதழை வெளியிட அச்சஞ்சிகையின் வெளியீட்டாளரான ரவி. டி.சி. (டி.சி. கிழக்கேமுறியின் மகன்) எனக்குத் தொலைபேசியில் அழைப்புவிடுத்தார். நானும் கண்ணனும் கோட்டயம் போனோம். மலையாள மனோரமா கட்டிடத்தின் எதிரில் இருக்கும் என் மனத்திற்கிசைவான ஓட்டலில் இம்முறையும் தங்கினேன். கூட்டம் 19-01-02 ஒரு சனிக்கிழமையில் நடந்து முடிந்தது. மறுநாள் ஞாயிற்றுக்கிழமை கண்ணனுடன் கோட்டயத்தில் ஒரு சில இடங்களுக்காவது போகலாம் என்று நினைத்தேன். சிறு வயதில் நான் புழங்கிய இடங்களை அவன் பார்க்க வேண்டும் என்று ஆசை இருந்தது.

திருநக்கரைக் கோவிலையொட்டியிருந்த வீதி வழியாக நாங்கள் முன்பு குடியிருந்த வீட்டுப் பக்கம் போனோம். கடைசியாகப் பார்த்ததிலிருந்து பெரிய மாற்றம் எதுவும் ஏற்பட்டிருக்கவில்லை. வீட்டுக்குப் பக்கத்திலிருந்த சந்து சிமெண்டுப் பாதையாக மாறி சுத்தமாக இருந்தது. இந்த மாற்றம் இதற்கு முன்பே நிகழ்ந்து நான் கவனிக்காமல் விட்டிருப்பேனோ என்று நினைத்தேன். வீட்டின் படிக்கட்டுகளைக் கண்ணனுக்குக் காட்டினேன். வீதி பள்ளத்திலும் வீட்டுமனை மேட்டிலும் இருந்ததால் அதிகமான படிகள் இருந்தன. கண்ணன் படி களில் ஏறிச் சென்று பார்த்தபோது பெண்கள் விடுதிக்குப்

பின்னர் ஒரு வீட்டின் கூரை தென்படுவதாகச் சொன்னான். கதவைத் திறந்துகொண்டு முற்றம் தாண்டி வீட்டருகே சென்றோம். முன்பக்கத்தைப் பார்த்ததுமே நாங்கள் குடியிருந்த வீடுதான் என்பது எனக்குத் தெரிந்துவிட்டது. வீட்டின் பின் பகுதியிலிருந்து ஒரு பெண் வந்தாள். குளித்து முடிந்த நிலையில் தலையைச் சுற்றிக் கட்டியிருந்த ஈரத் துண்டோடு இருந்தாள். பக்கவாட்டு அறைக்குள் நுழைந்து ஒரு முதியவரை அழைத்து வந்தாள். அவர் முன்வராண்டாவுக்கு வந்து எங்களை உள்ளே வர அழைத்தவிதம் அதுவரையிலும் இருந்த தயக்கத்தை முற்றிலும் இல்லாமல் ஆக்கிவிட்டது. வந்த நோக்கத்தை நான் சொன்னேன். அவர் அடைந்த சந்தோஷம் எனக்கு மிகுந்த உற்சாகத்தை அளித்தது.

வீட்டுக்குள் அழைத்துக்கொண்டுபோய் ஒவ்வொரு இடமாகக் காட்டத் தொடங்கினார். அப்போதுதான் பழைய வீட்டின் நடுவில் நீளமாக ஒரு சுவர் எழுப்பப்பட்டு இரண்டாகப் பிரிக்கப்பட்டிருப்பது தெரிந்தது. நாவலில் வரும் பூஜையறை, லக்ஷ்மி தன் காலத்தைக் கழிக்கும் படுக்கையறை, ஆனந்தத்தின் நடமாட்டம் கொண்ட அடுக்களையும் பின் திண்ணையும் கிணற்றடியும் நடுவில் எழுப்பப்பட்ட சுவருக்கு அப்பால் போய்விட்டிருந்தன. எஸ்.ஆர்.எஸ்ஸின் கண்ணாடி மேஜை இருந்த நடு ஹால் எந்த மாற்றமும் இல்லாமல் அப்படியே இருந்தது. பாலு, ரமணி, வள்ளி ஆகியோரின் படுக்கையறையிலும் மாற்றம் எதுவுமில்லை. எஸ்.ஆர்.எஸ்ஸின் அலுவலக அறையைப் பார்த்தபோது அது மிகச் சிறியதாக இருந்தது. அப்போதுதான் வீட்டின் எல்லாப் பகுதிகளுமே முன்பு மனத்தில் இருந்ததைவிடச் சிறுத்துப்போய் விட்டதை உணர்ந்தேன். நாவலை எழுதுவதற்கு முன்னாலேயே இந்த வீட்டைக் கண்டுபிடித்திருந்தால் இப்போது இருப்பதுபோல் வீடு விசாலமாக நாவலுக்குள் அமைந்திருக்காதோ என்று தோன்றிற்று. வெளிவராண்டா தன் நீளத்தில் பாதியை இழந்து அகலமும் குறைந்து குறுகலாகத் தெரிந்தது. உடல் சார்ந்த கிளர்ச்சியின் பீடிகையாக லக்ஷ்மியும் எஸ்.ஆர்.எஸ்ஸும் சந்தித் துக்கொள்ளும் இடமான இந்த வராண்டா இப்போது

இருப்பது போல் இருந்திருந்தால் அந்தச் சந்திப்புக்கு எஸ்.ஆர்.எஸ். இந்த இடத்தைத் தேர்வு செய்திருப்பாரா என்ற சந்தேகம் வந்தது.

வீட்டில் குடியிருந்த பெரியவரின் பெயர் ஸ்ரீதரன் நாயர். பள்ளியில் தலைமையாசிரியராகப் பணியாற்றி ஓய்வு பெற்றவர். காலஞ்சென்ற திரைப்பட இயக்குநரான அரவிந்தன் தன் மாணவன்தான் என்று ஓர் ஆசிரியருக்கே உரிய மனோபாவத்தில் சொன்னார். கூடத்துக்கு அழைத்துச் சென்று ஊரில் தெரியவந்தவர்களுடனும் கேரள எல்லையைத் தாண்டிப் புகழ்பெற்றிருந்தவர்களுடனும் எடுத்துக்கொண்டிருந்த 'க்ரூப்' போட்டோக்களைக் காட்டினார். ஒரு படத்தில் கே.பி.எஸ். மேனன் பக்கத்தில் ஸ்ரீதரன் நாயர் உட்கார்ந்து கொண்டிருக்கிறார். பின்னால் வேறு சில நபர்களுடன் டி.சி.கிழக்கேமுறி நின்று கொண்டிருக்கிறார். ரவி. டி.சி.யிடம் இந்தச் செய்தியைச் சொல்ல வேண்டும் என்ற எண்ணம்தான் முதலில் வந்தது. ஆசிரியத்துவத்திற்கு அப்பாற்பட்ட தன் திறன்கள் பற்றியும் ஸ்ரீதரன் நாயர் அடக்கமாகச் சொல்லிக்கொண்டார். அவரும் ஒரு எழுத்தாளர்தான். வானொலியில் புத்தக விமர்சனங்கள் வாசித்திருப்பதாகக் கூறினார். அவருடைய ஈடுபாடுகளைக் காட்டும் விதமாகக் கூடத்து அலமாரியில் நிறையப் புத்தகங்களும் இருந்தன. அந்த அலமாரி இப்போது இருக்கும் இடத்தில்தான் நாவலில் எஸ்.ஆர்.எஸ்ஸின் மடியில் பாலு கொஞ்ச நேரம் படுத்துக்கொண்டிருக்கிறான். மொத்த நாவலிலும் தந்தையின் உடல் ஸ்பரிசத்துக்குப் பிள்ளை ஆளாவது இந்த ஒரு சந்தர்ப்பத்தில் தான். ஸ்ரீதரன் நாயருடைய பேரன் விஷ்ணு கையில் வில்லும் அம்புமாக இருந்தான். அம்புகளை முற்றத்தைப் பார்த்து எய்து கொண்டிருந்தான். பேரனைப் பற்றித் தாத்தாவுக்கு இருந்த பெருமை அவர் பேச்சில் வெளிப்பட்டது. வில்லாளி வீரனான அவனுக்கு ராமாயண, மகாபாரதக் கதைகள் நிறையத் தெரியும் என்றார். தான் அர்ஜுனனா அல்லது அபிமன்யுவா என்பது தெரியாமல் அவன் முழித்துக்கொண்டிருப்பது போல் இருந்தது. ஸ்ரீதரன் நாயரின் பெண்களில் நான்கு பேர் பட்டப் படிப்புப் பெற்று

வெளியூரில் பணியாற்றிக் கொண்டிருந்தார்கள்.

அதற்கு மறுவாரம் ஒரு வேலையாக நான் தில்லிக்குச் செல்வதாக இருந்தது. 'குழந்தைகள் பெண்கள் ஆண்கள்' நாவலை மலையாளத்தில் மொழிபெயர்த்து வரும் வானொலிப் பணியாளரான விமலசேனன் நாயர், தில்லி வானொலியில் பணியாற்றிக் கொண்டிருந்த அவருடைய நண்பரான கோபால கிருஷ்ணனிடம் என் வருகையைத் தொலைபேசியில் தெரிவித் திருப்பதாக நான் நாகர்கோவிலை விட்டுப் புறப்படும் முன்பே, எனக்குத் தகவல் தந்திருந்தார். ஸ்ரீதரன் நாயர் தனது ஒரே மகன் தில்லி ஆகாசவாணியில் பணியாற்றுவதாகச் சொன்னதும் அவர் பெயர் என்ன என்று கேட்டேன். கோபாலகிருஷ்ணன் என்றார். எனக்கு ஆச்சரியமாக இருந்தது.

கோட்டயத்திலிருந்து நான் ஊர் திரும்பியதும் என் வீட்டைக் கண்டுபிடித்திருந்த செய்தியை விமலசேனன் நாயரிடம் தொலைபேசியில் தெரிவித்தேன். கோபாலகிருஷ்ணனைச் சந்திக்கச் சென்றிருக்கும்போது பலதடவை கோட்டயத்தில் அதே வீட்டில் தான் தங்கியிருந்ததாக விமலசேனன் நாயர் தெரிவித்தார். எந்த வீட்டைப் பற்றிய விவரணைகளை மொழிபெயர்த்துக் கொண்டிருக்கிறேனோ அதே வீட்டில் தான் தங்கியிருந்தது மிகவும் மகிழ்ச்சியூட்டுவதாகச் சொன்னார். ஆச்சரியங்கள் அடுக்கடுக்காக வந்து கொண்டிருப்பது மிகுந்த திகைப்பை எனக்கு ஏற்படுத்திற்று.

நாயருக்கும் அவரது மனைவிக்கும் எங்கள் குடும்பத்தைப் பற்றியும் நாங்கள் காலி செய்தபின் குடியிருக்க வந்தவர்கள் பற்றியும் சில நினைவுகள் இருந்தன. அவற்றைப் பற்றியெல்லாம் சொல்லிக்கொண்டு வந்தார்கள். டாக்டர் பிஷாரடியையும் தெரியும் என்று சொன்னார்கள். நாங்கள் போனபின் சிறிது காலம் அந்த வீடு ஒரு ஹரிஜன் ஹாஸ்டலாக இருந்ததாகவும் குடியரசுத் தலைவர் கே.ஆர்.நாராயணன் அப்போது அங்கு ஒரு மாணவராகத் தங்கிப் படித்ததாகவும் தெரிவித்தார்கள். என்றாவது கே. ஆர். நாராயணனைச் சந்திக்கும் பாக்கியம் எனக்குக் கிடைத்தால் இந்தச் செய்தியைச் சொல்லித்தான் அவருடனான பேச்சைத் தொடங்க வேண்டும் என்று

நினைத்துக் கொண்டேன். நானும் அவ்வளவு மோசமில்லை. எனக்கும் குடியரசுத் தலைவருக்கு இணையாக ஒரு தகுதி இருக் கிறது.

அன்றுபிற் பகல் நாங்கள் இருந்த ஓட்டலிலேயே தங்கியிருந்த எங்கள் நண்பரும் புகைப்படக்காரருமான ஜெயச்சந்திரனைச் சந்தித்த போது அன்றைய அனுபவத்தை அவருடன் சிறிது பகிர்ந்து கொண்டேன். என் வாழ்க்கையிலேயே முக்கியமான நாள் அதுதான் என்று கூடச் சொன்னேன். மாலையில் அந்த வீட்டுக்குச் சென்று சில புகைப்படங்களை எடுக்கலாம் என்று அவர் சொன்னார். நான் ஸ்ரீதரன் நாயருடன் தொலைபேசியில் பேசி மாலையில் மீண்டும் ஒருமுறை அவர் வீட்டுக்கு நாங்கள் வர இருப்பதைத் தெரிவித்தேன். அவரது குடும்பத்தினரும் மிகுந்த உற்சாகத்தில் இருப்பது அவர் குரலிலேயே வெளிப்படையாகத் தெரிந்தது. ஜெயச்சந்திரன் மாலையில் வந்தபோது மலையாள மனோரமாவின் செய்திப் பணியாளர்களில் ஒருவரும் அவருடன் இருந்தார். எங்கள் பழைய வீட்டிற்கு இப்போது 'முல்லப் பள்ளி' என்று பெயர். அங்குப் போனோம்.

மனோரமாவின் பிரதிநிதி, ஸ்ரீதரன் நாயரைப் பேட்டி கண்டார். ஜெயச்சந்திரன் பல புகைப்படங்களை எடுத்தார். ஓட்டல் அறைக்கு நாங்கள் திரும்பியதும் பத்திரிகையாளர் என்னிடமும் பேசி சில கேள்விகளுக்குப் பதில்களைக் குறித்துக் கொண்டார். சில நாட்களுக்குப் பின் என் பூர்வீக வீடு கண்டு பிடிக்கப்பட்ட செய்தி 'மாத்ருபூமி'யில் கட்டங்கட்டி வெளி யிடப்பட்டிருந்தது. அதன் பின் மலையாள மனோரமாவின் ஞாயிறு இணைப்பான 'ஸ்ரீ'யில் செய்திக் கதையாகவும் முழு விபரங்களுடன் வெளிவந்தது.

நான் சிறு வயதில் குடியிருந்த வீட்டை அறுபத்திரண்டு வருடங்களுக்குப் பின் கண்டுபிடித்தது எனக்கு மட்டற்ற மகிழ்ச்சியை ஏற்படுத்தியது இயற்கையானதுதான். இந்த மகிழ்ச்சியின் நுட்பமான உணர்வுகளை ஒரு சமூகம் சுலபமாகவும் அதற்குரிய மரியாதையுடனும் ஏற்று வாங்கிக்கொள்ளும் குணத்தைப் பெற்றிருப்பது வியப்பைத் தந்தது. இதுபோன்ற

நிகழ்வுகளைப் பல எதிரொலிகளுடன் நுட்பமாக உள்வாங்கிக் கொள்ளும் மக்கள் வாழும் சமூகத்தில்தான் ஊடகங்களும் இந்நிகழ்வுகளுக்கு முக்கியத்துவம் அளிக்க முடியுமென்பதை உணர்ந்தேன்.

காலச்சுவடு– 40, மார்ச் - ஏப்ரல் 2002

8

மொழியின் தேய்வும் அதிகாரத்தின் வலுவும்

தமிழர்களாகிய நமக்கு மிக நீண்ட இலக்கிய மரபு இருக்கிறது. முற்பட்ட பல நூற்றாண்டுகளில் படைக்கப்பட்ட இலக்கியங்களும் நீதி நூல்களும் இலக்கணங்களும் இருக்கின்றன. சமய நெறிகளை அடிப்படையாகக் கொண்ட புராணங்களும் காவியங்களும் இருக்கின்றன. இன்றைய வாழ்க்கையில் ஏற்கத்தக்க நெறிகளும் மறு பரிசீலனை செய்ய வேண்டிய கருத்துக்களும் உதற வேண்டிய நம்பிக்கைகளும் நேற்றைய படைப்புகளில் இடம் பெற்றுள்ளன. இன்று நாம் உருவாக்கிக் கொள்ள வேண்டிய வாழ்க்கைப் பார்வையை முன்வைத்துக் கடந்த கால இலக்கியத்தை விரிவாகவும் ஆணித்தரமாகவும் மறுபரிசீலனை செய்யவேண்டிய அவசியம் இருக்கிறது.

பண்டை இலக்கியத்தை மறுபரிசீலனை செய்வதில் நமக்கு மிகுந்த தயக்கம் இருக்கிறது. அப்படைப்புகளில் காணக்கிடைக்கும் சிறப்பியல்பு களைத் தொகுத்து அவற்றைச் சமூகத்தில் பரப்புவது மட்டுமே நம் கடமை என்ற எண்ணத்தில்தான் இந்த நூற்றாண்டு முழுவதிலும் செயல்பட்டிருக்கிறோம். தமிழ் வாழ்க்கையை அடுத்த கட்டத்துக்கு நகர்த்தியாக வேண்டும். இந்த மாற்றத்தை

முடுக்கப் பண்டை இலக்கியத்தோடு நாம் கொண்டிருக்கும் உறவைக் கறாராக மறுபரிசீலனை செய்யவேண்டும். நேற்றைய வாழ்வைப் பற்றிய நம் கற்பனைகள் இன்றைய வாழ்வை முன்னேற்றப் பெரும் தடையாக நிற்கின்றன. இந்தத் தடையை நாம் நீக்கிக்கொள்ள வேண்டும். பண்டை இலக்கியங்களைக் கற்றறிந்தவர்களுக்கு அப்படைப்புக்கள் மீது அறிவு சார்ந்த உறவும் அப்படைப்புக்கள் எவற்றையுமே அறியாத மக்களுக்கு- எண்ணிக்கையில் இவர்கள் மிகுதி- உணர்வு சார்ந்த உவகையும் இருக்கின்றன. இந்த அறிவும் உவகையும் பழம்பெருமை எண்ணிப் புளகாங்கிதம் கொள்வதிலும் கடந்த கால மகோன்னதங்களை இழந்துவிட்ட தாழ்வை எண்ணி வருந்துவதிலும் கூடிக் கலந்து கொண்டிருக்கின்றன. நேற்றைய தமிழைப் போற்றுவது நிகழ்கால வாழ்வைச் செம்மைப்படுத்துவதற்கு இணையான முயற்சியாகவே கருதப்படுகிறது.

பண்டைப் படைப்புக்களில் வரலாற்றுச் சான்றுகள் மிகுந்தவை என்று கருதத்தக்கவை ஏதும் நமக்கு இருக்கின்றனவா? சொல்லும் படி எந்தக் காலத்துக்கும் உரிய வரலாற்றுத் தடயங்களும் இன்றி, இருபது நூற்றாண்டுகளுக்குரிய வரலாற்றையும் இந்த இருபதாம் நூற்றாண்டிலோ அல்லது இதற்குச் சற்று முற்பட்ட காலத்திலோ உருவாக்க முயலும்போது தவிர்க்க முடியாத வகையில் ஒரு செயற்கையான தொடக்கத்தை ஏற்கிறோம் என்றுதான் சொல்லவேண்டும். நேற்றைய படைப்புக்களுடன் ஆன நம் உறவைச் சமன் செய்து மட்டுப் படுத்தி வைத்துக்கொள்ள உதவுவது நம் வரலாற்றறிவு. ஆனால் வரலாற்றை உருவாக்கும்போது கைவசம் இருக்கும் சொற்பத் தடயங்களை விரைவில் தாண்டி நம் பார்வையையே தீர்மானிக்கும் வலுவும் வீச்சும் கொண்டதாக நேற்றைய இலக்கியம் அமைந்துவிடும்போது வரலாற்றுக்குள் புனைவு தரும் உவகையை வரலாற்று ஆராய்ச்சி எப்போதும் நமக்குத் தருவதில்லை. இந்நிலையில் நமக்கு வரலாறுகள் எண்ணிக்கையிலும் வீச்சிலும் குறைவாக இருக்க, வரலாற்று நாவல்கள் தீவிரப் பாதிப்பை நிகழ்த்தும் உணர்வுகளின் மையங் களாக இருக்கின்றன.

இதிலிருந்து ஒன்று தெரிகிறது. வாழ்க்கை உருவாக்கும் எதார்த்த உணர்வுகளைவிடப் புனைவு சார்ந்த கற்பனைகளையே நாம் நம்ப ஆசைப்படுகிறோம் என்பதுதான் அது. கற்பனையிலேயே முழுமையாக விரியும் இலக்கியத்தைவிட எதார்த்தமான வரலாற்றை ஆதாரமாகக் கொண்ட பாவனையுடன் வரும் வரலாற்று நாவல்கள் நமக்கு அதிக எக்களிப்பைத் தரக்கூடியனவாக இருக்கின்றன. போதை அதிக வீரியம் கொள்ள ஒரு எதார்த்தத் தொடர்பு நமக்குத் தேவையாக இருக்கிறது. வெறும் கட்டுக்கதைகளான வரலாற்று நாவல்களின் அடிக்குறிப்பு விளக்கங்கள், வரலாறு ஏற்கும் அரசர்கள் அல்லது அரசிகளுடைய பெயர்கள், இடங்களின் பெயர்கள், போதைக்கு வீரியம் அளிக்கும் எதார்த்தச் செய்திகளாக வரலாற்று நாவல்களில் தூவப்படுகின்றன. அவற்றின் கதைப் பிண்டத்தில் பேரழகிகளின் துடி இடை அசைவுகளும் குதிரைகளின் குளம்போசைகளும் வாத்திய இசைகளின் முழக்கங்களும் நான்மாடக் கூடங்களும் எவ்வாறு பொருத்தப்பட்டிருப்பினும் சாராம்சத்தில் அவை கடந்த காலக் கற்பனை வாழ்வை இன்ப லகரியாக மாற்றி நம் ரத்தத்தில் கரையவிடும் முயற்சியன்றி வேறு அல்ல.

அதிகாரத்தின் கட்டுமானத்தில் கற்பனை மொழி ஆற்றும் பங்கை நாம் குறைத்து மதிப்பிட முடியாது. கற்பனை என்ற அழகான சொல்லை நாம் கீறிப் பார்த்தால் அதற்குள் பொய், ஜோடனை, புனைவு, திரிபு போன்ற பல தந்திரங்களைப் பார்க்க இயலும். அதிகாரம் என்பது கூட்டு மனத்தின் செயல்பாடும்தான். கூட்டு மனத்தை இயக்க வைக்கும் முக்கியமான சக்தி மொழி. கூட்டு-மனங்களின் செயல்பாட்டுக்குள் எண்ணற்ற ஊடுபாவுகள் இருக்கின்றன. வலைப்பின்னல்கள் இருக்கின்றன. இவற்றினுள் ஒரு இழை எந்தளவுக்கு முக்கியமோ அந்தளவுக்கு மற்ற இழைகளும் முக்கியமானவை. அதிகாரம் செயல்படும்போது அதைத் தலைமையின் செயல்பாடாகவோ அல்லது தலைவரின் செயல்பாடாகவோ (அனைத்திந்திய அளவிலும் மாநில அளவிலும் தலைவிகளின் அதிகாரங்களையும் சேர்த்து) மட்டுமே

பார்க்கக்கூடிய பழக்கம் நம்மிடம் வேரூன்றிக் கிடக்கிறது. நாட்டுக்கு அரசன், கிராமத்துக்குத் தலைவன், வீட்டுக்குத் தந்தை என்று அதிகாரத்தைத் தனி மனிதனுடன் இணைத்துப் பார்க்கும் மரபு நம்முடையது. மனித மனம், மனிதச் செயல்பாடுகள், மனித உறவுகள், விரியும் சமூகம் இவற்றின் குணங்களைச் சிக்கல்களின் இருப்பும் கோலமும் அறியாத எளிய மொழி வழியாகப் புரிந்துகொள்ள இயலாது. ஒவ்வொன்றுக்குள்ளும் ஊடாடி நிற்கும் பல்வேறு குணங்களும் கூறுகளும் இன்று மனித அறிவு வென்றெடுத்திருக்கும் பலப்பலத் துறைகளுக்குள் வந்துவிட்டன. இத்துறைகள் வளர்த்தெடுத்திருக்கும் மொழியால் அதிகாரத்தின் உள்ளடுக்குகளையும் ரகசிய அறைகளையும் ஊடுருவ முடிகிறது.

நம் மொழி தர்மம், அதர்மம் என்று பிரிக்கும் வெகுளித் தனத்திலேயே இப்போதும் நின்றுகொண்டிருக்கிறது. எளிய தீர்வுகளும் யோசனைகளும் இந்தளவுக்கு அபத்தமாக ஒலித்த நூற்றாண்டு இதற்கு முன் இருந்திருக்கும் என்று தோன்றவில்லை. அதிகாரத்தின் கட்டுமானத்துக்குள் நுழைய வழியின்றி அதன்முன் காலாவதியான சிந்தனைகளால் பழமை தட்டி நிற்கும் மொழியைச் சுமந்துகொண்டு நிற்கிறோம். இன்று சிந்திக்கும் மனிதனின் துல்லியமான மொழியைத் தமிழில் உருவாக்கி எடுக்க நம் நேற்றைய கவிதை, புராணம், சமயம், மரபு, பாரம்பரியம், பண்பாடு இவை சார்ந்து நாம் தக்க வைத்துக்கொள்ள விரும்பும் பார்வை பெரும் தடையாக இருக்கிறது. எந்தப் பார்வையைத் தக்க வைத்துக் கொண்டால் நேற்றைய வாழ்வு உயர்வாகத் தெரியுமோ அந்தப் பார்வையைத் தக்கவைத்துக்கொள்ள முயல்கிறோம். இந்தப் பார்வையின் குறியீடாகப் பார்க்கப்பட வேண்டியவை வரலாற்று நாவல்கள்.

வரலாற்று நாவல்கள் என்னும் இலக்கிய வகைக்கு நாம் ஏன் இவ்வளவு அழுத்தம் தரவேண்டும் என்ற கேள்வி எழலாம். வரலாற்று நாவல் என்ற இலக்கிய வகை காலத்தை எதிர்கொள்ள முடியாது பின்னகர்ந்து கனவைத் தேடிச் செல்லும் தமிழ்க் கூட்டு மனத்தின் குறியீடு என்பதால்தான்.

இன்று நம் மண்ணில் நிகழும் வெவ்வேறு துறைகள் சார்ந்து தமிழ் வாழ்க்கை உருவாக்கும் நாடகத்தின் விநோதங்களையும் விசனங்களையும் புரிந்துகொள்வதில் இருக்கும் கடினத்தை இந்தக் குறியீடு சற்று நெகிழ்த்தித் தருகிறது.

வரலாற்று நாவல்கள் பொற்காலம் சார்ந்த ஒரு கற்பனையை லகரியாக மாற்றுகிறது. பொற்காலம் என்பதே ஒரு லகரியாக இருக்க அதன் விரிவில் உடல் வாளிப்பு மிகுந்த பெண்கள் (வரலாற்று நாவல்களில் சதைப்பற்றற்ற பெண்களின் இருப்பு கண்டுகொள்ளப்படுவதில்லை), ஆண்மை நிறைந்த ஆண்கள், ஆண்மையின் குறியீடான குதிரைகள், செல்வம், பராக்கிரமசாலிகளின் வாள்வீச்சுக்கள், காதல் ஆகியவை முக்கியத்துவம் பெறுகின்றன. காதல் என்ற கடலில்தான் நான் வரிசைப்படுத்தியுள்ள எல்லா இனங்களும் நதிகளாக வந்து கலக்கின்றன. காதல் என்ற சொல்லில் தங்கி நின்று காமம் சார்ந்த கற்பனைகளை மனதுக்குள் விரிப்பதுதான் பெரும்பான்மையான தமிழ் வரலாற்று நாவலாசிரியர்களுக்கும் வணிகக் கலை உற்பத்தியாளர்களுக்கும் இங்கிதம் சார்ந்தும் இங்கிதம் சாராமலும் முக்கிய நோக்கமாக இருந்திருக்கிறது. சதா லகரியில் திளைக்க வேட்கை கொள்ளும் உள்மனம். புனிதத்தை மட்டுமே ஏற்பது போன்ற பாவனை. இம்முரண்பாடு தமிழ் ஆத்மாவைச் சிதைக்கும் கோலத்துக்கும் நாம் உருவாக்கி வைத்துக் கொண்டிருக்கும் போலிக் கவித்துவ மொழிக்கும் நெருக்கமான தொடர்பு இருக்கிறது.

பொற்காலச் சிந்தனையின் மற்றொரு கூறு நாம் நமக்கு இன்று தேவையான கருத்தாக்கங்களையும் வாழ்க்கை நெறி களையும் நேற்றே அடைந்துவிட்டோம் என்பது. நம் வரலாற்றின் நீட்சியில் இடையில் திட்டமிட்ட சதி ஒன்று ஊடுருவியதால் மகோன்னதத்தை இழந்தோம் என்பதும் அதை மீண்டும் வென்றெடுக்க வேண்டும் என்பதும் ஒரு கூட்டு மனத்தின் கற்பனையாக நம்மிடம் இருக்கிறது. இதை ஒரு பொறுப்பற்ற கற்பனை என்றுதான் சொல்ல வேண்டும். வரலாற்றின் மீது அக்கறையின்மையும் வரலாற்று நாவல்களின் மீது மயக்கமும் கொண்ட மனம்தான் இதுபோன்ற ஒரு கற்பனையில்

திளைத்துக் கொண்டிருக்கமுடியும். உள் முரண்பாடுகள் நம்மிடம் செயல்படுவதைக் கண்டடைய அவசியமான எதார்த்தப் பார்வை இல்லாத நிலையில் கற்பனை வரலாற்றுக்குள் கற்பனை எதிரிகளை உருவாக்குவது நம் செயல்பாடுகளை முடக்கும் வடிகாலாக இருந்துகொண்டிருக்கிறது. எதார்த்தத்தை அலசி ஆராய்ந்தறிய நம் மொழி நம்மை ஒருபோதும் விடுவ தில்லை.

வரலாற்று நாவல்களின் மீது நாம் கொண்டிருக்கும் மனோபாவத்தின் நீட்சியாகத்தான் அரசியல், திரைப்படம், ஊடகங்கள், சமயம் ஆகியவற்றின் மீது நாம் கொண்டிருக்கும் உறவையும் மதிப்பிட வேண்டும். இந்த உறவு சார்ந்துதான் வரலாற்று நாவல்கள் தமிழ் மனத்தின் குறியீடாக மாறு கின்றன. மக்கள் வாழ்க்கையின் தளத்தில் மிக மோசமான அவலங்களை எதிர்கொண்டு நிற்கிறார்கள். ஜாதி, மதம், வர்க்கம், தோற்றம், கல்வி, செல்வம் சார்ந்த எண்ணற்ற வேற்றுமைகளை எதிர்கொண்டு துன்பங்களுக்கும் துக்கங் களுக்கும் அவமானங்களுக்கும் நெருக்கடிகளுக்கும் ஆளாகிக் கொண்டிருக்கிறார்கள். இம்முரண்பாடுகள் கூர்மைப் படுவதும் நம் சிந்தனைகள் கூர்மைப்படுவதும் ஒரே தளத்தில் நிகழவேண்டியவை. நெருக்கடிகள் சிந்தனைகளைக் கூர்மைப் படுத்த, கூர்மைப்படும் சிந்தனைகள் நெருக்கடிகளை இன்றையக் காலத்துக்குரிய முறையில் புரிந்துகொள்ள முற்படுகின்றன. பிரச்சினைகளை இன்றைய முறையில் எதிர்கொள்வதுதான் இன்றைய சிந்தனை. சிந்தனைக்கும் பிரச்சினைக்கும் இடையே என்ன உறவு இருக்கிறதோ அந்த உறவுதான் சிந்தனைக்கும் மொழிக்கும் இடையே இருக்கிறது. சிந்தனை கூர்மைப்படும்போது மொழி துல்லியப்படுகிறது. துல்லியப்படும் மொழி மேலும் சிந்தனையைத் தேக்குகிறது.

சுதந்திரம் பெற்ற பின்னர் அரை நூற்றாண்டு காலத்தில் முதல் கால் நூற்றாண்டில் இந்திய வரலாறு பற்றிய கற்பனை களும் (அதிகமும் இந்து சமயத்தினரின் பெருமைகளைப் போற்றுபவை) பிற்பட்ட கால் நூற்றாண்டில் தமிழின வரலாறு பற்றிய கற்பனைகளும் (திராவிட அரசியல் அதிகாரத்தை

மொழியின் தேய்வும் அதிகாரத்தின் வலுவும் 107

முன்வைத்து உருவாக்கப்பட்டவை) எதார்த்தப் பார்வையின் மறுபரிசீலனைக்கு உட்படுத்தப்பட வேண்டியவை. இந்த மறுபரிசீலனைக்கு வரலாற்றறிவு கொண்ட ஒரு மொழி நமக்குத் தேவைப்படுகிறது. மொழி திட்பம் கொள்ளப் பரிசீலனைக்குத் தாக்குப்பிடிக்கும் அறிவுச் செய்திகள் அதில் ஏறியிருக்க வேண்டும். படைப்பு மொழி சதா இரு குணங்களை நோக்கி நகர்ந்து கொண்டிருக்கிறது. உணர்வையும் கருத்தையும் மிகத் துல்லியமாகச் சொல்வதைப் படைப்பு மொழி சவாலாகக் கொள்கிறது. உரிய சொல்லைத் தேடிக் கண்டடைகிறபோது படைப்பாளி மிக நுட்பமான உவகையை அடைகிறான். இன்றைய சிக்கல் மிகுந்த வாழ்க்கையைப் பற்றிய அறிவு படைப்பாளிக்கு இருந்தால்தான் அவன் துல்லியமான சொற்களைத்தேடிச் செல்லும் முயற்சிஙயயே மேற்கொள்ள இயலும்.

ஒரு சொல்லுக்குப் பல பொருள்கள் அகராதியில் இருந்தாலுங் கூடத் துல்லியமான படைப்பாளிக்கு ஒரு சொல்லுக்கு ஒரு பொருளே உள்ளது. 'சொன்னான்,' என்பதும் 'கூறினான்' என்பதும் நிறபேதங்கள் காட்டும் சொற்கள். மொழி நம் ஏவல் சார்ந்து செயல்படுவதான மயக்கத்தை நமக்குத் தருகிறது. ஆனால் பெருமளவில் - முக்கியமாகத் தமிழ்ச் சூழலில் - அது நம்மை ஆட்டிப் படைக்கும் காரியத்தையே அறிமுகம் செய்து வருகிறது. சொற்கள் மீது நம் சம்மதமின்றி வந்து ஒட்டிக்கொள்ளும் மிகையை மொழியழகு என்று எண்ணி நாம் மயங்கிவிடுகிறோம். நம் உணர்வுகளில் 'அழகு' அல்லது 'அன்பு' என்று நிற்கும் சொற்கள் வெளிப்பாட்டில் 'பேரழகு' அல்லது 'பேரன்பு' என்று நம் சம்மதமின்றி வெளியாகிவிடுகின்றன. இவ்வாறு நம்மைக் கேட்காமலேயே நம்மீது கவியும் எண்ணற்றச் சொற்களைத் தொகுத்துக் கொண்டு போகமுடியும். 'இலங்கைத் தமிழர்' என்று மட்டுமே கூற வேண்டிய இடத்திலும் 'அப்பாவி இலங்கைத் தமிழர்' என்றே நம்மால் சொல்ல முடியும். அர்த்தத்தை இழந்து, பழக்கத்தில் உறைந்து கிடக்கும் மொழிக்குக் குரலையோ அச்சு வடிவத்தையோ தரும் இரண்டாம் பட்சமான காரியத்தையே நாம் பல சந்தர்ப்பங்களில் செய்கிறோம்.

சிந்தனையின் தளத்தில் மொழி ஆக்கம் பெறுவதற்குப் பதில் பழக்கத்தின் தளத்தில் அது தேய்ந்துபோகிறது. தேய்ந்து போகிற மொழி எப்போதும் அதிகாரத்துக்குச் சாதகமாக நிற்கிறது. மனிதன், வாழ்வின் தளத்தில் எண்ணற்ற உறவுகளைக் கொண்டிருக்கிறான். இயற்கையின் மீதும் மொழியின் மீதும் சமயத்தின் மீதும் நாட்டின் மீதும் கலைகள் மீதும் மனிதன் கொண்டிருக்கும் உறவுகள் முக்கியமானவை. மனிதர்கள் தமக்குள் கொண்டிருக்கும் உறவுநிலை எல்லாவற்றையும்விட முக்கியமானது. இந்த உறவுநிலையை ஆதாரமாக வைத்துத் தான் சமத்துவ எண்ணங்களும் சமநீதி சார்ந்த உணர்வு களும் தோன்றுகின்றன. மனிதர்களுக்கு இடையேயான உறவுநிலைகளைச் சார்ந்த மதிப்பீடுகள்தான் வாழ்வின் தளத்தில் மனிதனின் உறவுநிலைகளைத் தீர்மானிக்கின்றன.. இவ்வுறவு நிலைகள் அனைத்திலும் பொதுநலம் என்பதும் சுயநலம் என்பதும் ஒன்றிலிருந்து மற்றொன்றைப் பிரிக்க முடியாதவாறு பிணைந்து கிடக்கின்றன. வாழ்வின் சகலக் கூறுகளையும் கணக்கில் எடுத்துக்கொள்ளும் சிந்தனையாளனின் மொழி சமூக நலன்களை முன்னகர்த்திச் சுயநலன்களைப் பின்னகர்த்த முயல்கிறது. 'சகல ஜீவராசிகளும் வாழ உரிமை பெற்றிருக்கும் இவ்வுலகில் அந்த ஜீவராசிகளில் ஒன்றான நானும் வாழ்ந்துகொண்டிருக்கிறேன்' என்ற உணர்வை மனித மனத்தில் ஊன்றுவதுதான் இன்றைய சிந்தனையின் சாரம். நம் மொழியில் இச்சிந்தனை ஏற நேற்றைய பார்வை பெரும் தடையாக இருக்கிறது.

எல்லாச் சமூகங்களிலும் சிந்தனையாளர்கள்தான் அதிகாரத்தைச் சமூக நலன்களுக்கு எதிராகப் பயன்படுத்து பவர்களைக் கட்டுப்படுத்தும் மொழியை மக்களுக்கு உருவாக்கித் தருகிறார்கள். மக்கள் படும் இன்னல்களின் சாராம்சங்களிலிருந்தே இந்த மொழி உருவாக்கப்படுகிறது. அப்படிப் பார்க்கும்போது சிந்தனை மொழி என்பது உண்மை யில் மக்களின் மொழிதான். சமத்துவத்திற்கும் மக்களின் வாழ்க்கைக்கும் இடையே உருவாக்கப்படும் சுவர்களைத் தகர்க்க முயலும் மொழி அது. நம் இன்றைய மொழி கனவு சார்ந்தது.

சிந்தனையின் திட்பம் இல்லாதது. பழமையைப் பேணுவது. மூட நம்பிக்கைகளை வளர்ப்பது. அதனால் அதிகாரத்துக்கு உபயோகமானது. கனவு மொழியிலிருந்து சிந்தனையின் மொழியை உருவாக்க முயல்பவர்கள்தான் உண்மையில் இன்றைய தமிழ்ப் படைப்பாளிகள்.

சதங்கை, ஜனவரி - மார்ச் 2000

9

சில கெட்ட உறுப்புகள்

தமிழர்களுக்குச் சில வார்த்தைகளைக் கண்டாலே பயம் என்று நினைக்கிறோம். உண்மை யில் நம் ஜனங்களுக்கு அவ்வித பயம் எதுவு மில்லை. உலகின் எல்லா இனங்களைப் போல இவர்களும் திட்டத்தெரிந்தவர்கள். காதல் பேசிக் கொஞ்சத் தெரிந்தவர்கள். இந்த வேளைகளில் 'குஷி' வார்த்தைகள் பேசத் தெரிந்தவர்கள். பத்திரிகை ஆசிரியர்கள் கொஞ்சம் போலி பவித்திரங்களைச் சுமந்து பார்க்கிறார்கள்.

'கல்கி'யின் பெருமை அவர் காதல் காதலாக எழுதியும் கதாபாத்திரங்கள் கட்டியணைத்துக் கொண்டதாகவோ முத்தமிட்டுக்கொண்டதாகவோ (குறைந்தபட்சம் கன்னத்தில்கூட) எழுதாததுதான் என்பார் என் பழைய நண்பர் ஒருவர்.

டி.கே.சி., தாகூரின் ஒரு மேற்கோளில் 'முத்தம்' என்று வந்ததை 'இளமுறுவல்' எனச் செப்பனிட்டதை வியந்து போற்றினார் ஒரு டி.கேசி. பக்தர். முத்தமும் இளமுறுவலும் ஒன்றுதானா என்று நான் சந்தேகம் கேட்டேன். முத்தம் உலகம் பூராவிலும் இருக்கலாம். வங்காளத்திலும் பரவி மகான் தாகூரையும் அது பிடித்துக் கொண்டிருக்கலாம். உடனே நாமும் அந்த ஆபா

சத்துக்கு ஆட்பட்டுத்தான் தீர வேண்டுமா என்ன?

'செம்மீனை'த் தமிழில் மொழிபெயர்த்தேன். சாகித்திய அகாதெமிக்காக. மூல ஆசிரியன் 'கறுத்தம்மா'வின் முலைகளைப் பற்றியும் பிருஷ்டத்தைப் பற்றியும் சொல்லியிருக்கிறார். அவருக்கு ஆசை அல்லது அவசியம், சொல்லியிருக்கிறார். என் கையெழுத்துப் பிரதி திரும்ப வந்துவிட்டது. முலைகளையும் பிருஷ்டத்தையும் வெட்டித்தர வேண்டுமென்று கேட்டுக் கொண்டு. 'தகழி'யிடம் ஒப்புதல் பெற்றுத் தந்தால் எந்த எந்த அங்கங்களை வெட்ட வேண்டுமோ எல்லாவற்றையும் ஒன்று பாக்கியில்லாமல் வெட்டித் தருகிறேன் என்று பதில் எழுதினேன். மொழிபெயர்ப்பாளர்களுக்கு இதுபோல் ஒரு கடிதம் இந்திய இனங்களில் தமிழனான எனக்கு மட்டும்தான் வந்திருக்கும் என்பது என் அனுமானம். மற்றவர்கள் இந்த அசிங்கங்களை எல்லாம் எப்படியோ பொறுத்துக்கொண்டு விடுகிறார்கள்.

ஆசிரியர் கேட்டு ஒரு பத்திரிகைக்குக் கதை அனுப்பி யிருந்தேன். திடீரென்று ஒருநாள் சென்னையிலிருந்து எனக்கு போன் வந்தது. 'உங்கள் கதையில் வந்திருக்கும் முலையை மட்டும் எடுத்துவிடுகிறேனே' என்றார் ஆசிரியர். அதற்குள் எனக்கு மறந்துபோயிருந்ததால், 'எந்த முலை? எந்த முலை?' என்று கத்தினேன். மனைவி குழந்தைகள் எல்லோரும் என்னைச் சூழ்ந்துவிட்டார்கள். தனக்குக்கூட ஆட்சேபணையில்லை என்றும் அவருடைய இலக்கிய நண்பர் (எனக்கும் நெருங்கிய நண்பர்) மிகவும் சங்கடப்படுவதாகவும் சொன்னார் ஆசிரியர். 'என்ன சொல்கிறீர்கள் வெட்டட்டுமா? முலையை மட்டும்... வெட்டட்டுமா? முலையை மட்டும்...' பேசி முடிக்க நேரமாகிக்கொண்டிருந்தது. 'இருந்துவிட்டுப் போகட்டும் சனியன்' என்று கத்தினேன். இப்போது அவருடைய பத்திரிகையில் வரும் கதைகளிலிருந்து அவருக்கு இந்த அங்கங்கள் மீது பழைய கோபம் இல்லை என்றே தோன்று கிறது.

இலக்கிய நியாயங்களோடு பயன்படுத்தப்பட்டிருந்த சில வார்த்தைகளுக்கு இந்தப் பாடுபடுத்தினார்கள். இப்போது

போட்டாப் போட்டியும் லாப வேட்கையும் மிகுந்து போன போது அட்டைக்கு அட்டை ஆபாசமாய் அடிப்பதே 'வளமை' யாகி விட்டது. பலர் இப்போக்கை இன்று கண்டிக்கிறார்கள். ஆனால் எனக்குத் தெரிந்து கம்யூனிஸ்ட் எழுத்தாளர்கள்தான் இந்தத் தீய வர்த்தக புத்தியை என்றும் ஊக்கமாக எதிர்த்து வந்திருக்கிறார்கள். இதைக் கம்யூனிஸ்ட் அல்லாதவர்கள் கவனத்துக்கு நான் கொண்டு வருகிறேன்.

ஞானரதம், ஜூலை 1973

10

புதிய மண், புதிய முளைகள்

"இளைய தலைமுறைப் படைப்பாளிகள் எப்படி எழுதுகிறார்கள்? எப்படி எழுத வேண்டும்?"

இதுதான் எனக்குத் தரப்பட்டிருக்கும் பொருள். இளைய தலைமுறைப் படைப்பாளிகளின் எழுத்து களை முழுமையாகத் தெரிந்து கொண்டுவிட முடியுமா? தெரிந்துகொள்ளத்தான் விரும்புகிறேன். வந்து சேருவனவற்றையும் வந்து சேராதனவற்றையும் தேடிப் படிக்க முயல்கிறேன். இருப்பினும் ஒரு பகுதி கிடைக்காமல் போய்விடும். கிடைத்தும் படிக்க முடியாமலும் போகும்.

எப்படி எழுத வேண்டும் என்று இளம் படைப்பாளிகளிடம் சொல்லலாமா? உபதேசத்தை விரும்பாதவனாகப் படைப்பாளி இருக்க வேண்டும். அடிச்சுவட்டில் கால் வைத்துச் செல்வதை அவன் தவிர்க்க வேண்டும். தன்வழியில் அவன் கற்றுக்கொள்பவனாக இருக்க வேண்டும். கற்பது படைப்பாளியின் ரகசியங்களில் மிகச் சூட்சும மானது. இவையெல்லாம் என் நம்பிக்கைகள். எப்படி எழுத வேண்டும் என்று சொல்வது சிறிது சங்கடம்தான்.

நம் இலக்கிய உலகில் இப்போது என்னென்ன போக்குகள் இருக்கின்றன? அந்தப் போக்குகளை

நம் இளம் படைப்பாளிகள் எப்படி வெளிப்படுத்துகிறார்கள்? இந்தக் கேள்விகளுக்கு விடை காணும் முன், சமீபத்திய இலக்கிய வரலாற்றைக் கொஞ்சம் தெளிவுபடுத்திக் கொள்ளலாம்.

தேசிய எழுச்சியின் ஆவேசம் பெற்றுப் பெரும் ஆகிருதியாக உருவானவன் பாரதி. பல்துறை சார்ந்த செயல்பாடு அவனுடையது. அவன் தமிழில் இல்லாதவற்றைக் கொண்டுவந்து சேர்த்தான். இருப்பனவற்றைப் புதுமை செய்தான். தமிழ் அவன் மூலம் சர்வதேசத் தளத்திற்குரிய காலத்துடன் இணைந்தது. அவனுடைய செயல்பாட்டிலிருந்து விளைந்த ஒரு இலக்கிய இயக்கம் இன்றுவரையிலும் தொடர்ந்து கொண்டிருக்கிறது. படைப்புகள் மூலம் இந்த இலக்கிய இயக்கம் வலிமையும் ஆழமும் சேர்த்துக்கொண்டிருக்கிறது.

பாரதியைத் தொடர்ந்து வந்தவர்கள் 'மணிக்கொடி' எழுத்தாளர்கள். இவர்களில் தீவிரம் கொண்டவன் புதுமைப்பித்தன். இந்த நூற்றாண்டில் பாரதியுடன் ஒப்பிடத்தக்க ஆளுமை இவனுடையது. ந. பிச்சமூர்த்தி, மௌனி, ஆர். சண்முகசுந்தரம், கு. அழகிரிசாமி, தி. ஜானகிராமன், ஜெயகாந்தன் என்று இடைவெளியின்றி வந்த படைப்பாளிகளின் வரிசை கோணங்கி, ஜெயமோகன், மனுஷ்ய புத்திரன் என்று இளைய தலைமுறைக்கு வந்துவிட்டது. வரிசையென்று சொல்வது தவறு. ஒரு பெரு வெளி. பாரதிக்குப் பின் வந்தவர்கள் இன்றுவரையிலும் அந்தப் பெரு வெளியில் வரிசையை ஏற்க மறுத்து நிற்கிறார்கள். தம்மிடையே விவாதங்களுடனும் விமர்சனங்களுடனும் பிரிந்தும் கூடியும் நிற்கிறார்கள். நிர்ப்பந்தங்கள் சார்ந்து கருத்து வேற்றுமைகளை மறைத்துக்கொள்ளும் இயக்கங்களின் 'பண்பாட்டை' ஏற்காமல் நிற்கிறார்கள். எனினும் இவர்களை ஒன்றாக இணைக்கும் பொது நம்பிக்கைகள் உள்ளன. மார்க்சியத் தத்துவத்தின் பாதிப்புப் பெற்றிருக்கும் முற்போக்கு எழுத்தாளர்களும் இந்த மரபை ஏற்று இப்பெருவெளியில்தான் இருக்கிறார்கள். அவர்களுடைய நிலை தம்மிடையே விவாதங்களற்ற ஒற்றை வரிசை நிலை என்றாலும்கூட லட்சிய வாதம், படைப்புக்கு அடிப்படை அனுபவம் என்பதில் உறுதி, யதார்த்தத் தளத்தின் மீதான பற்று, வாழ்வின் ஏற்றத்தாழ்வுகளுக்கு எதிர் நிலை, உலக மக்களை ஒரு

குடும்பமாகப் பார்க்க விழைவு, பொருளுக்கு அடிமைப்படாமல் மனம் படைப்பு நிலையில் நிற்பதே மானுட விடுதலை என்ற நம்பிக்கை- இவைதாம் இவ்விரு தரப்பினர்களுக்குமான பொது நம்பிக்கைகள்.

தீவிர வெளிப்பாட்டில் பாரதிக்கு இணையாக நிற்கும் பாரதிதாசனின் வழிவந்த படைப்பாளிகள் மற்றொரு வரிசை. தமிழின விடுதலையைக் குறிக்கோளாகக் கொண்டவர்கள் இவர்கள். அரசியல் செயல்பாட்டை முதன்மையாகவும் அச்செயல்பாடுகளுக்கு வலிமை சேர்க்கும் எழுத்தை அதன் விளக்கமாகவும் ஏற்றவர்கள். இவர்களது இலக்கியப் படைப்புகள் நவீன இலக்கிய விமர்சனத்தின் முன் சுருங்கிப் போய்விடக்கூடியவை. அரசியல் பார்வையில் ஏற்றம் கொள்பவை. இவர்களுடைய படைப்பு வாள் இப்போது அதன் உறையில் தூங்குகிறது.

தலித் இலக்கியம் என்பது ஒரு புதிய எழுச்சி. காலம் உருவாக்கிய ஒரு ஆரோக்கியமான எழுச்சி. இந்த எழுத்தின் குறிக்கோள் ஒடுக்கப்பட்ட தலித் மக்களின் விடுதலை. இன்றைய ஆரம்பம் அவர்கள் பெற்றிருக்கும் அவமானத்தைப் பதிவு செய்தல். உலக அளவில் ஒடுக்கப்பட்ட மக்களின் போராட்டம் நடந்துகொண்டிருக்கிறது. இந்தப் போராட்டத்திற்கும் தலித்துகளின் ஒடுக்குதலுக்கும் மனித அடிப்படை சார்ந்த இணைப்புகள் இருக்கின்றன. இந்தப் பின்னணியில் மானுட விடுதலையை முன்னிலைப்படுத்தும் போராட்டத்தின் ஒரு பகுதியாகத் தலித் இயக்கம் நாளை விரிவுகொள்ள வாய்ப்பு உண்டு. எவன் துக்கத்தையும் நெருக்கடியையும் அதிக அளவில் அனுபவித்திருக்கிறானோ அவனுக்குத்தான் படைப்புலகில் மிகப் பெரிய பயணமும் இருக்கிறது. நவீனத்துவம், அமைப்பியல் வாதம், பின் நவீனத்துவம் போன்ற போக்குகளும் தமிழில் இருந்துகொண்டிருக்கின்றன. இவை எந்த அளவுக்குப் படைப்புகளைப் பாதித்துள்ளனவோ அந்த அளவுக்குத் தான் நாம் அவற்றை இங்குக் கணக்கிலெடுத்துக்கொள்ள முடியும். இளம் படைப்பாளிக்கு இவை தத்துவம் சார்ந்த பிரக்ஞையாக இன்று இல்லை. தன் இருப்புச் சார்ந்த பிரச்சினையாகவும்

இல்லை. இப்போக்குகள் ஒரு படைப்பாளியின் வாசிப்பு சார்ந்து அவனுடைய படைப்பைப் பாதிக்க, அப்படைப்பு மூலம் பாதிப்புப் பெறுகிறார்கள் வேறு படைப்பாளிகள்.

உலக அரங்கில் தத்துவம் சார்ந்தோ அல்லது இலக்கியக் கோட்பாடுகள் சார்ந்தோ நிகழும் எந்த இலக்கியப் போக்கும் தமிழ் மண்ணில் வலிமையாக வந்து இறங்கிவிடுவதில்லை. இங்கு நம் வாழ்வும் வாழ்வு முன்னிலைப்படுத்தும் நம் பிரச்சினைகளும் வித்தியாசமான தளங்களில் நிகழ்கின்றன. மேற்கத்தியத் தத்துவ மரபுக்கும் சமூக ஏற்றத் தாழ்வுகளை எதிர்கொள்ளும் தமிழ் மனத்திற்கும் இடையே சுலபத்தில் கடக்கச் சாத்தியமற்ற இடைவெளி இருக்கிறது. தமிழுக்கு இயற்கையாக வந்து சேர்ந்திருப்பது யதார்த்தத் தளம் மட்டும் தான். தமிழில் கற்பனை மிகுந்த பண்டைக் கவிதை மரபுக்கு மாறாக இதுதான் வலிமையாக இருக்கிறது. நம் 'நேற்றைய எழுத்தாளர்கள் சிறுகதை, நாவல் உருவங்களை ஆங்கிலம் வழியாக அறிமுகம் பெற்றபோது யதார்த்தத் தளத்தில் தான் அவை படைக்கப்பட்டிருந்தன. அந்த உருவங்களுடன் யதார்த்தத் தளமும் நமக்கு வந்து சேர்ந்தது.

இன்றைய இளம் எழுத்தாளனுக்கு யதார்த்தத் தளத்தைத் தாண்டிப் போக வேண்டும் என்ற துடிப்பு இருக்கிறது. வரவேற்க வேண்டிய துடிப்பு இது. உருவாகும் எல்லைகளை உடைத்துக்கொண்டே போவதுதானே படைப்பு? இந்த உடைப்பு மூலம் மறைக்கப்பட்ட வெளிகள் உள்ளே வர இலக்கியம் விரிவுகொள்கிறது. இது ஆசை சார்ந்து நிகழக்கூடிய காரியமா? இளம் படைப்பாளியின் வாழ்க்கைப் பார்வையில் மாற்றம் நிகழாமல் அவனுடைய படைப்பில் மட்டும் மாற்றம் நிகழுமா? படைப்பின் சகல கூறுகளும் படைப்பாளியின் பார்வை சார்ந்தவை. புதிய பார்வையில் தான் புதிய ஊடுருவல்கள் சாத்தியம். புதிய பார்வையை மேற்கத்திய இலக்கியக் கோட்பாடுகளிலிருந்து இரவலாகப் பெற முடியுமா?

புதுமைப்பித்தனுக்கும் அவனது சமகால எழுத்தாளர்களுக்கு மான வேற்றுமைகளுள் முதன்மையானது எது? அவனது சமூக விமர்சனம் தான். இவ்விமர்சனத்தில் அவன் பெற்றிருந்த

கூர்மைதான். இந்தக் கூர்மையிலிருந்து பிறக்கின்றன புதிய உள்ளடக்கமும் மொழியும் உருவங்களும். இவற்றின் ஒன்றுபட்ட இணைப்புதான் புதுமைப்பித்தனின் அழகியல். இளம் படைப்பாளி புதிய தளத்திற்குப் போக வேண்டுமென்றால் அவன் புதிய ஆழம் கொண்ட விமர்சகனாக மலர வேண்டும். வாழ்க்கையை மயக்கங்களின்றி எதிர்கொள்வதன் மூலமே புதிய ஆழத்தை அவன் பெற முடியும். இன்றுவரையிலும் உருவாக்கப்பட்டிருக்கும் சகல கற்பனைச் சுவர்களையும் தாண்டி மனிதன் அடிப்படையில் சமமானவன் என்ற பேருண்மைதான் படைப்பாளிக்கு முடிவற்ற பயணத்தைச் சாத்தியமாக்கிக்கொண்டிருக்கிறது. அந்தப் பயணத்தில் தன்னைப் பிணைத்துக்கொள்வதுதான் இளம் படைப்பாளியின் முதல் பணி என்று சொல்லலாம்.

வாசிப்பு சார்ந்து இன்றைய இளம் படைப்பாளியிடம் ஒரு நெருக்கடி உருவாக்கப்பட்டிருக்கிறது. ஒருக்கால் நம் சூழலில் முன்பும் மட்டாக இந்நெருக்கடி இருந்திருக்கலாம். இப்போது அது முற்றிவிட்டிருக்கிறது. படைப்புக்கு வெளியே நிற்கும் கலாச்சார ஆசான்கள் உருவாக்கியுள்ள நெருக்கடி இது. இளம் படைப்பாளி கேட்கிறான்: 'எனக்குத் தமிழ் வாழ்க்கை சார்ந்த அனுபவம் இருக்கிறது. நான் படைக்க இந்த அனுபவம் மட்டும் போதுமா?' இக்கேள்வி நமக்கு வியப்பைத் தருகிறது. இக்கேள்வியை அவன் விளக்கக்கூடும் என்றால் அது இவ்வாறு அமையும். 'உலகத் தத்துவங்களையும் இலக்கியக் கோட்பாடுகளையும் புரிந்துகொள்ளும் அளவுக்கு ஆங்கிலத் தேர்ச்சி இல்லாத நான் தமிழ் வாழ்க்கை சார்ந்து எப்படிப் படைக்க முடியும்?' கேட்கப்பட்ட மாத்திரத்தில் நகைப்புக்கு இடம் தந்து சிதறித் தெறித்து விடும் கேள்வி இது. இருப்பினும் தர்க்கமற்ற பதற்றத்தில் அக்கேள்வி உயிர் வாழ்ந்துகொண்டிருக்கிறது. கலாச்சார ஆசான்கள் உருவாக்கும் நெருக்கடி இளம் படைப்பாளிகளை நம் சூழலில் வெளியற்ற மூலைக்குத் தள்ளிக்கொண்டிருக்கிறது. இந்த வகையில் இளம் படைப்பாளியும் ஒடுக்கப்பட்டவர்களைப் பிணைக்கும் சங்கிலியின் கடைசிக் கண்ணியாகிவிட்டான்.

இளம் படைப்பாளியிடம் நான் கூற விரும்புபவை இவை தாம்:

'படைப்புக்குத் தேவையான முதல் தகுதியே தமிழ் வாழ்வை நீ அறிந்திருப்பதுதான். வாசிக்க உன் முன் படைப்புகள் கொட்டிக்கிடக்கின்றன. இந்த நூற்றாண்டைச் சேர்ந்த அரிய தமிழ்ப் படைப்புகள் எவ்வளவோ, அதற்குமேல் பண்டைய இலக்கியம் என்று பல நூற்றாண்டுகளைச் சேர்ந்த படைப்புகள். உலக இலக்கியங்கள், இந்திய இலக்கியங்கள் தமிழில் மொழிபெயர்க்கப்பட்டுள்ளன. சமீபத்தில் ஜெர்மன், பிரெஞ்சு போன்ற உலக மொழிகளிலிருந்து அரிய படைப்புகள் நேரடியாகத் தமிழுக்கு வந்திருக்கின்றன. இவை அனைத்தும் உனக்கிருக்கும் செல்வங்கள். இந்த அளவுக்கு இலக்கியச் செல்வம் கொண்டவன் உலக மொழிகள் எவற்றிலும் இல்லை. இன்றைய உலகப் படைப்புகளுடன் தமிழை உறவு கொள்ள வைக்கும் மொழிபெயர்ப்புகள் போதிய அளவில் இல்லைதான். திறமையும் தேர்வுத் திறனும் கொண்ட மொழிபெயர்ப்பாளர்களும் குறைவுதான். பாதகமாக இன்று நிற்பவை இவைதாம். இந்தக் குறையும் காலப்போக்கில் நீங்கலாம்.

'தமிழில் விளக்கப்படும் மேற்கத்தியத் தத்துவங்களையும் புதிய இலக்கியக் கோட்பாடுகளையும் உன்னிப்பாக நீ படிக்க வேண்டும். அவையும் உன்னைப் பாதிக்கட்டும். மேற்கத்தியச் சிந்தனையின் காற்று நம் மீது 150 வருடங்களுக்கு மேலாக வீசிக்கொண்டிருக்கிறது. நாம் அதன் மூலம் நம் சுவாசங்களைப் புதுப்பித்துக்கொண்டிருக்கிறோம். நம் வாழ்க்கையை விமர்சனத்திற்கு ஆட்படுத்தி நம் குறைகளை நீக்கி முன்னகர்ந்து போயிருக்கிறோம். ஆனால் மேற்கத்திய அறிவை, நம்மை ஒடுக்கவோ குறுக்கவோ எவரும் பயன்படுத்துவதை நாம் அனுமதிக்க முடியாது. படைப்பாளி படைப்பின் சூட்சுமங்களைச் சுயமாகக் கற்றுக்கொள்ளத் தெரிந்தவன். இந்த உண்மை இளம் படைப்பாளியின் நினைவில் இருக்க வேண்டும்.

இளம் படைப்பாளி எதிர்கொள்ளும் சூழல் இன்று எதிர்மறையானது. அவன் தன் மனத்துக்கு உகந்த ஆக்கத்தை அச்சில் காணப் பெரிதும் சிற்றிதழ்களைத் தேடிப் போக வேண்டியிருக்கிறது. அவற்றின் எண்ணிக்கை எப்போதும் குறைவு. இன்று அதிலும் குறைவு. சிற்றிதழுக்கு அவன் தருவது இலவச ஊழியம். சிற்றிதழ் மூலம் அவன் கையெழுத்துப் பிரதி அச்சுப் பிரதியாக மாறும் விந்தை இன்றும் அவனை ஆட்கொள்கிறது. சிற்றிதழில் தன் ஆற்றலை அவன் நிரூபித்து விட்டால் பிரபல இதழ்களில் எழுதவும் அத்திப்பூத்தாற் போல் அவனுக்கு அழைப்புக் கிடைக்கும். அது வறியவனுக்குக் கிடைக்கும் திருமண விருந்து போல. தன் படைப்புகளைப் பலரும் படிப்பதாகவும் அதன் மூலம் தன் இருப்புக்கு ஒரு அங்கீகாரம் பெறுவதாகவும் இளம் படைப்பாளி கற்பனை செய்து கொள்கிறான். இது முற்றாகக் கற்பனை அல்ல. ஏனெனில் சற்றும் எதிர்பாராத நேரங்களில் அவன் அவனுடைய வாசகர்களை ரத்தமும் சதையுமாகச் சந்தித்துக் கை குலுக்கி இருக்கிறான். அவர்கள் அவனைப் பாராட்டியதுண்டு. விமர்சித்ததுண்டு. கிழித்து நாட்டியதுண்டு. எல்லாமே சமூக அங்கீகாரத்தின் வெவ்வேறு வகைகள்தாமே?

இளம் படைப்பாளிக்கு நூல் வெளியீடும் மற்றொரு பிரச்சினை. சிறுகச் சிறுகச் சேமித்துத் தன் புத்தகத்தைத் தானே அச்சேற்றிக்கொள்ள இந்திய அரசியலமைப்புச் சட்டத்தின் கீழ் அவனுக்குப் பூரண சுதந்திரம் இருக்கிறது. கணக்கு வழக்குகளைச் சுமாராக வைத்துக்கொள்ளும் ஒரு பதிப்பகம் அவன் புத்தகத்தை விநியோகத்திற்கு எடுத்துக் கொள்வது அவன் அதிர்ஷ்டம். விற்ற நூல்களுக்கு அப்பதிப்பகம் காசு தரலாம். காசு தராமலும் போகலாம். காசுக்காக எழுதாதவனைக் காசு தராமல் யாரால் ஏமாற்ற முடியும்? இதனால் ஒன்றும் இளம் படைப்பாளி மனம் குலைந்து போய்விடுவதில்லை. தான் ஒரு போராளி என்பது அவனுக்குத் தெரியும். அத்துடன் விநியோகத்தின் முக்கியமான பகுதியை அவன் தன் கைவசம்தானே வைத்துக் கொண்டிருக்கிறான். இலக்கியப் புரவலர்களின் முகவரிகளை அவன் சேர்த்து வைத்திருக்கிறான். அம் முகவரிகளுக்குப்

புத்தகங்களை இலவசமாகத் தபாலில் சேர்க்கச் சேர்க்க அவனைத் தட்டிக் கொடுக்கும் அபிப்பிராயங்கள் அவனுக்கு வரத் தொடங்குகின்றன. கோப்பு போட்டு அவன் அவற்றைப் பத்திரப்படுத்துகிறான். ஒவ்வொரு பாராட்டிலும் துளும்பு கிறது மனித நேயம். இப்போது அவனுக்கு ஒரு ஆதங்கம். இலவச விநியோகத்திற்கு இன்னும் அவனிடம் புத்தகங்கள் இருக்கின்றன. ஆனால் துரதிருஷ்டம் முகவரிகள் இல்லை. மனித நேய விமர்சனத்தின் வரவில் அந்த மட்டோடு அவன் திருப்திப்பட்டுக்கொள்ள நேருகிறது.

புதுமைப்பித்தன் எழுதிய மதிப்புரைகளைப் படிக்கும்படி இளம் எழுத்தாளர்களுக்கு நான் சிபாரிசு செய்கிறேன். அவ்வளவு கறார்த் தன்மை மதிப்புரைகளுக்கு வேண்டுமா என்ற கேள்வியின் முன் என் முதுமை என்னைக் கொண்டுபோய்ச் சேர்த்திருக்கிறது. லட்சிய வாதம், ஜீவத்துடிப்புடன் இலக்கிய வெளியில் பரவி நின்ற காலம். அப்போதும் அவ்வளவு கண்டிப்பு புதுமைப்பித்தனுக்கு. முளையில் கிள்ளாத களை பயிரை அழித்துவிடும் என்ற கவலை அவனுக்கு. இன்றோ திரும்பிய இடமெல்லாம் பொய்ச் சிரிப்பு, பொய்ப் பாராட்டு, இச்சகம். இவற்றை உண்டு ஒரு இளம் படைப்பாளி தன்னை வளர்த்துக்கொள்ள முடியுமா?

நேர்மையான மதிப்புரையாளன் உறவுகளை வளர்த்து அவ்வுறவுகளின் பேணலில் தன்னைத் தக்கவைத்துக் கொள்பவன் அல்லன். விமர்சனம் என்பது இலக்கிய வளர்ச்சியை முன் வைத்து ஆற்றப்படும் ஒரு அரும்பணி. அது படைப்பை மட்டுமே பார்க்கிறது. மேலும் இலக்கிய விமர்சனமே மனித நேயத்தை உள்ளடக்கியதுதான். மனித நேய விமர்சகர்கள் எனும் கருணாமூர்த்திகளின் தனிப் பிரிவு எம்மொழியிலும் இல்லை. யாரையும் சாராமல் நிமிர்ந்து நிற்கக் கற்றுக்கொள்வதே இளம் படைப்பாளி வளர்த்துக்கொள்ள வேண்டிய முக்கியக் குணம். காலம் தரும் அங்கீகாரம் வேறு. பொய்மைகளில் திளைக்கும் ஈனம் வேறு.

படைப்புக் கலை கடுமையான உழைப்பைக் கேட்கிறது. அதன் சகல கூறுகளையும் உழைப்பின் மூலம் மட்டுமே வசப்

படுத்தமுடியும். அதை அடையக் குறுக்கு வழி இல்லை. 'நான் எந்த நிலைக்கு வந்து சேர்ந்திருக்கிறேன் என்று எனக்கு எப்படித் தெரியும்?' என்று இலக்கியப் பயணத்தை மேற்கொள்ளும் ஒரு இளம் படைப்பாளி கேட்கலாம். அது மிக நியாயமான கேள்வி. பேரிலக்கியங்களை அவன் படிக்கும் போது அந்தப் படைப்புகள் தம்மைப் பற்றிச் சொல்வதோடு அதைப் படிக்கும் படைப்பாளிக்கும் தமக்குமான இடைவெளி பற்றியும் உணர்த்துகின்றன. சிறந்த படைப்புகளுக்கு மனம் கொடுத்துப் படைப்பாளி தன்னை ஒரு சுய விமர்சகனாக வளர்த்துக்கொள்ளும் போது காருண்ய விமர்சன மூர்த்திகளின் மீது அவன் அருவருப்புக் கொள்கிறான்.

இளம் படைப்பாளிகள் எப்படி எழுதுகிறார்கள்?

ஒவ்வொருவரும் என்னென்ன விதங்களில் எழுதுகிறார்கள் என்ற யோசனை தெளிவற்ற ஒரு நெடும் பயணம். 90களில் தீவிர வாசக உறவை நிறுவியவர்கள் என்று 50க்கும் மேற்பட்ட எழுத்தாளர்கள் இருக்கிறார்கள். இவர்களுடைய பெயர்களைவிட இவர்கள் உருவாக்கும் போக்குகள் முக்கியம். இப்போக்குகளின் முக்கியப் பிரதிநிதிகளை மட்டுமே நான் வாசகர்களுக்கு அறிமுகப்படுத்தவோ அல்லது நினைவூட்டவோ முடியும். இவர்கள் படைப்புகளில் ஒன்றுடன் மற்றொன்று கொண்டிருக்கும் வேற்றுமை முக்கியம். இலக்கியச் செழுமையின் உயிர்நாடி வேற்றுமை. அது சுதந்திரத்தில் தழைத்து சர்வாதிகாரத்தின் கீழ் ஒடுங்குகிறது.

நாவல், சிறுகதை, கவிதை என்று பிரிக்காமல் இளம் படைப்பாளிகளின் பெயர்களையும் அவர்களது படைப்பு ஒன்றின் பெயரையும் தருகிறேன். இப்போது நமக்கு முக்கியம் உருவங்களில் இருக்கும் வேற்றுமை அல்ல. பார்வைகளில் இருக்கும் வேற்றுமை. கோணங்கி - மதினிமார்கள் கதை, எஸ். ராமகிருஷ்ணன் - காட்டின் உருவம், ஜெயமோகன் - ரப்பர், பெருமாள்முருகன் - ஏறுவெயில், தேவிபாரதி - பலி, குமார செல்வா - உக்கிலு, இமையம் - கோவேறு கழுதைகள், பாமா - கருக்கு, மனுஷ்ய புத்திரன் - ஒற்றை உலகம், யூமா வாஸுகி - உனக்கும் உங்களுக்கும். குறைந்தபட்சம் இவர்களுடைய

படைப்புகளையேனும் படித்தால்தான் வாசகனுக்கு இன்றைய இளம் படைப்பாளிகளின் போக்குகள் தெரியும். வாசகர்கள் கவனம் கொள்ள வேண்டிய இளம் சிந்தனையாளர்கள் என்று ஆ.இரா. வேங்கடாசலபதி- திராவிட இயக்கமும் வேளாளரும், ரவிக்குமார் - கண்காணிப்பின் அரசியல் - ஆகிய இருவரையும் குறிப்பிட வேண்டும்.

கோணங்கி யதார்த்தத்தை வீசிவிட்டு அவருக்கே உரித்தான படைப்புலகத்தைக் கண்டுபிடிக்க ஒரு பாய்ச்சலை நிகழ்த்திக் கொண்டிருக்கிறார். பாய்ச்சலில் அவர் கண்டு பிடிப்பவை வாசகனுக்கு வந்து சேராமல் நடுவழியில் நின்றுவிடுகின்றன. ஆனால் கோணங்கியின் கவித்துவம் தொலைவில் அவர் நின்றாலும் வாசகனுக்கு வசீகரத்தைத் தந்துகொண்டிருக்கிறது. யதார்த்தத்தை விட்டுத் தன் கதை உலகைப் பார்க்க நகரும் எஸ். ராமகிருஷ்ணன் பாய்ச்சலைத் தவிர்க்கிறார். கிராமியக் கதை மரபு பற்றிய அவருடைய பிரக்ஞை வாசகனுடன் அவரைத் தோழமை கொள்ளச் செய்கிறது. ஜெயமோகன் பெரிய கனவை ஏந்தி நிற்பவர். இன்றைய வாழ்வுக்கும் இந்திய வேருக்குமான இணைப்பைக் காண முயல்கிறார். பெருமாள் முருகன் யதார்த்தத் தளத்தின் மீது வைத்திருக்கும் நம்பிக்கை அழுத்தமானது. ஒளிவு மறைவற்ற அவரது உலகத்தின் மீது கொண்டிருக்கும் பிடிப்பும் வலிமையானது. தேவிபாரதியையும் பாமாவையும் துன்புறுத்துவது அவர்கள் எதிர்கொள்ளும் ஒடுக்குதல். பாமா... 'மேல்ஜாதியினர் எங்களை வதைக்கிறார்கள்' என்று சொல்லும்போது, தேவிபாரதி 'சுற்றியிருக்கும் மனிதர்கள் என்னைக் குதறுகிறார்கள்' என்கிறார். பாமா சமூக மாற்றத்தின் மீது நம்பிக்கை கொள்ளும்போது, தேவிபாரதிக்கு மனித மனம் சார்ந்த சிடுக்கு அவிழுமா என்ற சந்தேகம் இருக்கிறது. குமார செல்வா ஒரு பிராந்திய வாழ்வை அவ்வாழ்வுக்குரிய நெடிகளையும் தக்கவைத்துக் கொண்டு படைப்பாக்கித் தருகிறார். தன் உலகம் நிறைவாக அழுத்தம் கொள்ளும் வகையில் ஒரு படைப்பைத் தந்திருப்பவர் இமையம். மனுஷ்ய புத்திரன் கவிதைகளில் வாழ்க்கை மீண்டும் மீண்டும் அவரை வெளியே தள்ளும் குரல் கேட்கிறது. இந்தக்

குரல் அவநம்பிக்கையின் குரலாக மாறாமல் இருக்க அவர் பாதுகாப்பைத் தேடிக்கொண்டிருக்கிறார். யுவன் அழகியல் மிகுந்த கவிஞர். மனிதனுக்கும் அவன் மனத்திற்குமான சம்பாஷணை அவருக்கு முக்கியம். யூமா வாஸுகி தர்க்கம் கவிதைக்கு இழைத்த இழப்பை அதர்க்கத்தால் மீட்டெடுக்க முயல்வதுபோல் படுகிறது. ஆ.இரா.வேங்கடாசலபதி தன் துறை சார்ந்து ஏற்று நிற்கும் நெறிகள் அவரைத் தமிழின் சிறந்த ஆராய்ச்சியாளர்களின் வழித்தோன்றல் ஆக்கியிருக்கிறது. ஒடுக்குதல்களுக்கு எதிரான ரவிக்குமாரின் கட்டுரைகளில் சிக்கலான மேற்கத்தியச் சிந்தனைகளையும் தெளிவாகத் தமிழில் சொல்லிவிடும் ஆற்றல் வெளிப்படுகிறது. தம் கருத்துகளை ஏற்காமல் நிற்பவர்களுக்கும் இடம் தந்து எழுதுபவர் இவர்.

இப்போது நாம் உருவங்களின் உலகங்களுக்குள் போகலாம். கவிதையின் ஆழமான நோக்கத்திற்கு ஈடுகொடுக்கும் கவிஞர்கள் தங்கள் மீது கவியும் தேக்கத்தை உடைக்க முயல்கிறார்கள். இம்முயற்சியில் அவர்களது கவிதைப் படைப்புகள், வசப் பட்ட உலகத்திற்குள்ளேயே மீண்டும் விழுந்துவிடுவது அவர்களை ஆயாசப்படுத்திக்கொண்டிருக்கிறது. எனினும் வணிக ஊடகங்களின் பேய்க்காற்று கவிதையின் சுடரை அவித்துவிடாமல் காப்பாற்றிக்கொண்டிருப்பவர்கள் இவர்கள் தாம். ஒரு சுடர் எஞ்சினாலும் நாளை அதிலிருந்து எண்ணற்ற சுடர்கள் தோன்றலாம். இந்தச் சுடருக்கு எதிர் நிலையில், குழந்தைகள் தீபாவளி இரவு கிழிக்கும் கலர் தீக்குச்சி போல் எண்ணிறந்தோர் கவிதைக்கு ஆசைப்படும் வரிகளை உற்பத்தி செய்த வண்ணமிருக்கிறார்கள். ஒரு கிழிப்பு, ஒரு வண்ண வெளிச்சம், மறுநிமிடம் கையில் ஒரு கரிக்குச்சி. குட்டிக் கவிதைகள், ஹைக்கூ கவிதைகள். அஞ்சல் அட்டையில் அனுப்பும்படி குறுகிப்போன நேற்றையக் கவிதை இப்போது தமிழ்த் தந்தியில் அனுப்பும் அளவுக்கு வளர்ந்திருக்கிறது.

கவிதையைப் பற்றிய நம் சிரத்தையைப் படைப்பாளியிடத்தி லும் வாசகனிடத்திலும் எப்படிக் கூட்டுவது? கவிதையில் இருக்கும் தேக்கம் படைப்பாளிக்கும் தமிழ் வாழ்க்கைக்குமான உறவில் இருக்கும் அலுப்பைத்தான் உணர்த்துகிறதா? கவிதைக்கான

புதிய மொழிக்கு எங்கே போவது? நாற்புறமும் அரசியல், வணிக, திரைப்படச் சந்தடிகளில் மிகையிலும் பொய்மையிலும் மொழி தன் உயிர்ப்பை இழந்து கொண்டிருக்கும்போது கவிஞன் வாளின் அலகுபோல் கூர்மையான ஒரு மொழியை எங்கிருந்து கண்டுபிடிப்பான்? படைப்பின் சகல உருவங்கள் சார்ந்த தேக்கமும் கவிதை சார்ந்த தேக்கத்தின் நீட்சிதானே? இவையெல்லாம் முக்கியமான கேள்விகள். இளம் படைப்பாளி தன் மனத்தில் தைத்துக்கொள்ள வேண்டிய கேள்விகள்.

சிறுகதையின் நிலையும் நாவலின் நிலையும் நாம் பெருமிதம் கொள்ளும் வகையில் இருக்கிறதா? இவற்றைப் படிக்கும் வாசகன் மனத்தில் ஆழப் பதியும் எழுத்து அருகிப்போய்விட்டதோ என்ற கேள்வி எழக்கூடும். நாற்பது நாற்பத்தைந்து வருடங்களுக்கு முன்னால் படித்த சிறுகதைகளில், நாவல்களில் பல இன்றும் நினைவில் நிற்கும் ஆற்றல் கொண்டிருக்கும்போது நேற்றுப் படித்தவை ஏன் மனத்திலிருந்து வழிந்துபோய்விடுகின்றன? படைப்பின் மிகப் பெரிய ஆற்றல் உணர்வுகளில் கலந்து நிற்பது. இந்த அதிசயம் நிகழும்போதுதான் படைப்பின் நோக்கம் நிறைவேறுகிறது. மனத்திலிருந்து வழிந்துவிடும் படைப்பு எப்படி அந்த மனத்தை அசைக்கும்? மன அசைவு கூடவில்லை என்றால் சமூகப் பாதிப்பு எப்படி நிகழும்? அனுபவம் படைப்பாளியின் உணர்வுகளில் கலந்து நிற்கும்போது படைப்பு மனித மனத்தைத் தாக்கும் வீரியம் கொள்கிறது. தன்னையே பாதிக்காத அனுபவத்தை வைத்துப் படைப்பாளியால் பிறரைப் பாதிக்கச் செய்யும் படைப்பை எப்படி உருவாக்க முடியும்?

இறுதியாகப் படைப்பின் மரணமும் படைப்பாளியின் மரணமும். இவ்விரு மரணங்களையும் இளம் படைப்பாளி எப்படிப் பார்க்கிறான் என்பது முக்கியம். அதாவது இவற்றின் உறவை, தான் படைத்த சகல படைப்புகளின் மரணங்களையும் பார்த்துவிட்டு மறையும் படைப்பாளிகள்தாம் எல்லா மொழி களிலும் போலவே தமிழிலும் அதிகம். முதுமையில் தன் குழந்தை களின் மரணங்களை ஒன்றன் பின் ஒன்றாகப் பார்த்து விட்டு மறையும் தந்தையின் அவலம் இது. பாரதியின் படைப்புகளோ அவன் மறைவுக்குப் பின் மீண்டும் மீண்டும் பிறந்துகொண்டே

இருக்கின்றன. இளம் படைப்பாளி சட்டென்று உணரத்தக்க மற்றொரு உதாரணம் புதுமைப்பித்தன். அவன் இருந்தபோதும் அவன் மறைந்த பின்பும் இலக்கிய வானில் எத்தனையோ நட்சத்திரங்கள் வாசகர்களை ஆட்டிப்படைத்த வண்ணம் ஜொலித்திருக்கின்றன. அவற்றில் பல உதிர்ந்துவிட்டன. உதிராதவை மங்கிக் கொண்டிருக்கின்றன. புதுமைப்பித்தன் சிறுகச் சிறுக நகர்ந்து இன்றையப் படைப்புலகத்தின் மையத்திற்குள் வந்துவிட்டான். இவ்வாறு தனக்கு ஒரு பெரு வாழ்வு அமைய, இருக்கும் காலத்தில் அவன் என்ன செய்தான்? ஒன்றும் செய்யவில்லை. படைப்புக்குரிய வருத்தங்களை ஏற்றுப் படைத்தான்.

இப்போது தேர்வு இளம் படைப்பாளியிடம்தான் இருக்கிறது. படைப்பின் மரணம் எப்போது? 'எனக்கு முன்பா பின்பா?' இதெல்லாம் 'லட்சிய வாதம், பயனற்ற பேச்சு' என்று இளம் படைப்பாளிக்குத் தோன்றலாம். 'இருக்கும் போதே அகப்பட்டதைச் சுருட்டு' என்று அவனை முடுக்கும் இலக்கிய வியாபாரியும் 'எதுதான் நிரந்தரம்?' என்று கேட்கும் 'தத்துவவாதி'யும் அவன் பக்கத்திலேயே இருக்கிறார்கள். எதுவும் நிரந்தரம் இல்லை என்பதுதான் என் நினைப்பும். குண்டூசியிலிருந்து சூரியன் வரையிலும். ஆனால் ஒன்று நமக்குத் தெரியும். திருவள்ளுவர் இரண்டாயிரம் ஆண்டுகளாக வாழ்ந்து கொண்டிருக்கிறார். நேற்று நம் வாசகர்களை ஆட்டிப் படைத்த வடுவூர் துரைசாமி அய்யங்காருக்கும் வை.மு. கோதைநாயகி அம்மாளுக்கும் இன்று முகவரி இல்லை. படைப்புகள் நாய்க்குடை போலவும் இருக்கின்றன. ஆலமரங்கள் போலவும் இருக்கின்றன. நாய்க்குடைகளை உற்பத்தி செய்து சமூகப்பாதிப்பை நிகழ்த்த முடியுமா? தேர்வு இளம் படைப்பாளியின் கையில் இருக்கிறது. இலக்கிய நியதிகளை அறிந்து அவன் தேர்வு செய்ய வேண்டும். அவ்வளவுதான்.

தினமணி தீபாவளி மலர், 1997

11

நாடக மேடையின் புதிய போக்குகள்

நாடகம் ஒரு தனிக் கலைச் சாதனம். கவிதை அல்லாத, நாவல் அல்லாத, சங்கீதம் அல்லாத, பிற மேடைக் கலைகள் எதுவுமல்லாத, முழுமையான ஒரு கலைச் சாதனம். பிற கலைகளிலிருந்து வித்தியாசமான, தனிப்பட்ட குணம் ஏதும் அதற்கு இல்லையெனில் அதனைத் தோற்றுவிக்க, மேடையேற்ற யாரும் வியர்வை சிந்த வேண்டியதில்லை. நாடகம், சகல கலைகளையும் கூட்டிக் கலந்த சம்மேளனம் எனில், இக்கலைகள் ஒவ்வொன்றும் தனித்தனியாக அதிக விரிவான அனுபவத்தைத் தரக்கூடியவை; சகல கலைகளது ஊர்வலமாக நாடகம் வேண்டியதில்லை.

நாடகம் ஒரு பார்வைக் கலை. பார்வையானது அனுபவத்தில் முழுமை பெற அவனுடைய செவியையும் நாடகம் கேட்டு நிற்கிறது என்றாலும் பார்வையை அடிப்படையாகக் கொண்ட கலைதான் அது. நடிப்பு மூலம் முழுமை பெறும் கலை.

நாடகம் எனும் வாழ்க்கைச் சித்திரம், நாடகாசிரியன் ஒரு எல்லை வரையிலும் மேடையேற்றத்திற்கு முன்னரே தன் மனத்தில் கண்டுவிட்ட காட்சியாகும். தான் கண்ட சித்திரத்தை நடிகர்களின் துணையால் - வேறு கருவி

நாடக மேடையின் புதிய போக்குகள்

களையும் பயன்படுத்திக்கொள்கிறான் என்றாலும் முக்கியமாக நடிப்பின் துணையால் - முழுமை பெறச் செய்கிறான் நாடகாசிரியன். வாழும் வாழ்வில் அன்றாடம் நமக்குப் புலனாகும் அனுபவங்களை, அந்த அனுபவங்களின் வீச்சுக் குறைந்த, பரிமாணம் குறைந்த உயிர்க்களையற்ற சிறிய மேடையில் மீண்டும் பார்க்க ஏன் போகிறோம்? மேடையில் நிகழ்வது நமக்கு அனுபவமான விஷயம் மட்டுமல்ல; கலைஞன் தன் பார்வையால் செழுமைப்படுத்திய, அர்த்தபுஷ்டி ஏற்றி விட்ட, புனர் மதிப்பீடு செய்துவிட்ட அனுபவங்களின் சித்திரம். அதனால்தான் நமக்குத் தெரிந்த வாழ்க்கையின், கலைஞனின் பார்வையால் மறுபிறப்பு எடுத்துவிட்ட கோலத்தைப் பார்க்கப் போகிறோம். அவ்வனுபவம் இம்மண்மீது நாம் கொண்டுள்ள உறவைச் செழுமைப்படுத்தும் என்ற நம்பிக்கையில் போகி றோம்.

நாடகக் கலை என்ற பெயரில் தொழில் செய்து வருகிறவர் களுக்கு இந்த அளவுகோல்கள் பொருந்தாது. அது வேறு உலகம். பார்வையாளர்களின் மேலோட்டமான அபிலாஷைகளை நிறைவேற்றும் உலகம். காட்சி ஜோடனைகளும் தந்திரக் காட்சி களும் நிறைந்த உலகம். இடம், காலம், சந்தர்ப்பம், பொருத்தம் ஆகிய சகல நியதிகளையும் மீறிவிட்ட ஒரு சர்வ சுதந்திர உலகம். இங்கு அரிச்சந்திர நாடகத்தில், மயான காண்டத்தில், அரிச்சந்திரனே வெள்ளை ஏகாதிபத்தியத்தை எதிர்த்து 'வெள்ளைக்கொக்கு பறக்கிறது பார்' என்று பாடுவான். இந்தப் பாடலை இரண்டு தடவை ஸ்வர வித்தியாசங்களோடு பாடிய பின், பிணங்களை எரித்தால் போதுமானது எனப் பார்வையாளர்கள் சொல்லும்போது அவன் வேறு என்ன செய்யமுடியும்? அதேபோல் மேற்படிப்புக்குச் சென்றிருந்த கதாநாயகன் மேடையிலேயே ஆகாய விமானத்தில் வந்து இறங்கு வதையும் இங்குப் பார்க்கக் கிடைக்கிறது. அரங்கில் கடல் நுழைந்து அலைகளை வீசியடிக்க, நடிகர்கள் பாதம் நனையாமல் வசனங்கள் பேசிக்கொள்வதையும் நாம் பார்த்திருக்கிறோம். தேவதூதர்கள் வண்ணத்துப்பூச்சிகள் மாதிரி சிறகுகளை அசைத்துக்கொண்டும் மேடையின் பக்கவாட்டிலுள்ள மூங்கில் வழியாக மேலேயிருந்து சறுக்கி இறங்கிக் குதித்து நிற்பதுமுண்டு.

தமிழ் மேடையின் நேற்றைய அதிசய உலகம் இது.

நாடகக் கலை வளர முதலில் நாடகம் என்னும் தனிக் கலை பற்றிய பிரக்ஞை வளர வேண்டும்.

தமிழில் இந்தப் பிரக்ஞை எந்த அளவுக்குத் தோன்றி யுள்ளது?

1930லிருந்து 1945 வரையிலுள்ள காலத்தைத் தமிழ்ப் புத்துணர்ச்சி பெற்ற காலம் என்பார்கள். இக்காலத்தில் சிறுகதை, நாவல் ஆகிய துறையில், உயர்ந்த படைப்புகளைத் தந்துள்ள புதுமைப்பித்தன், பிச்சமூர்த்தி, கு.ப.ராஜகோபாலன், க.நா.சுப்ரமண்யம், ந.சிதம்பர சுப்ரமணியன் ஆகியோர் நாடகங் களும் எழுதிப் பார்த்தார்கள். இவை அதிகமும் மேடைப் பிரக்ஞையின்றி, நாடகத்தைத் தன்னிறைவு கொண்ட தனி இலக்கியப் பிரிவாகக் கண்டு எழுதப்பட்டவை. பின்வந்த காலங்களில் கதையை வசனமாகப் பிரித்து எழுதிய உருவங்கள் பிரபல கைகள் மூலமாகவே தோன்றின என்றாலும் சுய முயற்சிகள் என்று சொல்லும்படியாக நவீன நாடகங்கள் ஏதும் தமிழில் தோன்றவில்லை. ஒரு சில மொழிபெயர்ப்புகள் கிடைத்தன. இவற்றில் க.நா. சுப்ரமண்யம் மொழிபெயர்த்த இப்ஸனின் 'பொம்மை வீடு'ம், எஸ்.மகராஜன் மொழிபெயர்த்த ஷேக்ஸ்பியரின் 'ஹாம்லெட்.' 'லீயர் அரசன்' ஆகியவையும், சி.ஆர். மயிலேறு மொழிபெயர்த்த மோலியரின் 'கருமி'யும் குறிப்பிடத் தகுந்தவை. நவீன நாடகத்தைப் பற்றிய பிரக்ஞை தமிழில் 1960க்குப் பின் மெதுவாக வளர்ந்து வருகிறது. வெங்கட் சாமிநாதன் எழுதியுள்ள கட்டுரைகளில் தமிழ் நாடகத்தின் வறட்சி பற்றி விரிவாக ஆராய்ந்து, இந்தி, வங்காளம் ஆகிய மொழிகளில் எழுதப்பட்டு, தில்லியில் அரங்கேறும் நாடகங்களைப் பற்றிய செய்திகளையும் தந்துள்ளார். நாடகம் ஒரு அதிசயப் பொருட்காட்சி என்ற நிலை மாறி, திரைகள் அற்ற, ஒலிபெருக்கி அற்ற, ஜோடனைகள் அற்ற நிலையில், வெளிப்புறங்களில் மரத்தடிகளிலும் பொதுப் பூங்காவின் ஒதுக்குப்புறங்களிலும் கல்கத்தாவிலும் தில்லியிலும் நடித்துக் காட்டப்படுகின்றன. இதுபோன்ற ஒரு புரட்சிகரமான மாற்றம் தோன்றியதில் முக்கியமான பங்கு பெறுகிறவர் தில்லி நேஷனல்

ஸ்கூல் ஆப் டிராமாவில் இயக்குநராகப் பணியாற்றும் அல்காசி ஆவார். அவருடைய மாணவர்கள் நாடகத்தை அக்கலைக்குரிய தன்மையில், அக்கலைக்கு அப்பாற்பட்டதாக வளர்ந்து தொங்கிக் கொண்டிருந்தவற்றை வெட்டியெறிந்து இந்தியப் பரப்பில் நாடகத்திற்குப் புனர்வாழ்வு தந்துவருகிறார்கள்.

தில்லிச் சூழலாலும் மேற்கத்திய நாடகப் படிப்பாலும் பாதிக்கப்பட்டு இந்திரா பார்த்தசாரதி என்ற நாடகாசிரியர் தமிழுக்குக் கிடைத்தார். இவருடைய நாடகங்கள், முக்கியமாகப் 'போர்வை போர்த்திய உட'லும் 'மழை'யும் தில்லியில் தமிழிலும் இந்தியிலும், தமிழில் சென்னையிலும் வெற்றிகரமாக அரங்கேறியவை. நாம் போற்றும் மதிப்பீடுகளுக்கும் நமது நிஜ வாழ்வுக்குமுள்ள முரண்பாட்டைத் திரைகிழித்து அம்பலப் படுத்தும் இந்நாடகங்களின் உள்ளடக்கமும் வெளியீட்டு முறையும் மேல்நாட்டு நாடகங்களால் பாதிக்கப்பட்டவை. அடுத்து குறிப்பிட வேண்டியவர் ந. முத்துசாமி. இவர் எழுதிய நாடகங்கள் நம் மண்ணில் வேர்விட்டு முளைத்தவை. அதோடு வசனத்தின் ஏக அர்த்தத்தை மீறி நம் அனுபவத்திற்கு ஏற்ப அந்தரார்த்தங்களையும் பல பரிமாணங்களில் அதிர்வுகளையும் தரக்கூடியவை. வாழ்வின் அபத்த நிலையைச் சக்தி வாய்ந்த உருவத்தில் இவர் முன் வைத்துள்ளார். சி.சு. செல்லப்பாவின் 'முறைப்பெண்' என்ற நாடகம் யதார்த்த தளத்தில் மையத்திற்கு வலுத்தரும் சம்பவங்களை எழுப்பி எழுதப்பட்டுள்ளது. வத்தலக்குண்டில் ராஜமய்யர் விழாவில் இந்நாடகம் அரங்கேற்றப்பட்டபோது கிராம மக்களின் பாராட்டைப் பெற்றது. நாடகத்தைக் கவிதையின் பக்கத்தில் நகர்த்தி நவீன உத்திகளையும் பயன்படுத்திக்கொண்டு எழுதப்பட்டுள்ள மற்றொரு நாடகம் தர்மு சிவராமுவின் 'நக்ஷத்ரவாஸி'. இந்த நாடகம் இலங்கையில் மேடையேற்றப்பட்டுள்ளது. ஜெயந்தன் எழுதியுள்ள நாடகங்கள் அதன் சமூக விமர்சன உள்ளடக்கத்தாலும் சுறுசுறுப்பான உரையாடல்களாலும் வாசகர்களின் கவனத்தைக் கவர்ந்துள்ளன.

நான் முதலில் கூறிய மாதிரி நாடகத்தில் தனிப்பிரக்ஞை கொண்டவர்கள்தான் நாடகத்துறையில் ஏதேனும் மாற்றத்தை

நிகழ்த்த முடியும். இப்பிரக்ஞை எவருக்கும் தனி முயற்சி எடுத்துக்கொள்ளாமலோ வேறு துறைகளில் பேனா ஒட்டி யிருக்கும் தகுதிகளினாலோ ஏற்பட்டுவிடக் கூடியது அல்ல. இவ்வாறு தனிப்பயிற்சி பெற்ற, நாடகமேடையின் சவால்களை எதிர்கொள்ளும் திறனும் அந்தரங்க சுத்தியும் கொண்ட ஒரு கலைஞராக, காந்தி கிராமத்தில் ரூரல் யுனிவர்சிட்டியில் நுண்கலைப் பகுதியில் பணியாற்றிவரும் ராமானுஜத்தைக் குறிப்பிட வேண்டும். இவர் தில்லி தேசீய நாடகப் பள்ளியில் அல்காசியின் மாணவராக மூன்று ஆண்டுகள் நாடகக் கலை பற்றித் தனிப்பயிற்சி பெற்றவர். இன்று தமிழ் நாடக மேடையில் ஒரு மாற்றத்தை நிகழ்த்த இவர் பெரும் தடையாகக் காண்பது தமிழில் நவீன நாடகங்கள் மிகக் குறைவாக இருப்பதையே. இதனால் தன்னை நாடகாசிரியராகக் கருதிக்கொள்ளாத ராமானுஜம் வேறு வழியின்றிச் சில மொழிபெயர்ப்புகளையும் தழுவல்களையும் செய்ய நிர்ப்பந்திக்கப்பட்டுள்ளார். ‘புறஞ் சேரி’ எனும் நாடகம் அவர் எழுதி மேடையேற்றியவற்றில் முக்கியமானது. இந்த நாடகத்தில் மதுரை தீக்கிரையாகி அழிந்தபோது, மதுரையின் ஒரு பகுதியில் வாழும் சேரி மக்கள் ஏதும் செயலாற்ற வழியின்றி மௌன சாட்சிகளாக நிற்கிறார்கள். இவர் அரங்கேற்றும் நாடகங்களில் ஆடம்பரக் காட்சி ஜோடனைகளோ ஒலிபெருக்கியோ முன்திரையோ பின்திரைகளோ கிடையாது. ஒப்பனை, நாடகத்தின் உள்ளடக்கத் திற்கு வலுவேற்றும் அளவு இயற்கையாகவும் எளிமையாகவும் செய்யப்படுகிறது. கிராமப்புறங்களில் மேடையேற்றும்போது, ஒளிக்குப் பயன்படுவது தீப்பந்தம் அல்லது காஸ்விளக்கு அல்லது குறைந்த அளவு மின்சார விளக்குகள். நாடக அரங்கிலுள்ள இட விஸ்தாரத்தை முழுமையாகவும் அதிக வீச்சுடனும் ராமானுஜம் பயன்படுத்திக் கொள்கிறார். மேடையைப் பல பகுதிகளாகப் பிரித்தும் மேடையின் பக்கவாட்டிலும் மேல்புறத்திலும் முன் பக்கங்களிலுமுள்ள இடங்களை அதிகக் கற்பனையுடன் பயன்படுத்தியும் மேடை என்பது வாழ்வின் விஸ்தாரமான பகுதி என்ற எண்ணத்தை இவர் ஏற்படுத்தியிருக்கிறார். மோலியரின் ‘கருமி’ எனும் நாடகத்தைத் தமிழ்ப் பின்னணிக்கேற்ப இவர் தழுவி திண்டுக்கல்லில்

மேடையேற்றியிருக்கிறார். இந்த நாடகத்தில் கதாநாயகனான கருமி, தன் பணம் திருட்டுப்போனதும், திருடனைத் தேட மேடையை விட்டிறங்கிச் சபைக்குள் நுழைந்து சபையோரிடம் பேசுகிறான். இது மற்றுமொரு புதுமைக்காகச் செய்தது அல்ல. தொழில் நாடகங்கள் ஏற்படுத்திவிட்ட; நாடகம் வாழ்வுக்குச் சம்பந்தமில்லாத கனவுலகமாகக் கருதப்படுவதில் ஏற்பட்டுள்ள இடைவெளியைக் குறைத்து, நாடகத்தைப் பார்வையாளர்கள் தங்கள் வாழ்வின் ஒரு பகுதியாகக் காண வேண்டிய நிஜத்தை ெற்புறுத்தச் செய்யப்பட்டதே. ராமானுஜம் தனது நாடகங்கஏ ா, சில தோல்விகளால் மனஞ்சோராது மீண்டும் மீண்டு ம கிராமங்களில் மேடையேற்றுகிறார். சென்ற ஆண்டு நாடகக்கலைப் பயிர் சிப் பட்டறை ஒன்று இவரால் நட ந்தப்பட்டது. படிப்புக்கு ப் பயன்படுத்தப்பட்ட முத்துசாமியின் 'நாற்காலிக்காரர்கள்' பயிற்சி பெற்ற மாணவர் களாலேயே மதுரையில் மேடையேற்றப்பட்டு வெற்றி கண்டது.

இவைதான் இன்றைய தமிழ் நாடகத்தின் புதிய போக்குகள். இதிலிருந்து நாடகக்கலையை மாற்றும் பெரும் பயணத்தில் சிறிய சலனங்கள் நடைபெற்று வருவது தெரியும். புதிய நாடகங் களும் புதிய கலைஞர்களும் அதிக அளவில் தோன்றினால் தமிழ் நாடகம் மறுபிறப்புக் கொள்ளக்கூடும்.

அகில இந்திய ரேடியோ நிலையத்தின் சார்பில் 22-4-78இல் திருநெல்வேலியில் நடைபெற்ற கருத்தரங்கில் வாசித்த கட்டுரை.

தேடல், 1978

12

தமிழ்ப் பத்திரிகைகளின் தரம்

மலையாளப் பத்திரிகைகளையும் புத்தகப் பிரசுரங்களையும் 1950இலிருந்தே கவனித்து வருகிறேன். ஆங்கிலம் சரிவரப் புரியாத காலங் களில், மலையாளப் படிப்பு வெறி எனக்குத் தலைக்கேறியிருந்தது- அப்போதிருந்த அகோரப் பசிக்கு நவீனத் தமிழின் தரமான எழுத்துகள் போதாமலும் இருந்தன. ஆனால் மலையாளம் பற்றிய என் கவனிப்பு ஒரே மாதிரி எப்போதும் இருந்தது என்று சொல்லமுடியாது. ஒரு புத்தகப் பட்டியலைப் பெறுவதற்கு மிக மோசமான உடல்நிலையில் கண்டபடி அலைந்திருக்கிறேன். கவனம் வேறுதிசையில் திரும்பியதாலோ அலுப்பு மேலிட்டதாலோ இடையிடையே மலையாள எழுத்துகளின் போக்குகளைக் கவனிக்காமலும் இருந்திருக்கிறேன். இவ்வாறு மலையாளப் பத்திரிகைகள், பிரசுரங்களின் போக்கை நான் அறிய நேர்ந்திருக்கும் ஒழுங்கற்ற நிலையிலும்கூட நம் தமிழில் நிகழும் காரியங்களுடன் ஒப்பிடும் போது மிகுந்த மனச்சோர்வுதான் ஏற்படுகிறது.

1950களில் பரவலான வாசகர்கள் கொண்ட தரமான பத்திரிகையாக மலையாளத்தில் 'மாத்ரு பூமி' வார இதழ் ஒன்றுதான் இருந்தது. இன்று நாலைந்து வாரப் பத்திரிகைகளேனும் தரமானதும் நடுத்தரமானதுமான எழுத்துகளை, சற்றே

தமிழ்ப் பத்திரிகைகளின் தரம்

ஜனரஞ்சகமான எழுத்துகளுடன் கலந்து வெளியிட முன் வருகின்றன. இவற்றில் 'மாத்ருபூமி'யும் 'கலாகௌமுதி'யும் இன்றும் தரமான எழுத்துகளுடன், அவ்வப்போது மிகத் தரமான படைப்புகளையும் கட்டுரைகளையும் வெளியிட்டு வருகின்றன. கடினமான எழுத்தும் அது இடம் தரும் அளவுக்கேனும் பத்திரிகை எழுத்துக்கு இன்றியமையாத தெளிவைக்கொண்டிருந்தால், மலையாளப் பத்திரிகை ஒன்றில் பிரசுரம் கண்டுவிடுவது சாத்தியமானதுதான். மார்க்சிய அறிஞரும் கவிஞருமான சச்சிதானந்தன், மார்க்சிய அழகியல் பற்றி எழுதியுள்ள நீண்ட கட்டுரை 'மாத்ருபூமி' வார இதழில் தொடராக வெளிவந்தது. தமிழில் இக்கட்டுரையைக் கவிஞர் சுகுமாரன் மொழிபெயர்க்க அது 'மார்க்சிய அழகியல்: ஒரு முன்னுரை' என்ற தலைப்பில் புத்தக வடிவம் பெற்றுள்ளது. இந்நூலைப் புரட்டிப் பார்ப்பவர்கள்கூட எவ்வளவு ஆழமான விஷயங்களை மலையாள சஞ்சிகைகள் தொடர் கட்டுரைகளாக வெளியிட முன்வருகின்றன என்பதை உணர்ந்துகொள்ளலாம். பிரபல தமிழ்ப் பத்திரிகைகள் எவற்றிலும் மார்க்சிய அழகியலைப் பற்றி நாலு வரிகூட எழுத முடியாது என்பது மட்டும் அல்ல, கவிஞர் சச்சிதானந்தனை எளிய முறையில் அறிமுகப்படுத்தி ஒரு குறிப்புகூட எழுத முடியாது. இந்த அளவு ஆழமும் கடினமும் கொண்ட கட்டுரை ஒன்றைத் தமிழ்ப் பத்திரிகைகள் அவற்றின் பொற்காலத்தில்கூட வெளியிட்டதில்லை. சஞ்சிகை யில் தொடராக வெளிவராமல் முதலிலேயே புத்தகமாக வந்திருந்தாலும் அப்போதும் இக்கட்டுரை அதற்குரிய கவனத்தை மலையாள வாசகர்களிடத்தில் பெற்றிருக்கும். ஆழமான எழுத்தைத் தமிழ்ப் பத்திரிகைகள் புறக்கணிக்கும் நிலையில் அதனைப் புத்தகமாகக் கொண்டு வந்தால் அப்போதும் வாசகர் புறக்கணிப்புக்குத்தான் ஆளாகிறது. இந்நிலை தமிழைப் போல் மலையாளத்தில் இல்லை.

லேவ் தல்ஸ்தோயின் மகத்தான நாவலான 'போரும் அமைதியும்' மலையாளத்தில் மொழிபெயர்க்கப்பட்டு புத்தக வடிவம் பெற்றபோது அது வாசகர்களின் பரவலான கவனிப்பைப் பெற்றது. நான்கு முக்கிய நகரங்களில் ஏக காலத்தில் இதன் வெளியீட்டு விழாக்கள் நடைபெற, அவற்றில் அமைச்சர்கள்

கலந்துகொண்டார்கள். இது பெரிதல்ல. ஆனால் அவர்கள் தங்கள் ஓட்டை வாய்களை அதிகம் திறக்காமல் மலையாள எழுத்தாளர்களையும் விமர்சகர்களையும் தல்ஸ்தோயைப் பற்றிப் பேசவிட்டது மிகப் பெரிய விஷயம். இதுபோன்ற ஒரு கூட்டம் தமிழ்நாட்டில் நடைபெறும் என்றால் - அவ்வாறு நிகழும் எனக் கற்பனை செய்யக் காரணங்கள் எவையும் இல்லை - நம் அமைச்சர்கள் வாய்களில் மகான் லேவ் தல்ஸ்தோய் எப்படிச் சீரழிக்கப்படுவார் என்பதை யாரும் எளிதாகக் கற்பனை செய்யமுடியும். தமிழிலும் தல்ஸ்தோயின் இந்த உன்னதப் படைப்பு பழம் பத்திரிகை ஜாம்பவானான டி.எஸ். சொக்கலிங்கத்தால் மொழிபெயர்க்கப்பட்டு 1957இலேயே வெளிவந்துள்ளது. (இந்நாவலின் முதற்பகுதி மட்டும் இதற்கு முன்னரே பொ. திருகூடசுந்தரம் பிள்ளை என்ற அறிஞரால் மொழிபெயர்க்கப்பட்டு வெளிவந்திருக்கிறது) மூன்று பாகங்களில் 2200 பக்கங்கள் கொண்ட நாவல் இது. மொழிபெயர்க்கவும் அச்சேற்றவும் எவ்வளவு கடுமையான உழைப்பு தேவை என்பதையும் நாம் ஊகித்துப் பார்க்க வேண்டும். தமிழ் வாசகர்களால் சுலபமாகவும் 'வெற்றிகரமாக'வும் புறக்கணிக்கப்பட்ட நூல் இது. தமிழ் அறிஞர்களாலும் எழுத்தாளர்களாலும் இம்மொழிபெயர்ப்பு புறக்கணிக்கப்பட்டது என்று சொன்னாலும் எவ்விதத் தவறும் இல்லை. கடந்த 25 வருடங்களில் நான் தொடர்ந்து மேற்கொண்டு வந்துள்ள விசாரணைகள் மூலம் இப்படைப்பு தமிழில் பெற்ற புறக்கணிப்பை என்னால் உறுதிப் படுத்திச் சொல்லமுடியும்.

சுகுமார் அழிக்கோடு என்ற மலையாள அறிஞர் தம் நவீனப் பார்வையில் ஏழு உபநிஷத்துகள் பற்றிச் சமீபத்தில் ஒரு புத்தகம் எழுதி வெளியிட்டார். இந்நூல் மிகுந்த கவனம் பெற்றது. சர்ச்சைகளையும் விமர்சனங்களையும் எழுப்பி அதன் விற்பனை இரண்டாண்டுகளில் மூன்றாம் பதிப்பைத் தாண்டிவிட்டிருக்கிறது. இந்நூல் பற்றி சாதக பாதகமான விமர்சனங்கள் உள்ளன. ஆனால் இந்நூலின் தரத்தைச் சார்ந்த ஒரு நூல் தமிழில் வெளியிடப்படுமேயானால் அது எவ்

விதச் சலனத்தையும் ஏற்படுத்தாமல் நூல் நிலையங்களின் அலமாரிகளில் முடங்கும் என்பதில் எவ்விதச் சந்தேகமும் இல்லை.

பத்திரிகைகளின் பொற்காலம் ஒன்று தமிழிலும் இருந்த தாக நாம் அடிக்கடி நினைவு கூர்ந்து கொள்கிறோம் அல்லவா? முப்பதுகளில் ‘மணிக் கொடி’யும் நாற்பதுகளில் ‘கலைமகளு’ம்தான் நம் பொற்காலங்கள். ஆரம்பகால ‘கலைமகள்’ அளவுகூட ‘மணிக்கொடி’, வாசகர் கவனம் பெற்றிருக்கவில்லை. இருப்பினும் இவ்விரு பத்திரிகைகளையும் ஒருசேரப் பார்க்கும்போது இவற்றில் எஸ். வையாபுரிப்பிள்ளை, டி.கே.சி., பெ.நா. அப்புஸ்வாமி, பெ. தூரன், உ.வே.சாமிநாத ஐயர், தெ.பொ.மீனாட்சி சுந்தரனார், புதுமைப்பித்தன், ந. பிச்சமூர்த்தி, கு.ப.ராஜகோபாலன், மௌனி, லா.ச.ராமாமிருதம் போன்ற தரமான எழுத்தாளர்களும் எழுதியிருக்கிறார்கள். ஐம்பதுகளில்கூட ‘அமுதசுரபி’யில் ராமாமிருதம், ஜானகிராமன் கதைகள் பல படிக்கக் கிடைத்தது இன்றும் பசுமையாக என் நினைவில் நிற்கிறது. உ.வே. சாமிநாத ஐயரின் ‘என் சரித்திர’த்தை ‘ஆனந்த விகடன்’ நாற்பதுகளில் தொடராக வெளியிட்டது விதிவிலக்கான ஒரு அற்புதம். இந்தப் பொற் காலத்தில் ஒரு பகுதியாகச் சக்தி காரியாலயத்தினரின் புத்தகப் பிரசுரங்களையும் வெ. சாமிநாத சர்மாவின் நூல்களையும் அறிவுத் துறைகளை முன்னிலைப்படுத்திய ‘சக்தி’ பத்திரிகையை யும் குறிப்பிட வேண்டும். இந்திய மொழிகள் அனைத்திலும் இன்றுவரையிலும் நடந்துள்ள அறிவுத் துறை முயற்சிகளைக் கணக்கில் எடுத்துக்கொண்டாலும்கூட, ‘சக்தி’யும் ‘கலைக்கதிரும்’ போற்றப்பட வேண்டிய முயற்சிகள் ஆகும். இம்முயற்சிகளுக்குத் தமிழ்வாசகர்களிடமிருந்து போதிய ஆதரவு கிடைக்கவில்லை என்பது வெளிப்படை.

நாற்பதுகளில் மலையாளத்தில் பிரேம்சந்தும் மக்சீம் கோர்க்கியும் மாபசானும் முல்க்ராஜ் ஆனந்தும் நட்சத்திர மதிப்புப் பெற்றிருந்தார்கள். அன்று தமிழில் நட்சத்திர மதிப்புப் பெற்றிருந்த பிறமொழி எழுத்தாளர் வி.ஸ. காண்டேகர். புதுமைப்பித்தனை விடச் சிறந்த எழுத்தாளராக வி.ஸ.

காண்டேகரை மதித்த ஆயிரக்கணக்கான வாசகர்களையேனும் அன்றைய 'கலைமகள்' உருவாக்கியிருக்கக் கூடும். இன்றும் இதே எண்ணம் கொண்ட தமிழ் அறிஞர்கள் நம்மிடையே இருக்கக்கூடும் என்றாலும் அதை வெளியிட அவர்கள் கூச்சப் படக்கூடிய அளவுக்குத் தமிழில் விமர்சனம் இப்போது வளர்ந்திருக்கிறது. வி.ஸ. காண்டேகர் மலையாளத்தில் மொழிபெயர்க்கப்பட்ட போது அங்கும் பொழுதுபோக்கு வாசகர்கள் அவரைப் படித்திருக்கக் கூடும். ஆனால் எவ்வித இலக்கிய அந்தஸ்தையும் அங்கு அவர் பெற முடியவில்லை. இந்திய மொழிகளிலேயே அவர் இலக்கிய அந்தஸ்தைப் பெற்றது தமிழ்மொழியில் மட்டும்தான் என்று தோன்றுகிறது.

'கலைமகளி'ன் ஆசிரியரான கி.வா. ஜகந்நாதனைப் போலவே ஒரு புலவரும் கவிஞருமான என்.வி. கிருஷ்ணவாரியர்தான் 1950களில் 'மாத்ருபூமி'யின் ஆசிரியராக இருந்தார். இவர் கி.வா. ஜகந்நாதனைப் போல் அல்லாமல் நவீனத்துவத்தின் பாதிப்புகளைப் பெற்றவர். மலையாளக் கவிதையில் நவீனத்துவத்தைப் புகுத்தியவர் என்று மதிக்கப்படுகிற கவிஞர். இவர் ஆசிரியராக இருந்த காலத்தில் 'மாத்ருபூமி'யில் அன்று எழுதிக்கொண்டிருந்த தரமான மலையாள எழுத்தாளர்கள் அனைவரின் எழுத்துகளையும் நாவல்களையும் (தொடர்கதைகள் அல்ல) சிறுகதைகளையும் கவிதைகளையும் விமர்சனக் கட்டுரைகளையும் தத்துவக் கட்டுரைகளையும் மொழி பெயர்ப்புகளையும் வெளியிட்டார். என்னளவில் நான் மிகத் தரமானவர்கள் என்று கருதும் வைக்கம் முகம்மது பஷீர், காரூர் நீலகண்டப் பிள்ளை, சி.ஜே. தாமஸ், எம். கோவிந்தன், வயலோப்பள்ளி ஸ்ரீதர மேனன், பட்டத்துவிள கருணாகரன், டி. பத்மநாபன் ஆகியோரின் எழுத்துகளும் 'மாத்ருபூமி'யில் வெளிவந்தன. மலையாள மொழியில் எழுதும் சிறந்த ஆசிரியர்களின் எழுத்துகளை வெளியிடுவது ஒன்று; உலகத் தரத்தைச் சார்ந்த உன்னத எழுத்துகளை மொழிபெயர்த்துத் தொடராக வெளியிடுவது மற்றொன்று. இந்த அரிய காரியத்தையும் என்.வி. கிருஷ்ணவாரியர் செய்தார். நினைவிலிருந்து இரண்டு உதாரணங்களைத் தருகிறேன். ஃப்ரன்ஸ் காஃப்காவின் (ஜெர்மன்) Metamorphosis,

(உருமாற்றம்) என்ற நீண்ட சிறுகதையும் தாமஸ் மன்னின் (ஜெர்மன்)Transposed Heads (மாற்றி வைத்த தலைகள்) என்ற நாவலும் 'மாத்ருபூமி'யில் தொடராக வெளிவந்தன. எந்தப் பார்வை இந்தப் புத்தகங்களை மொழிபெயர்த்துத் தொடராக வெளியிட முடிவு செய்ததோ அதற்கு ஈடான ஒரு பார்வை தமிழ் சஞ்சிகைகளின் பொற்காலத்திலோ அல்லது பிற்காலத்திலோ இல்லை என்பது ஒரு வெளிப்படையான உண்மையாகும். ('மாற்றி வைத்த தலைகள்' ரா.ஸ்ரீ. தேசிகனால் மொழிபெயர்க்கப்பட்டுத் தமிழிலும் வெளிவந்துள்ளது. அது இங்கு எவ்வித வாசகர் கவனிப்பையும் பெறவில்லை.) தாமஸ் மன்னையும் காஃப்காவையும் தொடராகத் தரும் ஒரு பத்திரிகை தரம், சுவை, சுலபம் ஆகிய முக்குணங்கள் கொண்ட தகழி சிவசங்கரப் பிள்ளையையும் பி.ஸி. குட்டிக்கிருஷ்ணனையும் (முதலில் இயற்பெயரிலும், பின் 'உரூப்' என்ற புனைபெயரிலும் எழுதியவர்) எம்.டி. வாசுதேவன் நாயரையும் வெளியிட்டதில் ஆச்சரியம் எதுவுமில்லை. தாமஸ் மன்னையும் காஃப்காவையும் வெளியிட்ட பாரம்பரியத்தைக் காப்பாற்றிக்கொண்டு இன்றும் 'மாத்ருபூமி', ஓ.வி. விஜயன், ஆனந்த், சகரியா போன்ற பின் தலைமுறையைச் சேர்ந்த மிகத் தரமான ஆசிரியர்களின் எழுத்துகளை வெளியிட்டுவருகிறது.

தமிழ்ப் பத்திரிகை உலகிலோ சுவையான எழுத்து, இலக்கியத் தரமும் கொண்டிருந்தால் நம் பிரபல பத்திரிகைகளால் அவை முழு மனத்துடன் ஏற்றுக்கொள்ளப்பட மாட்டாது என்பது தி.ஜானகிராமன், கி.ராஜநாராயணன் ஆகியோரின் எழுத்துகள் இன்றும் சிறுவட்டங்களுக்குள் சுற்றிச் சுழன்று கொண்டிருப்பதிலிருந்து தெரியவரும். ஜானகிராமன், ராஜநாராயணன் ஆகிய இருவருமே தகழி சிவசங்கரப் பிள்ளை, எம்.டி. வாசுதேவன் நாயர் ஆகியோரைவிடச் சுவையான எழுத்தாளர்கள்தாம். வாசகர்களுக்குச் சிரமம் தராத அசோகமித்திரன், சா. கந்தசாமி போன்றோரின் எழுத்துகள்கூட அவற்றின் இலக்கியத் தரம் காரணமாகத் தமிழ்ப் பத்திரிகைகளால் ஏற்றுக்கொள்ளப்படுவதில்லை. ஒரு ஆரோக்கியமான கலாச்சாரத்தில் இவர்களைப் போன்ற

எழுத்தாளர்கள் - பல இந்திய மொழிகளில் நிகழ்வது போலவே - லட்சக்கணக்கான வாசகர்களிடம் பத்திரிகைகளால் எடுத்துச் செல்லப்பட்டுக் கொண்டிருப்பார்கள். தமிழில் தரமான எழுத்தாளர்கள் எவரும் இன்று பத்திரிகைகள் மூலம் வாசகர்களை எட்ட முடிவதில்லை. இப்படிப் பார்க்கும்போது ஜெயகாந்தன் அன்று பத்திரிகைகள் மூலம் பெரும் வாசகத் தொடர்பு பெற்றதை ஒரு விதிவிலக்கான காரியம் என்றுதான் சொல்லவேண்டும்.

ஆங்கில மொழியில் வெளிவரும் இந்திய வார, மாத இதழ்களும் லாப நோக்கங்கள் கொண்டவைதாம். அவை தர்ம ஸ்தாபனங்களால் நடத்தப்படுபவை அல்ல. ஆனால் இன்றும் அவற்றில் அரசியல், சமூகம், கலாச்சாரம் சார்ந்த தரமான எழுத்துகளைப் படிக்க முடிகிறது. இப்பத்திரிகைகளில் படிக்கக் கிடைக்கும் விஷயங்களின் பெரும் பகுதி, ஏறத்தாழ அதே தரத்தில், ஆங்கிலம் அறியாத ஒரு மலையாள வாசகனுக்கும் இன்று அவனது தாய் மொழியிலேயே படிக்கக் கிடைத்துக் கொண்டு இருக்கிறது. இந்த அரிய வாய்ப்பை வெவ்வேறு தரங்களில் இந்தி, வங்காளி, கன்னட மொழி வாசகர்களும் பெற்று வருகிறார்கள் என்பதை அம்மொழி எழுத்தாளர்கள் மூலம் அறிய முடிகிறது. இந்தத் தரத்தைச் சார்ந்த எதுவும் ஆங்கிலம் அறியாத தமிழ் வாசகனுக்குப் படிக்கக் கிடைப்பதில்லை என்பது மட்டும் அல்ல, மனித மனத்தை மலினப்படுத்தக்கூடியதும் உன்னத விஷயங்களைத் தரம் தாழ்த்திக் கொச்சைப்படுத்தக் கூடியதும் எதிலும் மேலோட்டமான கிளர்ச்சியை மட்டுமே தூண்டக்கூடியதுமான அருவருக்கத்தகுந்த எழுத்துகளையே தமிழ்ப் பத்திரிகைகள், ஒப்பிட்டுப் பகுத்துணர சந்தர்ப்பம் பெறாத தமிழ் வாசகர்களின் மூளைக்குள் வாரா வாரம் திணித்துக்கொண்டிருக்கின்றன. மனித மூளையில் சிறு சலனத்தை ஏற்படுத்தக்கூடிய விஷயங்கள் அனைத்தும் இங்கு முற்றாகப் புறக்கணிக்கப்படுகின்றன. பத்திரிகை தர்மங்களோ, சமூக அக்கறையோ அற்ற லாப நோக்கம் மட்டுமே இங்குப் பத்திரிகைத் துறையை ஆட்டிப் படைத்துக்கொண்டிருக்கிறது.

தமிழ்ப் பத்திரிகைகளின் தரம்

சில முக்கியமான நிகழ்வுகளை மலையாளப் பத்திரிகைகளும் அதற்கு முற்றிலும் மாறாகத் தமிழ்ப் பத்திரிகைகளும் எதிர்கொண்ட விதங்களை நினைவுகூர்ந்து, இவற்றின் தர வேற்றுமைகளை மேலும் நாம் தெளிவாகப் புரிந்துகொள்ள முடியும். இந்திராகாந்தியின் படுகொலை, ஒரு நூற்றாண்டு உலகச் சரித்திரத்தைக் கணக்கில் எடுத்துக் கொண்டாலும் கூட, மிகப் பயங்கரமான ஒரு நிகழ்வு ஆகும். இந்தப் படுகொலை பற்றியும் இதைத் தொடர்ந்து டில்லியில் நடந்த வன்முறைச் சம்பவங்கள்பற்றியும் மலையாளப் பத்திரிகைகள் ஒன்றோடொன்று போட்டியிட்டுக்கொண்டு ஆராய்ச்சித் தகவல்கள் நிறைந்த கட்டுரைகளை வெளியிட்டன. 'இந்தியா டுடே' போன்ற ஒரு ஆங்கிலப் பத்திரிகையின் கட்டுரைத் தரத்திற்கு இவை அமையவில்லை என்றாலும்கூட, ஆங்கிலம் அறியாத மலையாள வாசகர்களுக்கு இக்கட்டுரைகள் ஒரு சரித்திர நிகழ்வின் நாடித் துடிப்பைத் துல்லியமாக உணர்த்தியிருக்கும் என்பதில் சந்தேகம் இல்லை. மலையாளப் பத்திரிகைகளைப் போலவே தமிழ்ப் பத்திரிகைகளும் அலுவலக வசதிகளும் பண பலமும் கொண்டவைதான். பல தமிழ்ப் பத்திரிகைகள் மலையாளப் பத்திரிகைகளைவிடவும் அதிக விற்பனை கொண்டவை என்பதால், இயற்கையாகவே, அதிக வருமானமும் கொண்டவை. இருப்பினும் இப்பத்திரிகைகள் இந்திராகாந்தியின் கொலை பற்றிப் பரபரப்பைத் தரும் சில குறிப்புகளையே வெளியிட்டன. அவை மிக மேலோட்டமானவை. ஒரு சரித்திர நிகழ்வைப் பகுத்து ஆராய்ந்து அவற்றிலிருந்து மறைக்கப்பட்ட உண்மைகளை வெளிக்கொணரும் நோக்கமே இங்குப் பத்திரிகைகளுக்கு இல்லை.

நோபல் பரிசு பெற்ற விஞ்ஞானி சந்திரசேகர் சென்னையைச் சார்ந்தவர். அவர் பரிசு பெற்றதும் அவரைப் பற்றியும் அவரது ஆராய்ச்சிகள் பற்றியும் ஒரு சில கட்டுரைகளை மலையாளப் பத்திரிகைகள் வெளியிட்டன. அவரது இளமைக்காலப் புகைப்படங்களையும் வெளியிட்டன. அவரைப் பற்றிய செய்திகளில் அதிகமும் அவரது குடும்பப் படங்களும் சென்னையில் இன்றும் வசித்துவரும் அவரது இளைய சகோதரரிடமிருந்து பெறப்பட்டவை என்று அக்கட்டுரைகளில்

குறிப்பிடப்பட்டிருந்தன. ஆனால் சென்னையிலிருந்தே வெளிவரும் தமிழ்ப் பத்திரிகைகள் எவையும் இந்த அரிய வாய்ப்பைப் பயன்படுத்திக் கொள்ளவில்லை. விஞ்ஞானி சந்திரசேகரின் மற்றொரு சகோதரரான புரசு பாலகிருஷ்ணன் ஒரு தமிழ்ச் சிறுகதை எழுத்தாளர். (ருஷ்ய எழுத்தாளரான அந்தோன் செகாவ்வை முதலில் அறிமுகப்படுத்தியவர் சந்திரசேகர்.) இந்தப் பின்னணியில் தமிழ்ப் பத்திரிகைகள் சந்திரசேகரைப் பற்றியும் அவரது ஆராய்ச்சி பற்றியும் எவ்வளவோ விஷயங்களைத் தமிழ் வாசகர்களுக்கு அளித்திருக்க முடியும்.

தத்துவ ஞானியான ஜே. கிருஷ்ணமூர்த்தி தமிழகத்தோடு - விசேஷமாகச் சென்னை நகரத்தோடு - மிக நீண்ட, மிக நெருக்கமான உறவு கொண்டவர். கடைசிவரையிலும் அடையாறுக்கு வந்து தனது வருடாந்திரச் சொற்பொழிவுகளை அங்கு நிகழ்த்த வேண்டும் என்பதில் கிருஷ்ணமூர்த்தி கொண்டிருந்த அக்கறை ஆழமானது. இதுபோன்ற உறவுகள் எதுவும் கிருஷ்ணமூர்த்திக்கும் மலையாளக் கலாச்சாரத்துக்கும் இடையே இல்லை. இருப்பினும் அவர் மறைந்ததும் 'கலாகௌமுதி' மேலட்டையில் அவரது வண்ணப்படத்தை வெளியிட்டு அவரது வெவ்வேறு முகங்களை விளக்கும் மூன்று கட்டுரைகளை ஒரே இதழில் வெளியிட்டது. இந்தப் பேரிழப்பைத் தமிழ்ப் பத்திரிகைகள் எதிர்கொண்ட விதம் வெட்கக்கேடானது. அவரைப் பற்றிக் காரியார்த்தமான விஷயங்களை அவை வெளியிடாதது மட்டும் அல்ல, அவரைச் சிறுமைப்படுத்துவது போன்ற துணுக்குகளையும் வெளியிட்டன. ருக்மணி அருண்டேல், புல்லாங்குழல் மகாலிங்கம் ஆகியோரின் மறைவுகள் குறித்தும் மலையாளத்தில் குழந்தைப் பத்திரிகைகளில் வெளிவந்த குறிப்புகளுக்கு இணையானவை கூட நம் தமிழ்ப் பத்திரிகைகள் எவற்றிலும் வெளி வரவில்லை.

புதுயுகம் பிறக்கிறது, 1987

13

ஆசையும் குறிக்கோளும்

நம் பண்டைத் தமிழ் இலக்கியத்தையும் நவீனத் தமிழ் இலக்கியத்தையும் உலக மக்கள் அறிய வேண்டும் என்று விரும்புகிறோம். வெகு இயற்கையான விருப்பம் இது. பிற மொழியினர் போற்றத் தகுந்த படைப்புகள் நம்மிடம் இருக்கின்றன. நீண்ட இலக்கிய மரபைச் சார்ந்த பல படைப்புகள். தொல்காப்பியத்தின் சிறப்பை மரபுவழித் தமிழறிஞர்கள் தொடர்ந்து போற்றி வருகிறார்கள். இன்றைய பின் நவீனத்துவ வாதியும் அப்படைப்பின் அமைப்பைக் கண்டு வியக்கிறான். உலகக் காவியங்களுக்கு நிகரானது கம்பராமாயணம் என்பது நம் விமர்சன மதிப்பீடு. சங்கக் கவிதைகளும் சிலப்பதிகாரமும், ஆழ்வார் பாடல்களும் பாரதியும் உலகம் போற்றும் கவிதைகளுக்கு இணையானவை என்று மதிப்பிட்டிருக்கிறோம். உலகச் சிறுகதைகளுக்கு நிகரான தமிழ்ச் சிறுகதைகள் தோன்றியிருப்பதைத் திறனாய்வாளர்கள் சுட்டிக்காட்டியிருக்கிறார்கள். இந்த நூற்றாண்டில் வெளிவந்துள்ள தமிழ்க் கவிதைகளிலிருந்து ஒரு நுட்பமான தேர்வைத் தொகுப்போமென்றால் அவை இன்றைய உலகக் கவிதை வளத்துடன் ஒப்பிடத் தகுந்ததாக இருக்கும் என்று நம்பும் கவிஞர்கள் நம்மிடையே இருக்கி

றார்கள். இவ்வளவு செழுமையான இலக்கியப் பின்னணி கொண்டிருக்கும் நிலையில் உலகத்தின் கவனம் நம் மீது போதிய அளவுக்குத் திரும்பவில்லை என்ற குறை நமக்கு இருப்பது நியாயமானதுதான்.

இக்குறையைத் தீர்க்கத் தமிழ் மேடைகளில் முழங்கப் படும் தீர்வு ஒன்று இருக்கிறது. தமிழ்ப் பற்று மிகுந்த அரசியல்வாதிகளின் முழக்கங்களோடு இணைந்து தமிழ் அறிஞர்களின் முழக்கங்களும் இத்தீர்வை ஆமோதிக்கின்றன. நம் இலக்கியச் செல்வங்கள் உடனடியாக ஆங்கிலத்தில் மொழிபெயர்க்கப்பட வேண்டும். அதன்பின் உலகம் நம் படைப்புகளை ஏற்றுக்கொள்ள எந்தத் தடையும் இராது. மொழிபெயர்ப்புப் பணியை அரசாங்கமே முன்னின்று முடிக்க வேண்டும். ஐந்தாண்டுத் திட்டம்போல் ஒன்று வகுக்க வேண்டும். ஆங்கிலமும் தமிழும் அறிந்த அறிஞர்களை ஒன்று திரட்ட வேண்டும். போர்க்கால நடவடிக்கை போல மொழிபெயர்ப்புப் பணியை முடுக்க வேண்டும். இப்படித் தொடர்கின்றன முழக்கங்கள்.

ஒரு படைப்பை ஆங்கிலத்தில் மொழிபெயர்த்துவிட்டால் அப்படைப்பு உலக மக்களின் கவனத்தைப் பெற்று விடுமா? உலக மக்கள் அனைவரும் அறிந்த மொழியா ஆங்கிலம்? ஒரு படைப்பு உலக மக்களின் கவனத்தைப் பெற அதற்குத் துணை நிற்கும் சூழல் உருவாகியிருக்க வேண்டாமா? ஒரு நாடு உலகமக்களின் கவனத்தைப் பெறாத நிலையில் அந்நாட்டைச் சேர்ந்தபடைப்புகள் மட்டும் கவனம் பெறுமா? உலகத்தின் கவனத்தை ஈர்க்க வேண்டுமெனில் ஒரு மொழிபெயர்ப்பு என்னென்ன குணங்களைக் கொண்டிருக்க வேண்டும்? அந்நூலின் பதிப்பு எவ்வாறு அமைய வேண்டும்? அப்பதிப்பு இன்றைய நவீனஆராய்ச்சி முறை எதிர்பார்க்கும் குணங் களைக் கொண்டிருக்கவில்லையெனில் உலகம் அதைப் பொருட்படுத்துமா? உலகத்தரம் மிகுந்த பதிப்புகளில் இன்று என்னென்ன பகுதிகள் சேர்க்கப்படுகின்றன? அதன் அச்சும் அமைப்பும் எவ்வாறு அமைய வேண்டும்?

தமிழை உலக அரங்கில் ஏற்றத் துடிக்கும் மேடை முழக்கங்களில் இக்கேள்விகள் எழுப்பப்படுவதில்லை.

சர்வதேச அரங்கில் ஒரு நாடு முக்கியத்துவம் பெறுவதற்கும் அந்நாட்டைச் சேர்ந்த இலக்கியம் உலக அளவில் கவனிக்கப் படுவதற்கும் நெருக்கமான தொடர்பு இருக்கிறது. ஒரு நாடு முக்கியத்துவம் பெறும் சூழல் உருவாகுவதற்குப் பின்னால் அந்நாட்டின் பொருளாதாரம், அரசியல், கலாச்சாரம், உலக அரசியல் தளத்தில் எடுக்கப்படும் முடிவுகளில் அது செலுத்தும் அழுத்தம் என்று பல்வேறு கூறுகள் இருக்கின்றன. ஒரு நாட்டுமக்கள் தங்கள் வரலாறு சார்ந்த தாழ்வுகளை எப்படி எதிர்கொள்கிறார்கள்? தங்கள் சமத்துவ நிலையை உறுதிப் படுத்துவதில் அவர்கள் வெளிப்படுத்தும் விழிப்புணர்ச்சி எத்தகையது? அவ்விழிப்பு நிலை அவர்களது படைப்புகளில் எவ்வாறு பிரதிபலிக்கிறது? விடுதலையைத் தேடும் மக்களின் கலாச்சாரத்திலிருந்து பிற மொழியினர் ஊக்கம் பெறத் தூண்டுதல் இருக்கிறதா? இவையெல்லாம் உலக மக்களின் கவனத்தை ஈர்க்க இன்று துணை நிற்கின்றன.

மேற்கத்திய நாடுகள் தங்களுக்குள் கலாச்சாரப் பரிவர்த்தனை செய்துகொள்வதன் மூலம் தங்கள் பொது அடிப்படையை உறுதிப்படுத்தி வலுவேற்றிக்கொள்வதிலேயே கவனமாக இருக்கின்றன. அவர்களது மதிப்பீடுகளிலிருந்து வேறுபட்டு நிற்கும் கீழைத்தேய மதிப்பீடுகளைப் புரிந்துகொள்வதிலோ ஏற்பதிலோ அவை இயற்கையான உந்துதல் பெறுவதில்லை. கீழைத்தேய நாடுகளைச் சுரண்டுவதற்கான வாய்ப்பை இழந்த பின் இயற்கையாகவே அந்நாடுகள் மீது அவை ஆர்வமிழந்துவிட்டன. இந்நாடுகள் பெற்றுவரும் சிறு முன்னேற்றங்களைக்கூட அவற்றால் சகித்துக்கொள்ளவும் முடிவதில்லை. இந்திய விடுதலைக்குப் பின் உலக அரசியலில் நாம் செலுத்திவரும் செல்வாக்கு பலவீனமாகவே இருக்கிறது. நம் கலாச்சாரச் சமூகத் தாழ்வுகளுக்கு எதிராக நாம் தொடுக்கும் போராட்டம் உலக மக்களின் கவனத்தை ஈர்க்கும் வலுவோ வீச்சோ கொண்டதாக இல்லை. சமுதாய மாற்றத்தை முன்னிறுத்தும் நம் எழுச்சி பொருட்படுத்தும்படி புதிய

தத்துவத்தையோ கோட்பாட்டையோ இன்று வரையிலும் உருவாக்கவுமில்லை. விழிப்பு நிலை மந்தமாக இருக்கும் சூழலில் விடுதலை உணர்வு தரும் வீறுகொண்ட சிந்தனைகளின் உருவாக்கங்களை எதிர்பார்க்க இயலாது. இவையெல்லாமே உலக அரங்கின் கவனத்தை நாம் போதிய அளவுக்கு ஈர்க்காமல் நிற்பதற்கான காரணங்களாக அமைகின்றன.

இன்றுவரையிலும் நம் பண்டைய இலக்கியங்கள் மொழிபெயர்ப்புகளுக்கு உள்ளாகவில்லையா? அல்லது மொழிபெயர்க்கப்பட்ட நிலையிலும் அம்மொழிபெயர்ப்புகள் கவனத்தை ஈர்க்காமல் இருக்கின்றனவா? உண்மையில் நம் நேற்றைய இலக்கியங்கள் ஆங்கிலத்தில் கணிசமாக மொழிபெயர்க்கப்பட்டிருக்கின்றன. நாம் இன்று முக்கியத்துவப் படுத்தும் படைப்புகள் அனைத்துமே ஆங்கிலத்தில் மொழி பெயர்க்கப்பட்டிருக்கின்றன. இவற்றில் சிலவற்றுக்கு ஒன்றுக்கு மேற்பட்ட ஆங்கில மொழிபெயர்ப்புகளும் உள்ளன. நாம் இன்று முதன்மைப்படுத்திப் பேசாத அற நூல்கள் இலக்கணங்கள், புராணங்கள் ஆகியவையும் மொழி பெயர்க்கப் பட்டிருக்கின்றன. ஆங்கிலம் தவிர ஜெர்மன், பிரெஞ்சு, இத்தாலி, ஸ்பானிஷ் போன்ற மொழிகளிலும் ஒரு சில படைப்புகள் மொழிபெயர்க்கப்பட்டிருக்கின்றன. எந்தெந்தப் படைப்புகள் எந்தெந்த மொழிகளில் மொழி பெயர்க்கப்பட்டிருக்கின்றன என்ற விவரத்தைத் தரும் பட்டியலைப் பார்க்கும்போது மிகுந்த வியப்பு ஏற்படுகிறது. மொழிபெயர்ப்புப் பணி ஓசைப்படாமல் தொடர்ந்து நிகழ்ந்து வந்திருப்பதற்குச் சாட்சியமாக இருக்கிறது அப்பட்டியல். இம் மொழிபெயர்ப்புகளின் தரத்தை நம் அறிஞர்களில் யாராவது மதிப்பீடு செய்திருக்கிறார்களா? இம்மொழிபெயர்ப்புகள் போதிய கவனத்தை ஈர்க்கவில்லையென்றால் அதற்கான காரணத்தை ஆராய்ந்திருக்கிறார்களா?

உலக அரங்கிலும் இந்திய அரங்கிலும் நமக்குத் தகுதியிருக்கும் அளவுக்குக்கூட நாம் செல்வாக்குப் பெறாத நேரத்தில் லத்தீன் அமெரிக்காவைச் சேர்ந்த பல தேசத்து இலக்கியங்களும் உலக மக்களின் கவனத்தைக் கவர்ந்திருக்கின்றன. அரை நூற்றாண்டு

காலத்திற்குள் கூடிய விளைவு இது. அர்ஜென்டினா, பிரேசில், சிலி, க்யூபா, கௌத்தமாலா, மெக்சிகோ, பராகுவா, நிகராகுவா, பெரு, உருகுவே, வெனிசுலா போன்ற பல தேசங்களின் இலக்கியங்கள் உலகக் கவனம் பெற்றுவிட்டன. இவற்றில் சில அளவில் மிகச்சிறிய தேசங்கள். தமிழ்நாட்டைச் சேர்ந்த பழைய மாவட்டங்களை விடவும் சிறியவை. இதேபோல் ஆப்பிரிக்க தேசத்தைச் சேர்ந்த இலக்கியங்களும் உலக மக்களின் கவனத்தைப் பெற்றுவிட்டன. அரசியல் கலாச்சாரச் சூழல் இவர்களுக்குச் சாதகமாக இருக்கின்றன என்று வைத்துக் கொண்டாலும் அதற்கும் மேலாக இத்தேசங்களைச் சார்ந்த படைப்புகளின் ஆங்கில மொழிபெயர்ப்புகளைப் படிக்கும்போது இவற்றில் வெளிப்படும் மொழி ஆற்றல் நம் மனத்தைக் கவர்கிறது. நவீன ஆங்கிலமொழிபெயர்ப்பாளர்கள் பலரும் இப் படைப்புகளைத் தேர்ந்தெடுத்து மிகச் சிறப்பாக அவற்றை மொழிபெயர்த்திருப்பதும் நவீனப் பதிப்புகளாக அந்நூல்கள் வெளிவந்திருப்பதும் உலக மக்களிடையே அவை கவனம் பெற முக்கியக் காரணங்களாக இருக்கின்றன.

உலகம் நம்மைக் கவனிக்கத் துணை நிற்கும் அரசியல், கலாச்சாரச் சூழலை இலக்கியவாதிகளால் உருவாக்க முடியாது. நம் படைப்புகளுக்குச் சிறந்த மொழிபெயர்ப்புகள் தோன்றும் சூழலை உருவாக்க முயலலாம். உரிய நேரத்தில் நம் படைப்புகள் மீண்டும் நவீன மொழிபெயர்ப்புகளுக்கு இலக்காகும் என்ற நம்பிக்கையுடன் செயல்பட மட்டுமே நம்மால் இயலும். சிறந்த மொழிபெயர்ப்புகள் என்றால் என்ன? அவை கொண்டிருக்க வேண்டிய குணங்கள் என்ன? என்னென்ன தகுதிகள் கொண்டவர்கள் மொழிபெயர்ப்புப் பணியில் முனைந்தால் சிறப்பான மொழிபெயர்ப்புகள் தோன்ற வாய்ப்பு உண்டு? இவையே நாம் இன்று கவனம் கொள்ளச் சாத்தியம் தரும் பணிகளாக நிற்கின்றன.

தமிழைத் தாய்மொழியாகக் கொண்டவர்கள் ஆங்கிலக் கல்வி அறிவுசார்ந்து நம் படைப்புகளை மொழிபெயர்க்கும்போது அவை ஆங்கிலத்தைத் தாய்மொழியாகக் கொண்ட வாசகர்களின் எதிர்பார்ப்பிற்கு ஏற்ற முறையில் அமைகின்றனவா? இந்தக்

கேள்வியை எழுப்பிக் கொள்ள நாம் விரும்புவதில்லை. இந்தக் கேள்விக்குப் பதில் காண அவசியமான யதார்த்தப் பார்வையும் இன்று நம்மிடம் இல்லை. தமிழைத் தாய்மொழியாகக் கொண்டவர்கள் தாங்கள் கற்றுள்ள ஆங்கிலத்தை மட்டுமே நம்பிச் செய்துள்ள மொழிபெயர்ப்புகள் ஆங்கிலத்தைத் தாய் மொழியாகக் கொண்ட வாசகர்களுக்கு உவப்பாக அமைவது கடினம் என்று நாம் சொன்னால் பூர்ணலிங்கம் பிள்ளை, வ.வே.சு.ஐயர், ராஜாஜி, கே. சுவாமிநாதன், க.நா.சு., ராமச்சந்திர தீட்சிதர் போன்றோரெல்லாம் ஆங்கிலத்தில் தேர்ச்சி அற்றவர்களா என்று நம்மவர்கள் கேட்பார்கள். உண்மை; அவர்களுக்கு ஆங்கிலம் தெரியும். ஆனால், ஆங்கிலத்தில் மொழிபெயர்க்க ஆங்கில மொழி சார்ந்த அறிவு மட்டுமே போதுமா?

ஒரு படைப்பை ஆங்கிலத்தில் மொழிபெயர்க்க ஆங்கிலத்தைப் படைப்பு மொழியாகப் பயன்படுத்தும் ஆற்றல் வேண்டும். பட்டம் சார்ந்த ஆங்கில அறிவு ஒன்று; ஆங்கிலத்தைப் படைப்பு மொழியாகப் பயன்படுத்தும் ஆற்றல் மற்றொன்று. இரு மொழிகள் அறிந்தவர்கள் ஒரு மொழியிலிருந்து மற்றொரு மொழிக்குப் படைப்பைத் தரவும் செய்யலாம்; பெறவும் செய்யலாம் என்பது மொழிபெயர்ப்பைச் சார்ந்த நம் மேலோட்டமான சிந்தனை. மொழிபெயர்ப்பு மிகப் பெரிய கலை. இன்று ஆழம் கண்டு வளர்ந்து வரும் ஒரு கலை. கடுமையான உழைப்பைக் கேட்டு நிற்கும் கலை. பல சமயம் படைப்பாளிக்கு இணையான சவாலை எதிர்கொள்ளும் கலை. சிலப்பதிகாரத்தை ஆங்கிலத்தில் மொழிபெயர்க்க ஆர்.பார்த்தசாரதி பன்னிரண்டு வருடங்கள் உழைத்ததாக அந்நூலின் மதிப்புரைகள் கூறுகின்றன. ஆங்கிலக் கவிஞரான ஒருவர் தன் மொழிபெயர்ப்பு ஆற்றலை வளர்த்துக்கொள்ள எடுத்துக்கொண்ட காலம் இது. கவிதை எனும் தனிக்கலையில் அக்கறையே இல்லாதவர்கள் தம் ஆங்கில அறிவைச் சார்ந்து கம்பனையோ இளங்கோவையோ பாரதியையோ கவித்துவ அனுபவத்தைத் தேடும் ஆங்கில வாசகர்கள் திருப்திப்படும் விதமான ஒரு மொழிபெயர்ப்பைத் தர முடியுமா? மொழிக்குள்

ஆசையும் குறிக்கோளும்

பல உள்ளடுக்குகள் பெரும் வீச்சாக விரிந்து கிடக்கின்றன. இந்த வீச்சைத் தன்வயப்படுத்திக்கொள்ளாத ஒருவன் மூலத்தின் நுட்பங்களையும் சிக்கல்களையும் அழகுகளையும் மொழிபெயர்ப்பில் காப்பாற்றித் தர இயலாது. ஆங்கிலம் சேர்த்து வைத்துக்கொண்டிருக்கும் ஆற்றல் அளவிட முடியாதது. ஷேக்ஸ்பியரிலிருந்து இன்றைய இயற்பியல் விஞ்ஞானி வரையிலும் பல்வேறு துறையைச் சேர்ந்த சாதனையாளர்களும் ஆங்கில மக்கள் எதிர்கொள்ள நேர்ந்த பல வாழ்க்கை முறைகளும் அம்மொழிக்குள் ஏற்றியிருக்கும் வலுவும் திட்பமும் அடர்த்தியும் பிரமிப்பைத் தருபவை.

ஆங்கிலம் நம் மண் சார்ந்த மொழி அல்ல. அது நமக்குக் கற்றுத் தரப்பட்ட மொழி. அதை நமக்குக் கற்றுத்தந்த காலனி ஆட்சியாளர்கள் தங்களுக்கு ஊழியம் செய்யும் பொருட்டு நமக்கு அம்மொழியைக் கற்றுத்தந்தனர். அவர்களுடைய குறிக்கோளிலிருந்து அவர்கள் கற்றுத்தந்த முறையைப் பிரிக்க இயலாது. ஆங்கிலம் இன்றளவும் செலுத்திவரும் போலி அதிகாரத்திற்கு ஆசைப்பட்டு நாம் அம்மொழியை அணைத்துக் கொண்டிருக்கிறோம். இதுதான் ஆங்கிலத்திற்கும் நமக்குமான தொடர்பு.

நடைமுறை சார்ந்த ஒரு உதாரணத்தை முன்வைத்து ஆங்கில மொழிபெயர்ப்பின் நிறைகுறைகளைச் சிறிது பார்க்கலாம். கவிஞர் ஏ.கே. ராமானுஜன் சங்கப் பாடல்கள், ஆழ்வார் பாடல்கள் ஆகியவற்றில் ஒரு சிலவற்றை ஆங்கிலத்தில் மொழிபெயர்த்திருக்கிறார். அவருடைய மொழிபெயர்ப்பு விரிந்த கவனம் பெற்றிருக்கிறது. உலகக் கவிதைகளில் கவனம் கொண்ட வாசகர்களை இவரது மொழிபெயர்ப்புகள் கவர்ந்திருக்கின்றன. இவருடைய மொழிபெயர்ப்பு, மூலத்தின் கவித்துவத்தைத் தக்கவைத்துக் கொண்டிருப்பதையும் ஆங்கிலத்தைத் தாய்மொழியாகக் கொண்டவர்கள் இவரது மொழியை இணக்கமாக உணர்வதையும் மதிப்புரைகள் சுட்டிக் காட்டுகின்றன. ஆங்கிலத்தைப் படைப்பு மொழியாகப் பயன்படுத்த இவர் கொண்டிருக்கும் ஆற்றலைப் பலரும் ஏற்றுக்கொண்டிருக்கின்றனர். இவர் கவிதைக்கு அப்பால்

நிற்கும் சில துறைகளைப் பற்றிய ஆழ்ந்த அறிவும் பலதுறை களைப்பற்றிய பொது அறிவும் கொண்டிருந்தவர். ஆங்கிலம் பேசும் மக்கள் வாழும் தேசங்களில் தொடர்ந்து வாழ்ந்ததாலும் ஆங்கிலத்தைத் தாய்மொழியாகக் கொண்ட மாணவர்களுக்குக் கற்பிக்க நேர்ந்ததாலும், இன்றைய ஆங்கில மொழியின் அமைப்புடன் நெருக்கமான உறவு கொண்டிருந்ததாலும் அதன் நவீனத்தன்மையை உணர்ந்து தன்வயப்படுத்திக் கொண்டவர். அதேசமயம் தமிழ் மூலத்தைப் புரிந்துகொள்வதில் அவருக்கு நேர்ந்துள்ள இடர்ப்பாடுகளைப் பற்றியும் விமர்சனங்கள் உருவாகிவருகின்றன. இவற்றிலிருந்து இன்றைய மொழிபெயர்ப்புகள் ஓரளவேனும் வெற்றிபெறத் தேவையான ஆற்றல்கள் என்ன என்பதைப் புரிந்துகொள்ள முடிகிறது. ராமானுஜனின் நிறைகுறைகளை விரிவாக ஆராய்வதை மொழிபெயர்ப்புக்களைப் பற்றிய விவாதத்தின் தொடக்கமாக நாம் எடுத்துக்கொள்ளலாம்.

இந்திய அரங்குக்கும் உலக அரங்குக்கும் நம் இலக்கியங்களைக் கொண்டுபோகும் போது பதிப்பின் வடிவ நேர்த்தி மிக முக்கியமானது. பதிப்பின் வடிவ நேர்த்தியை உணர்வதில் நம் அரசும் பல்கலைக்கழகங்களும் வெற்றி பெறவில்லை என்பதற்கு அவை இன்று வரையிலும் வெளியிட்டுள்ள நூல்களே உதாரணங்களாகத் திகழ்கின்றன. நவீன வடிவ நேர்த்தியில் தோற்றுப்போய்விட்டோம் என்றால் சிறப்பான உள்ளடக்கங்களைக்கூட உலக வாசகர்களிடையே இன்று எடுத்துச் செல்ல முடியாது. அத்துடன் பதிப்பின் உள்ளடக்கத்தில் மூல நூல் பற்றிய அறிமுகம், அப்படைப்புச் சார்ந்த பின்னணி, மொழிபெயர்ப்புப் பற்றிய அணுகுமுறை, மொழிபெயர்ப்பாளர் பற்றிய விபரம் போன்றவற்றை எடுத்துக்கூறும் கட்டுரைகள் நவீனப் பார்வை கொண்டவையாக அமைய வேண்டும்.

உலக வாசகர்கள் நம் படைப்பின் மொழிபெயர்ப்பைத் தேடிக் கொண்டுவருவது நாம் நம் படைப்புகள் மீது கொண்டிருக்கும் பெருமிதங்களை அறிந்துகொள்வதற்கு அல்ல. சிறப்பான உலகப் படைப்புகளைப் படித்து அனுபவம் பெற்றிருப்பவர்கள் அதற்கு இணையான ஒரு அனுபவத்தை,

ஆசையும் குறிக்கோளும்

நம் படைப்புகளைப் படிப்பதன் மூலமும் பெற இயலும் என்ற உண்மையை அறிவுப்பூர்வமான மொழியில் நம்மால் முன்வைக்க முடியவேண்டும். பிற மொழியினர் விரும்பிப் படிக்கும் விதமாக ஆற்றல் மிகுந்த மொழிபெயர்ப்பும் சிறந்த பதிப்புக்கான கூறுகளும் இணையும்போதுதான் உலகம் நம்மை அறிய வேண்டும் என்ற குறிக்கோள் சார்ந்து நாம் முதல் அடியை எடுத்துவைக்கிறோம். அதன்பின் நெடும் பயணம் ஒன்றும் உள்ளது - உழைப்பையும் நுட்பத்தையும் கேட்டு நிற்கும் நெடும் பயணம்.

முதல் அடியை எடுத்துவைக்கும் முன் மொழிபெயர்ப்புக் கலை பற்றிய விவாதத்தை நாம் இன்று உருவாக்க வேண்டும். யார் இந்த விவாதத்தை உருவாக்கப்போகிறார்கள்? எழுத்தாளர் களா? கவிஞர்களா? தமிழறிஞர்களா? சிற்றிதழ் ஆசிரியர்களா? அல்லது பல்கலைக்கழகங்களா?

இக்கேள்விக்கு இன்று என்னிடம் பதில் இல்லை.

டாக்டர் இராமசுந்தரம் அறுபதாண்டு விழா மலர், 1999

14
உறவும் கொடுக்கல் வாங்கலும்

கேரள சாகித்திய அகாதெமியும் மலையாளிகளின் அமைப்பான 'மித்திர'மும் இணைந்து நாகர்கோவிலில் 20-2-96 முதல் 28-2-96 வரையிலும் நவீனச் சிறுகதைகளின் மொழிபெயர்ப்புப் பட்டறை ஒன்றை நடத்தின. மலையாளத்திலிருந்து தமிழுக்கும் தமிழிலிருந்து மலையாளத்துக்கும் சிறந்த சிறுகதைகளை மொழிபெயர்ப்பதே இந்தப் பட்டறையின் குறிக்கோள். இரு மொழிகளும் அறிந்த எழுத்தாளர்கள் சிறுகதைகளை மொழி பெயர்த்தனர். நீல. பத்மநாபன், டாக்டர் பத்மநாபன் தம்பி, பேராசிரியை வத்சலா தேவி, தோப்பில் முகம்மது மீரான், டி.வி. பாலசுப்பிரமணியன், ஜெய மோகன், வல்சகுமார், நான் இப்பட்டறையில் கலந்து கொண்டோம்.

கேரள சாகித்திய அகாதெமியின் தலைவர் எம்டி. வாசுதேவன் நாயர், துணைத்தலைவர் மாதவிக்குட்டி இருவருமே முக்கியப் படைப்பாளிகள். அகாதெமியின் நிர்வாகக் குழுவில் இடம் பெற்றிருக்கும் பலரும் மலையாள வாசகர் மதிக்கும் படைப்பாளிகள்தான். அகாதெமியின் பணிக்குத் தேவையான நிதியைக் கேரள அரசாங்கம் ஒதுக்குகிறது. இருப்பினும் அகாதெமியை இயக்கும் சுதந்திரம் முழுமையாகப் படைப்பாளிகளிடம்தான்.

அகாதெமியின் பணிகளில் அரசாங்கம் அல்லது அரசியல் வாதிகளின் குறுக்கீடு உண்டா என நான் எம்.டி. வாசுதேவன் நாயரிடம் கேட்டபோது 'சிறிய அளவிலும் இல்லை' என்றார் அவர். அகாதெமி முடிவெடுத்துச் செய்யும் காரியங்களோ பல. நூல் வெளியீடு, கருத்தரங்கம், மாநாடு, மொழிபெயர்ப்புப் பட்டறை, படைப்பாளிகளுக்குப் பரிசுகள், ஆராய்ச்சியாளர்களுக்கு உதவித்தொகை போன்ற பல பணிகள்.

அரசாங்கம் நிதி ஒதுக்கும் நிறுவனங்கள் தமிழகத்தில் செயல்படும் முறை இதற்கு நேர்மாறானது. இங்குக் கலை, இலக்கியம் சார்ந்த பணிகள் அனைத்தையும் அந்தத் துறைகளில் அடிப்படை அறிவுகூட இல்லாத அரசியல்வாதிகள்தான் பெரிதும் தீர்மானித்துக்கொண்டிருக்கிறார்கள். மத்திய அரசு, கல்வித் துறை நிறுவனங்கள் போன்றவை ஒதுக்கும் நிதியை ஆதாரமாகவைத்து நடைபெறும் கலாச்சாரப் பணிகளில் கூட தமிழக அரசியல்வாதிகளின் குறுக்கீடு உண்டு. படைப்பாளிகளும் கலை விற்பன்னர்களும் அரசாங்கம் அளிக்கும் ஊக்கங்களைப் பெற அரசியல்வாதிகள் தயவை எதிர்நோக்கி நிற்க நேர்கிறது. அரசியல்வாதிகளிடம் படைப்பாளிகள் சிபாரிசுக்குப் போகும் சூழல் உருவாக்கப்பட்டிருக்கிறது. பரிசளிக்கும் விழாக் களில் அரசியல்வாதிகள் இழைக்கும் அவமானங்களைப் படைப்பாளிகள் சகித்துக்கொள்ள நேர்கிறது. கேரள முதலமைச்சரைப் புகழ்ந்து மூன்றாம் தரக் கவிதைகளை எழுதிக் கேரள சாகித்திய அகாதெமியின் பரிசைப் பெறலாம் என்று ஒரு மலையாளக் கவிஞர் திட்டமிட்டால் அவருக்கு மனநிலை பிசகிவிட்டது என்று தான் மலையாள வாசகர்கள் முடிவுக்கு வருவார்கள். இங்கோ சிற்றரசர்களை 'ஆஹா, ஓஹோ' என்று புகழ்ந்து பரிசில் பெற்ற கவிஞர்களின் நேற்றைய அவலம்தான் இன்றும் தொடர்ந்துகொண்டிருக்கிறது.

மொழிபெயர்ப்புப் பட்டறையைத் துவக்கி வைத்தவர் எம்.டி. வாசுதேவன் நாயர். தலைமை வகிக்க இருந்தவர் மாதவிக்குட்டி. கடைசி நிமிஷத்தில் அவர் வரமுடியாமற் போகவே என்னைத் தலைமை வகிக்கும்படி கேரள சாகித்திய

அகாதெமியினர் கேட்டுக் கொண்டனர். அன்றைய என் பேச்சைத் தமிழ் வாசகர்களும் அறிய வேண்டும் என்ற ஆவலில் அதனைச் சற்றுச் சுருக்கித் தருகிறேன்.

தமிழுக்கும் மலையாளத்துக்கும் மிக நெருக்கமான தொடர்பு உண்டு. இரு மொழிகளின் கலாச்சாரங்களையும் நன்கு அறிந்த அறிஞர்கள் எண்ணற்ற பொதுக் கூறுகளைத் தர இயலும். இவ்விரு இன மக்களுக்கும் வாழ்க்கை முறை சார்ந்தும் பல ஒற்றுமைகள் இருக்கின்றன. மொழி, கலாச்சாரம், வாழ்வு சார்ந்து இந்தளவுக்கு ஒற்றுமை கொண்ட மக்களை உலகின் வேறு எந்தப் பகுதியிலேனும் பார்க்க இயலுமா என்பது சந்தேகமே. அறிஞர்கள் தரும் பொதுக் கூறுகள் சார்ந்த தடயங்கள்மீது நான் மிகுந்த மரியாதை வைத்திருக்கும் அதே நேரத்தில் இவ்விரு இனங்களின் உறவு சார்ந்து என் மனத்திலிருக்கும் சில சித்திரங்கள் உணர்வுபூர்வமாக எனக்கு முக்கியமானவை. இப்போது அவற்றை நினைவுபடுத்திக்கொள்ள விரும்புகிறேன்.

ஸ்ரீநாராயண குரு ஒரு சன்யாசி. பிறப்பால் ஈழவர். வைதீக இந்துக்களின் பார்வையில் தீண்டத்தகாதவர். இந்த நூற்றாண்டின் தொடக்கத்தில் கேரளத்தில் ஜாதிக் கொடுமை தாண்டவமாடிக் கொண்டிருந்ததை நாம் அறிவோம். ஜாதிக் கொடுமையிலிருந்து பிரித்துப் பார்க்க இயலாத மூடநம்பிக்கையின் இருளில் மக்கள் ஆழ்ந்து கிடந்தனர். தீண்டாமை மட்டுமல்ல, கீழ்ஜாதியினர் என்று கருதப்பட்டவர்களின் ஒவ்வொரு பிரிவினரும் மேல்ஜாதியினரைப் பொது இடங்களில் பார்க்க நேரும்போது அவர்கள் விலகி நிற்க வேண்டிய வரையறை செய்யப்பட்டிருந்தது. ஒடுக்கப்பட்ட பெண்கள் மேலாடை அணிய இயலாது. இந்தக் கேரளத்தைத்தான் 'மனநிலை பிறழ்ந்தவர்களின் மருத்துவமனை' என்று விவேகானந்தர் வர்ணித்தார்.

தீண்டாமை, ஜாதிக் கொடுமை, மூடநம்பிக்கை ஆகிய வற்றிற்கு எதிராக ஆத்மீகப் போரைத் தொடுப்பதற்கு முன், தான் மேற்கொள்ள வேண்டிய வழிமுறைகள் பற்றி நாராயண குருவுக்குத் தெளிவு ஏற்படுத்திக் கொள்ள வேண்டியிருந்தது.

அவருடைய வழி, இந்து சமயத்தின் அடிப்படைகளை ஏற்று அதனுள் ஒரு புரட்சிகரமான மாற்றத்தை நிகழ்த்துவது, இந்து சமயத்தின் அடிப்படையில் தீண்டாமைக்கோ ஜாதிக் கொடுமைக்கோ மூடநம்பிக்கைக்கோ இடமில்லை என்று வாதிடுவது.

சமூக மாற்றத்தை முன் வைத்துப் போராட முன்னும் லட்சிய வாதிகளுக்கு விடைகள் கிடைக்காது கேள்விகள் எஞ்சி நிற்கும் காலம் மிகுந்த வேதனை தரக்கூடியதாகும். அந்தக் காலங்களில் நாராயண குரு நெய்யாற்றின் கரையிலிருந்து கன்னியாகுமரி வரையிலும் உள்ள தமிழ் மக்களிடையே சுற்றி அலைந்துகொண்டிருந்தார். தனிநபர்கள் மீது - அவர்கள் துறவிகளாகவோ அல்லது மேலான சிந்தனைகள் கொண்டவர்களாகவோ இருப்பினும் சரி - ஏற்றப்படும் புனிதங்கள் மீது எனக்கு நம்பிக்கை இல்லை. ஆனால் ஒரு மனிதன் சக மனிதனின் வாழ்வு சார்ந்து மிகப் பெரிய கேள்விகளோடும் அக்கேள்விகள் தரும் வேதனைகளோடும் இருப்பான் என்றால், அவற்றுக்கான விடைகளுக்காகத் தன்னைத் துன்பப்படுத்திக் கொள்வான் என்றால் அவன் இருக்கும் இடம் புனிதமானது என்று நான் நம்புகிறேன்.

நாகர்கோயிலிலிருந்து கன்னியாகுமரிக்குப் போகும் வழியில் இருக்கும் மருத்துவாமலையில் 'பிள்ளைத்தடம்' என்று அங்கு வாழும் மக்களால் அழைக்கப்படும் குகையில் (வீட்டுக்குப் பெயர் வைப்பதைப் போல் குகைகளுக்கும் மக்கள் பெயர் வைப்பதை நீங்கள் கவனிக்க வேண்டும்) தங்கி அவர் பல விடைகளைக் கண்டறிந்தார் என்று அவருடைய வரலாறு கூறுகிறது. இக்குகையிலிருந்து பார்த்தால் முக்கடல்களும் தெரியும். நாஞ்சில் நாட்டில் கொட்டிக் கிடக்கும் இயற்கையின் பேரழகுகள் தெரியும். நாராயண குருவோ இயற்கையின் மிகப் பெரும் ஆராதகர். அவருடைய சிந்தனைகளில் நம் மண்ணின் மணம், நம் இயற்கையின் பேரழகுகள், நம் கடற்காற்று ஆகியவை கலந்து நிற்பதாகவே, உணருகிறேன்.

நாராயண குருவுக்கு மூன்று மொழிகள் தெரியும். மலையாளம், தமிழ், சமஸ்கிருதம். இம்மூன்று மொழிகளிலும்

தன் கருத்துகளைப் பாடல்களுக்குள் இறுக்கி வைத்திருக்கிறார். திருக்குறள் அவர் மனத்தைக் கவர்ந்த நூல். அதன் சில பகுதிகளை அவர் மலையாளத்தில் மொழிபெயர்த்திருக்கிறார். திருக்குறளுக்குப் பல மொழிபெயர்ப்புகள் மலையாளத்தில் இருக்கின்றன. ஆனால் குரு ஆக்கிய மொழிபெயர்ப்பு - அவர் தமிழுடன் கொண்டிருந்த அந்த உறவு - நமக்கு முக்கிய மானது.

ஜாதிக்கு எதிரான ஓர் இயக்கத்தை நாராயண குரு உருவாக்கிய போது ஈழவர்களிடமிருந்துதான் அவருக்கு முதல் எதிர்ப்பு வந்தது. அப்போது அவருக்கு உறுதுணையாக நின்றவர்கள் தமிழர்கள். அவருடைய குருவே ஒரு தமிழர். அவர் பெயர் தைக்காடு அய்யாவு. அவரிடமிருந்துதான் நாராயண குரு யோக வித்தையைக் கற்றார்.

இயக்கங்களுக்குள் மன வேற்றுமைகள் உருவாவதைத் தவிர்க்க இயலாது. இந்த மன வேற்றுமைகள் தந்த வேதனையி லிருந்து ஆறுதல் தேடி மீண்டும் மீண்டும் நாராயண குரு தமிழ் மண்ணுக்கே வந்திருக்கிறார். திருநெல்வேலி, அம்பாசமுத்திரம், குற்றாலம், திருவேடகம், திருப்பரங்குன்றம், திருவண்ணாமலை, குன்றக்குடி போன்ற பல இடங்களில் அவர் சுற்றி அலைந்திருக்கிறார்.

நாராயண குருவின் அடிப்படை நம்பிக்கைகள் இரண்டு. பிறப்பின் இழிவு சார்ந்த சகல கீழ்மைகளிலிருந்தும் மனிதன் பரிபூரண விடுதலை பெற முடியும். மனித முன்னேற்றத்திற்கு மிக அடிப்படையானது சுதந்திரம்.

இந்த இரண்டு கருத்துகளையும் முன் வைத்துப் படிப்பறிவு இல்லாத மக்களிடம் பெரும் மன மாற்றத்தை நிகழ்த்தியதுதான் அவருடைய சாதனை. இன்று நாம் கேரள மண்ணில் பார்க்கும் பல வளர்ச்சிகளுக்கும் விதை ஊன்றியவர் அவர். அங்குச் சிந்தனை வளர்ந்திருக்கிறது. இதழ்கள் வளர்ந்திருக்கின்றன. அறிவுத் தாகம் வளர்ந்திருக்கிறது. மக்கள் தங்கள் உரிமைகளைத் தட்டிக் கேட்கக் கற்றுக் கொண்டிருக்கின்றனர்.

சொல்லுக்கும் செயலுக்கும் முரண்பட்டு நிற்கும் அரசியல்

உறவும் கொடுக்கல் வாங்கலும் 155

வேடதாரிகளை மக்களுக்குக் கிழிக்கத் தெரிகிறது. தீவிரமான சிந்தனைகளும் ஆழமான கலைகளும் மக்களின் ஆதரவைப் பெறுகின்றன. மதிப்பீடுகளைத் துடைத்து அழுக்குப் படியாமல் வைத்துக்கொள்ளத் தெரிகிறது.

இம்மொழிபெயர்ப்புப் பட்டறையின் பின்னணியில் இரு மொழிகளிலும் நிகழ்ந்துள்ள மொழிபெயர்ப்புப் பரிமாற்றங்களை நாம் நினைவுபடுத்திக் கொள்ள வேண்டும்.

நாராயண குருவுக்குப் பின்னர் மலையாளத்தில் வெளி வந்துள்ள திருக்குறள் மொழிபெயர்ப்புகள் பல. வெகு சமீபத்தில் தமிழ்ப் புலவரான ரமேசன் நாயர் திருக்குறளின் முழுமையான மொழிபெயர்ப்பைத் தந்திருக்கிறார். பண்டைத் தமிழ் இலக்கியத்தைச் சேர்ந்த பல நூல்கள் மலையாளத்தில் மொழிபெயர்க்கப்பட்டன. கேரள சாகித்திய அகாதெமியினரே பல மொழிபெயர்ப்புகளுக்கு வடிவம் தந்துள்ளனர். பதிற்றுப்பத்து, அகநானூறு, புறநானூறு, சிலப்பதிகாரம், மணிமேகலை போன்ற பல நூல்கள். டாக்டர் எஸ்.கே.நாயர் கம்பராமாயணத்தின் பல பகுதிகளை மலையாளத்தில் தந்திருக்கிறார். உ.வே. சாமிநாதய்யரின் ‘என் சரித்திரம்’ (சுருக்கம்) மலையாளத்தில் வந்துள்ளது. பாரதி, புதுமைப்பித்தன், மு.வ., ஹெப்சிபா ஜேசுதாசன், கல்கி, அகிலன், வாஸந்தி, கண்ணதாசன், சிவசங்கரி ஆகியோரின் படைப்புகள் மொழிபெயர்க்கப்பட்டுள்ளன. மலையாள வாசகர்களுக்கு நன்கு அறிமுகமான எழுத்தாளர் என்று ஜெயகாந்தனைச் சொல்ல வேண்டும். அவருடைய நாவல்கள், குறுநாவல்கள், சிறுகதைகள் மொழிபெயர்க்கப்பட்டுள்ளன. நீல. பத்மநாபன் நவீனத் தமிழ்ச் சிறுகதைகளையும் தன் படைப்புகள் சிலவற்றையும் மலையாளத்தில் மொழிபெயர்த்திருக்கிறார். என் இரண்டு நாவல்களும் ஒரு சில சிறுகதைகளும் பல கவிதைகளும் கவிஞர் ஆற்றூர் ரவிவர்மாவால் மொழிபெயர்க்கப்பட்டுள்ளன. நவீனத் தமிழ்க் கவிஞர்களின் சுமார் ஐம்பது கவிதைகளை ஆற்றூர் மலையாளத்துக்குக் கொண்டு போயிருக்கிறார். ஜி. நாகராஜனின் ‘நாளை மற்றுமொரு நாளே’ என்ற நாவலும் இவரால் மொழிபெயர்க்கப்பட்டிருக்கிறது. இது இன்னும் நூல்

வடிவம் பெறவில்லை.

மலையாளத்திலிருந்து தமிழுக்கு வந்திருக்கும் எல்லாப் படைப்புகளையும் நினைவுபடுத்திக்கொள்ள இப்போது நமக்கு அவகாசம் இல்லை. என் மனத்திற்கு உடனடியாக நினைவுக்கு வரும் ஒன்றை மட்டும் சொல்கிறேன். அவற்றில் முக்கியமானது கேசவதேவ் எழுதிய 'சாக்கடையிலிருந்து' என்ற நாவல். தேவ் தீவிர இடதுசாரியாக இருந்த காலத்தில் எழுதப்பட்ட நாவல் இது. பொதுவுடமை இயக்கத்தைச் சேர்ந்த கே. ராமனாதன் என்பவரால் மொழிபெயர்க்கப்பட்டதாக நினைவு. நாற்பதுகளின் இறுதியில் வெளிவந்த இந்நாவல் தமிழ் முற்போக்குச் சிந்தனையைச் சார்ந்த படைப்பாக்கத்தை ஊக்குவிக்கும் காரணங்களில் ஒன்றாக அமைந்தது.

ஒரு ரிக்ஷாக்காரனின் துயரமிக்க வாழ்க்கையைக் கூறும் கதை இது. ஏழ்மையின் வேதனை வாசக மனங்களில் ஆழ இறங்கும்படிப் படைக்கப்பட்டது. இல்லாமையின் குரல் தமிழுக்கு அப்போது புதிது அல்லதான். புதுமைப்பித்தன் படைப்புகளில் அக்குரல் ஓங்கி ஒலித்திருக்கிறது. இருப்பினும் புதுமைப்பித்தன் பார்வை வேறு; தேவின் பார்வை வேறு. வாழ்வு சார்ந்த துன்பங்கள் புதுமைப்பித்தன் படைப்புகளில் பெரிதும் தனிமனிதக் குரலாகவே கேட்கிறது. ஆனால் இயக்கம் சார்ந்து சமூக மாற்றத்திற்குரிய குரலாக தேவ் அதை ஒலிக்கச் செய்கிறார். தேவின் ரிக்ஷாக்காரன் புதிய பிரக்ஞைக்கு ஆட்பட்டவன். தன்மீது கவியும் துன்பத்திற்கு தான் பொறுப்பல்ல என்றும் தான் வாழும் சமூக அமைப்பே தன்னைச் சுரண்டுவதாகவும் உணர்கிறான். இந்த அறிவை ஏற்றுக் கொண்டிருந்த தமிழ் எழுத்தாளர்களுக்குச் 'சாக்கடையிலிருந்து' ஒரு முன்னுதாரணமாக அமைந்தது.

1950களின் துவக்கத்தில் என் நண்பர் தொ.மு.சி. ரகுநாதன் அவர்கள் 'சாந்தி' இதழை நெல்லையிலிருந்து வெளியிட்டபோது நான் மொழிபெயர்த்த தகழி, பஷீர், காரூர், எம். கோவிந்தன் ஆகியோரின் சிறுகதைகளைப் பிரசுரித்தார். அதற்கு முன்னரே நான் தகழியின் 'தோட்டியின் மகன்' என்ற நாவலை மொழிபெயர்த்திருந்தேன். ஒரு சில வருடங்களுக்குப் பின்னரே

அது 'சரஸ்வதி'யில் தொடராக வெளிவந்தது.

நான் மொழிபெயர்த்த தகழியின் 'செம்மீன்' நாவலும் தமிழ் வாசகர்களால் விரும்பிப் படிக்கப்பட்டது. இரண்டு நாவல்களும் பல சிறுகதைகளும் பல கவிதைகளும் நான் எழுதியிருந்தும் 'செம்மீன்' மொழிபெயர்ப்பாளனாக மட்டுமே என்னை அடையாளம் காணும் வாசகர்கள் தமிழ்நாட்டில் இன்றுங்கூட இருக்கிறார்கள். வைக்கம் முகம்மது பஷீரின் 'எங்கள் தாத்தாவுக்கு ஒரு யானை இருந்தது' என்ற நாவல் தமிழில் வெளிவந்தபோது எல்லாத் தரப்பைச் சேர்ந்த வாசகர் களாலும் அது விரும்பிப் படிக்கப்பட்டது. அந்தளவுக்கு அவருடைய 'பாத்திமாவின் ஆடு'ம் 'சப்தங்'களும் வாசகர்களைக் கவரவில்லை. ஜெயமோகன் மலையாளக் கவிதைகளின் ஒரு தொகுப்பைத் தமிழில் தந்திருக்கிறார். சச்சிதானந்தனின் புதிய அழகியல் சார்ந்த சிந்தனைகள் கவிஞர் சுகுமாரனால் மொழிபெயர்க்கப்பட்டிருக்கின்றன. சமீபத்தில் குறிஞ்சி வேலன் தகழியின் எழுத்தைக் கணிசமாக மொழிபெயர்க்க அத்தொகுப்பை 'வேர்கள்' பிரசுரம் செய்துள்ளது.

தமிழர்களுக்கு மொழிபெயர்ப்பில் நம்பிக்கை குறைந்து கொண்டிருக்கும் காலம் இது. 1930லிருந்து- 1960 வரையிலும் உலக மொழிகளிலிருந்தும் இந்திய மொழிகளிலிருந்தும் பல புத்தகங்கள் தமிழுக்கு வந்திருக்கின்றன. அதற்குப் பின் மொழிபெயர்ப்பில் நம் கவனம் சரிந்துகொண்டே வந்திருக் கிறது. பழந்தமிழ் இலக்கியம் சார்ந்த பெருமிதங்களை நாமே உறுதிப்படுத்திக் கொள்வதிலும், சாத்தியமெனில் அப்பெரு மிதங்களைப் பிறமொழியினர் அறியும்படிச் செய்வதிலும் நம் கவனம் திரும்பிவிட்ட காலப்பகுதி இது. நம் இலக்கியச் செல்வங் களை நாம் பிற மொழியினரின் கவனத்திற்குக் கொண்டு வரலாம். ஆனால் அவற்றை அவர்கள் மீது திணிக்க முடியாது. நிறுவனங்கள் வலுக்கட்டாயமாக மொழிபெயர்ப்பை 'ஏற்றுமதி' செய்ய முற்படும்போது அம்முயற்சி பெரிதும் தோல்வியிலேயே முடி கிறது.

பிற மொழிகளிலிருந்து முக்கியப் படைப்புகளை நாம் மொழிபெயர்ப்பது அம்மொழியினரைக் கௌரவப்

படுத்துவதற்கல்ல. நம் மொழியையும் சிந்தனையையும் கலாச்சாரத்தையும் செழுமைப்படுத்திக் கொள்ளத்தான். தமிழ் மட்டுமே அறிந்த தமிழன் இந்தியாவைச் சூட்சுமமாக அறிய வேண்டும். உலகத்தைத் தெளிவாகப் புரிந்துகொள்ள வேண்டும். கிணற்றுத்தவளை மனோபாவம் நம்மை விட்டு நீங்கி விரிவுகளையும் ஆழங்களையும் நோக்கி நாம் நகர வேண்டும். நம் பார்வை விரிவுபட மொழிபெயர்ப்பு நூல்கள்போல் உதவக் கூடியவை வேறு எதுவுமில்லை.

பிற மொழியிலிருந்து எந்தெந்தப் படைப்புகளை நாம் தமிழுக்குக் கொண்டு வரவேண்டும்? மிக முக்கியமான கேள்வி இது. உலக மொழிகளைச் சேர்ந்த சகல படைப்புகளையும் நாம் தமிழுக்குக் கொண்டுவர வேண்டும் என்று மேடைகளில் உச்சஸ்தாயியில் கத்தி கரகோஷம் பெறுவது சுலபம். ஆனால் நடைமுறை மிகக் கடினம். சிறிய பணிகளைச் செம்மையாகச் செய்து நம்பிக்கை கொள்ளும்போதுதான் பெரிய பணிகளை நாம் மேற்கொள்ள இயலும். சிறிய பணிகளில் நாம் சறுக்கிக் கொண்டிருக்கும் காலம் இது. ஆகவே, மொழிபெயர்ப்பு சார்ந்து நாம் நம்முடைய முன்னுரிமைகளை ஏகதேசமாகவேனும் வகுத்துக் கொள்ள வேண்டும். நம் முன்னுரிமைகள் பற்றித் தமிழ்ப் படைப்பாளிகளுக்குள் விவாதம் உருவாக வேண்டும். புதுமைப்பித்தனும் ஜெயகாந்தனும் எழுதியிருக்கும் மொழியில் தகழியை விட பஷீருக்கு முன்னுரிமை அதிகம் உண்டு என்று நான் நம்புகிறேன். பரதநாட்டியத்தை இறக்குமதி செய்வதைவிட கதகளியைப் பற்றி நாம் அதிகம் தெரிந்து கொள்ளலாம்.

மொழிபெயர்ப்புப் பற்றி என் மனத்தில் வரும் முன்னுரிமை சார்ந்த பெயர்களை உங்களுடன் கலந்துகொள்ள விரும்புகிறேன். இத்தேர்வுக்கான காரணங்களையும் எளிய அளவில் விளக்க முயல்கிறேன்.

பட்டத்துவிளா கருணாகரன் என்பவரின் சிறுகதைகள் மலையாளத்திலிருந்து தமிழுக்கு வரவேண்டியவை. இவர் சிறுகதைகள் மட்டுமே எழுதியிருக்கிறார். சமூக மாற்றத்திற்கான ஆவேசம் கொள்ளும் இளைஞன் லட்சியவாதியாகத் தன் வாழ்க்கையைத் தொடங்குகிறான். இந்தியச் சமுதாயத்தில்

இந்த லட்சியவாதிகள் தொடர்ந்து தாங்கள் நம்பிக்கை வைத்த அரசியல் தலைமையிடம் ஏமாந்து வந்திருக்கிறார்கள். இந்த ஏமாற்றம் நிகழ்ந்த பின் அனுசரிக்கவோ ஆவேசம் கொள்ளவோ நம்பிக்கை எதுவுமின்றி லௌகீக வாழ்க்கையின் புழுதியில் சரிந்திருக்கிறார்கள். இந்தத் துயரம் இன்றுவரையிலும் இந்திய வாழ்க்கையில் மீண்டும் மீண்டும் நிகழ்ந்துகொண்டிருக்கிறது. இவ்வாறு பிடிப்பற்றுச் சரிந்து போய்விட்ட இளைஞர்களின் துக்கத்தை மிக நன்றாகப் பதிவு செய்கின்றன கருணாகரனின் சிறுகதைகள். தமிழ் வாழ்வின் இரட்டை வேடமோ இந்தப் பதிவுக்கு முக்கியத்துவம் அளிக்கவில்லை.

மற்றொரு நூல் செறுகாடு என்ற பொதுவுடைமைவாதியின் சுயசரிதம். மரபின் அழுத்தம் கொண்ட குடும்பங்களிலிருந்து இளைஞர்கள் புரட்சிகர இயக்கங்களுக்கு வரும்போது புதிய தத்துவம் அளிக்கும் பல நெருக்கடிகளுக்கு அவர்கள் ஆளாகிறார்கள். கருத்து முதல்வாதத்திலிருந்து பொருள் முதல்வாதத்திற்கும் ஆஸ்திகத்திலிருந்து நாஸ்திகத்திற்கும் சுயநலத்திலிருந்து பொதுநலத்திற்கும் தனிநபர் சார்ந்த மதிப்பீடுகளிலிருந்து அளவுகோல் சார்ந்த மதிப்பீடுகளுக்கும் அவர்கள் வரவேண்டியிருக்கிறது. ஜாதி சார்ந்த பார்வையை உதறி வர்க்கம் சார்ந்த பார்வையைத் தழுவ வேண்டியிருக்கிறது. உண்மையாகவே தன்னைப் புதிய மனிதனாக மாற்றிக்கொள்ள விரும்பும் இளைஞரிடம் இம்மாற்றங்கள் பல நெருக்கடிகளை உருவாக்குகின்றன. நெருக்கடிகளை எதிர்கொள்ளும்போது மனம் பின்னகர்ந்து மரபின் பாதுகாப்பைத் தேடிச் சுருங்கு கிறது. இதுபோன்ற மன நெருக்கடிகளை மிக நன்றாகப் பதிவு செய்கிறார் செறுகாடு.

தமிழ்ச் சமூகத்தில் புரட்சிகர அரசியலுக்கு வரும் எழுத்தாளர்கள் கோட்பாடுகளின் பாதிப்பால் விளையும் மன நெருக்கடிகளைப் பொதுவாகப் பதிவு செய்ததில்லை. இயந்திர ரீதியிலான முற்போக்குவாதிகள் உருவாக்கி வைத்திருக்கும் அச்சுறுத்தல், மனித மனம் சார்ந்த நெருக்கடிகளைச் சக மனிதருடன் பகிர்ந்துகொள்ள மிகப் பெரிய தடையாக இருந்து கொண்டிருக்கிறது. இரவு படுத்துக் காலையில் விழித்த போது

சகல புரட்சிகர மாற்றங்களும் மூளையில் படர்ந்துவிட்டதான பாவனை காட்டும் அரசியல்வாதிகளும் எழுத்தாளர்களும் கும்மாளமடிக்கும் சூழலில் மன நெருக்கடிகள் சார்ந்த பதிவுகள் காணாமல் போய்விட்டதில் ஆச்சரியமில்லை. இந்தியச் சமூகத்தில் ஒரு உண்மையான புரட்சிவாதி எப்படி உருவாகிறான் என்பதற்குச் செறுகாடின் வாழ்க்கை ஓர் உதாரணம்.

எம்.பி.பால், சி.ஜே. தாமஸ், பி.கே. பாலகிருஷ்ணன், ஆனந்த் ஆகியோரின் சிந்தனைகளில் ஒரு பகுதியேனும் தமிழுக்கு வர வேண்டும். எம்.டி.வாசுதேவன் நாயரின் 'இரண்டாம் ஊழம்' என்ற நாவல் பீமனை மையத்தில் வைத்து மகாபாரதத்தைக் காலத்திற்கு ஏற்ப மறுபரிசீலனை செய்யும் சிறந்த படைப்பு. கால் நூற்றாண்டிற்கு முன்னர் வெளிவந்துள்ள ஓ.வி. விஜயனின் 'கசாக்கிண்டே இதிகாசம்' என்ற நாவல் இன்றும் புத்துணர்ச்சி குன்றாமல் இருக்கிறது. மாதவிக்குட்டிக்குப் பின்னர் வந்துள்ள பத்துப் பதினைந்து சிறுகதை ஆசிரியர்களின் படைப்புகளேனும் தமிழுக்கு வர வேண்டியிருக்கிறது. பிறமொழியில் இன்றைய இலக்கியம் என்று நாம் பேசிக்கொண்டிருப்பது அநேக சந்தர்ப்பங்களில் பிற மொழியின் நேற்றைய இலக்கியத்தைத் தான். காலத்திற்கேற்ப புதிய அத்தியாயங்களைச் சேர்த்துக் கொள்வதில் இன்றைய தமிழன் எந்தக் கவனத்தையும் காட்ட வில்லை.

எம்.கோவிந்தன் மிக முக்கியமான சிந்தனையாளர். ஐரோப்பியச் சிந்தனைகளையும் கீழைத்தேயச் சிந்தனைகளையும் அவற்றின் சாரம் சார்ந்து அறிந்தவர். சகல அறிவுகளும் அவருடைய பார்வையில் வெளிப்படும்போது வயோதிகர் ஒருவர் திண்ணையில் அமர்ந்து கிராமவாசியிடம் பேசுவது போல் எளிமைப்படுகிறது. எதையும் நீர்க்கச் செய்யாத எளிமை அவருடையது. சிந்தனைக் கூர்மையும் விவேகமும் நகைச்சுவை உணர்ச்சியும் கொப்பளிக்கும் எழுத்து. ஓர் ஆளுமை என்று எடுத்துக் கொண்டால் அவரை எம்.என்.ராயுடனும் ராம் மனோகர் லோகியாவுடனும் ஒப்பிட்டுப் பேச முடியும். பெரியார் இயக்கத்தை வரவேற்றவர். அதில் பங்கு பெற்றவர்.

உறவும் கொடுக்கல் வாங்கலும் 161

அவ்வியக்கத்தைச் சேர்ந்த ஆரம்ப கால லட்சியவாதிகளுடன் தோழமை கொண்டிருந்தவர். தமிழில் வரவேண்டும் இவருடைய எழுத்து.

மற்றொரு முக்கியமான சிந்தனையாளர் கே. வேணு என்பவர். தீவிர இடதுசாரிச் சிந்தனையாளர். இடதுசாரிச் சிந்தனைகளின் சகல வண்ணங்கள் சார்ந்த இயக்கங்களிலும் தீவிர ஊழியராகச் செயல்பட்டு அவற்றிலிருந்து வெளியே விழுந்திருப்பவர். இப்போது இடதுசாரிச் சிந்தனைகளுக்கும் இந்திய மனத்திற்கும் இருக்கும் இடைவெளிகள் பற்றியும் அவ்விடைவெளிகளை இட்டு நிரப்பும் வழிவகைகள் பற்றியும் சிந்தித்து வருகிறார்.

நம் இடதுசாரிச் சிந்தனையாளர்கள் கடந்த காலங்களில் தங்களுக்கு ஏற்பட்ட சறுக்கல்கள் பற்றியும் சமரசங்கள் பற்றியும் பொத்திப் பொத்திப் பேசிக்கொண்டும் சறுக்கல்களையும் சமரசங்களையும் முன்கூட்டிக் கண்டு சொன்னவர்களுக்கு நேற்று குத்திய முத்திரைகளை வெட்கமின்றி இன்றும் திரும்பச் சொல்லிக்கொண்டும் இருக்கிறார்கள். கடந்த காலத் தவறுகளைக் கூச்சமோ தயக்கமோ காழ்ப்புணர்ச்சியோ இன்றி ஆராய்கிறார் வேணு. 'ஒரு பொதுவுடைமைவாதியின் ஜன நாயகச் சிந்தனைகள்' என்பது அவர் எழுதியுள்ளவற்றில் மிக முக்கியமான நூல். அந்த நூலையேனும் நாம் தமிழுக்குக் கொண்டு வர வேண்டியது மிக அவசியம். இவையே நான் சொல்ல நினைத்தவை.

தினமணி 1996

15

தலித் இலக்கியம் பற்றி

தலித் இலக்கியம் பற்றி எனக்குத் தெளிவில்லை. தமிழில் மாதிரி படைப்புகள் - முக்கியமாக ஒரு நாவல்- தென்படவில்லை. படைப்பு, மொழி சார்ந்து நிற்கிறது; மொழி தாண்டிப் பேசுகிறது. ஆக, தலித் இலக்கியம் பற்றி அனுபவம் பெற உணர்வுகள் பெற எனக்கு வாய்ப்பு அதிகம் இல்லை. ஆங்கிலம் வழிச் சிறிய அளவில் தலித் ஆக்கங்கள் என்று கருதப் படுபவை படிக்கக் கிடைத்திருக்கின்றன. அவற்றில் தார்மீகக் கோபம் வலுவாகவும் கலை வலு பலவீன மாகவும் இருந்தன. படைப்பு பட்டென்று பல விஷயங்களைத் தெளிவுபடுத்தக்கூடியது. முழு வாழ்க்கையில் அரசியலுக்கு அகப்படுபவற்றை மட்டுமே பார்ப்பவர்கள், இப்போது படைப்புகள் அற்ற நிலையில், படைப்புகளுக்குரிய விதிகளைப் பொருட்படுத்தாது தலித் இலக்கியம் பற்றிப் பேசிக் கொண்டு போகலாம். தலித் கலைஞன் இந்த வாய்வீச்சுகளை அப்படியே ஏற்றுக்கொள்ளக் கூடியவனாக இருக்கமாட்டான்.

ஆழமான அனுபவங்கள் ஆழமான படைப்பு களுக்கு வழிகோலும் உத்தரவாதமில்லை. ஆனால் படைப்புக்குள் ஆழங்கள் இருக்குமென்றால் அவற்றின்பின் ஆழமான அனுபவங்களும் இருந்தாக வேண்டும். இந்த அனுபவ ஆழம் இல்லை

யென்றால் கற்பனை பயன் இல்லை. அனுபவ ஆழம் இருக்கும் போது சாராம்சத்தைக் கண்டடைய உபயோகப்படும் கற்பனை, அனுபவ ஆழம் இல்லாத நிலையில் மேலோட்டமான பரப்பில் பரந்து தத்தளிக்கிறது.

மேல்தட்டு வாழ்க்கையைப் பற்றி பல்வேறுபட்ட பிரிவு களைச் சேர்ந்த எழுத்தாளர்கள் எழுதியிருக்கிறார்கள். தன் பின்னணியைச் சார்ந்து இயங்குவது படைப்பாளிக்கு இயற்கையாக இருப்பது போலவே தன் பின்னணியைத் தாண்டும் சவாலை மேற்கொள்வதும் படைப்பாளிக்குரிய இயற்கை களில் ஒன்றாகவே இருக்கிறது. படைப்பாளி தன் ஜாதியையும் தன் மதத்தையும் தன்வளர்ப்புப் பின்னணிகளையும் தன் தேசத்தையும் மொழியையும் தாண்டிச் சென்று வெற்றி பெற்றிருக்கிறான். தன்னுடைய அனுபவத்தைப் பிறருடைய அனுபவமாக மாற்றும் ஆற்றலையே வெற்றி என்கிறேன். இலக்கிய வரலாறு இந்தத் தடையங்களைத் தந்த பின்பும் இன்றைய மேல்தட்டுப் படைப்பாளிகளால் ஒடுக்கப்பட்ட மக்களின் வாழ்க்கையை முன் வைத்துப் படைக்க முடியும் என்று எனக்குத் தோன்றவில்லை.

இந்து சமூகத்தில் ஏற்றத்தாழ்வுகள் உறுதிப்பட்டுக் கிடக் கின்றன. சமத்துவம் அற்ற நிலையில் வாழ்க்கையில் பிணைந்து கிடக்கும் விதி ஒன்றே இங்குச் சமத்துவமாக இருக்கிறது. மேல்தட்டு மக்கள் தங்களுக்குள் கொண்டிருக்கும் ஏற்றத்தாழ்வுகளுக்கும் அடித்தட்டு மக்களின் ஏற்றத்தாழ்வுகளுக்கும் இடையே மிகப் பெரிய கருஞ்சுவர் எழுப்பப்பட்டிருக்கிறது. ஜாதியின் இருள் இது. இந்த இருளின் இரு பக்கங்களிலும் முற்றிலும் வேறுபட்ட வாழ்க்கை கிளர்ந்தெழுந்திருக்கிறது. ஒரு பக்கம் உழைத்து நாகரிகத்தை உருவாக்கியவர்கள். மறுபக்கம் அவர்கள் உருவாக்கிய நாகரிகத்தின் மேல் தங்கள் வாழ்க்கையைக் கட்டி எழுப்பி அவர்களுடைய உழைப்பைச் சுரண்டித் தங்களுடைய ஆளுமைகளை வளர்த்துக் கொண்டவர்கள். அப்படி அவர்கள் வளர்த்துக்கொண்ட ஆளுமைகள் உழைப்பாளிகளின் நாகரிகத்தை அவமதிப்பது என்பது எண்ணெயைச் சுடர் இழிவு படுத்துவது போல் ஆகும். சுடரின் பிரகாசம் எண்ணெயின்

சக்தியே அன்றி வேறு அல்ல. ஜாதியின் பிளவைத் தாண்டி மேல்தட்டுப் படைப்பாளியால் ஒடுக்கப்பட்ட மக்களின் வாழ்க்கையைப் பற்றிப் பேச முடியும் என்று எனக்குத் தோன்றவில்லை. இதுகாறும் அவர்களைப் புறக்கணித்துச் சுரண்டியதுபோல் இனி அவர்களைப் பொருட்படுத்திப் பேசிச் சுரண்ட சிலர் முன் வரலாம். பேச்சின் தளங்களில் இருந்து பெரிய படைப்புகள் உருவாவதில்லை.

தலித் மக்கள் தங்கள் மொழியில் தங்களை முன்வைக்கும் காலம் நெருங்கிக்கொண்டிருக்கிறது. இன்றுவரையிலும் மேல் தட்டு அறிஞர்கள் சொல்லியிருப்பவையே அவர்களைப் பற்றி அறிய நமக்கு அடிப்படையாக இருந்திருக்கிறது. தலித் மக்கள் தங்களைப்பற்றிச் சொல்லிக்கொள்ள முற்படும்போது இந்த அடிப்படைகள் தகர்ந்து போகலாம். மேல்தட்டுக் கற்பனை களின் அபத்தங்கள் இனி வெளிப்படலாம். ஒடுக்கப்பட்ட மக்கள் வித்தியாசமானவர்கள் மட்டுமல்ல, முற்றிலும் வேறு பட்டவர்களாகவே இருக்கிறார்கள். அவர்களுடைய நீதிகள், ஒழுக்கங்கள், மதிப்பீடுகள், நாகரிகங்கள் மேல்தட்டினர் பிடித்து வைத்திருப்பதை ஆமோதிப்பவையாக இருக்க வேண்டும் என்பதில்லை. தாங்கள் அனுசரித்து வரும் நாகரிகத்தை ஒடுக்கப்பட்டவர்களும் அனுசரிக்கும் சமூகத்தை உருவாக்குவதே ஒடுக்கப்பட்ட மக்களின் விடுதலை என்று கற்பனை செய்துகொள்ள மேல்தட்டுச் சிந்தனையாளர்களுக்கு இனி உரிமை இல்லை.

சமூகப் பாகுபாடுகளைப் புரிந்துகொள்ளப் பிரிவுகள் உபயோகப்படுகின்றன. ஜாதி, மதம், கலாச்சாரம் சார்ந்த பிரிவுகளைப் படைப்பு பிரதிபலிக்கிறது. வேற்றுமைகளை முன் நிறுத்துகிறது. தாழ்வின் கொடுமைகளைப் பதிவு செய்கிறது. மிகப் பெரிய வெப்பங்கள் தலித் இலக்கியத்தின் உள்ளூறையாக அமையலாம். அது மிகவும் இயற்கையான காரியம். ஆனால் தலித் கலைஞன் தன் கலையைப் படைத்தாக வேண்டும். தன்னிடமே பேசிக்கொள்வதைத் தாண்டி, தன் அயலானிடம் பேசிக்கொள்வதைத் தாண்டி மனித குலத்துடன் அவன் பேசியாக வேண்டும். அப்போது மட்டுமே அவன் கலைஞன்.

தன் துக்கம், தன் ஜாதியின் துக்கங்கள், தன் மதத்தினரின் துக்கங்கள், தன் இழிவுகளின் அவலங்கள் இவை எந்தப் பின்னணியில் இருந்து கிளம்பினாலும் சரி, என்ன என்ன கோலங்கள் கொண்டாலும் சரி, மனிதத் துக்கம் என்ற பெரிய தடாகத்தில் அவை வந்து கலந்தாக வேண்டும். வேற்றுமைகளின் அவலத்திலிருந்து ஒற்றுமைகளின் அழகுகளுக்கு அவை வந்தாக வேண்டும். இவை படைப்பின் நியதிகள். தன் வாழ்க்கையைச் சார்ந்து அவன் படைக்காமல், தன் வாழ்க்கையை வைத்து அவன் ஜோடனை செய்தால் காலத்தின் முன் அந்த ஜோடனைகள் உதிரும்.

வாழ்க்கையைப் பற்றி அறிய முழு வாழ்க்கையை உள்ளடக்கும் படைப்புகள் தேவை. இதுகாறும் நாம் அறிந் திருக்கும் வாழ்க்கை பெரிதும் மேல்தட்டு வாழ்க்கையே. விடுபட்டுப் போன மிகப் பெரிய பகுதி ஒன்று அதன் சுவடுகளைப் படைப்பில் பதிக்கும் காலம் நெருங்கிக்கொண்டிருக்கிறது. அப்படைப்புகள் முன் வைக்கும் பார்வை வாழ்க்கையைப் பற்றிய நம்முடைய பார்வையை விரிவுபடுத்தி நம் அடிப்படைகளையே மறுபரிசீலனை செய்ய நம்மை வற்புறுத்தலாம்.

தலித் மக்களிடையே எழுத்துக் கலைஞர்கள் தோன்றி அவர்கள் கலை வெற்றியைச் சாத்தியமாக்கும்போது, கலை வெற்றிகள் சகஜமாகும்போது, தலித் கலை என்ற அடைமொழி உதிர்ந்து, அவர்கள் உருவாக்கும் படைப்புகள் பேரிலக்கியங்களுடன் இணைந்து காலத்தைத் தாண்ட முனையும். தலித் வாழ்க்கையை அரசியல் நோக்கில் எந்திர ரீதியாகப் பிரதிபலித்து, பிரச்சாரத் தளத்தில் மூழ்கி, மேடைப் பேச்சுகளில் அடிபட்டுக் காலத்துடனும் இணைய வலுவற்றவை, காலத்தின முன் உதிரும். சாராம்சத்தைக் கண்டடைவதுதான் கலை என்ற நியதியிலிருந்து படைப்பாளி ஒருபோதும் தாண்டிப்போக முடியாது.

சிலேட், 1992

16
போலி முகங்கள் – சந்தர்ப்பம்:
ஞானபீடப் பரிசு

அகிலனின் 'சித்திரப் பாவை'க்கு ஞானபீடப் பரிசு கிடைத்திருக்கிறது. 'அகிலனின் நாவல்கள் எனக்குப் பிடிக்காது. ஆனால் அவர் பரிசு பெற்றதில் நான் சந்தோஷப்படுகிறேன்' என்றார் அரசியல்வாதியான என் நண்பர். இக்கூற்றிலுள்ள முரண்பாடு ஏன் அவருக்கு உறுத்தவில்லை? பின்னர் பத்திரிகைகளில் பல அபிப்பிராயங்களைப் பார்க்க நேர்ந்தபோது, முரண்பட்ட எண்ணங்கள் சுய கவனிப்புக்கு இலக்காகாமல், சடையில் பேன் மாதிரி சகஜமாகவும் சந்தோஷமாகவும் நம் தமிழ்ச் சிந்தனையாளர்களிடம் குடிகொண்டிருக்கும் நிலைமையை மீண்டும் ஒரு தடவை உணர முடிந்தது. பழம்பெரும் எழுத்தாளரான நாரண துரைக்கண்ணன் எழுதுகிறார்:

பரிசுக் குழுவினரையோ, தேர்வு செய்வோரையோ அணுகித் தங்களுக்கு ஆதரவு தேட முயலும் எழுத்தாளர்கள் பரிசு பெறும் தகுதியை இழந்துவிடுவர் எனச் சாகித்திய அகாதெமி, ஞானபீடம் ஆகியவைகளின் விதிமுறை எச்சரிக்கை செய்கிறது. ஆனால் நடைமுறையில் இவ்விதிக்கு நேர்மாறாகவே பெரும்பாலும் காரியங்கள் நடப்பதை நாம் பார்க்கிறோம். பல வகையாகமுயன்று பலரையும் பார்த்து

ஆதரவு தேடுபவர்களுக்கே பெரிதும் பரிசு போய்ச் சேருகிறது. பரிசு அளிக்கும் இலக்கிய நிறுவனங்கள்கூட எப்படியெப்படியோ விளம்பரங்களால் பிரபலமாகியிருப்பவர்கள், செல்வம், செல்வாக்குப் பெற்றிருப்பவர்களைத் தேடிப் பார்த்துத்தான் பெரும்பாலும் பரிசுகள் வழங்குகின்றன.

('கண்ணதாசன்,' நவம்பர் 1976)

பரிசுத் தேர்வு ஊழல்கள் பற்றி இவ்வாறு கூறும் நாரண.துரைக்கண்ணன் இளவல் அகிலனுக்குப் பரிசு வந்து சேர்ந்த காரியத்தைக் கீழ்க்கண்டவாறு தொகுக்கிறார்:

வங்காளி, மராத்தி, குஜராத்தி, மலையாளம், கன்னடம் ஆகிய மொழிகளில் வந்த இலக்கியங்களுக்கு ஒரு முறைக்கு இருமுறை- ஏன்? மூன்று முறைகூட ஞானபீடம் பரிசு வழங்கியிருக்கிறது. ஆனால் தமிழ் இலக்கியத்துக்கு இதுவரை ஒருமுறைகூடப் பரிசு கிடைக்கவில்லை. வட-இந்தியர் பல துறைகளில் தமிழரைப் புறக்கணித்து வருகின்றனர் என்று பரவலாக ஒரு கருத்து நிலவி வருவதை மெய்ப்பிப்பதுபோல ஞானபீடமும் தமிழை ஒதுக்கி வருகிறதோ என்ற எண்ணம் ஏற்படத்தொடங்கிவிட்டது. இதை உணர்ந்ததால் போலும், ஞானபீடம் சென்ற ஆண்டே எப்படியும் தமிழ் இலக்கியத்துக்குப் பரிசு தந்திடவேண்டுமென்று முயன்றது. அதற்காகப் பரிசு முடிவுக்கான காலக் கெடுவை நீட்டித்து இரண்டாவது முறையாகத் தமிழ் நூல்களைப் பரிசீலனை செய்ய வைத்தது. அப்படிச் செய்தும்கூட தமிழ் இலக்கியத்துக்குச் சென்ற ஆண்டு பரிசு பெறும் வாய்ப்பு கிட்டவில்லை. இந்த ஆண்டாயினும் தமிழ் இலக்கியத்துக்குப் பரிசு தந்திட வேண்டும் என்று ஞானபீடம் முடிவு செய்தே இளவல் அகிலனுக்கு விருது வழங்கியிருக்கிறது எனப் பலர் எண்ணுவது இயற்கையே.

அவர் இவ்வாறு கூறிவிட்டு இதை அடுத்து எழுதுவதுதான் நமக்குப் புரியாத புதிராக இருக்கிறது. அவர் எழுதுகிறார்:

இவ்வித நிலை காரணமாகவோ, வேறு எக்காரண மாகவோ, எப்படியோ தமிழ் இலக்கியத்துக்கு ஞானபீட விருது கிடைத்திருப்பது நமக்கு மகிழ்ச்சியைத் தருகின்றது.

ஏதற்காக மகிழ்கிறார் நாரண.துரைக்கண்ணன்? ஆதரவு தேடுவோருக்கும், செல்வம், செல்வாக்குப் படைத்திருப்போருக்கும் பரிசு கொடுக்கப்படுவதற்காகவா? நிர்ப்பந்தத்தின் காரணமாகப் பரிசு வழங்கப்பட்டதற்காகவா? பல குறைகளை வரிசையாகக் கூறிக் கொண்டே வந்தவருக்கு அக்குறைகளின் விளைவாகப் பிறந்த தேர்வு மட்டும் எப்படி மகிழ்ச்சியூட்டும் காரியமாயிற்று? ஆம், அதற்குக் காரணம் இருக்கிறது. பரிசளிப்போரின் குறைகள், சிபாரிசுகளுக்கு வளைந்துகொடுக்கும் தன்மை, இலக்கிய நியதிகளுக்கு அப்பாற்பட்ட நிர்ப்பந்தங்களுக்குத் தங்களை ஆளாக்கிக் கொள்ளுதல், நாணயமின்மை, பாரபட்சம் இவை அனைத்தும் இம்முறை தமிழுக்குச் சாதகமாகிவிட்டனவே! மகிழாமல் எப்படி இருக்க முடியும்? ஆகவே 'இப்பரிசு முடி வைச் சர்ச்சைக்குரிய விஷயமாக ஆக்கக் கூடாது என்பது என் வேண்டுகோள்' என்கிறார் இவர்.

ஏன் சர்ச்சைக்குரிய விஷயமாக்கக் கூடாது? ஊழல் இருக்கும். பாரபட்சம் இருக்கும். நிர்ப்பந்தம் இருக்கும். எனினும் சர்ச்சைக்குரிய விஷயமாக ஆக்கக் கூடாது. ஏன்? இதற்கு அவர் கூறும் காரணம் விசித்திரமாக இருக்கிறது. 'இது தனி மனிதனுடைய விஷயமன்று; ஒரு மொழி இலக்கியம் பற்றியது' என்கிறார். சர்ச்சைக்கு எடுத்துக்கொள்ளத் துணைநிற்கும் காரணத்தையே சர்ச்சைக்கு எடுத்துக்கொள்ளக் கூடாது என்பதற்கு ஆதரவாகக் காட்டுகிறார். அரசியல் நண்பர், நாரண.துரைக்கண்ணன் ஆகியோரின் கூற்றுகள் இன்றைய தமிழ் மனத்தின் குணத்தைப் பிரதிபலிப்பதாக இருக்கின்றன. ஞானபீடம் என்ற மணமகன், இளமை குன்றாதவளும் கற்பின் கனலியும் பண்பாட்டின் திருவிளக்குமான தமிழ்ப் பெண்ணுக்குத் தாலி முடிய வந்திருக்கும் போது குரவையிட வேண்டுமே தவிர பிலாக்கணம் தொடுக்கக் கூடாது. இதுதான் இவர்களுடைய உணர்வு நிலை.

சரி, தேர்ந்தெடுக்கப்பட்டுள்ள நாவல் பற்றி நாரண. துரைக்கண்ணனின் கருத்து என்ன? இந்நாவல் பற்றி ஒரு வார்த்தைகூட சொல்லவில்லை என்பது மட்டுமல்ல; தனது குறிப்பைக் கீழ்க்கண்டவாறு முடிக்கிறார் அவர்:

போலி முகங்கள் – சந்தர்ப்பம்:

இளவல் அகிலனின் 'சித்திரப் பாவை' நாவலை வைத்து மட்டும் பிற மொழியாளர்கள் தமிழ் இலக்கியப் படைப்புகளின் தரத்தையோ தகுதியையோ எடைபோட்டுப் பார்க்க மாட்டார்கள் என்று நம்புகிறேன்.

எந்த இலக்கியப் பரிசும், பரிசளிக்கும் நிறுவனத்துக்கும் அதனைப் பெற்றுக்கொள்ளும் எழுத்தாளனுக்கும் இடையிலான ரகசிய ஒப்பந்தமல்ல, அது ஒரு சமூகச் செயல். ஒரு எழுத்தாளன் புதையல் தோண்டி கட்டித் தங்கம் எடுக்கலாம். அரியானா குலுக்கலில் பத்து லட்சம் தட்டிக்கொண்டு போகலாம். இவற்றுக்கும் ஞானபீடப் பரிசு பெறுவதற்கும் கொஞ்சம் வித்தியாசமுண்டு. (நம் தமிழ் தினசரிகள் போடும் தலைப்புகளில் லாட்டரிப் பரிசும் இலக்கியத் தேர்வும் ஒன்றாகவே இருக்கின்றன.) இலக்கியத் தேர்வுகளில் எழுத்தாளன் பரிசு பெறும் போது பரிசுத் தொகை ஒரு குறியீடு. நம் முன்னுள்ள பிரச்சினை அகிலனுக்கு அடித்துள்ள 'அதிர்ஷ்டம்' அல்ல. அந்தக் குறியீடுகள் உணர்த்தும் மதிப்பீடுகள் போற்றத் தகுந்தவையா என்பதே.

இந்த மதிப்பீடுகளின் நியாயத்தைத் தெரிந்துகொள்ள 'சித்திரப் பாவை' நாவலை நாம் படித்தாக வேண்டும்.

ஓவியக் கலைஞன் (ஆசிரியர் கொடுத்திருக்கும் தகுதி; மற்றபடி இவன் வரையும் படங்கள் பற்றி ஆசிரியர் சொல்வதை வைத்துப் பார்த்தால் டிராயிங் மாஸ்டர் என்று எடுத்துக்கொள்ளலாம்.) ஒருவனின் கதை இது. இவன் ஒரு லட்சியவாதி. ஓவியக்கலை இவனுக்குப் பிராண வாயு. இவன் போடும் சித்திரங்களிலுள்ள ஆழ்ந்த உட்கருத்துகள் பற்றி ஆசிரியர் ஆங்காங்கு கூறும் பொறுக்கு மணிகளை வாசகர்கள் அவசியம் தெரிந்துகொள்ள வேண்டும். கலை பற்றிய நுட்பமான இக்கருத்துகள் இருந்த இருப்பில் ஆசிரியருக்கு உதித்துவிட்டதாக யாரும் எண்ண வேண்டாம். பல ஓவியர்களைச் (ரெஸாக், சாமா, வர்ணம் ஆகியோர்களையா?) சந்தித்துத் திரட்டியுள்ளவை இவை. ஓவியக் கலைஞனின் தந்தை வழக்கம்போல் இவனைக் கலை உலகுக்குத் தத்தம் செய்ய மறுத்துப் பணம் ஈட்டும் தொழிலில் ஈடுபட நிர்ப்பந்தப்படுத்துகிறார். லட்சிய ஓவியனுக்கு மற்றொரு

முதிர்ந்த ஓவியரின் நட்பு கிடைக்கிறது. வழக்கம்போல் இவருக்கு ஒரு பெண் இருக்கிறாள். வழக்கம்போல் நல்ல அழகி. கலையுள்ளம் படைத்தவள். அதோடு அழகான கதாநாயகிகளின் எப்போதும் சாதுவான அப்பாக்கள் போல் இவரும் கல்மிஷம் கிஞ்சித்துமின்றித் தன் பெண்ணை ஓவியக் கலைஞனுடன் பழகவிடுகிறார். இந்தச் சூழ்நிலையில், காதலிலும், இவளுடைய படத்தைப் போட்டுக் கலையிலும் முன்னேறுகிறான் கலைஞன். இதற்கு நடுவில் வில்லன்போல் உருவெடுக்கும் கதாநாயகனின் அண்ணன் அவர்களுடைய புனிதக் காதலில் குறுக்கிட்டுக் கதாநாயகியை அவள் சற்றும் எதிர்பாராத நிமிஷத்தில் முத்தமிட்டுவிடுகிறான். எச்சிலாக்கப்பட்ட நாயகி, தன்னை மேற்கொண்டு காதலனுக்கு அளிப்பதுபற்றி நினைத்துக்கூடப் பார்க்க மாட்டாதவளாய், எச்சில் படுத்தியவனே மேலும் எச்சில்படுத்தும்படி, அவனையே வலுக்கட்டாயமாக மணந்துகொள்கிறாள். கதாநாயகக் கலைஞனோ, கலை ஈடுபாடு அற்றவளும் நகைநட்டு சினிமா என இச்சைப்படுபவளுமான ஒரு சாதாரணப் பெண்ணை மணந்துகொள்ள நேர்கிறது. கலைஞன் கலை உணர்வற்ற சாதாரணத்திடமும், ரசிகை முரட்டு வில்லனிடத்திலும் ரொம்பவும் தவிக்கிறார்கள். தன் லௌகீகத் தேவைகளைப் பூர்த்தி செய்ய இயலாத கலைமேதையிடம் அலுப்புற்று அவன் மனைவி சைக்கிளில் சென்று மயிலாப்பூர் கடலில் தற்கொலை செய்துகொள்கிறாள். வில்லனின் தொல்லை தாங்காமல் நாயகி மேலும் பல கஷ்டங்களுக்கு ஆளாகிறாள். உச்சகட்டக் காட்சிகளில் நாயகியின் படத்தை எண்ணெய்ச் சாயத்தில் (முதலில் வரைந்தவை பென்சில்) நாயகன் இரவென்றும் பகலென்றும் பாராமல் கை கால்கள் வீங்கும் நிலையிலும் வரைந்துகொண்டே இருக்கிறான். இதுதான் சித்திரப்பாவை. வில்லனுடன் வாழ முடியாமல் கதாநாயகி கதாநாயகனை வந்து அடைகிறாள். இம்முடிவுதான் இக்கதையின் புரட்சிகரமான அம்சம்.

இலக்கியம் படைப்பாளியின் அனுபவத்தைப் பிரதிபலிக்கக் கூடியது. அனுபவத்தின் வெளியீடு படைப்பில் யதார்த்தப் பின்னணி சார்ந்தோ சாராமலோ இருக்கலாம். சுய

அனுபவத்தின் மெய்த்தன்மை படைப்பில் ஊடாடி நின்று வாசகனின் நம்பிக்கையைப் பெற்று அவனைப் பாதிக்கிறது. இப்பாதிப்புதான் இலக்கியத்துக்கும் சமூகத்துக்கும் உள்ள உறவின் அடிப்படை. இலக்கியம் தனிமனிதனிடத்திலும் அவன் வழியாகச் சமூகத்திலும் ஏற்படுத்தும் பாதிப்புகளின் சாதக பாதகங்களே இறுதியில் இலக்கியத்தின் மதிப்பைத் தீர்மானிக்கும். இலக்கியம் மெய்த்தன்மை கொள்வதும், அதன் விளைவாக இலக்கிய போதம் கொண்ட வாசகனின் நம்பிக்கையைப் பெற்று அவனைப் பாதிப்புக்கு உள்ளாக்குவதும் அனுபவப் பிரதிபலிப்பின் ஜீவகளை பெறும்போது மட்டும்தான். ஆக, அனுபவப் பிரதிபலிப்பை இலக்கியத்தின் தேகம் எனக் கொள்ள வேண்டும். தேகம் தோன்றாத வரையிலும் பாதிப்பும் ஏற்படுவதில்லை. அனுபவப் பிரதிபலிப்பு இலக்கியம் எனத் தகுதி பெறுவது தவிர்க்க முடியாத அம்சமாக இருக்கிறது என்றாலும் அப்பிரதிபலிப்பின் காரணத்தாலேயே எழுத்து அதன் நோக்கங்களில் வெற்றி பெறும் என்ற கட்டாயமில்லை. படைப்பில் தன்னிறைவு எவ்வாறு கூடிற்று எனும் கேள்வி மிகச் சிக்கலான ஆராய்ச்சிக்கு இட்டுச் சென்று திகைக்க வைக்கக்கூடியது. ஒரு படைப்பின் வெற்றிக்கான நியாயங்களை முற்றிலும் திருப்திப்படுத்தும் மற்றொரு படைப்பு தோல்வி பெற்றிருப்பதும், இந்த நியாயங்களை அலட்சியப்படுத்திய வேறொன்று வெற்றியுடன் மிளிர்வதையும் பார்க்கலாம்.

தன்னிறைவு எய்திய படைப்புகளில் கலைஞனின் அனுபவங்கள் அவனுடைய பார்வை தீட்சண்யத்தால் மறுபிறப்புக் கொண்டு, பிரத்தியட்ச உலகத்தின் பொதுத்தன்மை அனுபவங்களின் தேர்விலும் அடுக்கிலும் அழுத்தத்திலும் பல்வேறு மாற்றங்கள் அடைந்து, அவற்றை அக்கலைஞன் அர்த்தப்படுத்திக்கொண்டதில் ஏற்பட்ட முழுமையின் விளைவாய் ஒரு புது உலகம் தன்னை ஸ்தாபித்துக்கொண்டு எழும்புகிறது. இந்தப் புதிய உலகம் அது தோன்றுவதற்குக் காரணமாக இருந்த பிரத்தியட்ச உலகின்மீது ஆழ்ந்த பாவங்களைப் பாய்ச்சிக் கொண்டிருப்பதை உணர முடியும். இங்குதான் படைப்பு எனும் சொல் அதன் தகுதிக்குரிய இடத்தில் பிரயோகமாகிறது. கலைஞனின் பார்வையில்

அவனுடைய அனுபவங்கள் பெறும் அர்த்தம்தான் அனுபவப் பிரதிபலிப்பு எனும் தேகத்துக்கு அதன் இயக்கத்தைக் கணக்கில் எடுத்துக்கொள்ளக்கூடிய உயிரை அளிக்கிறது. எழுதப்படுபவற்றில் கலைப்படைப்பு எனும் தகுதி பெறுபவை நமது பார்வையைப் பாதித்து நமக்கும் புற உலகுக்குமுள்ள உறவு நிலையில் சிறிய பெரிய மாற்றங்களை நிகழ்த்திக்கொண்டிருக்கின்றன. இதன் வீச்சை ஒரு தேசத்தின் தலைவிதியை மாற்றிவிடக்கூடிய கலாச்சாரப் புரட்சியிலிருந்து எளிய தனிமனித அனுபவங்கள் வரையிலும் பார்க்கலாம். இன்று காலை, தெருவில் சட்டை போடாத தன் உடலைத் துண்டால் போர்த்தியபடி இளம் பச்சை படர்ந்துள்ள புறங் கழுத்தைக் கீழிருந்து மேலாகத் தடவிய படியும் மோவாய்ச் சதையை விரல்களால் இழுத்துவிட்டபடியும் ஒருவர் நடந்து போவதைப் பார்க்கிறேன். முகத்தில் திருப்தி வழிய, நெடுநாள் நினைத்த காரியம் கூடி வெற்றியாய் முடிந்து விட்ட திருப்தியுடன் நாவிதர் கடையிலிருந்து திரும்பிக் கொண்டிருக்கிறார். என் மனத்திலிருந்து ஏதோ ஒன்று கிளம்பி இவர்மீது வழிவதில், முன்பின் கண்டிராத இவருக்கும் எனக்கும் மானசீகமான நெருக்கம் ஏற்படுகிறது. இவ்விளைவு, முன்னால் என்னிடம் இல்லாத ஒன்று என்ற எண்ணமும் வால்ட் விட்மனின் கவிதைகளின் பாதிப்பே இந்நெருக்கம் எனவும் எண்ணுவதிலிருந்து தப்ப முடியவில்லை. கிளம்பாத ஜீப்பை ஒர்க்ஷாப் கரிச்சட்டைப் பையன்கள் தள்ளிக் கொண்டுபோய் அது கிளம்பிய நேரத்தில் உற்சாகத் துடன் தொத்திக் கொள்வதைப் பார்க்கும்போது ஏற்படும் சிலிர்ப்பும் இவருடைய கவிதைகளின் பாதிப்புத்தான். இத்தனைக்கும் இவருடைய கவிதைகளில் என் பரிச்சயம், ‘படித்திருக்கிறேன்’ என்று சொல்லக்கூடப் போதுமானதாக இல்லை. எனினும், பல அன்றாடக் காட்சிகள், புலன்களில் மரிப்பதைத் தடுத்து, நினைவுகளின் ஜீவ இயக்கம் கொள்ள ஏற்பட்டது இவர் கவிதைகளில் நேர்ந்த சொற்பப் பரிச்சயத்தின் விளைவாகும். இவ்வாறு நமது பார்வையைப் பாதித்து அதன் மூலம் புற வாழ்வுக்கும் நமக்கும் உள்ள உறவு நிலையைச் செழுமைப்படுத்துபவைதான் கலைப்படைப்புகள்.

மற்றொரு வகை, எழுதுகிறவனின் அனுபவங்கள் எழுத்தில் பிரதிபலிப்புப் பெறுவதோடு நின்றுபோவது. பார்வை இங்குக் கூடுவதில்லை. ஏனெனில், அனைத்தையும் தனது தேடலின் விளைவாக எழுந்த ஒருமையில் காணவோ அவ்வாறு கண்டதின் விளைவாக ஏற்பட்ட விமர்சனத்தின் செழுமையைக் கலைப்படைப்புக்கு அளிப்பதோ இங்கு நிகழ்வதில்லை. லௌகீக நிலைக்குப் பந்தப்பட்டு அனுபவங்கள் பிரதிபலிப்புப் பெறுகின்றன. தன்வய நோக்கின் முரண்பாடுகளால் பிளவுபட்ட உலகம் ஒன்று பிரதிபலிப்புப் பெறுகிறது. தன்நிலைசார்ந்த முன்முடிவுகளிலிருந்து மீட்சிபெற்று, அனுபவத்தின் மெய்க்கூறு காணவைக்கும் மேல்தள நிலைக்கு இட்டுச் செல்லும் வீறுகொண்ட கலை உணர்வுகளை இவர்கள் பெற்றிருப்பதுமில்லை. ஆனால் இங்குகூட அனுபவங்கள் யந்திர ரீதியில் பிரதிபலிப்புப் பெறுவதில்லை. எழுதுகிறவனின் தனித்துவம், ரசனைகள், விருப்பு வெறுப்புகள், அழகுணர்ச்சி இவற்றால் மாற்றம் கொள்கின்றன.

உண்மையில், எழுத்து ஆத்மார்த்தமான காரியமாக இருக்கும் பட்சத்தில், மேலே கண்ட இரு பிரிவுகளில் அடங்கிப் போவதாகத்தான் இருக்க வேண்டும். கலையாக நிமிர்ந்ததும் ஆகாமல் துவண்டதும், இவ்விரு அனுபவ உலகங்களுக்கும் உள்ள பொதுக்குணம் இவற்றில் அனுபவங்கள் மதிக்கப்படுவதாகும். அவை பரிசோதனைக்கு இலக்காவதாகும். ஒன்றில் கலைஞனின் பார்வை தீட்சண்யத்தால் ஒரு புதிய உலகம் தோன்றுகிறது. மற்றொன்று அனுபவப் பிரதிபலிப்போடு முடிந்துபோகிறது. இவர்களை முறையே கலைஞர்கள் என்றும், எழுத்தாளர்கள் என்றும் குறிப்பிட்டு இப்பிரிவுகளின் குணங்களை எளிதில் புரியவைக்கப் பரிச்சயப் படுத்திக் கொள்ளலாம். கலைஞர்களாகத் தமிழில் பாரதி, புதுமைப்பித்தன், மௌனி ஆகியோரைக் கூறலாம் என்றால் எழுத்தாளர்களாக எஸ்.வி.வி., கல்கி (முதற்பகுதி எழுத்தை ஆதாரமாகக் கொண்டு), எம்.வி. வெங்கட்ராம், ஆர்.ஷண்முக சுந்தரம் ஆகியோரைச் சொல்லாம்.

நாம் மேலே கூறிய இரு உலகங்களிலும் அனுபவங்கள்

மதிக்கப்பட்டு அவற்றின் அர்த்தம் காணும் உந்துதலில் மறு பார்வைக்கு இலக்காகின்றன. இவ்விரு மனஉலகங்களிலும் சுய தேவை காரணமாகவே எழுத்துப் பிறக்கிறது. இப்போது நாம் பார்க்கப்போகும் மூன்றாவது உலகில் அனுபவங்கள் புறத்தேவை கருதி, வாணிப நோக்கங்களைத் திருப்திப்படுத்தும் நோக்கம் கொண்டு, மனப்பூர்வமாகச் சிதைக்கப்படுகின்றன. பத்திரிகைச் சந்தை பெரும் விரிவு கொண்டதன் விளைவாக விற்பனைச் சரக்கைக் குறுகிய காலத்தில் தயாரிக்கப் பெரும் யந்திரங்களையும் அந்த யந்திரங்களின் உறுப்பே போன்று அவற்றுக்குத் தீனி தயாரித்து அளிக்கும் கேளிக்கையாளர்களையும் பத்திரிகைகள் தயார் செய்துகொண்டன. இவ்வாறு தயார் செய்யப்பட்டவர்களில், தங்களது உற்பத்திப் பண்டத்தில், ஜனரஞ் சகத்தை அதற்குரிய கலவையின் விகிதங்களில் துல்லியமாகக் கூட்டிய வெற்றியில் எழுந்த பல நட்சத்திரங்களில் துருவ நட்சத்திரம் என அகிலனைக் கொள்ள வேண்டும். இவருடைய எழுத்துலகம் அதிக எண்ணிக்கையினரைக் குஷிப்படுத்தி அவர்களுடைய இன்றைய ஸ்திதியின் பலவீனங்களைப் பதவிசாகச் சுரண்டும் நோக்கம் கொண்டதாகும். இவ்வாணிபத் தேவையின் அடிப்படையில் அனுபவ உலகம் சின்னாபின்னப் படுத்தப்படுகிறது.

தன் அனுபவங்களை மதிக்கும் எந்த மனித மூளையாலும் ‘சித்திரப் பாவை’யைத் தனது உடற் சதையைப் பிய்ப்பது போன்ற சங்கடத்துக்கு ஆளாகாமல் படிக்க இயலாது. ஆனால் இலக்கியம் என்பது அனுபவங்களுக்கு அப்பாற்பட்ட கந்தர்வலோகம் எனும் நினைப்பில் கொடூரமாய் மூழ்கடிக்கப்பட்டு விட்ட ஜன சமூகமும் நமக்குண்டு. இவர்களுக்கு அனுபவ உலகின் குதறல்களே அதன் சுவாரஸ்யமான பகுதியாகிவிடுகின்றன. புதுமைப்பித்தனின் ‘செல்லம்மாள்’ படித்த, பத்திரிகை அபிமானி, என்னிடம், என்ன கதை? கொஞ்சம் வாசனை வேண்டாம்?” என்றார்.

எந்தச் சுரண்டலும் அதற்குரிய விபூதியைப் பூசிக்கொண்டே வரும். கேளிக்கையாளர்களுக்கு அவர்களுடைய தொழிலுக்குரிய விபூதிகளும் வாசனைகளுமுண்டு. நேற்று அது காந்தியம், சுதந்திரம், ஹா! பாரத மாதா என்ற கோஷங்கள் எனில்,

இப்போது இன்றையச் சந்தைக்கேற்றவாறு தனி இனம், தமிழ்க் காதல், சோஷலிஸப் புரட்சி என்றெல்லாம் மாற்றம் கொள்ளும். இன்றைய வாழ்வின் நிதர்சன கோலத்தை எள்ளி நகையாடுவது போன்ற ஒரு புகை மண்டலக் காதல் கதையை ஐநூறு பக்கங்களுக்குச் சுரணையும் கூச்சமுமின்றி விரித்துவிட்டு, அதற்குமேல் வறுமைக்கு இரண்டு சொட்டுக் கண்ணீர், தமிழ்ப் பண்பாட்டுக்குச் சில 'ஜே'க்கள், திருக்குறளுக்கு ஒரு கரகோஷம், சமூகப் பொருளாதாரப் புரட்சிக்கு ஆரத்தி எடுத்தல், அறிவுச் சுனையின் பீறிடல்கள் என எண்ணி வெளிப்படுத்தும் சில பொன்மொழிகள் ஆகிய ஏலம் கிராம்புகளும் தூவிப் படையல்கள் சந்தைக்கு அனுப்பி வைக்கப்படும். கதை நிகழும் உலகம் திரிசங்கு சொர்க்கம் என்பதால் இவர்களுடைய கருத்துலகப் புரட்சிகள் யாரையும் உறுத்துவதில்லை; உசுப்புவ தில்லை. மொட்டை மாடியில் தன்னந்தனியாக நின்று சூன்யத் தில் வாளைச் சுழற்றுவதுபோன்ற தமாஷ் இது. இந்தப் போலி முகங்கள் ரிக்கார்டு டான்ஸுக்கு இல்லை. இங்குக் 'கலைஞி' தொடையைக் காட்டுகிறபோது தொடைதான் தெரிகிறதே தவிர சங்கராச்சாரியாரின் படம் அங்கு ஒட்டப்பட்டிருப்பதில்லை. தனது தரத்தைப்பட்டவர்த்தனமாக முன்வைக்கும் எளிமை இங்கு இருக்கிறது.

அகிலன் ஞானபீடப் பரிசு பெற்றதைப் பத்திரிகைச் சக்திகளும் சக கேளிக்கையாளர்களும் கொண்டாடுவது இயற்கையான காரியம். ஜிப்பா தேசிய உடையாவதை ஜேப்படித் திருடர்கள் வரவேற்பது மாதிரி இது. சீரழிந்த மதிப்பீடுகள் ஒன்று மற்றொன்றைத் தழுவி முத்தமிட்டுக் கொள்ளும். ஆனால் வல்லிக்கண்ணனுக்கும் தி.க. சிவசங்கரனுக்கும் இத்தேர்வில் என்ன புளகாங்கிதம்? 'சித்திரப் பாவை' ஒரு தரமான படைப்பு என வல்லிக்கண்ணன் கூறும்போது அவருடைய அபிப்பிராயங்கள் பற்றி நான் கொண்டிருந்த எண்ணங்கள் சிதறின. தமிழ் இலக்கியத்தின் தரம் மேன்மையுற வேண்டும் என்று எப்போதும் சொல்லி, பாரதி, புதுமைப்பித்தன், பிச்சமூர்த்தி போன்ற சக்திகளைப் போற்றிக்கொண்டிருந்தவர் அல்லவா இவர்? தமிழ்ச் சூழல் பற்றிய இவருடைய ஆரம்பகாலக் கோபங்கள் என்னைப் பாதித்திருக்கின்றன. 'சித்திரப் பாவை'யே தரமாக இருக்கிறதென்றால், பின் தமிழ் இலக்கியத்தின் நிலை குறித்து

என்ன வருத்தம்? புதுமைப்பித்தன் கதைகளும் 'சித்திரப் பாவை'யும் இரண்டுமே தரமானவை எனில் அந்தத் தரங்களின் பொதுக்குணம் என்ன?

'அகிலன் பரிசு பெற்றிருப்பது இலக்கியத்துக்குப் பெருமை' என்றும், 'சுதந்திரம், ஜனநாயகம், சமாதானம், சோஷலிஸம் என்ற இலட்சியங்களுக்காகப் போராடுகிறவர்' என்றும் சிவசங்கரன் கூறும்போது எரிச்சலும் ஏமாற்றமும் ஏற்படுகின்றன. இவர் இருபத்தைந்து வருடங்களாகக் கூறி வந்துள்ளவற்றின் சாராம்சத்தோடு இக்கூற்றை ஒப்பிட்டுப் பார்க்கும்போது, பாதி விளையாட்டில் பின் திரும்பி நின்று தன் கட்சிக்கே கோல் போட்டுக் கொள்வது மாதிரி இருக்கிறது. இப்போது கூட 'சதங்கை' (அக்டோபர் 1976) இதழில் கன்னடத்தில் எடுத்துள்ள 'சோமனதுடி' போன்ற படங்கள் தமிழில் தோன்றவில்லை என இவர் குறைபட்டுக் கொள்வதற்கு என்ன அவசியம் இருக்கிறது? அகிலனின் எழுத்துக்கு இன்றையத் தமிழ்ப்படம் எந்த விதத்தில் குறைந்து போயிற்று? நேற்று லெனினுக்குச் சூட்டிய அடைமொழிகளை - சுதந்திரம், ஜனநாயகம், சமாதானம், சோஷலிஸம் - இன்று அகிலனுக்குச் சூட்ட முடியுமென்றால் அவற்றையே தமிழ்ப் பட இயக்குநர்களுக்கும் சூட்டித் திருப்திப் பட்டுக்கொள்ள என்ன தடை? வல்லிக்கண்ணன், தி.க. சிவசங்கரன் ஆகியோரின் கருத்துகளின் பின்னணியில் என். சிவராமன் கூற்று கவனிக்கத் தகுந்தது.

இந்த விருதினால் பிற இந்திய மொழிகளிலும் பிற நாடுகளிலும் கூட ஒரு பிரம்மாண்டமான ஞானவடிவமாகத் தோற்றமளிக்க அகிலனுக்கு இருக்கிற வாய்ப்புகள் பிரகாசமாயிருக்கின்றன. அசௌகரியமான அந்த நாட்களில் படிக்கிற பெண்களையும், வர்த்தக வெற்றியையும் குறியாகக் கொண்டே எழுதி, அது சரி என்றும் சாதித்து வந்திருக்கிற இந்த எழுத்தாளருக்கு இவ்வளவு சுலபமான வாய்ப்புக் கிடைத்திருப்பது மிகவும் கோபப்பட வேண்டிய, எரிச்சலுற வேண்டிய விஷயம். தமிழரல்லாதார் நம் ரசனையைக் குறித்துக் கேவலமான கருத்துக் கொள்ள இது நிச்சயம் வழிகோலும்.

('கண்ணதாசன்,' நவம்பர் 1976)

போலி முகங்கள் – சந்தர்ப்பம்:

ஒரு குழுவின் முடிவுகள் தனிநபர் முடிவுகள்போல் துல்லியமாக இராது என்று எண்ண நியாயங்கள் உள்ளன. குழு உறுப்பினர்களின் சராசரித்தனமே முடிவுகளுக்கு அடிப்படையாக அமையும்போது மிகச் சிறந்த தரத்தைக் கொண்டவற்றுக்குச் சாதகமாகத் தீர்ப்பு அமையாமல் அடுத்த படிகளுக்கு நழுவும் நிலை ஏற்படும். ஆனால் குழுக்களின் முடிவு அபத்தமாகத்தான் இருந்தாக வேண்டும் என்ற கட்டாயம் எதுவுமில்லை; இந்தியப் பின்னணியில் அபத்தமாகத்தான் அமைகிறது என்றிருந்தாலும் கூட.

தனது குறிப்பில் 'நோபல் குழு பற்றியும் புகார்கள் உள்ளன' என்கிறார் நாரண. துரைக்கண்ணன். ஆனால் இதைச் சொல்லி நோபல் குழுவும் நமது சாகித்திய அகாதெமி, ஞானபீடம் குழுக்களும் சமம் என்றாக்கிவிட முடியாது. நோபல் பரிசு 1910 இல் இருந்து இன்று வரையிலும் வழங்கப்பட்டு வருகிறது. ஒரு சில வருடங்கள் பரிசு அளிக்கப் படாததையும்; சில வருடங்களில் இருவர் பரிசு பெற்றிருப்பதையும் வைத்து இதுவரையிலும் எழுபத்தைந்து இலக்கிய ஆசிரியர்கள் தேர்வு பெற்றிருக்கிறார்கள் என்று சொல்லலாம். இதில் பலர் இப்பரிசு பெற்றதன் மூலமே உலகப் பார்வைக்கு வந்தவர்கள். ஜேம்ஸ் ஜாய்ஸ், வெர்ஜீனியா ஊல்ஃப் ஆகியோருக்கு அளிக்கப்படாத பரிசு பர்ல் எஸ்.பக், ஜான் கால்ஸ்வர்த்தி ஆகியோருக்கு அளிக்கப்பட்டதைக் குறையாகக் கருதலாம். டி.எச்.லாரன்ஸ் விடுபட்டது மன்னிக்க முடியாதது என்று கருதப்படலாம். சர்ச்சில் படைப்புக் கலைஞரா, அவருக்கு ஏன் அளிக்கப்பட்டது என்ற கேள்வி எழலாம். எல்லா தேசங்களிலும் இப்பரிசு பெறாத ஒரு பெரிய கலைஞன் இருக்கக்கூடும். இவற்றையெல்லாம் கணக்கில் எடுத்துக்கொண்டாலும்கூட அறுபத்தைந்து வருடங்களில் அவர்களுடைய தேர்வுகளின் மொத்த சாதனை மகத்தானது என்பதைப் பரிசு பெற்ற ஆசிரியர்களைப் படிப்போர் உணர இயலும். இன்றும் அக்குழுவின் மீது நம்பிக்கையும் மதிப்பும் கொள்ளும்படியாகவே அத்தேர்வுகள் இருக்கின்றன.

உலக இலக்கியத்தின் தரத்தை ஒப்பிடும்போது நவீனத் தமிழின் தரம் ஏழெட்டுப் படிகள் கீழே உள்ளது என்று க.நா.சு.

தனது ஆரம்ப காலக் கட்டுரை ஒன்றில் குறிப்பிடுகிறார். படிகளின் எண்ணிக்கையில் அபிப்பிராய வித்தியாசம் கொள்வோர் கூட நம்நிலை வெகுவாகப் பின்தங்கிப் போய் விட்டது என்பதை ஒப்புக்கொள்வார்கள். ஆனால் இந்திய இலக்கியப் பின்னணியில் தமிழின் தரம் பின்தங்கிப் போய்விட வில்லை என்றுதான் நம் கைக்கு எட்டும் பிற மொழி இலக்கியங்களின் மொழிபெயர்ப்புகளை வைத்து உணர முடிகிறது. புதுமைப்பித்தனுக்கு ஈடான ஒரு கலைஞனை இந்திய மொழிகள் எதிலும் காணக்கிடைக்கவில்லை. தாகூர், பிரேம்சந்த் போன்று புகழ்படுத்தப்பட்ட ஆசிரியர்களின் சிறுகதைகளையும் நினைவில் வைத்தே இதைச் சொல்கிறேன். நாவலில் நம் சாதனையைத் தாண்டி நிற்பதாக உணர முடிந்தது தாராசங்கர் பானர்ஜியின் 'ஆரோக்கிய நிகேதன்' ஒன்றுதான். (வெங்கட் சாமிநாதன் தனது கட்டுரை ஒன்றில் தி. ஜானகிராமனின் 'மோகமுள்' இந்திய நாவல்களிலேயே பெரிய சாதனை எனப் பொருள்படும்படி கூறியுள்ளார்.) பிச்சமூர்த்தி, மௌனி, க.நா.சு., லா.ச.ராமாமிருதம், தி.ஜானகிராமன், சி.சு. செல்லப்பா ஆகியோரின் படைப்புகள் கொண்ட ஒரு மொழியிலிருந்து அகிலனின் 'சித்திரப் பாவை' இந்திய இலக்கியக் களத்துக்குத் தேர்வு பெறுவது தகுதியற்றவர்கள் இலக்கிய மதிப்பீடுகளை உருவாக்கும் அபாயத்துக்கு உதாரணமாகும்.

'சித்திரப் பாவை'யைச் சுலபமாகப் பின்தள்ளிவிடக்கூடிய ஐம்பது நாவல்களேனும் நமக்குள்ளன. நகுலன், சா. கந்தசாமி, ஹெப்சிபா ஜேசுதாசன், கி.ராஜநாராயணன், நீல. பத்மநாபன், அசோகமித்திரன், ஆ. மாதவன், வண்ணநிலவன், ஜி. நாகராஜன், சம்பத் போன்றோரின் நாவல்களுடன் ஒப்பிடவே தகுதி அற்றது 'சித்திரப் பாவை.' ஞானபீடம், இலக்கிய நியதிகளுக்கு உட்பட்டுத் துல்லியமாக இயங்கக்கூடியது என நாம் கற்பனை செய்துகொண்டால், இந்த ஆண்டு ந. பிச்சமூர்த்தியோ மௌனியோ தேர்வு பெற்றிருக்க வேண்டும்.

பிரக்ஞை, 1976

17

நான் காணும் பாரதி

என்னையும் என் எழுத்தையும் பாரதி இலக்கியம் பாதித்திருக்கிறதா என்பதை ஆராய்ந்து பார்ப்பதே இக்கட்டுரையின் நோக்கம். 'என்மீது பாரதியின் செல்வாக்கு' எனவும் நான் இக்கட்டுரைக்குத் தலைப்பு வைக்கக்கூடும். இன்னும் சற்று வாய்ப்பான தலைப்பு எட்டாதவரையிலும், இவ்விஷயத்தைப் பற்றி எழுத நேர்ந்துவிட்ட காரணத்தினாலேயே, சென்ற காலத்தில் எனக்கும் பாரதிக்கும் இருந்து வந்திருக்கும் உறவை, மிக ஆழமான ஒன்றாக, நெருக்கமான ஒன்றாகக்காட்ட நான் முயலக் கூடாது. அவர்மீது இப்போது திடீர்க் காதலை வரவழைத்துக்கொண்டு, விடாப்பிடியாய் இழுத்து வைத்து ஆலிங்கனம் செய்துவிடுவது என்ற குயுக்தி எனக்குத் தோன்றாமல் இருக்க வேண்டும். கடவுளே, இது எவ்வளவு சிரமமான காரியம் என்பதை உணர்கிறேன். பெரியவர்களில் பலர் ஆசையோடு காலில் இழுத்து மாட்டிக்கொண்ட சுருக்கு இது. இதிலிருந்து நான் மட்டும் மீள முடியுமா?

உறவு என்று நான் குறிப்பிடுவது இலக்கிய ரீதியான உறவை. இலக்கியத்தில் நேரடியான உறவு இல்லாமலே பாதிப்புக்கு ஆளாகி விடுவதுண்டு. நேரடியான உறவு கொண்டிருந்தும் துர்ப்பலமான செல்வாக்கோடு நின்றுவிடுவதும் உண்டு.

இலக்கியத்தில் செல்வாக்கு என்பது அருவமானது. அனுமானமாக உணரக்கூடிய ஒன்று. வாடைக்காற்று அடிப்பதால் மலையில் மழையிருக்கலாம் என்பது போன்ற அனுமானம். செல்வாக்கின் வியாபகத்தை உள்ளங்கையில் ஏந்திக் காட்டவோ பார்க்கவோ முடியாது. இது போன்ற விஷயங்களில் திட்டவட்டமாகக் கூறுகிறவர்கள் காட்டும் ஆதாரங்கள் அநேகமாக உண்மையாய் இருப்பது இல்லை. இலக்கிய விசாரத்தில் அறுதியிட்டுச் சொல்வது அநேகமாகப் பொய்யாகவே இருக்கும். நிஜத்தின் தெளிவற்ற தன்மை அதற்கு இல்லாமல், மழமழவென்று, மேஜைமேல் ஸ்படிகக் கல்லை வைத்தாற்போல் காட்சி தருவதாலேயே அதுதான் உண்மையெனக் கொண்டுவிடுவோம். அந்த ஸ்படிகத் தெளிவு பொய்க்குச் சொந்தமானது. உண்மையோ எப்போதும் போல் இப்போதும் பிடிக்கப் பிடிக்க வழுக்கிக்கொண்டும் மங்கலாகவும்தான் இருந்து வருகிறது.

யோசிக்கையில் குழப்பமாக இருக்கிறது. தெளிவின்மை மிஞ்சுகிறது. பாரதியின் செல்வாக்கை விளக்க, பிட்டு வைத்தாற் போல் சொல்வதற்கு எதுவும் இல்லை. ஒன்றும் இல்லை என்று தோன்றும் போதே எதுவும் இல்லாமல் இருப்பது சாத்தியமல்ல என்பதும் தெரிகிறது. இலக்கிய சிருஷ்டிக்கு அவரும் நானும் பயன்படுத்தியது ஒரே பாஷை. அவர் சென்ற பின் வந்தவன் நான். பாரதி சக்திப் பிழம்பான ஒரு கலைஞன். இம்மூன்று காரணங்களினாலும் அவருடைய சலனம் என்னைப் பாதித்திருக்கத்தான் வேண்டும். சம்மட்டியால் தாக்குவது போலவோ உரலில் உலக்கை விழும் போது தரையில் வைத்திருக்கும் பாத்திரம் அதிர்வது போலவோ இது நிகழ்ந்திருக்கக்கூடும். அதிலிருந்து நான் தப்பியிருக்க முடியாது. இது இலக்கிய நியதி. இதில் எனக்குப் பெருமை இல்லை. நான் இதை ஏற்றுக்கொள்கிறேன்.

ஆகவே, இப்போது நான் செய்யக்கூடியதெல்லாம் பாரதிக்கும் எனக்குமுள்ள உறவை ஆராய்ந்து பார்ப்பதே. இதிலிருந்து இந்தக் கட்டுரையின் தலைப்புக்குப் பொருளூட்டும் ரேகைகள் அகப்படக் கூடும். அவ்வாறு அகப்படாத வரையிலும் நான் பொதுவாகச் சொல்லியிருக்கும் விஷயங்கள்தாம் மிஞ்சும்.

அவசியம் என்று பட்டால் அப்போது கட்டுரையின் தலைப்பை மாற்றிவிடுவதும் சுலபம்தான்.

நடுவில் ஒரு விஷயம். செல்வாக்கு என்பதை ஒளி என்ற அந்தஸ்திலேயே பயன்படுத்த விரும்புகிறோம். நிழல் என்ற அர்த்தத்திலும் பயன்படுத்த வேண்டிய அவசியம் ஏற்படுவதுண்டு. ஒரு சக்திமிக்க கலைஞன் தனது சொரூபத்தால் அவன் வாழும் காலத்தில் மொழிக்கும் இலக்கியத்திற்கும் ஊட்டம் தரும் அதே சமயம், தனக்குப் பின்வரும் காலத்தை வெட்டையாக அடித்துவிடவும்கூடும். இது அவனுடைய நோக்கமல்ல. அவன்மீது நாம் கொள்ளும் பலவீனமான பார்வையின் விளைவு. அப்போது இலக்கியப் பரப்பு, ரசாயன உரத்தால் அமிர்த போகத்தை உமிழ்ந்துவிட்டுச் சத்தற்றுக் கிடக்கும் நிலம்போல் காட்சி தரும். விளைவு எவ்வாறு இருப்பினும் கலைவீரன் ஒருவன் நமக்குள்ளே தோன்றிவிட்டதில் மெய் மறந்து கிடக்கிறோம். அவனைப் பாராட்டுகிறோம். மீண்டும் பாராட்டுகிறோம். அதோடு அவனைப் பின்பற்றாமலிருப்பதை அவனை அவமதிப்பதாகவோ கூடிவந்த ஒரு அரிய சந்தர்ப்பத்தைக் கைநழுவ விடுவதாகவோ எண்ணத் தொடங்குகிறோம். எனினும், காலம் என்று ஒன்றிருக்கிறது. சிவப்பு விளக்கு காட்டி அதை யாரும் நிறுத்தி வைத்திருக்கவுமில்லை. கவிஞர் பெருமான் புத்தம் புதிதாய்க் காட்டிய கலையும் அது பிறந்த நிமிஷத்திலிருந்து பழசாகிக்கொண்டிருக்கிறது என்பதை உணர இன்னும் எவ்வளவோ காலம் பிடிக்கும். நம்முடைய உற்சாகமும் பரவசமும் அத்தனை அளவு கடந்ததாகவே இருக்கும்.

திரும்பிப் பார்க்கிறேன். இறந்தகாலம், கொட்டும் மழையில் மூடியிருக்கும் கண்ணாடி ஜன்னலின் வெளிப்புறத்தில் தண்ணீர் சரசரவென்று வழிந்துகொண்டிருக்கும்போது தொலைதூரத்தில் தெரியும் மலைபோல் காட்சி தருகிறது. பண்டைத் தமிழ் இலக்கியத்தில் தோய்ந்தவனாய் உடம்பில் சுத்தத் தமிழ் ரத்தம் ஓடுகிறவனாய், பாரதி பக்தனாய், பாரதியைப் பரப்பியதில் பங்குள்ளவனாய், நாள்தோறும் அவன் நாமத்தை ஸ்மரிக்கக் கூடியவனாய் வாழ்ந்திருக்கலாகாதா எனும்

பச்சாதாபம் மனத்தைக் கவ்வுகிறது. கடந்த காலம் கைநழுவிச் சென்றுவிட்டது. இனி எனக்கு அங்குப் பிரவேசம் இல்லை. இனி எதையும் திருத்தி எழுத ஆகாது. புத்தகம் அச்சேறி முடிந்து விட்டது. இப்போது செய்யக் கூடியதெல்லாம் பிழை திருத்தப்பட்டியல் தயாரிப்பதே.

கடந்த கால இலக்கிய உறவுகளை வார்த்தைகளில் தேக்கும்போது எதிர்ப்படும் வழிகள் இரண்டு. ஒன்று: நினைவின் துணைகொண்டு இயன்றவரையிலும் சத்தியத்தை உருவிளடுப்பது. மற்றொன்று: இன்றுள்ள புறச்சூழ்நிலைகளுக்கு ஏற்றாற்போல், பாரதியுடன் எனது சென்ற கால உறவு எத்தகையதாய் அமைந்திருக்க வேண்டுமென நானும் என் முன் நிற்போரும் எதிர்பார்க்கிறோமோ அதே பாங்கில் இயல்பாய் அமைந்திருந்தது என வர்ணப்பூச்சு செய்து காட்டுவது. ஆனால் இது ஒரு மயக்கமே தவிர நடைமுறையில் சாத்தியமானதல்ல. ஏனெனில் சொன்னவனுக்கு வர்ணப்பூச்சு தெரியும். சொன்னவன் நம்பாத ஒன்றை, கேட்டவன் நம்பியதால் வியாபாரத்தில் பயன் இருக்கலாம். உத்தரவாதம் அளிக்கப்பட்ட கெட்டிச்சாயம் கலங்கினாலும் விற்ற பணம் என் முந்தியில் இருக்கும். இலக்கிய விசாரத்தில் அப்படியல்ல. இலக்கியத்தில் சொல்கிறவனின் சத்தியமே முக்கியமானது.

பாரதியார் காலமாகிப் பத்தாண்டுகளுக்குப் பின் பிறந்தவன் நான். எனது குழந்தைப் பருவம் மலையாளச் சீமையில் கழிந்தது. அப்போது நான் கேட்ட பாட்டு, கேட்ட பேச்சு, கேட்ட வசை மலையாளத்திலேயே. எனது அட்சராப்பியாசமும் அம்மொழியிலேயே ஆரம்பமாயிற்று. ஆறாவது வகுப்பிலிருந்து பள்ளிப்படிப்பு முடிவது வரையிலும் நான் கற்ற பிற மொழிகள் ஆங்கிலமும் வடமொழியும். பள்ளியில் நான் அரை குறையாய்க் கற்ற மூன்று மொழிகளில் தமிழ் ஒன்றல்ல.

1939ஆம் ஆண்டு, இரண்டாவது உலக யுத்தம் மூண்ட அன்றோ மறுநாளோ, எனது குடும்பம் தெற்கே குமரிமுனைப் பக்கம் நகர்ந்தது. இந்த யாத்திரை ஒரு விதத்தில் முக்கியமானது. ஏனெனில் இப்பயணமே தமிழ் பாஷையோடு நான் உறவாட வழிகோலிற்று என்று சொல்லலாம். மலையாளக் கரையோடு

நான் இருக்க நேர்ந்திருப்பினும் ஒரு எழுத்தாளன் ஆக - தமிழ் எழுத்தாளன் ஆகவில்லையென்றால் மலையாள எழுத்தாளனாகப் - பரிணமித்திருக்கத் தடை எதுவும் இருந்திராது. அவ்வாறு நேர்ந்திருப்பினும் எனது சிருஷ்டி சக்தியும் இலக்கியத் தரமும் பாதிக்கப்பட்டிராது என்றே நம்புகிறேன். ஏனெனில், இலக்கியப் படைப்பில் நான்தான் முக்கியமான அம்சமே தவிர, என் கையில் அகஸ்மாத்தாய்ச் சிக்கிய ஒரு பாஷையின் தனிப்பெரும் குணாம்சமல்ல. இதை இங்குத் தனியாக எடுத்துச் சொல்லக் காரணம், இன்றைய எழுத்தாளர்களில் பலர் தமிழ் பாஷையின் சுகபாவத்தையும் பிரதாபத்தையும் புகழ்ந்து கூறுகிறபோது, அவர்கள் தங்கள் பணியை ஆற்ற உலக மொழிகள் அனைத்திலுமிருந்து தமிழ் மொழியைத் தங்களுடைய அலாதியான சாமர்த்தியத்தால் தேர்ந்தெடுத்த பாவனையில் பேசுகிறார்கள். நான் தமிழ் எழுத்தாளன் ஆனது எனது சாமர்த்தியமும் அல்ல; இதில் எனக்குப் பெருமைப்பட உரிமையும் இல்லை.

எனது பதினாறாவது வயதுவரையிலேனும் தமிழ்க் கவிதையைப் படித்துப் புரிந்துகொள்வது என்பது எனது தமிழ் ஞானத்துக்கு அப்பாற்பட்டதாகவே இருந்தது. ஆக 1947, 48 வரையிலும் பாரதியார் கவிதைகளை நான் படித்தது இல்லை என்பது திண்ணம். ஆனால் எனக்கும் பாரதிக்குமான உறவு அதற்கு முன்பே ஏற்பட்டுவிட்டது.

பாரதியைத் தமிழ் மக்கள் மத்தியில் பரப்பிய பெருமை பலருக்குண்டு என்கிறோம். வ.ரா. பெயர் நினைவில் வருகிறது. பின்னால் கல்கி ஆற்றிய பங்கு பெரிது. மேடையில் முழங்குவதில் சலியாத பாரதிபக்தனாக ஜீவா என்றுமே காட்சி அளித்திருக்கிறார். இன்னும் பலரைச் சொல்லலாம். ஒரு மட்டத்தில் இவர்கள் ஆற்றிய பணி சிறப்பானது. இந்த மட்டத்துக்கும் கீழே, புழுதியில், நானும் என்னையொத்த லட்சக்கணக்கானவர்களும் முகத்தில் இரு புண்களுடன் பரக்கப் பரக்கப்பார்த்துக் கொண்டிருந்தோம். பாரதியின் கவிதை மிகவும் எளிமையானது என்றார்கள். ஆனால் கவிதை என்பதாலேயே அது எங்களுக்குக் கடினமானது என்றால் நம்புவார்களா?

மேடைப் பேச்சிலேயே டி.கே.சி. பேச்சுதான் புரியும்; திரு.வி.க. பேச்சு புரியாது. என்ன செய்வது? எங்களுடைய பாரதி எங்கே? எங்களுக்கு மட்டும் அவர் சொந்தம் இல்லையா?

பாரதியின் உருவப் படத்தை வரைந்து அவருடைய முகத்தை மனத்தில் பேண வாய்ப்பு அளித்த சைத்திரிகர் ஆர்யா, பாரதிக்கு ஆற்றிய தொண்டு மிகப் பெரியது. என்னைப் போன்றவர்களுக்கு அன்று பாரதி என்றாலே ஆர்யா வரைந்த படம்தான். மலையாளிக்கும் சரி, குஜராத்திக்கும் சரி, ஹிந்திக்காரர்களுக்கும் சரி, இன்றும் பாரதி என்றால் ஆர்யா வரைந்த படம்தான். தமிழ்நாட்டிலும் பாரதியின் ஒரு பாடலையோ ஒரு கட்டுரையையோ படித்துப் பாராது, இந்தச் சித்திரத்தின் மூலமே பாரதியிடம் தோழமை கொண்டிருப்பவர்கள் எத்தனை லட்சமோ? இந்த எண்ணிக்கைக்குள் அடங்கும் பிரபலஸ்தர்கள், பட்டதாரிகள், தலைவர்கள், பெரியவர்கள் எத்தனை பேரோ? இதில் பாரதியின் படத்தைப் பார்த்திராத ஒருவரேனும் உண்டா? ஆர்யா செய்த சேவை மிகப் பெரிய சேவைதான். சந்தேகமில்லை.

பாரதியைப் பாராட்டுவதற்காகவே புரட்டிப் பார்த்தவர்களும் படிக்காமலே பாராட்டுகிறவர்களும் என்றுமே உண்டல்லவா? படிக்காமலே பாராட்டுகிற சங்கத்தில் நானும் ஒரு அங்கத்தினன் ஆனேன். இந்நிலை அதிக நாள் நீடிக்கவில்லை. ஏனெனில் மார்க்சிய சித்தாந்தத்தின் மேல்வாரியான தன்மை என்னைக் கவர்ந்து, நான் சற்றே தீவிரவாதியாகவும் முற்போக்கு எழுத்தாளனாகவும் மாறிவிட்ட போது, இனிமேலும் பாரதிப் பாடல்களைப் படிக்காமல் இருப்பது என் கௌரவத்துக்கும் அந்தஸ்துக்கும் மிகுந்த ஹானியை ஏற்படுத்தும் என்ற எண்ணம் எனக்கு ஏற்படலாயிற்று. இதற்குள் என் முகத்திலிருந்த புண்கள் வள்ளிசாக ஆறிவிட்டதோடு லேசான பார்வை தரும் கண்களும் முளைக்கலாயின. புதுமைப்பித்தன் சிறுகதைகளிலும், 'ஒருநாள்' என்ற நாவலிலும் மனசைப் பறிகொடுக்கவும் முடிந்துவிட்டது. என் ஆரம்பகாலச் சிறுகதைகளும் அச்சேறிவிட்டன. முற் போக்குவாதிகள் இனங்கண்டு கொண்டார்கள். இரண்டு ஜில்லாக்களில் என் புகழ் பரவிவிட்டது. தமிழ் நசிவு

இலக்கியத்தை மனிதாபிமானம், சோஷலிசம் என்ற படிகள் வழியாகக் கம்யூனிஸத்துக்கு இட்டுச் செல்லும் பணியில் தோளும் கொடுத்துவிட்டேன். இன்னும் சமூக, பொருளாதாரத் துறைகளில் எத்தனையோ பணிகள் காத்துக் கிடந்தன. மேற்சொன்ன திட்டங்களை அமலாக்க எந்த அளவுக்குப் பாரதியின் ஒத்துழைப்பு கிடைக்கும் என்பதை அவரிடமே கேட்டுத் தெரிந்து கொண்டுவிடுவோம் என்ற உத்தேசத்திலேயே நான் அவர் பக்கம் திரும்பினேன்.

பக்தி சிரத்தையுடன் நான் அவரை அணுகவில்லை. என்னுடைய அகராதியில் அப்போது பக்திக்கு இடமும் இல்லை. மேலும் நான் ஒரு 'சோட்டா' எழுத்தாளனும் அல்ல. உலகு தழுவிய பார்வை என் உள்ளங்கையில் இருக்கிறது. சமூகவியல், பொருளாதாரம் முதல் சிற்பக்கலை, சங்கீதம், இலக்கியம் ஈறாகத் திட்டவட்டமான முடிவுகளை அளிக்கவல்ல சித்தாந்தம் அது. இந்தச் சித்தாந்தப் பார்வையில் பாரதி எந்த அளவு தேறுகிறார் என்பதைக் காணவே நான் பாரதியை அணுகினேன். புரட்டிப் பார்க்குமிடத்து, முடிவில், ஏதோ ஒரு சில பாடல்களே ஏற்றுக் கொள்ளும்படியாக இருந்ததாக ஞாபகம். அவற்றிலும் ஒரு தெளிவைக் காணோம். முற்போக்காகச் சொல்லிக் கொண்டு வரும்போதே குடைசாய்ந்து பக்திச் சேற்றில் விழுந்து திசை திரும்பி எங்கெங்கோ சென்றுவிடுவது எனக்குப் பெருத்த ஏமாற்றத்தைத் தந்தது. தன்னிடமிருந்த அரிய கவிதா சக்தியை முழுக்க முழுக்கப் பாட்டாளி வர்க்கத்திற்காகப் பயன்படுத்தியிருக்கலாகாதா என எண்ணி விசனமுற்றேன். ஒரு மார்க்சிஸ்ட் ஆச்சாரியரிடம் இதுபற்றி முறையிட்டபோது, பாரதி முற்போக்காளன் என்றாலும்கூட, ஒரு பூர்ஷுவாதான் என்றும் முற்போக்கான பூர்ஷுவா என்றும் முற்போக்கான பூர்ஷுவா ஒரு மார்க்சிய முற்போக்குவாதியான அவரைப் போலவோ என்னைப் போலவோ முற்போக்காக இருக்க வேண்டும் என எதிர்பார்க்கக்கூடாது என்றும் சொல்லி என்னைச் சமாதானப்படுத்தினார். தொடர்ந்து பல அறிவுரைகளும் தந்தார். எனினும் எனக்குப் பூர்ணத் திருப்தி ஏற்படவில்லை. கடைசியில் நான் பாரதியை அவன்

வாழ்ந்த காலத்தைக் கருதி - மார்க்சிய சித்தாந்தம் இந்தியாவில் பரவியிராத அக்கொடிய காலம் - மன்னிக்கத் தயாராக இருந்தேனே தவிர, ஏற்றுக்கொள்ளத் தயாராக இருக்கவில்லை. எங்கள் முதல் சந்திப்பு தோல்வியில் முடிந்தது.

கவிதை இலக்கியத்தை என்றும் என் மனம் ஆசை வெறியோடு தழுவியது இல்லை. கவிதைபால் பாராமுகம் என் ரத்த குணம் என்றே நினைக்கிறேன். யாப்பு எனக்கு ஆகாது. அரும்பதங்கள் நடையில் ஊடுருவ அறிந்து இடம் கொடுக்க மாட்டேன். நிலவு, ஞாயிறு, இயற்கை எழில், செவ்வானம், கிளி, கடல், மேகம் இத்யாதி விஷயங்களை நான் அவ்வளவாக ரசித்ததும் இல்லை. இது சம்பந்தமாகக் கவிஞர்கள் சொல்வதைக் கேட்க எனக்குப் பொறுமையும் இல்லை. பழைய கவிதைகளில் தென்படும் சவிஸ்தாரம், யாப்புக்கு வாய்க்கட்டை போட்டதிலேயே இரண்டு வரி இருபது வரிகள் ஆகிவிட்ட அவலம் என்னால் தாங்கக் கூடியதாய் இல்லை. அதோடு, கவிதையில் புலனாகும் ஓசையை நுட்பமாக உணரவும் என் செவிகளால் ஆகவில்லை. கவிதையின் வடிவத்தை ஆராய்ந்தவர்களும் இப்படி ஒரு சந்ததி தோன்றுவதைத் தவிர்க்க முடியாது என்று சொல்லியிருக்கிறார்கள். தமிழில் அந்தச் சந்ததியின் குணாம்சங்கள் என்னிடம் துவக்கம் கொண்டிருக்கின்றன. தமிழ் மொழியில் கவிதையின் அந்திமக் கிரணங்கள் மலைமுகட்டில் விழுந்த பின் பிறந்தவன் நான். நான் வசனத்தின் குழந்தை. வசனமே எனக்குப் பிரியமானது.

நான் பாரதியின் வசன இலக்கியத்துக்கு ஆசையோடு திரும்பினேன். எடுத்த எடுப்பிலேயே அவருடைய வசன நூல்கள் என்னைப் பெரிதும் கவர்ந்தன. அவருடைய சத்திய உணர்வு என்னைக் கவர்ந்தது. அவருடைய நடையழகும் என்னைக் கவர்ந்தது. வாக்கிய அமைப்புகள் - சரம்போல் புறப்படும் ஆரம்பமும் நறுக்கென்ற முடிவும் - என்னைக் கவர்ந்தன. இதற்கெல்லாம் மேலாக அவருடைய கருத்துகளும் என்னை ஆகர்ஷித்தன.

பாரதியின் கவிதையைப் படித்த காலத்திலிருந்த மனோ நிலையில் இப்போது நான் இல்லை. இப்போது என்னுடைய

எண்ணங்களையும் ஆசைகளையும் துண்டுத் துணுக்காய் வரிசைப்படுத்திப் பார்க்கிறேன். இவற்றை வரிசைப்படுத்துவதன் மூலம் என்மீது பாரதியின் வசன இலக்கியத்தின் செல்வாக்கை உணர வசதி ஏற்படும்.

சமூக வாழ்வில் அக்கறை; கலையை விடவும் வாழ்க்கை பிரதானமானது என்ற எண்ணம்; ஜாதிப் பாகுபாட்டில் அவநம்பிக்கை; இந்து மதத்தில் வைதீகக் கும்பல் புகுத்திவிட்ட நாஸ்திக அம்சங்களைப் பற்றி அடிக்கடி எண்ணுதல்; நாஸ்திகனை விடவும் ஆஷாடபூதியான ஆஸ்திகளைப் பரம வைரியாகக் கருதுதல்; மனித குலத்தை அழிக்க முற்படும் தீய சக்திகளுக்கு எதிராகக் கலையை ஒரு பிரச்சார சாதனமாக்க மனம் ஒப்புதல்; சமூகப் பின்னணியை மாற்றுவதன் மூலம் மனிதனை ஒரு எல்லை வரையிலும் மாற்றிவிடலாம் என்ற நம்பிக்கை; அறிவை முதன்மையாகக் கருதுதல்; அடக்கம்; பெண்களிடத்தில் விசேஷ வாஞ்சை; எந்தத் துறையைச் சேர்ந்த மேதையைக் கண்டாலும் பரவசப்படுதல் - இத்யாதி குணாம்சங்களைப் பற்றி எண்ண வேண்டியிருக்கிறது. பாரதியின் கலை செய்யாததைக் கருத்து செய்திருப்பதும் ஒரு விசேஷ அம்சம்.

இக்கட்டுரையைப் படிக்கிற வாசகன், என்னுடைய எழுத்தின் பரப்பைப் பற்றித் தெரியாதவன் என்றால், மிகையான எண்ணங்களுக்கு ஆளாகக்கூடும். கட்டுரை நெடுகிலும் பாரதி - நான் என்று வருவதாலேயே என்னை இமயம் என எண்ண வேண்டாம். தமிழில் கடந்த பத்தாண்டுகளில் சுமார் இருபது கதைகளும் ஐந்து கவிதைகளுமே நான் எழுதியிருக்கிறேன். எனது எழுத்து மிகக் குறைந்த அளவுடையதாக இருப்பதால் என்மீது பாரதியின் செல்வாக்கைப் பற்றி ஆராய்கையில் மூச்சு திணறுகிறது. எனினும், பனித்துளியினுள்ளும் பனைமரம் தெரியும். ரொம்பவும் சின்னப் பனையாகத் தெரியும்.

இலக்கிய வட்டம், ஆண்டு மலர் - 1963

18

புதுமைப்பித்தனின் மனக்குகை ஓவியங்கள்

எனக்கும் புதுமைப்பித்தனுக்குமான உறவு தெளிவாகவே இருப்பது போல்தான் இருந்தது, சென்ற வாரம் வரையிலும். சென்ற இருபது வருட காலத்திலும் 'நம்ம புதுமைப்பித்தன்தானே' என்ற எண்ணத்திலேயே எப்போதும் இருந்து வந்திருக்கிறேன் என்று தோன்றுகிறது. அவருடைய மன அறைகளின் சாவிக் கொத்து என் இடுப்பிலேயே தொங்குவது மாதிரியும் நடமாட்டங்களில் அது 'கிணிங் கிணிங்' என்று ஓசைப்படுத்துவது மாதிரியும் எண்ணிக்கொண்டிருந்ததின் அழகு, கையில் தராசைத் தந்து ஒருவர் எடை போடச் சொன்னபோது எனக்கே வெளிச்சமாகிவிட்டது.

இவருடைய எழுத்தை வாசகர்களில் சிலர் வாங்கிக்கொள்வதில் ஆயாசப்படுகின்றனர் எனக் கூறி, என் வாசக அனுபவம் தேவை எனக் கேட்ட போதும், என் அனுபவம் பயன்படும் என்று சொன்னபோதும், பயன்படலாம் என நானே நம்பியபோதும் 'இவருடைய எழுத்தில் அப்படி என்ன இருட்டு, புதிர், முடிச்சு?' என நானே கேட்டுக்கொண்டேனே தவிர, எனக்கும் சற்று மேல் மூச்சு கீழ்மூச்சு வாங்கும் என்பது அப்போது தெரியாது.

புதுமைப்பித்தனின் மனக்குகை ஓவியங்கள்

சுமார் இருபது வருடங்களுக்கு முன்னர், புதுமைப்பித்தன் கதைகளுடன் எனக்கு முதல் பரிச்சயம் ஏற்பட்டது. அவருடைய இயற்பெயரோ இலக்கிய உலகில் அவருடைய ஸ்தானமோ பிற விவரங்களோ அன்று எனக்குத் தெரியாது. நம்மிடையே அவர் இல்லை என்பதும் அன்று நான் அறிந்திராத ஒன்று. எடுத்த எடுப்பில் அவருடைய புனைபெயர் எனக்கு லேசான கசப்பை ஏற்படுத்தியது. காரணம் சொல்லத் தெரியவில்லை. தன்மை விளக்கமாகக்கொண்ட பெயர்கள் எனக்கு ருசிப்பதில்லை என்று சொன்னால், அதுவும் இன்றைய மனநிலையை ஒட்டிய விளக்கமே தவிர, அன்றைய காரணமாக இருக்கும் என்று சொல்ல முடியாது. ஏனோ பிடிக்கவில்லை.

இன்று அவருடைய எழுத்தை அதன் தன்மைகளை முடிந்தவரையிலும் மனத்திரையில் விரித்துப் பார்க்கிறபோது, அப்பெயர் அற்புதமாய் அவருக்குப் பொருந்துவது தெரிகிறது. அதைத் தவிர்த்து மற்றொன்றைச் சூட்டுவது சாத்தியமற்றதாகவே படுகிறது. அவருடைய எழுத்துக்கு, அதன் நடை, எடுத்தாளும் விஷயம், அவ்விஷயத்தைக் கையாண்ட கோணம், சொல்முறை, உருவம், ஆரம்பங்கள், முடிவுகள், வருணனைகள், பாத்திர சிருஷ்டி, எழுத்தில் நீக்கமறக் கலந்து நிற்கும் விமர்சனப் பாங்கு, இன்னும் இழை கண்டு சொல்ல முடியாததும் ரசனைக்கு மட்டும் அனுபவ சாத்தியமாகிற சூட்சும அம்சங்கள் ஆகியவற்றை உணர்ந்து பார்த்தால், அவர் சூட்டிக்கொண்ட பெயர் அசைக்க முடியாதபடி அவருக்குப் பொருந்துவதை உணரலாம். எனக்கு இப்போதும் அப்பெயர் ருசிக்கவில்லை என்பது வேறு விஷயம். முக்கியமான விஷயம் அல்ல அது.

படைப்புக்கு முன்னாலேயே, அதன் கிளை படரும் காட்சிகளை உணர்வதற்கு முன்னாலேயே, எவ்வாறு அவர் இப்பெயரைத் தனக்குச் சூட்டிக்கொண்டுவிட்டார்? தான் நடந்து செல்லப்போகும் பாதைகள் எல்லாம் பயணத்தைத் தொடங்கும்போதே அவருடைய காட்சிக்குப் புலனாகி விட்டனவா? கலைஞர்களில் அநேகருக்கு அது மங்கலாகத் தெரியும் பிராந்தியம் அல்லவா?

இலக்கியப் படைப்பு அநேக சந்தர்ப்பங்களில் வெகுளித் தனமான காரணங்களோடுதான் துளிர்க்கிறது. பந்தமும் சுற்றமும் தங்களுடைய மனவுலகில் ஒரு நாற்காலி தருவதற்காக; தான் அசடு ஒன்றுமல்ல என்பதைப் பிறருக்கு உணர்த்துவதற்காக; எழுத்தை அச்சில் பார்த்ததும் நாளங்களில் ஓடும் லகரியைச் சற்று அனுபவிப்பதற்காக; வேறு எதை எதையோ இழந்து போனதற்குப் பதிலாக - இப்படி எத்தனையோ காரணங்கள். கலைஞனின் மனத்தில் அவனுடைய இளமைப்பருவத்தில் விரியும் கனவுகளை வார்த்தைகளில் தேக்குவது கடினம். தத்துவ வாதிக்குத் தனது எதிர்காலப் பயணத்தின் பாதை பளிச்சென்று தெரியாவிட்டாலும் அதன் கரைகளேனும் தெரிந்திருக்கும். அவனுக்குப் புத்தி முதலீடு. பதில் தேடி ஆராயும் நாட்கள் அவனுக்கு எதிர்காலம் தான் என்றாலும் தொடக்கத்தில் அவன் கேள்விமயமானவன்தான் என்றாலும் அவனுக்கு அவனுடைய கேள்விகளேனும் தெளிவானவை; சந்தேகங்கள் தெளிவானவை.

கலைஞனோ உணர்ச்சிகளை விரிப்பவன். சௌந்தரியம் அவனை இழுத்துச் செல்கிறது. சமூக அர்த்தத்தில் ஏதோ ஒரு கோணலுக்கு அவன் ஆட்பட்டுவிடுகிறான். அவன் உள்ளம் இளமையிலேயே வடுப்பட்டுவிடுகிறது.

மேற்சொன்ன லட்சணங்களில் புதுமைப்பித்தனும் ஒரு கலைஞன். பெயரிலிருந்து ஆரம்பித்து, சற்றே திசை மாறிப்போவது போன்ற எண்ணத்தை ஏற்படுத்தியவாறு நான் அணுக முனைவதெல்லாம், புதுமைப்பித்தன் பெரிதும் உள்ளுணர்வு கொண்ட, அந்த உள்ளுணர்வின் அடிப்படையில் இளமையிலேயே எதிர்காலத்தில் தெளிவுறப் போகும் தன் முக விலாசத்தை மனக்கண்ணாடியில் முன்கூட்டிக் கண்டுகொண்டு விட்ட கலைஞன் என்பதை வற்புறுத்துவதற்காகத்தான். நான் பின்னால் அவரைப் பற்றிப் போடப் போகிற தீர்மானங்களுக்கு எல்லாம் அவர் முன்னாலேயே பின் மொழிந்திருக்கிறார் என்று சொல்லலாம். தன்னுடைய இலக்கிய முகத்தை முன்கூட்டி உணர்த்தும் விசேஷமான உள்ளுணர்வு ஒன்று அவருக்கு இருந்திருக்கிறது.

புதுமைப்பித்தனின் இயல்புகளை நாம் தெரிந்துகொள்ள உபயோகப்படும் சில கேள்விகள் என்னிடம் எழுகின்றன.

திட்டம் என்பதிலும் பயிற்சி என்பதிலும் நம்பிக்கை கொண்ட கலைஞர்தானா இவர்? தனது உணர்ச்சிகளைப் புத்தி மண்டலத்திற்கு உயர்த்தி, இழை எடுத்து சோதித்துப் பார்ப்பதில் இவருக்கு ஆசை இருந்திருக்கிறதா? புலன்கள் வாயிலாக நாம் பெறும் அனுபவம் உண்மையாய் அமைவது கடினம், பொய்யாய்ப் போய்விடுவது சுலபம் என்ற ஜாக்கிரதை உணர்வு இவரிடம் தொழில்பட்டிருக்கிறதா? சைக்கிள் சக்கரத்தில் பொருத்தி, வெளிவட்டத்திலிருந்து கம்பிகளை இழுத்து உறுதிப்படுத்தும் பொறுமை, அதன் அவசியம், அதற்கான பயிற்சி இவற்றிற்கெல்லாம் இவர் கட்டுப்பட்டவர்தானா? கதையிலிருந்து அனாவசியத்தை அகற்றினால் அவசியம் மேலும் துலங்கும் என்பதை இவருடைய கதைகள் எப்போதும் நமக்கு உணர்த்துகின்றன என்று சொல்ல முடியுமா? கதை அரங்கில் கதாபாத்திரங்கள் நடித்துக் கொண்டிருக்கும்போது திரைக்குப் பின்னாலிருந்து எட்டிப் பார்ப்பது, அதாவது தன் சொந்த அபிப்பிராயங்களுக்கும் இடம் போட்டுக் கொண்டு எழுதுவது, விவேகமல்ல என்ற விதியை விடாமல் பின்பற்றக் கூடியவரா இவர்? கதையைக் கடைசிவரையிலும் நடத்திக்கொண்டு சென்றுவிட வேண்டும் என்பதிலோ அல்லது சென்றுவிட முயலவேண்டும் என்பதிலோ இவர் காட்டும் நிர்ப்பந்தம் எவ்வளவு? சிக்கலான தடத்தில் போகிறபோது, சீதையைப்போல் விலை உயர்ந்த ஆபரணங்களைக் கழற்றிப் போட்டுக்கொண்டே போகாவிட்டாலும், ஒரு லட்சிய வாசகன் எட்டிப் பிடித்துவிடுவதற்கு அவசியமான படிகளையேனும் கோடி காட்டிவிட வேண்டும் என்ற பொறுப்புணர்ச்சி எப்போதும் காட்டியவர் என்று இவரைப் பற்றிச் சொல்ல முடியுமா? தடம் தெரியாமலும் தனக்கே புரியாமலும் பேனா ஓட ஆரம்பித்தால் அதை இழுத்து நிறுத்தி மூடியை அதன் வாயில் செருகிவிடுவது விவேகமான காரியம் என்பதில் இவருக்கு நம்பிக்கை உண்டா?

மேற்கண்ட கேள்விகள் ஒவ்வொன்றுக்குமே எதிர்மறையான

பதில் சொல்லும் நிலையில் நாம் நிற்கிறோம். மேதாவிலாசம் வாய்க்கப்பெறாத ஒரு கலைஞன் மேற்கண்ட பலவீனங்களால் கொடிய தண்டனைக்கு ஆளாகியிருப்பான் என்பதிலும் நமக்குச் சற்றும் உவக்காது போய்விட்ட அவன் எழுத்துக்கு, மேலே சொன்ன குறைகளில் சிலவற்றையேனும் காரணமாக எடுத்துக் காட்டிக் கொண்டிருப்போம் என்பதிலும் சந்தேகமில்லை.

கலையின் வெற்றிக்குத் துணை செய்யும் எனப் பெரிதும் நம்பப்படுகிற மேதாவியான கலைஞன் பரவலாகப் பின்பற்றிய சில வித்தையைக்கற்றுக் கொடுக்கும் பாடப் புத்தகங்களில் இடம் பெறத் தகுந்த நியதிகளை இரக்கமின்றி மிதித்துக்கொண்டே, பூரணத்துவம் பெறவில்லை என்றாலும் சிலவெற்றிகளைச் சாதித்த புதுமைப்பித்தனின் கலை வன்மை பொருந்தியது. இவ்வெற்றியின் வசீகரம் அவருடைய எழுத்துகள் அனைத்திலும் இழையோடுவதை பார்க்கலாம்.

சூத்திரமாகச் சில வார்த்தைகளைச் சொல்லி இவரை உணர்த்த முயலும்போது, மேதாவிலாசம் பொருந்தியவர்; நியதிகளை அலட்சியம் பண்ணுகிறவர்; தான் வாழ்ந்த காலத்தின் கோலத்தில் அதிருப்தி தெரிவித்தவர்; மனித இயல்புகளை ரசிப்பவர்; எழுத்தை ஆத்மார்த்தத்தோடு கையாண்டவர்; தனிமனிதன் மீது விழும் கட்டுப்பாடுகள்- அவை குடும்பம், தேசம், தேசியம், கட்சி, சமூகம், மொழி, கலை உலகு போன்ற எந்தத் திசையிலிருந்து வந்தாலும் சரி அவற்றை ஏற்றுக் கொள்ளப் பிடிவாதமாய் மறுப்பவர்; தன்னுடைய உணர்வுகளையே பிரதானமாய் மதித்து அதன் வழியே செல்பவர்; வாழ்க்கையைத் திருத்தவோ மாற்றவோ செப்பனிடவோ சீர்குலைக்கவோ உருவாக்கப்படும் தத்துவங்களையும் அவற்றின் செயலுருவமான இயக்கங்களையும் அவநம்பிக்கைக் கண்கொண்டு பார்த்தவர்; பக்தி, பவித்திரம், அமானுஷ்யம் இவற்றிலிருந்து எழுந்த பீடங்களை - காலம் காலமாய் அதன் முன் மனிதன் தலை குனிந்து நின்று களிம்பேறிப்போன பீடங்களை- தனது பலவீனமான கைகளால் அசைத்து, அப்பீடங்களிலுள்ள விக்கிரகங்கள் அசைவதைக் கண்டு உதட்டின் கோணத்தில் சிரிப்பை வரவழைத்துக் கொண்டவர் என்றெல்லாம் சொல்லலாம்.

பலவீனங்களைத் தாண்டி வெற்றிகளை எட்டிவிட்ட புதுமைப்பித்தனுக்குப் பின்னால், பலவீனங்களால் பாதிக்கப்பட்ட புதுமைப்பித்தனையும் பார்க்கிறோம்.

இவருடைய பல கதைகள் சிறுகதையின் தனிப்பெரும் குணமான உருவத்தைத் தாண்டி அப்பால் நகர்ந்துவிட்டவை. அப்போது எந்த அர்த்தத்தில் அவை சிறுகதை உருவம் பெறத் தவறியவை என்ற கேள்வி எழலாம்.

சிறுகதை என்ற தனியான, பிற இலக்கிய உருவங்களுக்கு வித்தியாசமான - கதைகளிலிருந்தும் துண்டாக வேறுபட்ட - ஒரு இலக்கியப் பிரக்ஞையை நாம் மனத்தில் பேணி வந்தோம் என்றால், இவருடைய கதைகளில் பல சிறுகதை உருவம் பெறத் தவறிவிட்டவை என்பதை உணர முடியும்.

அவ்வாறு கதைகளிலிருந்து வித்தியாசம் காட்டுகிற வேறுபட்ட சிறுகதை உருவப் பிரக்ஞை ஒன்றை நாம் வளர்த்துக் கொள்ள வேண்டியது அவசியம்தானா என்று கேட்கலாம். அவசியம் என நம்புகிறவர்களும் அவசியமில்லை என்று வாதாடுகிறவர்களும் நம்மிடையே இருக்கிறார்கள். அவசியம் என்பது என் அபிப்பிராயம்.

மையப்புள்ளி ஒன்றில் சுழல்வதும் கதையின் விரிவு அந்த மையப்புள்ளிக்கு வலுவூட்டும் ஆலாபனையால் அமைவதுமான கதைகளை நம்முடைய பழைய இலக்கியத்திலிருந்து, பழைய இந்திய இலக்கியத்திலிருந்து எடுத்துக்காட்டிவிட முடியும் என்று நம்பிவிடுவதற்கில்லை. அவ்வாறு ஏகதேசமாய் ஒன்று எடுத்துக் காட்டப்பட்டாலும் அது தவறிப்போய் சரியான திசையில் விழுந்துவிட்ட தற்செயலான காரியமாக அமையுமே அல்லாது, அந்த சிருஷ்டியின் பின்னால் போதபூர்வமாய்த் தொழிற்பட்ட ஒரு உள்ளத்தைக் காணமுடியாது. நாம் மேலே சொல்லிவந்த சிறுகதையின் லட்சணங்கள் மேல்நாட்டுப் பரிச்சயத்தின் மூலமே நமக்குத் தெரியவந்தவை என்ற உண்மையை இன்றைய இலக்கிய உலகில் பலரைப் போலவே நானும் நம்புகிறேன். 1920க்கு முன்னர் தமிழில் இவ்வுருவம் சாத்தியமாகவில்லை என்பதையும் இலக்கியப் பிரக்ஞையுடன்

பரவலாக உருவாக்கப்பட்ட கதைகள் அதாவது தமிழில் வசனத்தின் முதல் கலைப்படைப்புகள் காலமும் இயக்கமும் கூடித் தோன்றியது 1930க்குப் பின்னரே என்றும் சொல்ல வேண்டும். இந்த இலக்கியப் பிரக்ஞை கொண்ட முதல் கோஷ்டியில் முக்கியமானவர் புதுமைப்பித்தன்.

போதிய சிரத்தை எடுத்துக்கொள்ளப்படாததால் சிறுகதை உருவத்திலிருந்து நகர்ந்துவிட்ட இவருடைய கதைகளுக்கு உதாரணமாய் ஒன்றிரண்டைப் பார்ப்போம்.

'கலியாணி' என்ற கதை இவ்வாறு ஆரம்பமாகிறது:

> வாணிதாஸபுரம் என்பது ஒரு பூலோக சுவர்க்கம். மேலே இருக்கும் பௌராணிகரின் சுவர்க்கம் எப்படி யிருக்குமென்று அடியேனுக்குத் தெரியாது. ஆனால் இந்த சுவர்கத்தைப் பொறுத்தவரை இது வாணியின் கடைக்கண் பார்வை ஒரு சிறிதும் படாத இடம் என்பது எனக்குத் தெரியும்.

இதைத் தொடர்ந்து வாணிதாஸபுரத்தின் 'லொக்கேஷன்,' யாருடைய துணையுமின்றி ஒரு குழந்தைகூட அவ்வூரை அடைந்து விடுவதற்குப் போதுமான பூகோளத் தகவல்கள்; நதி, வாய்க்கால், குளம் ஆகிய நீர்நிலைகள் காணப்படும் இடங்கள்; வாணிதாஸபுரம் நாகரிக மோஸ்தருக்கு ஆட்படாமலிருக்கும் தன்மை; கிராம மக்களின் பிழைப்பு விரிந்திருக்கும் கோலங்கள்; பிராமண தர்மத்தின் பிரதிநிதிகளின் ஜீவனோபாயம்; பிள்ளைமார்களின் குல தர்மம்; மறவர்களின் சோம்பல் தர்மங்கள்; பறைச்சேரியின் அவலம் முதலியவற்றை மிக ரசமாய் இரண்டு பக்கங்களில் சொல்லி முடித்துவிட்டு, இரண்டாவது பகுதிக்கு வருகிறார் ஆசிரியர்.

> அர்ச்சகர் சுப்புவையர் ஏறக்குறைய மெஜாரிட்டி யைக் கடந்து விட்டவர். தமது 45ஆவது வயதில் மூத்தாளை இழந்துவிட, இரண்டாவது விவாகம் செய்துகொண்டார். இளையாள் வீட்டிற்கு வந்து சிறிது காலந்தான் ஆகிறது. அவள் சிறு குழந்தை. 16 அல்லது 17 வயதுள்ள கலியாணி. சுப்புவையரின் கிரகத்தை மங்களகரமாக்கவே அவரது

சமையற்காரியாகக் காலம் கழித்தாள்.

சிறுகதையின் உருவப் பிரக்ஞையை மனத்தில் கொண்டோம் என்றால் மேலே காட்டிய இரண்டாவது பகுதியிலேயே கதை ஆரம்பமாவது விரும்பத்தக்கது என்று சொல்லலாம். அப்படியானால் முதல் பகுதியில் அவர் அளித்திருக்கும் தகவல்கள் அவசியமற்றவையா, அத்தகவல்கள் இக்கதைக்கு வலுவூட்டவில்லையா, அவற்றின் நீக்கத்தில் கதை பாதிக்கப்படாதா ஆகிய சந்தேகங்கள் தோன்றுவது இயல்பு. முதல் பகுதியின் நீக்கத்தில் கதை குறைவுபடாது என்பது மட்டுமல்ல, மேலு செம்மையாய்த் துலங்கும். ஏனெனில் முதல் பகுதி நீக்கப் பட்டாலும் அப்பகுதியிலுள்ள தகவல்கள் - சூழ்நிலையை நாம் மனத்தில் வாங்கிக்கொள்ள உபயோகப்படும் அத்தகவல்கள் - கதையின் மீதிப் பகுதியில் உள்ளார்ந்து நின்று ஜொலித்துவிடுகின்றன என்று சொல்லலாம். சொல்லப்படாத ஒன்று, சொல்லப்பட்டதற்கு நிகராகக் காரியம் ஆற்றுமா என்ற சந்தேகத்திற்கு, சில சந்தர்ப்பங்களில் சொல்லப்படாத நிலையிலேயே சொல்லப்பட்டதற்கும் மேலாகக் காரியம் ஆற்றும் என்பதுதான் பதில்.

ஒருவன் மிகப் பெரிய அடுப்பு ஒன்றில், அரை ஆள் உயரம் எழும்பியிருக்கும் ஜ்வாலையில் இரும்புத் தகடு ஒன்றைக் காய்ச்சிக் கொண்டிருக்கும் வண்ணத் திரைப்படக் காட்சியை மனத்தில் கற்பித்துக் கொண்டோம் என்றால், இருவிதங்களில் காமிராவில் இக்காட்சியைப் பதிவு செய்ய முடியும். ஒன்று: தீக்கொழுந்து அடுப்பில் படர்ந்து நிற்பதையும், காய்ச்சுபவனின் மீசையும் தாடியும் கொண்ட, ஜ்வாலையின் வீச்சு செக்கச் செவேலென அடித்திருக்கும் முகத்தையும், சுத்தியல் தகட்டின்மேல் விழுவதால் எழும் ஓசையையும் இவ்வாறாக அக்காட்சியை முழுமையாகவே பதிவு செய்துவிடலாம். இது ஒரு முறை, மற்றொரு முறை: தீக்கொழுந்தில் சிவப்பேறி நிற்கும் அவன் முகத்தை மட்டும் காட்டித் தகட்டில் சுத்தியல் விழும் ஓசையைப் பின்னணியில் இணைத்து விடுவதாகும். அவ்வாறு காட்டப்பட்டாலும் அடுப்பும், அதில் கொழுந்து விட்டெரியும் ஜ்வாலையும் கிடுக்கியும் சுத்தியலும் தகடும் நம்

மனக்கண்முன் தாமே விரிந்து விடும். இங்குக் காட்டப்படாத அம்சம், காட்டப்படும் அம்சத்துக்குள் உள்ளார்ந்து ஜொலித்து நம் மனத்திரையில் உருவம் பெற்றுவிடுகிறது. இதேபோல் 'கலியாணி' என்ற கதையின் முதல் பகுதியிலுள்ள தகவல்கள், அவை நீங்கலாக உள்ள பகுதியில் பிண்டமாக இல்லாவிடினும் சூட்சுமமாக வேணும் உணர்ந்து கொள்ளும்படி அமைந்திருக்கிறது. இரண்டாவது பகுதி மட்டுமே சிறுகதையாக முழுமையாக உருவம் பெற்றிருக்கும்.

இதே பலவீனத்துக்கு ஆட்பட்ட மற்றொரு கதை 'சுப்பையா பிள்ளையின் காதல்கள்.' இதிலும் முதல் பகுதி துருத்திக்கொண்டு நிற்பதோடு, இரண்டாவது பகுதியின் ஆரம்பம் ஒரு சிறுகதையின் கச்சிதமான ஆரம்பம்போல் அமைந்திருப்பதைப் படிப்பவர்கள் உணர முடியும்.

உருவப் பிரக்ஞை காட்டும் கதைகளை சைக்கிளின் சக்கரத்திற்கு உவமித்துச் சொல்லலாம். முதல் பகுதி வெளியே நீண்டு நிற்கும், மேலே எடுத்துக்காட்டப்பட்ட தரத்துக் கதைகளை, வளையத்தை உந்துவதற்கு வசதியாய் அதோடு ஒரு கம்பியை இணைத்து வைத்துக் கொண்டிருக்கும் கிராமத்துப் பிள்ளைகளின் விளையாட்டுச் சக்கரத்துக்கு உவமித்துச் சொல்லலாம். சக்கரத்தோடு இணைக்கப்பெற்ற கம்பியே கதைக்கு முன்னால் நீட்டிக்கொண்டிருக்கும் முன் பகுதிகள் ஆகும். ஓரளவுக்கு மேல் இவ்வுதாரணங்களை அழுத்தமாக ஏற்றுக்கொள்வதும் ஒரு வாசகனின் மன உணர்வில் கொப்புளிக்கும் விமர்சன எண்ணங்களைக் கதையின் முடிவான நியதிகளை ஸ்தாபிக்கும் சட்டங்களாக எடுத்துக் கொள்வதும் விரும்பத்தக்கதல்ல என்பதையும் நாம் கவனத்தில் கொள்ளவேண்டும்.

இவருடைய கோணத்தில் விமர்சன வீச்சு ஓயாமல் குமிழியிட்டுக் கொண்டே இருக்கிறது. புதுமைப்பித்தனின் கலைமுகத்தின் ஒரு பகுதியாகவே இத்தன்மை இணைந்திருக்கிறது எனலாம். வாக்கியங்கள், கதைக் கரு, சம்பவம் அல்லது உரையாடல் - இவற்றுக்குப் பின் சொந்தக் குரலில் ஒரு சவுக்கின் சொடுக்கை நெடுகிலும் பார்க்கிறோம். கதை

முடிவுக்குப் பின்னும்கூட ஒரு தடவை சவுக்கை சொடுக்கினால் தான் இவருக்குத் திருப்தி ஏற்படுகிறது போலும்!

பெட்ரோல் நாகரிகத்தைப் பெட்ரோல் நாகரிகத்தின் ஏகாதிபத்தியம் என்று சொன்னால்தான் இவருக்கு நிம்மதி. உஞ்சவிருத்தி என்ற சோம்பற் பயிற்சி; ஊர்க்காவல் என்ற சில்லறைக் களவு, டிராம் வண்டி எனும் நாகரிக யக்ஷன்; பணக்காரர்களான பூலோக தெய்வங்கள், இத்யாதி இத்யாதி.

கதையின் மையக் கருத்துக்கு அனுசரணையாய், அக்கருத்தை நம் மனத்தில் ஒரு வேகத்தோடு உந்துவதற்கு ஏதுவாய் வருணனையில் விமர்சனப் பாங்கு இணைந்து கலைவெற்றிக்கு உதவியிருக்கிறது. சில கதைகளில் சில சந்தர்ப்பங்களில் பாதகமாகவும் தொழிற்பட்டிருக்கிறது. வருணனையில் கலந்து நிற்கும் விமர்சன நோக்கின் சாதகத் தன்மைக்கு ஒரு உதாரணம். 'கவந்தனும் காமனும்' கதையிலிருந்து ஒரு வருணனைப் பகுதி:

நீங்கள் இரவு எட்டு மணிக்கு மேல் சென்னை மாநகரில் சுற்றிப் பார்த்திருக்கிறீர்களா? சுற்றியிருந்தால் நான் கீழே சொல்லும் விஷயம் உங்களுக்குப் பிரமிப்பை உண்டாக்காது.

கண்ணைப் பறிக்கும் விளக்குகள், உள்ளத்தைப் பறிக்கும் நாகரிகம்! மனிதனின் உயர்வையும் உடைவையும் ஒரே காட்சியில் காண்பிக்கும் நாகரிகச் சின்னங்கள்!

இது கலியுகமல்ல, விளம்பரயுகம் என்பதற்குப் பொருள் தெரிய வேண்டுமானால், இந்த நகரத்தின் இரவைக் காண வேண்டும். இந்தக் கூட்டங்கள்! ஏன் இவ்வளவு அவசரம்? இதுதான் நாகரிகத்தின் அடிப்படையான தத்துவம்- போட்டி வேகம்.

டிராம் வண்டிகளின் கணகணவென்ற ஓலம், ஒருவேளை இது நாகரிக யக்ஷனின் வெற்றிச் சிரிப்போ என்னவோ!

பெண்களின் பல் வரிசைக்கு முத்துக் கோத்தாற்போல் என்கிறார்கள். இந்த வரிசையான மின்சார விளக்குகளுக்கு உபமானமாகத் தேவலோகத்திலும் இவ்வளவு பெரிய முத்து கிடையாதே!

புதிதாக வந்தவன் மலைத்துப் போகலாம். உற்சாகப்பட முடியாது. வெளிச்சம்! வெளிச்சம்! கண்ணைப் பறிக்கும் வெளிச்சம்!

இதுதான் தெரு மூலை!

இதுதான் மனித நதியின் சுழிப்பு!

இதற்கு உபநதிகள்போல் பெரிய கட்டடங்களுக்கிடையே ஒண்டி ஒடுங்கிப் போகும் ரஸ்தாக்கள்.

இது வேறு உலகம்!

இங்கு விமர்சன நோக்கு கதையின் மையத்திற்கு வலுவூட்டும் முறையிலேயே அமைந்திருக்கிறது.

சில சந்தர்ப்பங்களில் கதையைக் கடைசிவரையும் நடத்திக் கொண்டு செல்வதில் இவருடைய பொறுமையின்மையைப் பார்க்கிறோம். மிகுந்த ஈடுபாட்டுடன் ஆரம்பித்து, களத்தை விஸ்தாரமாய் அமைத்து, பாத்திரங்களை ஒருவர் பின் ஒருவராக எழுப்பி, பெரும்போக்காக நகர்த்தும் சிரத்தை, பின்பகுதியில் சலிப்படைந்து சட்டென்று கால் கைகளைச் சுருக்கிக்கொண்டுவிடுவது தெரியும். 'துன்பக்கேணி,' 'வாழ்க்கை' போன்ற கதைகள் இன்று நாம் அச்சில் பார்ப்பதைவிடவும் அதிக வனப்பும் கம்பீரமும் கொண்டதாய் ஆசிரியர் மனத்தில் இருந்திருக்க வேண்டும் என்று தோன்றுகிறது. அக்கதைகள் கேட்டு நின்ற தவத்தையும் உழைப்பையும் கலைஞன் கொடுக்கத் தவறி விட்டான் என்றும் நமக்குத் தோன்றக்கூடும்.

'துன்பக்கேணி' அதன் முடிவை நெருங்குகிறபோது, முடித்துவிட உந்தும் சோம்பல் மனம், அதுவரையிலும் கவனமாய் இழைத்துக் கொண்டு வந்த இழைகளை யெல்லாம் எத்தனை அவசரமாக இழை நுனிகளில் பட்பட்டென்று முடிச்சுப்போட்டு முற்றுப்புள்ளி குத்திவிடுகிறது!

இதற்கு மாறாக 'காஞ்சனை', 'சுப்பையா பிள்ளையின் காதல்கள்,' 'செல்லம்மாள்,' 'சாப விமோசனம்,' 'ஒருநாள் கழிந்தது,' 'மனித யந்திரம்,' 'நினைவுப் பாதை' போன்ற கதைகளில் கதையைக் கடைசி வரையிலும் நடத்திச் செல்ல அவசியமான சிரத்தை எடுத்துக்கொள்ளப்பட்டிருக்கிறது என்பதையும்

உணரலாம். அதிலும் 'செல்லம்மாள்', 'சாப விமோசனம்' என்ற இரண்டு கதைகளிலும் பேனா மிக அழுத்தமாயும் அமைதியாயும் நகர்வதைப் பார்க்க முடிகிறது.

தனக்கே புரியாத விஷயங்களைத் தவிர்த்துவிடும் நாகரிகம் காட்டாத கதையாக 'பிரம்ம ராக்ஷஸ்' என்ற கதையைச் சொல்லலாம். ஒரு விமர்சன மேதை தோன்றிச் சிக்கல் எடுக்கவேண்டிய கதை அது. சிக்கல் என்ற குறைக்குத்தான் அல்லது நிறைவுக்குத்தான் - எப்படி வேண்டுமென்றாலும் வைத்துக்கொள்ளலாம் - அது பாத்திரமாகியிருக்கிறது என்றால் ஒரு விமர்சன மேதையின் பாதத் தூளியில் அதற்கு விமோசனம் கிடைக்கும். அதுவரையிலும் 'வார்த்தைகளை வைத்துக்கொண்டு ஜனங்களைப் பயங்காட்டுவது ரொம்ப லேசு' என்ற புதுமைப்பித்தனின் வார்த்தைகளை அக்கதையின் தலைப்புக்கு மேல் எழுதிவைத்துவிட்டுப் பொறுத்திருப்பதுதான் விவேகமான காரியம் என்று தோன்றுகிறது.

ஒரு அர்த்தத்தில் புதுமைப்பித்தன் அவருடைய காலத்தில் ஓங்கி நின்ற தனிமரம். வ.வே.சு. ஐயரின் காலத்திலிருந்து புதுமைப்பித்தன் காலத்துக்கு உள்ள இடைவெளி பத்தாண்டுகள் தாம் என்றாலும் 'மங்கையர்க்கரசியின் காதலி'லிருந்து புதுமைப்பித்தன் கதைகளுக்கு வரும்போது ஒரு கலைஞர் பல பத்தாண்டுகளை வேகமாக விழுங்கி விட்டதனாலேயே இக்கதைகள் சாத்தியமாயின என்று தோன்றத்தான் செய்கிறது. புதுமைப்பித்தனின் வெற்றியும் தோல்வியும் சோதனையும் நவநவமான அம்சங்களை இழைத்துத் தொழில்படும் போக்கும் வளம் மண்டிக்கிடக்கும் ஒரு இலக்கியப் பகுதியின் விளைவுபோல் தென்படுகிறதே அன்றி, ஒரு தனிப்பட்ட கலைஞனின் தனிப்பட்ட காரியமாகத் தோன்றுவதில்லை.

சிறுகதை வல்லுநர் என நாம் இன்றும் நம்பும் பலருடனும் சேர்ந்துதான் இவரும் தொழில்பட்டார் என்றாலும் திறமை எனும் வார்த்தையைச் சிறுமைப்படுத்திவிடும் மேதா விலாசம் இவர் ஒருவருக்குத்தான் சித்தியாகியிருந்தது என்று சொல்லலாம். அவருடைய பலவீனங்களையும் இந்த மேதாவிலாசத்தின் ஒரு அம்சமாகக் கொள்வதில் தவறில்லை. பயிற்சியிலும் சூத்திரத்திலும் இலக்கிய நியதிகளிலும் இலக்கிய வல்லுநர்களின்

பாடப் புத்தகக் கருத்துகளிலும் நம்பிக்கை வைக்க மறுப்பது மேதாவிலாசத்தின் ஒரு பகுதியே. கலையை, அளவுகோலுக்கு ஏற்றபடி தயாரிப்பதைவிட, தனது ஆளுமைக்கு ஏற்றபடி சதையும் ரத்தமுமாய் நம்முன் தள்ளிவிட்டுச் சென்றுவிடுகிறது அது. சீவுளி போட்டுச் சீவிக் கொண்டிருக்க அது பொறுமை கொள்வதில்லை. கலையின் பூர்ணத்துவத்தைவிடவும் இயற்கையின் ஜீவன் துடிப்பதையே - அது சற்று மோட்டாவாக இருந்துவிட்டாலும் பாதகமில்லை - ஆசைப்படுகிறது இவருடைய கலை மேதமை.

தன்னுள்ளிருந்து கலையின் புயலைப் பரப்பி அப்புயல் இட்டுச் சென்ற திசைகளில் எல்லாம் சுழன்ற ஒரு அசுரத் தன்மைக்கு ஆளான கலைஞர் இவர். இவருடைய தன்னிச்சையான வேகச் சுழற்சியில் கலையுலகில் சம்பிரதாய வேலிகள் எத்தனை சரிந்தன என்பதை இப்போது நாம் கற்பனை செய்து பார்ப்பது சிரமமான காரியம். தன்னுடைய ருசியையே ஆதர்சமாகக் கொண்டு இயங்கிவிட்ட போக்குக்கு, வெளியுலக இலக்கிய சம்பிரதாயங்கள் தன்னை நெருங்காமலே ஒதுங்கிப்போன கதை; தெரியாத ஒன்றாகவே இருக்கலாம். தனது இயற்கையான போக்கு, எத்தனை அலாதியானது என்பதை உணர, மற்றொரு பார்வையை இரவல் வாங்கிக்கொண்டால்தான் உண்டு. புதுமைப்பித்தனின் இயல்பு இந்த இரவல் பார்வைக்கு அப்பாற் பட்டது.

புதுமைப்பித்தனின் காலம் கலை மண்டிக்கிடந்த காலம் அல்ல. தமிழ் இலக்கியம் அவருக்கு எந்தச் சவாலையும் விடக்கூடிய நிலையில் இல்லை. தன்னிடம் உள்ளதைத் தான் அடைந்துவிட வேண்டும் என்று அவரை ஏங்க வைக்கும் சூழ்நிலை அன்றில்லை. காலம் புதுமைப்பித்தனுக்கு அவருடைய மேதாவிலாசத்தைப் பெரிதுபடுத்திக் காட்டும் காலமாகவும் இருந்திருக்கிறது. பழைய தமிழ் இலக்கியத்தின் கலைப் பகுதிகளில் ஈடுபாடு, மேல்நாட்டு இலக்கியப் பரிச்சயம், பத்திரிகையாளராக வேலை செய்ததன் காரணமாகக் காலத்தை உணர்ந்துகொள்ள வேண்டிய சூழ்நிலை, விஞ்ஞானம், பொருளாதாரம், அரசியல், கலாச்சாரம் ஆகிய துறைகளில் நவீன மனிதனிடம் நாம் எதிர்பார்க்கும் பரிச்சயம், வாய்த்துடுக்கு,

நண்பர்களான ரசிகர்கள், சுற்றிச்சூழக் கேவலத்தை அச்சேற்றிக் கொண்டு வரும் பத்திரிகைகள், இயற்கையாய் அவர் கொண்டிருந்த வித்தியாசமான கோலம், அக்கோலத்தை விரிக்க அவசியமான கலைத்திறன். இந்த நிலைமையிலும் பலமும் பலவீனமும் கொண்ட ஒரு ஆத்மா, எட்டாததையெல்லாம் தொட்டுவிட வேண்டும் என்று அப்போதும் கனவு கொண்டிருந்தால் அது ஆச்சரியம்; மனத்திற்குள் தனக்கே 'பேஷ்' போட்டுக்கொண்டிருந்தால் அது இயற்கை. புதுமைப்பித்தன் இந்த இரண்டு நிலைகளிலும் மாறிமாறி விழுந்தவர். மேலே குறிப்பிட்ட சூழ்நிலை காரண மாய் அமைந்திருக்கக்கூடும் என்று நாம் அனுமானிக்கும் மனநிலையிலிருந்து இரண்டு அம்சங்கள் புதுமைப்பித்தனின் இலக்கியத்தில் ஏறின. இரு வேறுபட்ட தன்மைகள் தோன்றின. பரிபூரண சுதந்திரத்தின் அழகுகள்; மிதமிஞ்சிப்போன சுதந்திரத்தின் குறைகள்.

இவ்விரு நிலைகளிலும் அவரிடமிருந்து நீங்காமல் நின்றிருந்த குணம் ஒன்றுண்டு. அதுதான் அந்தரங்க சுத்தி.

புதுமைப்பித்தனின் கதைகளைப் படிக்கும்போது மேதா விலாசம், அந்தரங்க சுத்தி, சுதந்திரம் என்ற மூன்று வார்த்தை களையும் நமது அடிமனம் உச்சரித்துக் கொண்டுதானிருக்கும். புத்தியின் தணிக்கைக்குக் காத்திராத அவருடைய கலை உணர்ச்சி இம்மூன்று குணங்களிலிருந்தும் செழுமையை உறிஞ்சி அவருடைய கதைகளில் எத்தனையோ சோபைகளை ஏற்றியிருக்கிறது.

தனது மனப்பாங்கையும் எண்ணங்களையும் கூசாது வெளிப்படுத்திக் கொள்ளக்கூடிய கலைஞராக இருந்தார் அவர். கற்பனையிலும் கற்பனையை விரிக்கும்போது தாண்டிச் செல்லும் கருத்துகளிலும் அபிப்பிராயங்களிலும் வருணனைகளிலும் உவமைகளிலும் 'இது என்னுடைய ருசி, இது என்னுடைய எழுத்து, அனைத்தும் நான்' என்ற அடிநாதத்தைக் கேட்கிறோம். அவருடைய பிரக்ஞைவெளியில் சுதந்திரமாக அவர் சுழன்று வந்தார் என்று சொல்ல வேண்டும்.

ஆத்மார்த்தமான இயல்பு கொண்ட கலைஞர், தன்னுடைய அனுபவத்திற்கு அப்பாற்பட்ட உலகத்தைத் தனது எழுத்துக்கும்

அப்பாற்பட்டதாகக் கருதிவிடுகிறார். தான் உணராத அனுபவங்களை ஒதுக்கித் தள்ளிவிடுகிறார். தான் கண்டும் கேட்டும் பார்த்தும் பேசியும் தனது மனக்கோலத்தில் பதிந்துவிட்ட ஒரு உலகிற்கு அந்தத் தாமிரவருணியின் கரைகளுக்கு மிகுந்த ஈடுபாட்டோடு மீண்டும் மீண்டும் வருவதை உணர்கிறோம். அங்குள்ள கிராமங்களையும் அவற்றின் அமைப்பையும் சாலைகளையும் சோலைகளையும் பனங்காட்டையும் வண்டிப்பாதைகளையும் சுப்பையா பிள்ளைகளையும் சகரியாஸ் நாடார்களையும் பிள்ளைமார் தெருக்களில் அடிக்கிற வாசனைகளையும் அவருக்குச் சொல்லித் தீராது போலிருக்கிறது. 'இதையெல்லாம் கொஞ்சம் தனியாவர்த்தனம் பண்ணிவிட்டுத்தான் நான் என் கதைக்குள் போவேன். சோட்டா விமர்சகனின் கத்தி விழுந்தால் விழட்டும்' என்று அலட்சியப்படுத்தும் ஆசையுடன் அதையெல்லாம் எழுதியிருக்கிறார் அவர்.

அவருடைய கதாபாத்திரங்கள் பல்வேறுபட்ட மன இயல்பு கொண்டவர்களாக இருப்பினும், பொதுவான குணம், அவர்கள் எல்லாரும், சாதாரண மனித சுபாவங்களுக்கும் எண்ணங்களுக்கும் கட்டுப்பட்டவர்கள் என்பதே. கனவு காண்பதும் கண்ட கனவு பொய்த்துப் போவதும் மீண்டும் கனவு காண்பதுமாக இருக்கிறார்கள் அவர்கள். இல்லாமை எனும் கொடுமை அவர்களைக் குதறிக் கொண்டிருக்கிறது. அவர்களில் ஒருவருக்கேனும் கடவுளை இன்னும் கண்ணாரக் காணவில்லையே என்ற ஏக்கம் வதைப்பதாகத் தெரியவில்லை. ஒரு பொய் சொல்லிவிட்ட பாவத்தின் குடைச்சலில் கண்ணுறங்க முடியாமல் போய்விடுகிற உத்தம ஜீவிகள் அல்ல அவர்கள். சமூக அந்தஸ்தைப் பெற்று, வீடும் வயலுமாக, பெண்களைச் சீரும் செனத்தியுமாய்க் கல்யாணம் செய்துகொடுத்து வயோதிகத்தில் அக்கடா என்று இருக்க நமக்கு லபிக்குமா என்று ஏங்குகிற ஜீவன்கள். மேல்தட்டுகளிலிருப்பவர்களைப் பார்த்துக் கொட்டாவி விடுகிறவர்கள். பரோபகாரம் என்ற கொடிய பழக்கத்திற்கு இந்தப் பொல்லாத காலத்திலும் ஆட்பட்டு வாயை இளித்துவிடுகிறோமே என்று எண்ணுகிறார்கள் அவர்கள். லட்சியத்தின் கறை படிந்த முகம் அவர்கள்

ஒருவருக்கேனும் இல்லை.

தினசரி பத்திரிகைகளில் உழைத்தார் புதுமைப்பித்தன். அவருடைய காலத்தில்தான் இந்திய அரசியலில் தேச விழிப்பின் பேரலைகளான ஒத்துழையாமை இயக்கமும் உப்புச் சத்யாக்கிரகமும் நிகழ்ந்தன. காந்தி என்ற சுதந்திரச் சூரியனின் கிரணங்கள் மூலை முடுக்கெல்லாம் பரவிப் பிரேதங்களை உசுப்பிவிட்டுக் கொண்டிருந்த காலம். சமூகச் சீர்திருத்தங்களுக்கு எழுத்தாளர்கள் தங்களையும் தங்கள் பேனாவையும் அர்ப்பணித்துக்கொண்ட காலம். சமூகப் புண்கள் ஒன்று பாக்கியில்லாமல் அவர்களுடைய பேனாவுக்கு இலக்காகிக்கொண்டிருந்த காலம். புதுமைப்பித்தனின் காலமும் அதுதான் என்பதை அவருடைய எழுத்து நமக்குக் காட்டுகிறதா? புற உலக உத்வேகங்களுக்கு எளிதில் ஆட்படக் கூடியவர் அல்லர் அவர். இது நிறையா குறையா என்பது அவரவர்கள் வகுத்துக்கொண்டிருக்கும் கண்ணோட்டத்தைப் பொறுத்தது. நாம் முக்கியமாகத் தெரிந்துகொண்டு திருப்திப்பட வேண்டிய விஷயம், ஒரு கலைஞன் என்ற நிலையில் அவருடைய மனம் கவியாத, போலித்தனமான கிரீடங்களை அவர் தாங்கிக் கொள்ள மாட்டார் என்பதே. போலி உத்வேகத்தை ஏற்றுக்கொண்டு விடும் கெட்டிக்காரத்தனத்தையே கண்டுகொண்டிருக்கிற நமக்கு, ரசனை காரணமாகவும் சுபாவ விசேஷம் காரணமாகவும் கலைஞனின் அந்தரங்க சுத்தமான ஒதுக்கம் கவர்ச்சியாகத் தோன்றாது. அவன் நம்பாத கோஷங்களுக்கு ஏன் அவன் இரண்டு 'ஜே' போட்டிருக்கக் கூடாது என்று நாம் கர்ஜனை செய்கிறோம். கலைஞன் நம்முடைய தேவைகளைப் பூர்த்திசெய்ய வரவில்லை என்பதும் தன்னுடைய தேவைகளையே பூர்த்தி செய்துகொள்ள வந்திருக்கிறான் என்பதும் உண்மையாக இருந்தாலும், சுவாரஸ்யமாகப்படாது.

விரக்திக்கும் மனக் கசப்புக்கும் ஆளான கலைஞர் இவர் என்று பரவலாகச் சொல்லப்பட்டுவிட்டது. இதை முதன்முதலில் சொன்னவர் புதுமைப்பித்தன்தான் என்பதும் நமக்குத் தெரியும். நம்முடைய சமூகத்தின் அதலபாதாள நிலையும் அவலமும் பொருளாதார நெருக்கடிகளும் பாதுகாப்பில்லாத வாழ்க்கையும் அவரைப் பாதித்து விட்டன என்று காரணமும்

காட்டுகிறார்கள். இதன் அர்த்தம் புற உலகமே இக்கசப்பு மண்டைக் காரணமாக அமைந்தது என்பதே. அப்படியே இருக்கலாம் என்று ஏற்றுக்கொண்டே மற்றொரு கோணத்தில் யோசித்துப் பார்ப்போம்.

நமக்கு இன்று கிடைத்திருக்கும் அவருடைய வாழ்க்கை வரலாற்றுக் குறிப்புகளை அடிப்படையாக வைத்துக்கொண்டு பார்த்தால், புதுமைப்பித்தன் தனது இளம்பருவத்திலேயே குடும்பத்தின் நாலு சுவர்களுக்கு உள்ளேயே பல வடுக்களைப் பெற்றுக்கொண்டிருந்திருப்பார் என்ற எண்ணம் ஏற்படுகிறது. உயிர்ச்சத்துக் கிடைக்காத, நேர்மாறாகப் புறக்கணிப்பே நித்திய அனுபவமாகிவிட்ட இளமை வாழ்வு, கசப்புக்கும் வெறுப்புக்கும் இலக்காக அமைந்துவிடுவது இயற்கையான காரியமாகும். இளமை வாழ்வோ கலைப்படைப்போடு வேறு எந்தக் காலப் பகுதியை விடவும் ஜீவனான தொடர்பு கொண்டது. 42 வருடங்கள் வாழ்ந்த புதுமைப்பித்தன் தன் வாழ்நாளில் முதல் பத்தாண்டும் கடைசிப் பதினைந்து ஆண்டும் திருநெல்வேலிச் சீமைக்கு வெளியே கழித்திருந்தும்கூட இளமைப் பருவத்தின் பிரதேசமான அச்சீமை அவருடைய கதை உலகில் எத்தனை வலுவான ஆட்சியைச் செலுத்துகிறது! அந்தப் பதினைந்து வருட வாசம் அவருடைய மனவெளியில் எத்தனை உக்கிரமாகக் கவிந்து ஆக்கிரமித்துக்கொண்டிருக்கிறது!

என் அனுபவத்தின் கடைசிப் பகுதியாய்ப் புதுமைப்பித்தனுக்கும் அமானுஷ்ய சக்திகளுக்கும் உள்ள உறவைக் கோடி காட்டலாம் என்று நினைக்கிறேன்.

புதுமைப்பித்தனின், 'கடவுளும் கந்தசாமிப் பிள்ளையும்' 'கட்டிலை விட்டிறங்காத கதை,' 'வேதாளம் சொன்ன கதை,' 'காலனும் கிழவியும்,' 'மனக்குகை ஓவியங்கள்' இவற்றினூடே பொதுவாக ஓடும் அடிச்சரடு ஒன்றிருக்கிறது. மனிதன் அண்ணாந்து பார்க்கும் பீடங்களைப் பாமர மனிதனின் லோகாயத விமர்சனத்திற்கு உட்படுத்தும் மனோபாவமே இங்குத் தொழில்படுகிறது. இவ்விமர்சனம் மிகவும் மதிக்கத் தகுந்த உருவகக் கதை மாதிரியோ அல்லது புராணக் கிண்டலாகவோ அல்லது நேரடியான விமர்சனத் தாக்குதல் போலவோ கதையின் சூழ்நிலைக்கேற்ப அமைகிறது. அமானுஷ்ய

சக்திகளுக்கு முன் கூனிக் குறுகிப்போய் மனிதன் நிற்பது நமக்கு மிகவும் பரிச்சயமான காட்சியே. அந்தப் பரிச்சயமான இலக்கிய மரபுக்கு நேர் எதிரிடையான வக்கணை இது. புழுதியில் காலூன்றிப் பாவக் கறைபட்டு வாழ்க்கைக் கடனைச் சுமந்து நிற்கும் மனிதன், தன் நிலையை ஒப்புக்கொண்டு தனது விமர்சனத்தை அமானுஷ்ய சக்திகள்மேல் செலுத்துகிறான்.

'காலனும் கிழவியும்' கதையில், கிழவி காலனிடம் "நான் உன்கூட வரணுமாக்கும்? என்னக் கூட்டிக்கிட்டுப் போக ஒனக்குத் தெறமையிருக்கா? உன்னாலே என் உசிரைத் தானே எடுத்துக்கிட்டுப் போக முடியும்? இந்த உடலைத் தூக்கிக்கிட்டுப்போகஒனக்குத் தெறமையிருக்கா?" என்று கேட்கிறாள். கிழவியின் வாய் வீச்சுக்குக் காலன் தலைகுனிந்துவிட்டான் என்ற தோரணை காட்டுகிறார் புதுமைப்பித்தன். "உன்னுடைய உடலைத் தூக்கிக்கொண்டு போவது என் வேலை அல்ல. அதற்கு முனிசிபல் லாரி வரும்" என்று லோகாயதப் பார்வையிலேயே யமனைப் பேச வைக்கத் தெரியாதவர் அல்ல புதுமைப்பித்தன். ரத்தம் சுண்டிப்போன கிழவியின் கையைப் பிடித்துக் காலனின் தலையில் குட்ட வேண்டும் என்பது மட்டுமே அவருடைய ஆசை. சர்வ வல்லமை பொருந்திய இப்பீடத்தை அசைப்பதற்கு மார்க்கண்டேயனையோ சாவித்திரியையோ எதிர்பார்க்காமல் கரிசல்காட்டுக் கிழவியை முன் நிறுத்தி விடுவதே புதுமைப்பித்தனின் தனிப் பார்வை எனலாம்.

'வேதாளம் சொன்ன கதை'யிலோ இம்மனநிலை அப்பட்டமான கிண்டலாகக் கொப்புளிக்கிறது.

வேதாளம் சொல்கிறது:

"எனக்கு பார்வை கொஞ்சம் மங்கல். அதனால்தான்... பார்வை மங்கக் காரணம் என்ன தெரியுமோ? நான் பிறந்தது திரேதா யுகம்?"

கதை தொடர்கிறது:

...என்னை அடிக்க வேதாளம் கையை ஓங்கியது.

திடீரென்று ஓங்கியதால் அதன் கை மளுக்கென்று சப்தத்துடன் சுளுக்கிக்கொண்டது. இந்தக் கிழ வேதாளத்தின்மீது

நிஜமாகவே எனக்கு அன்பு தோன்றவும் அதன் கையைப் பிடித்து உதறித் தடவிவிட்டுக்கொண்டே "வயசு காலத்திலே இப்படி உடம்பை அலட்டிக்கொள்ளலாமா? நீர் பூர்வ ஜென்மத்திலே பிராமணன் தானே! அப்படியானால் தர்ப்பணம், சிரார்த்தம் செய்து வைத்துப் பிழைக்கலாமே" என்று ஆலோசனை சொன்னேன்.

"நீர் சொல்கிறதும் நல்ல யோசனைதான். ஆனால் எனக்கு வாதமாச்சே! குளிர்ந்த ஜலத்தில் குளித்தால் உடம்புக்கு ஒத்துக் கொள்ளாதே, என்ன செய்யலாம்?"

"அப்படியானால் உடம்புக்கு ஏதாவது டானிக் வாங்கிச் சாப்பிட வேண்டும். உங்கள் உலகத்தில் வைத்தியர்கள் கிடையாதா?"

கிண்டல் அப்பட்டமாகவே விரிகிறது.

மற்றொரு சந்தர்ப்பம்:

"என் பத்தினிப் பெண்ணே அருந்ததியே, புத்திரப் பேறு வாய்க்காவிடில் நம்முடைய ராச்சியம் சீரழிந்து குட்டிச்சுவராய்ப் போகுமே. க்ஷேத்திராடனம் செய்வோமா என்று கருதுகிறேன்."

இவ்வார்த்தைகள் அரச கம்பீரத்துடன் ஒலிக்கின்றன. பட்டத்து மகிஷி பக்கத்தில் நின்றுகொண்டிருப்பதையும் நாம் கற்பனை செய்து கொண்டுவிடுகிறோம். ஆனால் இவ் வார்த்தைகளை உதிர்ப்பது மூட்டைப் பூச்சிக் கணவனாகும். அருகே இருப்பவள் மூட்டைப்பூச்சி மனைவியாகும். இங்குக் கிண்டலுக்கு அரச பவிஷு இலக்காகிறது என்பது தெளிவு.

மற்றொரு இடம்:

"வட்டும் கரித்துண்டும் இருக்கே, நீ வட்டாட வருதியா?" என்று கூப்பிடுகிறது குழந்தை, கடவுளை. குழந்தையும் கடவுளும் வட்டு விளையாட ஆரம்பிக்கிறார்கள். ஒற்றைக் காலை மடக்கிக்கொண்டு நொண்டியடித்து ஒரு தாவு தாவினார் கடவுள்.

"தாத்தா தோத்துப்போனியே" என்கிறது குழந்தை.

கால் கரிக்கோட்டில் பட்டுவிட்டதாம்.

"ஆட்டம் தெரியாமல் ஆட வரலாமா?" என்று கேட்கிறது குழந்தை கடவுளிடம். ஒரே மனோபாவத்திலிருந்து வெளிப்படும் காரியங்கள்தாம் இவை.

'மனக்குகை ஓவியங்கள்' என்ற கதைக் கொத்திலும் இதே மனோபாவம்தான். கிண்டலுக்கு மேற்பட்ட, தத்துவார்த்த அடிப்படையில் fable போன்ற இலக்கிய உருவத்தில் தரப்படுகிறது. இத்தலைப்பின் கீழ்க்காணும் ஐந்து பிரிவுகளையும் ஒரே மணியின் நாதமாகக் கொள்ளலாம்.

"ஹே மானுடா! ஏனப்பா உன் பார்வை குனிந்தே போய் விட்டது?" என்ற குரல் பல யோசனைகளுக்கு அப்பால் உள்ள மனிதனுடைய உள்ளத்தில் ஒலித்தது.

மனிதன் தன்னுடைய நம்பிக்கை வரண்ட கண்களுடன் அண்ணாந்து பார்த்தான்.

"நீர் எப்போதும் அங்கேயே இருக்கிறீரே?"

"நான் என்ன செய்யட்டும்? உன்னை மாசுபடுத்தும் அந்தப் புழுதி தோய்ந்த கரங்களுடன், மார்புடன் என்னைக் கட்டித் தழுவ முயலுகிறாயே?"

"என்னைச் சிருஷ்டிக்க நீர் உபயோகித்த புழுதியை விட்டு நான் எப்படி விலக முடியும்? அதை விட்டு விலகி நான் உம்மை எப்படி வரவேற்க முடியும்? புழுதியைக் கண்டு அஞ்சும் உமக்கு அதன்மீது நிற்கும் என்னை அறிந்துகொள்ள சக்தியுண்டா? நீர் அந்தச் சக்தி பெற்று கீழே வரும்வரை நான், இந்தப் புழுதியில் கண்டெடுத்த - அதில் என்னோடு பிறந்த என் சகோதரனான - இந்த இரும்புத் துண்டை வைத்து, என்னைப் பாதுகாத்துக்கொள்கிறேன்" என்று பதில் சொல்கிறான் மனிதன்.

கடவுளுக்கும் மனிதனுக்குமான இடைவெளி லேசில் அடைபடக்கூடியதல்ல என்பதைப் புதுமைப்பித்தன் உணர்த்துவது மாதிரியும் இருக்கிறது. இந்நிலையை ஒரு அவலமாகக் காட்டாமல் மனிதனின் பக்கத்தில் நின்று

கொண்டு அவனுடைய லோகாயத தர்மத்தைப் பேசுவது புதுமைப்பித்தனுக்கே உரிய கோணமாகும்.

கலைஞனுடைய தொழில் ஏதோ ஒரு நிமிஷத்தில் அதன் சிகரத்தை அடைந்துவிடுகிறது. அச்சிகரத்தை நாம் உணர்ந்து கொள்கிறபோது அவன் அதுவரையிலும் சிந்திவந்த வியர்வையும் சுமந்து வந்த சிலுவையும் நமக்கு அர்த்தப்படுகின்றன.

புதுமைப்பித்தன் 'சாப விமோசனம்' என்ற கதையில் தன் சிகரத்தை எட்டியிருப்பதாகச் சொல்லலாம். விமர்சன உலகில் மீண்டும் மீண்டும் சொல்லப்பட்ட இக்கருத்து ஆமோதிக்கத் தகுந்த ஒன்றாகவே எனக்குப் படுகிறது.

இந்தக் கதையைப் பற்றிச் சொல்லும்போது 'யார் எப்படிக் கருதினாலும் ராமாயணக் கதையின் அமைதி முற்றும் பொருந்தித் தான் இருக்கிறது' என்று தனக்கே ஒரு சபாஷ் போட்டுக்கொள்கிறார் கதாசிரியர். கதையைப் படித்துப் பார்க்கிறபோது 'அவர் பெருமைப்படுவது நியாயம்தான்' என்று நம்முடைய மனமும் எதிரொலிக்கும். தமிழில் இது வரையிலும் எழுதப்பட்டுள்ள கதைகளில் ஒரு கலைஞனின் வெற்றியை இத்தனை வலுவாக முழங்கும் கதை, எனக்குத் தெரிந்தவரையிலும் மற்றொன்று இல்லை.

ஞானரதம், 1970

19

க.நா.சு.வின் விமர்சன முகம்

க.நா.சு.வின் விமர்சன முகத்தை ஆராயும் முயற்சியின் ஆரம்பமாக இக்கட்டுரையைக் கொள்ள வேண்டும். அவரது சாதனைகள் சிலவற்றையும் சமரசங்கள், முரண்பாடுகள் சிலவற்றையும் பார்க்கலாம்.

பெரிய விமர்சகன், பெரிய சவாலுக்குத் தன்னகத்தே பதில் கண்டு எழுச்சி பெறுகிறான். மதிப்பீடுகளின் சரிவுகள், உணர்ச்சிகளின் மொண்ணைத்தனம், சமூக நலன்களைச் சுய லாப வேட்கைக்குத் தின்னத் தருதல் ஆகிய இழிநிலைகள் உண்மையின் சுடர்களைத் தூண்டுகின்றன. இச்சுடரிலிருந்து பந்தங்கள் கொளுத்தப்பட்டு, ஓட ஓட இருள் விரட்டப்படுவதும் உண்டு; திரி, எண்ணெயின்றித் தன்னையே பேரானந்த நிலையில் எரித்துக்கொண்டு மடிவதும் உண்டு. 'அந்தகாரம் மீண்டும் சிரிக்கும். ஆனால் தப்பாமல் மற்றொரு திரி, தானே தன்னைப் பற்ற வைத்துக் கொண்டு எரிய ஆரம்பிக்கும். நவீனத் தமிழில் பாரதியிலிருந்து டி.கே.சி., எஸ். வையாபுரிப் பிள்ளை, புதுமைப்பித்தன் ஆகியோரின் வரிசையில் வந்தவர் க.நா.சு. இளமையிலேயே விமர்சனக் கூர்மை கொண்டிருந்தவர், படைப்புகளில் மட்டுமே

கவனம் கொண்டிருந்தார். பண்டித, வணிக, அரசியல் இழிநிலைச் சக்திகளின் அழுகல் கலப்புகள் இலக்கிய உலகை முடை நாற்றம் எடுக்கச் செய்தபோது துன்பம் தாங்க முடியாமல், தன் விமர்சன முகத்தை வெளிப்படுத்திக் கொள்ள நிர்ப்பந்திக்கப்பட்டார். காலம் ஐம்பதுகளின் ஆரம்பம்.

இக்காலகட்டத்தில் மதிப்பீடுகளின் சரிவுகள் மிகுந்த துக்கத்தைத் தந்தன. காந்திஜியின் தலைமையிலான விடுதலை இயக்கம் உருவாக்கிய நெறிகள் சுதந்திரத்துக்குப் பின் ஒரு உன்னத வாழ்க்கைக்கு அடிகோலும் என எதிர்பார்த்திருந்தோர் நம்பிக்கையின் ஒரு சிறு பொறியைக்கூடப் பேண இடம் தராது அவசரமாக ஏமாற்றப்பட்ட காலம். தம் தியாக வாழ்வால் மக்களின் மகத்தான நம்பிக்கையைப் பெற்றிருந்த தலைவர்கள், அதிர்ச்சி தரும் புதிராக, பதவி லகரிகளில் துள்ளத் தொடங்கிய போது, கீறிவிட்ட புண்களில் வெளிப்படும் சீழ்போல், சல்லித் தனங்கள் வெளிப்பட்டன. எண்ணற்ற மனங்களில் கனவுகளின் பால் திரிந்தது. பதவிகளின் முதல் அறுவடையில் பங்கு பெறாதோர், பிராந்திய, இன உணர்ச்சிகளைக் கிளப்பி விடுதலைக்கே எதிராக நின்று தொழில்பட்ட ஜாதிவெறி, மொழிவெறிச் சக்திகளுடன் இணைந்து கொண்டனர். க.நா.சு. தன் விமர்சன முகத்தை வெளிப்படுத்திய பாதகமான காலம் இது.

தமிழில் பண்டிதம், ஜாதிவெறி அரசியலின் போலி இலக்கிய முகமாகும். க.நா.சு. பண்டிதத்தை முக்கியமான எதிரியாகக் கண்டார். பண்டிதத்தை ஆராயப் புகுந்தவர், அம்முகங்களில் ஆபாசமாய்ப் பிதுங்கிய ஜாதி அரசியலையும் கண்டிப்பாரெனில், அவருடைய விசாரணை இலக்கியத்திலிருந்து விரிந்து அரசியல், பொருளாதார நிலைகள், சமூக இயல் ஆகியவற்றைக் கவனிக்கும் வீச்சில், முழு வாழ்வுக்குமே அவரைத் தள்ளிக்கொண்டு போயிருக்கும். அவ்வாறு ஒரு பயணத்தை அவர் மேற்கொண்டிருந்தால், இன்று அவர் கூறியுள்ளவற்றைப் பார்க்கிலும் பல மடங்கு கசப்பான உண்மைகளைக் கூற நேர்ந்து, இன்று பெற்றிருப்பதைப் பார்க்கிலும் மோசமான வசைகளையும் வாங்கிக் கட்டிக்கொள்ள நேர்ந்திருக்கும். தமிழ்

நாட்டில் இன்று கலைஞனின் சுகிப்பும் சுதந்திரக் குஷிகளும் சமூக இழிநிலையின் முன், தரத்தக்கதைத் தந்திரமாய்த் தந்து, மறைத்துக்கொள்ள வேண்டியதைத் தந்திரமாய் மறைத்துக்கொள்வதிலிருந்து பெற்றுக்கொள்வதாகும். இன்றையக் கலைஞனின் பாதுகாப்பு, பதவிகள், விருதுகள், இழிந்த சமூகம் கோழைகளுக்கு விட்டெறியும் லஞ்சமாகும். இதற்கு மாறான ஆபத்தான பாதையை மேற்கொண்டு பயணம் தொடர க.நா.சு. திராணி பெற்றிருந்தார். அதே சமயம் இப்பயணம் அவர் பார்வையின் வீச்சளவே விரியும் வரையறைக்கு உட்பட்டு நின்றது.

இவருக்கும் சரி, இவரது மணிக்கொடி இலக்கிய சகபாடிகளுக்கும் சரி, அவர்கள் அளவில் சமூகக் குறைகள் தெரியும். இக்குறைகளைப் பிரதிபலித்து, அவற்றுக்கு எதிராக இயங்கவும் தெரியும். ஆனால் குறைகளின் தோற்றுவாய்கள் தெரியாது. சிரங்கை சரும வியாதியாகக் கண்டு, மாறி மாறிக் களிம்புபோடும் மருத்துவம் இவர்களுடையது. அம்மாண்டிவிளையில் ஒரு குழந்தைக்கு வரும் சிரங்குக்கும் அமெரிக்கக் கோதுமைப் பண்ணைகளில் போலி ரசாயனம் பயன்படுத்தப்படுவதற்கும் சம்பந்தம் உண்டு என்று கூறினால், மணிக்கொடிக்காரர்கள் சிரிப்பார்கள்- புதுமைப்பித்தனைத் தவிர. கநாசு. பண்டிதத்தின் அவல நிலையை ஆராய முற்பட்டார். பண்டிதத்தின் நீங்கா அருங்குணங்களாக அவருக்கு ஒரு சில தெரிந்தன. பண்டிதம் பழமையில் ஊறிப்போனது. பழமையை, பழமை என்ற ஒரே காரணத்திற்காகத் தூக்கிப் பிடிக்கக்கூடியது. அது மொழிவெறி கொண்டது. இலக்கியப் பிரக்ஞை அற்றது. ‘இலக்கியம் கண்டதற்கு இலக்கணம்‘ என்று வாய்க்கு வாய் புலம்பிக்கொண்டே படைப்பில், வரையறுக்கப்பட்ட இலக்கணத்தைத் தேடும் புத்தி கொண்டது. அது கவிதைக்கு உரை தரும்; கவிதையில் பொருளை மட்டும் தேடும்; பொருளில் நன்னெறியைத்தேடும். நன்னெறிகள் இலக்கணத்தின் விலங்கை மாட்டிக்கொண்டதும், அவை கலையாகப் பரிணமித்து விட்டதென ஸ்தாபிக்க முன்னும். ஒருபோதும் அது கவிதையில் கவித்துவத்தைத் தேடியது கிடையாது. ஒருபோதும் அது காவியத்தில் கலை எழுச்சியை அனுபவித்தது கிடையாது.

இதுகாறும் கூறியவற்றிலிருந்து பண்டிதம் என்பது சில மொண்ணைத் தலைகளின் சம்மேளனம் மட்டும் அல்ல; படைப்புக்கு எதிரான நபும்சகத்தை, மலட்டுத் தனத்தைச் சார்ந்த மனத்தின் ஒரு இழிநிலை எனவும் உணரலாம்.

க.நா.சு.வோ இலக்கியத்தை, கலைகளை, அளவுகோல்களுக்கு அப்பாற்பட்டதாகக் கண்டார். இலக்கியத் தகுதிகள் வரையறுக்கப்படும் முயற்சியில் எப்போதும் அளவுகோல்கள் உருவாகின்றன. ஆனால் அளவுகோல்களை மீறி எழுந்த ஒரு கலை ஆவேசம், தன்னை இலக்கியமாக ஸ்தாபித்துக்கொண்டும் விடுகிறது. இந்நிகழ்ச்சிகளே இலக்கியத்தின் உன்னதப் பயணம். உலக இலக்கிய வளத்தைத் தன் அனுபவமாக மாற்றிக் கொண்டிருந்த க.நா.சு.வுக்கு மிக எளிமையாகத் தெரிந்த உண்மை இது. பண்டிதம் இந்த உண்மையை ஏற்றுக்கொள்ளாது. ஏன்? இவ்வுண்மையைப் பண்டிதம் ஏற்றுக்கொள்ளும்போது இலக்கண நெட்டுருவாலும் பழமை இலக்கியத்தின் பரீட்சைப் பகுதிகளின் மனப்பாடத் தகுதிகளாலும் இலக்கியத்தை மதிப்பிடும் வகையில் இதுகாறும் அது அனுபவித்து வரும் போலி ஸ்தானத்தை சிருஷ்டி சக்திகளுக்கு அது காலி செய்து கொடுக்க நேரிடும்.

படைப்புகளை அணுகும்போது பண்டிதம் எவ்வித அனுபவங்களையும் பெறுவதில்லை. ராமலிங்க சுவாமிகளின் பாடல்களில் அனுபவம் பெற்றிருந்தால், பாரதியைக் கண்டு திக்குமுக்காட வேண்டியதில்லை. ஆனால் பண்டிதம் திக்குமுக்காடிற்று. புதுமைப்பித்தனைக் கண்டு திக்குமுக்காடிற்று. இன்று வரையிலும் அது எந்தச் சீரிய கலைஞனையும் புன்னகை யுடன் வரவேற்றதில்லை. புதுமைச் சக்திகளை எப்போதும் ஜீரணிக்கச் சக்தியற்று, திக்குமுக்காடி, கேலி செய்து, புலமைக் கர்வத்தில் நொள்ளைகள் சொல்லி, அப்புதுமைச் சக்தி சகல துன்பங்களையும் தாங்கித் தன்னைக் காப்பாற்றி, உயிர் சக்தியாக ஸ்தாபித்துக்கொள்ளும் போது, பண்டிதம் வெட்கம் கெட்டு அதன் பின்னால் வந்து ஒட்டிக்கொண்டு, மீண்டும் அந்நேரப் புதுமைகளை நோக்கி முகத்தை வலிக்கும். பாரதியிலிருந்து புதுக்கவிதை இயக்கம் வரையிலும் நடந்திருப்பது இதுதான்.

தமிழில் வசனம் எழுந்து, வசனம் இலக்கியம் ஆகாது என்ற வாதங்கள் அலட்சியப்படுத்தப்பட்டு, வசனத்தில் கலை எழுச்சிகள் தோன்றிப் படைப்புகள் உருவானபோது, எழுச்சியின் ஒரு பகுதியாக இலக்கிய விமர்சன நோக்குகளும் வெளிப்பட்டன. படைப்பின்மீது விமர்சனப் பார்வைகள் செலுத்தப்படும் ஆரம்பங்களும் தோன்றின. படைப்பில் சுய அனுபவம் பெற்றிராத பண்டிதம், மதிப்பிடப்படும் தகுதிகள் பறிபோய்விடும் நிலையில் மேல்நாட்டு அளவுகோல்களைக் கூசாமல் விழுங்கி, அந்த அளவுகோல்களைத் தமிழ் இலக்கியத்தின் மீது போட்டு மூளையால் பிடுங்கிய கருத்துகளையும் வெளிப்படுத்த ஆரம்பித்தது. (உதாரணம்: மு.வரதராசனின் 'இலக்கியத் திறன்,' அ.ச.ஞானசம்பந்தனின் 'இலக்கியக் கலை') இங்கு, இப்புலமைச் சாமர்த்தியம் நடைபெறுவதற்கு முன்னரே, உலக மொழிகளில் இந்த வைக்கோல்போரை ஆங்கிலத்தின் மூலம் க.நா.சு. கண்டிருந்தவர். இலக்கிய விமர்சனமும் ஒரு கலை என்றும், நாவல்போல், கவிதைபோல், சிறுகதைபோல் அதுவும் படைப்புத் திறனின் ஜீவ ஊற்று என்றும், 'பற்றி' இலக்கியங்கள் மூலப்படைப்பை மறைக்கும் நந்திகள் ஆகிவிடக் கூடாது என்றும், அலசல் விமர்சனம் சாமர்த்தியத்துக்கு இட்டுச் செல்லும் அபாயம் கொண்டது என்றும் அவர் கூறியவை மேலே எடுத்துக்காட்டிய நிலைகளை அடிப்படையாகக் கொண்டு இன்று புரிந்துகொள்ள வேண்டியவை.

க.நா.சு.வின் மற்றொரு எதிரி பத்திரிகை சக்தி. இயந்திரமும் வசனமும் பிறப்பித்த சக்தி இது. இரண்டுமே புதிய சக்திகள். இப்புதிய சக்திகளைத் தழுவி நிற்கும் பத்திரிகைகள், பண்டிதத்தைப் போல் அழுகும் பழமையாக இருக்க முடியாது. மொழி வெறி, இலக்கணப் புலமை, ஜாதி அரசியல் ஆகிய வற்றின் கூட்டுக் கலப்பு பண்டிதம் எனில், போலி தேசியம், போலி மதம், போலி மனிதாபிமானம், 'இலக்கியம் மக்களுக்கு' என்ற போலி கோஷம் ஆகியவற்றின் கூட்டுக் கலப்பு வணிக சக்தி. பண்டிதம் சிருஷ்டிக்கு எதிராக முன்விதிகளைத் திணிக்கும் போது (விஷயம், உத்தி ஆகிய இரு நிலைகளிலும்) பத்திரிகைச் சக்தி சிருஷ்டியின் அடிப்படையையே தலை கீழாகப் புரட்டுகிறது. சிருஷ்டிக்கு அடிப்படை சுயஅனுபவம்,

சுயதரிசனம். பத்திரிகைச் சக்திகளின் கோஷம்: வாசகன் விரும்புவதைக் கொடு, வாசகன் பின்னால் ஓடு.

இந்த இருநிலைகளிலிருந்தும் விளைவது தரம் சம்பந்தமான ஒரு பெருங்குழப்பம். சங்கப் பாடல்கள் ஒரு தொகுப்பு. பல தரப்பட்ட கவிஞர்களின் பல தரப்பட்ட பாடல்கள். பண்டிதத்திற்குஅதில் ஒவ்வொன்றும் ஒரு சிகரம். ஏற்றத்தாழ்வற்ற சிகரம். சங்கப் புலமை என்ற ஜரிகைத் தலைப்பாகை அணிந்து, அப்புலமையைக் கொக்கரிக்க நம்முன் வரும் பண்டிதத்திடம் 'சங்க இலக்கியத்தில் தரம் அற்ற பாடல்கள் எவை?' என்று கேட்டதும் பண்டிதம் வாயடைத்துப் போகும். அளவுகோல்களிடம் அதற்குக் கிலி. பத்திரிகைச் சக்தி வாசகனுக்கு ஜவ்வு மிட்டாய் தயாரிப்பதில் கல்கிகள், அகிலன்கள், குட்டிக் கல்கிகள், குட்டி அகிலன்கள் தோன்றுவது இயற்கை. இதில் க.நா.சு.வுக்குப் புகார் இல்லை. இந்தக் கேளிக்கையாளர்கள், இலக்கியச் சக்திகளாக ஏற்றுக்கொள்ளப்படும் மதிப்பீடுகளின் சரிவு அவருடைய கண்டனத்திற்கு ஆளாகிறது. இக்கண்டனத்தை முதலில் எழுப்பியவரும் அவரே. அகிலனைத் தூக்கிப்பிடிக்க காமராசர் பல்கலைக்கழகம் திறனாய்வு என்ற பெயரில் சில தலையணைகளை வெளியே தள்ளும்போது, இலக்கியத்திற்குப் புறம்பான இரு சக்திகளும் - பண்டிதமும் பத்திரிகையும் - இணையும் அவலத்தைப் பார்க்கலாம். இத்தலையணைகளை லேசாகப் புரட்டிப் பார்ப்பவர்களுக்குக்கூட, தமிழ் அறிவாளிகள் என நெளிந்து கொண்டிருப்பவர்களின் அனுபவ தரித்திரமும் விமர்சன மொண்ணைத்தனமும் ஆங்கில மோகமும் தெரியாமல் போகாது.

க.நா.சு. தர வேறுபாடு காண முற்பட்டார். தமிழில் அவரது ஈடுபாடு பெரிதும் நவீன இலக்கியத்தில் என்பதால் அவரது தர நிர்ணயமும் நவீன இலக்கியத்தைச் சார்ந்து எழுந்தது. உன்னத இலக்கியம் என்றால் என்ன? இக்கேள்வியைக் க.நா.சு.விடம் கேட்டால், அவரிடமிருந்து சிக்கலைச் சிக்கலாக மட்டும் காணும் நேர்மையின் தயக்கம் வெளிப்படும். ('இலக்கியமாவது யாது' என்று நவீனப் பண்டிதத்திடம் கேட்டால், அது உடனே வாயை அகலப் பிளந்து ஹட்சன், அபர் கிராம்பி, மாத்யு அர்னால்டு,

ஐ.ஏ. ரிச்சர்ட்ஸ் என்று பெயர் உதிர்ப்பில் ஆரம்பித்து, மூன்று மணி நேரம் இங்கிலீஷ் கொட்டேஷன்களை நம் முகத்தில் விட்டெறியும்- இங்கிலீஷூம் தமக்குத் தெரியும் என்ற பெருமையுடன்.) க.நா.சு.வோ பேரிலக்கியங்களைப் படித்து, இலக்கிய குணங்களை மனத்தளவில் உணர்ந்துகொள்வதே சிறப்பான வழி என்று சொன்னார். வாசகர்களுக்கு மேலும் விளக்கம் இயற்கையாகவே தேவைப்படுவதால் இலக்கிய குணங்களைக் கோடிகாட்ட, படைப்பில் ஆசிரியரின் தனித்துவம், பர்சனாலிடி ஆகியவை வெளிப்படும் என்றும் உன்னத இலக்கியம் பூரணத்துவத்திற்கு இட்டுச்செல்லும் என்றும் மேலான இலக்கியம் மனிதத்துவத்தையும் ஆழத்தையும் தன்னகத்தே கொண்டிருக்கும் என்றெல்லாம் அவர் சொல்ல முற்பட்டார். ஆனால் இவையெல்லாம் வார்த்தைகள். இலக்கிய எழுச்சியை மனத்தளவே உணர்ந்த உள்ளத்திற்கு, அவ்வெழுச்சியை அரைகுறையாக விவரிக்கும் வார்த்தைகள். அவ்வெழுச்சியை எப்போதும் பெற்றிராத உள்ளத்திற்கு ஏதும் அர்த்தம் தரச் சக்தியற்ற வார்த்தைகள். இவ்வளவு நிலைகளையும் புரிந்துகொண்டால் அன்றையச் சூழ்நிலையில் பட்டியல்கள் என்ற எளிய வழிக்குக் க.நா.சு.வை இட்டுச் சென்ற காரணிகளையும் புரிந்து கொண்டவர்கள் ஆவோம்.

எவ்வகையான சாதனைகளை உலக இலக்கியம் விமர்சனமாகக் கொண்டாடுகிறதோ அதனை அடிப்படையாகக் கொண்டு பார்த்தால், க.நா.சு.வை, அவ்வார்த்தையில் இன்று ஏறி நிற்கும் முழு அர்த்தத்தில் இலக்கிய விமர்சகர் என்று கூறமுடியாது. ஒரு வாழ்க்கைக் கண்ணோட்டத்தை இலக்கியத்தைச் சாதனமாகக் கொண்டு முன்வைத்தவர் என்று அவரைச் சொல்ல முடியாது. அவருடைய நோக்கங்களும் இவ்வகையானவை அல்ல. உலக அரங்கில் இலக்கிய விமர்சகன் கலாச்சாரத் தளத்தின் உன்னத அறிவை நோக்கிப் பேசும்போது, க.நா.சு. குழம்பிச் சரியும் தமிழ் வாசகனை நோக்கிப் பேச நேர்ந்திருக்கிறது. க.நா.சு.வை ஒரு இலக்கிய சிபாரிசுக்காரர் என்று சொல்ல வேண்டும். வாசகனின் மயக்க நிலையைக் கணக்கில் எடுத்துக்கொண்டு அவன் முன் சிபாரிசுகள் வைக்கப்பட்டன. சிபாரிசுகளில் அவன் நம்பிக்கை கொள்ளும் அளவு, ஆசிரியர்கள் பற்றியும் நூல்கள் பற்றியும்

சுய அனுபவம் ஜீரணித்த கருத்துகள் முன்வைக்கப்பட்டன. க.நா.சு.வின் சாதனையின் மிக முக்கியமான பகுதி இது.

க.நா.சு. நான் அறிந்தமட்டில், நான்கு பத்திரிகைகளுக்கு ஆசிரியராக இருந்திருக்கிறார். இவற்றில் 'இலக்கிய வட்டம்' தவிர 'சூறாவளி', 'சந்திரோதயம்,' 'ராமபாணம்' ஆகிய இதழ்கள் பற்றி என் நினைவுகளைப் புதுப்பித்துக்கொள்ள இன்று வழி யில்லை. இப்பத்திரிகைகளில் இலக்கிய நோக்கங்களுடன் வணிக மனோபாவங்களும் ஊடுருவியிருந்ததாகவும் அன்றைய பிரபல பத்திரிகைகளுடன் (முக்கியமாகக் 'கல்கி'யுடன்) இவை போட்டி போட்டு வெற்றி பெற முயன்றது போலவும் ஒரு நினைவு. இம்முயற்சியில் க.நா.சு. வெற்றி பெறாதது இயற்கையான காரியம். ஆனால் இம்முயற்சிகளிலிருந்து வெளிப்படும் ஒரு மனச்சரடைக் கணக்கில் எடுத்துக்கொண்டால், அவரது பின் வாழ்விலும் இச்சரடு நீடித்து வந்துகொண்டிருப்பது தெரியும். கவிதையில் முன்னோர்களின் சாதனையை எப்படிப் பண்டிதர்கள் மிகையாகப் பார்க்கிறார்களோ அதேபோல் வசனத்தைச் சார்ந்த பழைய பெரியவர்களைக் க.நா.சு. மிகையாகவே பார்க்கிறார். உதாரணமாக, வேதநாயகம் பிள்ளை (பிரதாப முதலியார் சரித்திரம்), வடுவூர் துரைசாமி அய்யங்கார் (மேனகா), அ. மாதவய்யா (பத்மாவதி சரித்திரம்) ஆகியோரைப் பற்றிய கட்டுரைகள், சம்பந்தப்பட்டவர்களை மிகையாகத் தூக்குபவை என்று இன்று எளிதில் கண்டுகொள்ள முடியும். அதேபோல் புதுமைப்பித்தன் (காஞ்சனை), எஸ். வையாபுரிப்பிள்ளை (தமிழ்ச்சுடர் மணிகள்), ஆர். ஷண்முகசுந்தரம் (நாகம்மாள்), லா.ச.ராமாமிர்தம் (ஜனனி) ஆகிய சிறந்த புத்தகங்களுடன், வாசகர்கள் அவசியம் படிக்க வேண்டும் என்று கருதத்தக்க சிதம்பர ரகுநாதன் (இலக்கிய விமர்சனம்), நாமக்கல் ராமலிங்கம் பிள்ளை (என் கதை), ராஜாஜி (வியாசர் விருந்து), உ.வே. சாமிநாத ஐயர் (மீனாட்சி சுந்தரம்பிள்ளை சரித்திரம்) ஆகியோர் புத்தகங்களையும் இணைத்து சிபாரிசு செய்வது நாம் புரிந்துகொள்ளக் கூடியது. ஆனால் இவற்றுடன் ஆர்வி (அணையா விளக்கு), அநுத்தமா (கேட்ட வரம்), அகிலன் (சிநேகிதி) ஆகியோரும் இடம் பெறுவது ஒரு புதிர் (படித்திருக்கிறீர்களா? - 1, 2).

க.நா.சு.வின் விமர்சன முகம்

சாகித்திய அகாதெமி, இந்திய தேசியப் புத்தக நிறுவனம் போன்றவை மொழிபெயர்ப்புகளுக்கு தமிழிலிருந்து இலக்கியத் தரமான புத்தகங்களை விட்டுவிட்டு, இரண்டாம்பட்சமான, மூன்றாம்பட்சமான புத்தகங்களைத் தேர்வு செய்வதன் மூலம், இந்திய வாசகர்களின் பார்வையில் தமிழ் இலக்கியத்தின் தரம் பற்றித் தவறான எண்ணங்கள் ஏற்படக்கூடும் என்று பலமுறை வருந்தி எழுதியுள்ளவர் க.நா.சு. இன்று அவராலேயே, ஆத்மார்த்தமற்ற, அனுபவப் பிரதிபலிப்பற்ற; உண்மை உணர்ச்சியற்ற, தந்திர புத்தியினால் மட்டுமே ஜோடிக்கப்பட்ட இந்திரா பார்த்தசாரதியின் 'குருதிப்புனல்' ஆங்கிலத்தில் மொழி பெயர்க்கப்பட்டுள்ளது.

க.நா.சு.வின் பட்டியல்களும் குழப்பத்தை விளைவித்துக் கொண்டிருக்கின்றன. ஒரு விமர்சகரின் தேர்வும், என்னைப் போன்ற ஒரு வாசகனின் விருப்பங்களும் நேர்க்கோட்டில் இணையவேண்டும் என்ற கட்டாயம் எதுவும் இல்லை. தம் பார்வையில் தேர்வுகள் நிகழ்த்துவது க.நா.சு.வின் சுதந்திரம். இப்பார்வை சிலரை ஏற்கும்; சிலரை மறுக்கும். ஆனால் என்ன காரணங்களை முன்னிட்டு ஒரு பெயர் ஏற்றுக் கொள்ளப்படுகிறது; மற்றொன்று தள்ளப்படுகிறது என்பது முன்வைக்கப்பட வேண்டும். இவ்வாறு முன்வைக்கப்பட்டால், இக்கருத்துகளைப் பற்றிச் சிந்திக்கத் திறன் கொண்ட வாசகர்கள் ஒரு சிலரேனும் இன்று இருக்கிறார்கள். க.நா.சு.வின் பார்வையை ஏற்கவும் மறுக்கவும் தன் பார்வைகளை முன் வைக்கவும் ஆற்றல் கொண்ட எழுத்தாளர்களும் இன்று உண்டு. இவர்கள் இருப்பைப் புறக்கணித்து இனி இலக்கிய விமர்சனத்தை மேலே செலுத்தமுடியாது. பட்டியல் தரும் குழப்பங்களுக்குக் க.நா.சு.வின் கட்டுரைகளை நினைவுகூர்ந்து சில உதாரணங்கள்: இன்று சி.சு. செல்லப்பாவை ஒரு விமர்சகராக ஏற்றுக்கொள் கிறார் க.நா.சு. ஆனால் அவர் வெங்கட் சாமிநாதனையோ தருமு சிவராமுவையோ விமர்சகர்களாக எப்போதும் குறிப்பிடுவதில்லை. ஏன்? ஷண்முக சுப்பையா, பசுவய்யா, நகுலன், ஞானக்கூத்தன் ஆகியோரைக் கவிஞர்களாகக் காணும் க.நா.சு., சிவராமு, ஹரி சீனிவாசன், வைதீஸ்வரன்,

சி.மணி, தி.சோ. வேணுகோபாலன், நாரணோ ஜெயராமன் ஆகியோரைக் கவிஞர்களாகக் காண்பதில்லை. ஏன்? அவர் சமீபத்தில் பதிப்பித்திருக்கும் தமிழ்ச் சிறுகதைகளின் ஆங்கிலத் தொகுப்பில் அம்பை, தருமு சிவராமு, வண்ணதாசன், சா. கந்தசாமி, அசோகமித்திரன், இந்திரா பார்த்தசாரதி ஆகியோர் இடம் பெற்றுள்ளார்கள். ஆனால் வண்ணநிலவன், பூமணி, சார்வாகன், ஆ. மாதவன், கி. ராஜநாராயணன் ஆகியோரும் பரிசீலனைக்கு உட்படுத்தப்பட்டார்களா என்பது தெரியவில்லை. சிவராமு சிறுகதைகளில் ஏதும் சாதனை நிகழ்த்திவிடவில்லை. அவருடைய சிறந்த சிறுகதை ஒன்றைப் பொறுக்கும் அளவுக்கு அவர் கதைகள் படைக்கவுமில்லை. சிவராமுவைக் கவிஞராகவோ விமர்சகராகவோ பார்க்க மறுக்கும் க.நா.சு., சிறந்த சிறுகதை எழுத்தாளராக அவரைக் கண்டிருப்பது வேடிக்கைதான்!

1959இல் 'எழுத்து' முதல் இதழில் க.நா.சு. எழுதிய கட்டுரையில் தமிழில் ஒரு சிறுகதைத் தொகுப்பு உருவாக்கும் பொறுப்பு தன்னிடம் அளிக்கப்படுமென்றால் கட்டாயமாக, முதல் பட்சமாக, தான் சேர்க்கும். சிறுகதை ஆசிரியர்களில் எட்டுப் பேர்களில் ஒருவராக ந. சிதம்பர சுப்ரமண்யனைக் குறிப்பிட்டுள்ளார். இப்போது உருவாக்கப் பட்டிருக்கும் தமிழ்ச் சிறுகதைகளின் ஆங்கிலத் தொகுப்பில் ந. சிதம்பர சுப்ரமண்யனைக் காணோம். இதே கட்டுரையில் இரண்டாம் பட்சத்தில் இருந்த சி.சு. செல்லப்பா, க.நா. சுப்ரமண்யம், சுந்தர ராமசாமி, ஜெயகாந்தன் ஆகியோர் இப்போதைய ஆங்கிலத் தொகுப்பில் இடம்பெறும் பிரமோஷன் பெற்றிருக்கிறார்கள். (எங்கள் பாக்கியம். எல்லோர் சார்பிலும் க.நா.சு.வுக்கு நன்றி.) அன்று இரண்டாம் பட்டியலில் இருந்த தி.ஜ. ரங்கநாதன், கிரா., தநா. குமாரஸ்வாமி, சங்கரராம் ஆகியோர் இப்போது டிஸ்மிஸ் செய்யப்பட்டுள்ளார்கள். (ஐயோ பாவம்!) குழப்பமாகத்தான் இருக்கிறது. ஆனால் க.நா.சு. இந்தச் சந்தேகங்களைத் தீர்த்து வைப்பார் என்று தோன்றவில்லை.

சுவடு, 1978

20

சி.சு. செல்லப்பாவின்
என் சிறுகதை பாணி

1912இல் மதுரை மாவட்டம் வத்தலக்குண்டில் பிறந்தவர் சி.சு. செல்லப்பா. நம்மிடையே வாழ்ந்து வரும் இம்முதியவர் தமிழுக்கு ஆற்றியுள்ள தொண்டு (தொண்டு என்னும் சொல்லை அதன் மூலப் பொருளில் பயன்படுத்துகிறேன்.) மிக முக்கியமானது. இவர் சிறுகதை, நாவல், கவிதை, நாடகம், இலக்கியத் திறனாய்வு, மொழிபெயர்ப்பு ஆகிய துறைகளில் தன் படைப்பாற்றலை வெளிப் படுத்தியிருப்பவர். இவரது நூல்களில் 'ஸரஸாவின் பொம்மை' (சிறுகதைகள்) 'வாடிவாசல்' (நீண்ட கதை) 'ஜீவனாம்சம்' (நாவல்) 'தமிழ்ச் சிறுகதை பிறக்கிறது' (திறனாய்வு) ஆகியவை இலக்கிய வாசகனுக்கு உடனடியாக நினைவுக்கு வருபவை. 'எழுத்து' என்ற சிற்றிதழை மிகுந்த சோதனைகளுக்கிடையே சுமார் பத்து ஆண்டுகள் நடத்தியவர். அதன் மூலம் தமிழில் புதுக்கவிதை உறுதிப்பட்டது. இலக்கிய விமர்சனத்தில் ஒரு பாய்ச்சல் நிகழ்ந்தது. நவீனத் தமிழ் வளர்ச்சியில் 'எழுத்து' ஒரு திருப்புமுனை.

சுதந்திரப் போராட்டத்தில் பங்கு பெற்றுச் சிறைவாசம் அனுபவித்த காந்தியவாதி. இவர் தன் தமிழ்ப்பணிக்கு அரசு, நிறுவனங்கள் முதலிய

வற்றின் பரிசுகளை எதிர்பார்க்காதவர். அவை இயற்கையாக வந்து சேர்ந்த நேரங்களில்கூட அவற்றை உதறியவர். 65 வயதிற்குப் பின்னர் இவர் எழுதி முடித்துள்ள நாவலின் பக்கங்கள் 2200. பல தலைப்புகளில் இவர் எழுதியுள்ள இலக்கியத் திறனாய்வுகளின் பக்கங்கள் 3000க்கும் அதிகம். இவை கையெழுத்துப் பிரதிகளாக இருக்கின்றன. முதுமையில் இவரிடம் பீறிட்டுள்ள உழைப்பின் அளவு உலக எழுத்தாளரிடையே கூட வியப்பூட்டும் செய்தியாக இருக்கலாம்.

'என் சிறுகதை பாணி' எனும் இந்நூல், தன் சிறுகதைச் சாதனையை 21ஆம் நூற்றாண்டைச் சேர்ந்த வாசகர்களுக்குத் தெரிவிக்கும் ஒரு வழித்துணை நூல் என்கிறார் ஆசிரியர். வழித்துணை நூலுக்குரிய குணங்கள் இப்படைப்பில் நிறை வாகவே கூடிவந்திருக்கின்றன.

இந்நூலை மூன்று பகுதிகளாகப் பிரித்துப் பார்க்கலாம். முதல் பகுதியில் கிடைக்கும் தகவல்கள் சுவாரசியமானவை. கடந்த காலத்திற்கு உயிர் ஊட்டுபவை. இதில் ஆசிரியர் தன் குடும்பம், வளர்ப்பு, கல்வி, விடுதலை இயக்கம், தேசியப் பணி, படைப்பு மனம், இலக்கியச் சூழல், படைப்புகள் வெளிவந்த இதழ்கள், இலக்கியத் தொடர்புகள், சென்னை வாசம் ஆகியவை பற்றிய செய்திகளைத் தொகுத்து அளித்திருக்கிறார். இரண்டாவது பகுதியில் தனது 22ஆவது வயதிலிருந்து 59ஆவது வயது வரையிலும் எழுதியுள்ள 109 சிறுகதைகளின் சுருக்கங்களைத் தந்திருக்கிறார். (இவரது கையெழுத்துப் பிரதிகளில் சிறுகதை இல்லை.) சிறுகதைகள் வெளிவந்த காலம், அவை வெளிவந்த இதழ்கள் பற்றிய தகவல்கள் ஆகியவை வெகு துல்லியமாகத் தரப்பட்டுள்ளன. சுமார் 300 பக்கங்கள் கொண்ட இந்நூலின் சரி பாதியைச் சிறுகதைச் சுருக்கங்களைக் கொண்ட இப்பகுதி அடைத்துக் கொண்டிருக்கிறது. மூன்றாவது பகுதி தன் சிறுகதைகளைப் பற்றி ஆசிரியரே முன் வைக்கும் மதிப்பீடு.

மன ஓட்டத்தை ஒட்டி மொழியை நெருக்க முயன்ற படைப்பாளிகளில் செல்லப்பா முக்கியமானவர். இதில் அவர் பெற்றுள்ள வெற்றி கணிசமானது. ஆனால் அவரது நடை

காலப்போக்கில் நிகழ்ந்த மாற்றங்களை ஏற்கத் தவறிவிட்டது. ரூல், லெட்ரின், ஆபிஸ், கோர்ட், காலேஜ், ரூம், பாலிட்டிக்ஸ், ஹிஸ்டரி, எக்னாமிக்ஸ் போன்ற சொற்களை இன்று எவரும் பயன்படுத்துவதில்லை. இவற்றிற்கு ஏற்ற தமிழ்ச் சொற்கள் புழக்கத்தில் வந்து வெகுகாலம் ஆகிவிட்டது.

சிறுகதைகளின் சுருக்கங்கள் சிறுகதைகள் அளிக்கும் அனுபவ நிறைவுக்கு எதிரானவை. சிறுகதைகள், அவை விரிக்கும் நுட்ப விபரங்களில் அவற்றின் உயிரைத் தக்க வைத்துக் கொண்டிருப்பவை. எலும்புக்கூடுகளை வைத்து அவற்றிற்குரிய உடல்களையோ உள்ளங்களையோ கற்பனை செய்ய இயலாதது போலவே சிறுகதைச் சுருக்கங்களிலிருந்து சிறுகதைகளைக் கற்பனை செய்ய இயலாது. ஒரு படைப்பாளி தன் சிறுகதைகளைச் சுருக்கி வாசகர்களுக்கு அளிப்பது அக் கதைகளுக்குப் பின்னின்று இயங்கிய படைப்புநிலைக்கே எதிரானது. தன் மொத்தச் சிறுகதைகளின் சுருக்கங்களையும் அவற்றை எழுதிய படைப்பாளியே தயாரித்திருப்பது எந்த மொழியிலும் நிகழ்ந்திராத சாகசமாகவே இருக்கக்கூடும்.

37 ஆண்டுகள் சிறுகதைகளைப் படைத்துள்ள ஒரு படைப்பாளி, தன் கடைசிச் சிறுகதையை எழுதி இருபது ஆண்டுகளுக்குப் பின்னர், அவற்றின் குணங்களை விவரித்து நேற்று அக்கதைகள் மீது எழுந்துள்ள எதிர்மறை விமர்சனங்களுக்குப் பதிலாகச் சாதக விமர்சனக் கூற்றுகளைத் தொகுத்துத் தந்து அக்கதைகளை வாசகர்களுக்குச் சிபாரிசு செய்ய வேண்டிய அவசியத்தை இன்று உணருவது செல்லப்பாவுக்கு நேர்ந்துள்ள அவலம் அல்ல; தமிழ்ச் சூழலின் அவலம் அது. இந்த அவலம் அளிக்கும் வேதனை இந்த நூல் தரும் முக்கியச் செய்திகளில் மிக முக்கியமானது.

மேற்கத்திய இலக்கிய விமர்சனத்திலிருந்து செல்லப்பா கற்றுக் கொண்டிருக்கும் சிறுகதை நுட்பங்கள் இதில் தொகுத்துத் தரப்பட்டுள்ளன. இவை இன்று சிறுகதை எழுத முன்னும் ஒரு இளம் எழுத்தாளனுக்கு ஒரு எல்லை வரையிலும் பயன்படக்கூடும். ஆனால் படைப்பாளிக்கும் இலக்கணங்களுக்குமான உறவு ஒருபோதும் யந்திர ரீதியிலானது

அல்ல. படைப்பூக்கம் இலக்கணத்தை, மொழியை, மதிப்பீட்டை, தத்துவத்தை, நம்பிக்கையை மீறுவதன் மூலமே வாழ்க்கைக்குப் புதிய அர்த்தத் தளங்களைத் தரும் படைப்பை உருவாக்குகிறது. செல்லப்பாவுக்கும் சிறுகதைகளுக்குமான உறவு, பாடப் புத்தகச் சிறுகதை இலக்கணத்துக்குள் சுழன்று கொண்டிருப்பது. கவிதையை இலக்கணத்தின் கொடுமையிலிருந்து விடுவிக்க முயன்ற போராளி, சிறுகதையில் இலக்கணத்தின் ஆட்சிக்கு அடி பணியும் விதம் புரிந்து கொள்ள இயலாத முரணாக இருக்கிறது.

நேற்றைய சிறுகதை உலகத்தைத் தெரிந்துகொள்ள வாசகர்களுக்கு இந்நூல் பயன்படும்.

இந்தியா டுடே, மே 1996

21

ஷண்முகசுந்தரத்தின் கிராமங்கள்

ஷண்முகசுந்தரம் கிராம வாழ்க்கையைத் தன் நாவல்களில் காட்டியவர். எல்லோரும் ஏற்றுக்கொள்ளும் விஷயம் இது. கிராம வாழ்க்கையைக் காட்டினார் என்பதை விடவும் சுய அனுபவங்களை வெளிப்படுத்தினார் என்று சொல்லுவது தானே மேலும் பொருத்தமானது. இரண்டிற்குமுள்ள வித்தியாசம் என்ன? வாழும் வாழ்வில் தன்போக்கில் கூடிவரும் அனுபவங்கள் ஒன்று; தேடிச் சென்று தேவையினாலும் திட்டத்தினாலும் அனுபவங்களை ஏற்படுத்திக் கொள்வது மற்றொன்று. ஷண்முகசுந்தரத்தின் அனுபவங்கள் இயற்கையாய்க் கூடியவை. பிறப்பால், வளர்ப்பால், வாழ்வால் கூடியவை. இவ்வாறு பெறும் அனுபவத்தின் முழுமையும் வலிவும் கொண்டவை. கதையின் தேவைக்கு உட்பட்ட சிறு பகுதிகளைத்தான் தன் நாவல்களில் ஆசிரியர் காட்டுகிறார் என்ற எண்ணமும் இவருடைய உலகம் பற்றிச் சொன்னவற்றுக்கும் அப்பால் வெகு தொலைவுக்கு இவர் அறிந்தவர் என்ற உணர்வும் நம்பிக்கையும் ஏற்பட்டுவிடுகின்றன. தன் கிராம வாழ்க்கைபற்றி இவர் எதைச் சொன்னாலும் அதை ஏற்றுக்கொள்ளும் மனநிலைக்குத் துணிந்துவிடுகிறோம். பரிசீலிக்கும் புத்தியோ

சந்தேகிக்கும் மனமோ நம்மிடம் எஞ்சியிருப்பதில்லை. அனுபவத்தின் முத்திரைகள் இவர் காட்டும் உலகில் தம்மை ஸ்தாபித்துக்கொண்ட விதம் இது.

கிராம வாழ்க்கையை இவர் நாவல்களில் எப்படி வெளிப்படுத்துகிறார்? இந்தக் கொங்குநாட்டு கிராமங்களும் அங்குள்ள வாழ்க்கையும் வெளியுலகப் பார்வைக்கு வித்தியாசமானவை; வினோதமானவை. இந்த அனுபவம் ஒப்பிடலின் விளைவாக ஏற்படும் ஒன்றாகும். வெளி உலகத்தைச் சார்ந்த நாம் நம் வாழ்வோடு இந்தக் கொங்குநாட்டு வாழ்வை ஒப்பிடுகையில் நாம் உணராமலே நடந்து விடும் காரியம் இது - வித்தியாசமான உலகம் உயிர் பெற்று எழுவதைப் பார்க்கிறோம். ஆனால் ஒப்பிடல் எதற்கும் அவசியமின்றித் தம் சுய வாழ்வை வாழ்ந்து கொண்டிருப்பவர்கள் கொங்குநாட்டு மக்கள். அவர்கள் வாழ்வு அவர்களுக்கு - நம் வாழ்வு நமக்கு எப்படி இயற்கையானதோ அவ்வாறு - இயற்கையானது. தம் அனுபவங்களை இயற்கையாக ஏற்று வாழ்ந்துகொண்டிருக்கும் கொங்குநாட்டு மக்களின் பிரதிநிதியாக ஷண்முகசுந்தரத்தைக் கொள்ள வேண்டும். தன் அனுபவ உண்மைகளைத் தன் பார்வையினால் சொல்கிறார் அவர். இதற்கு நேர்மாறாகத் தன் கிராமிய அனுபவங்களைப் பட்டணவாசியின் பார்வையில் பார்த்துத் தாமே புல்லரித்துக்கொள்ளும் அசட்டுத்தனம் கொண்ட எழுத்தையும் இன்றையத் தமிழில் காணமுடியும். தன் அனுபவங்களை நுகர்வோர் பார்வையில் காண முற்படுவது வணிக நோக்கின் அடிப்படையாகும். அனுபவங்களை விசாரிப்பதற்கல்ல, பயன்படுத்தும் நோக்கத்துடனேயே எழுத்து இங்குப் பிறக்கிறது.

இலக்கியத்தில் கிராமிய வாழ்வு கடந்த ஐம்பது வருடங்களில் பல போலித்தனமான கௌரவங்களுக்கு ஆளாகியுள்ளது. விடுதலை இயக்கம், காந்தியம், சர்வோதயம், சோசலிஸ சிந்தனைகள் ஆகியவற்றின் பிரச்சாரங்களின் விளைவாகக் கிராமங்களின் மேல் புனிதங்கள் திணிக்கப்பட்டுள்ளன. மேலே கூறியுள்ள தத்துவங்களோ இயக்கங்களோ இவ்விளைவுக்கு நேரடிக் காரணமாக அமையாது. என்றாலும், தத்துவங்களின்

மூல உருவத்தையோ இயக்கங்களின் அடிப்படைகளையோ அறியாது இயங்கும் சராசரி மனிதர்களின் பிரச்சாரங்களிலிருந்து உருவாகும் பொய்முகங்களில் இதுவும் ஒன்று. ஏழ்மையுடன் நற்குணங்களை வலுக்கட்டாயமாக இணைத்தாயிற்று, கிராமங் களிலோ செழுமையாக உள்ளது ஏழ்மைதான். கிராமங்கள் நற்குணங்களின் களஞ்சியம் என்ற கோஷம் உருவாகப் பின் என்ன தடை? அரை உண்மைகள் பிரச்சாரகர்கள் கையில் முழு உண்மைகளாக வற்புறுத்தப்படுகின்றன. இப்போலி எழுத்துகள் வாழ்வின் நிதர்சனத்தின் முன்வைத்து நிராகரிக்கப்படுவதற்குப் பதிலாக இலக்கியமாக அழுத்தம் பெறுகின்றன. படைப்புக்கு வாழ்வை ஆதாரமாகக் கொள்ளாமல் ஏற்கெனவே படைக்கப் பட்டவற்றையே ஆதாரமாகக் கொள்ளும் மோஸ்தர் எழுத்தாளர்கள், மேலே கூறிய போலிகளால் பாதிக்கப்பட்டு, புதிய போலிகளைக் குட்டி போடுகிறார்கள். பார்வை குழம்புகிறது. பின் குழம்பிய பார்வையே சீரான பார்வை என்ற சமூக அங்கீகாரம் பெறுகிறது. இதன் பின் 'கிராமத்தில் எல்லாருமே நல்லவர்களா?' என்ற எளிய முணுமுணுப்புக்கூட பிற்போக்குத்தனத்தின் அடையாளமாகவோ சுரண்டும் வர்க்கத் தின் கோணலாகவோ முத்திரை குத்தப்படுவது சகஜமான காரியமாகிவிடுகிறது. இதனை ஒரு உதாரணமாகக் கொண்டு இதனையொத்த பிற நிகழ்வுகளுக்கும் நாம் பொருத்திப் பார்த்துக் கொள்ள வேண்டும்.

ஷண்முகசுந்தரம் கிராம வாழ்வின் ஒரு நேர்மையான சாட்சி. தத்துவ முடிவுகளுக்கோ கெட்டிதட்டிப்போன எண்ணங்களுக்கோ அவல வெற்றி தேடித்தர தன் அனுபவங் களின் சிறகுகளை ஒடித்துக் கொள்ளாதவர். அனுபவங்கள் அவற்றின் சத்தை அவர்முன் உமிழ்ந்து விடுவதால், அனுபவத் தின் ஜீவனுள்ள பகுதியைப் பதிவு செய்து, தான் விரும்பும் விளைவை எளிதில் எழுப்புகிறார். இவர் எழுத்தில் செட்டு கூடியது இவ்வாறுதான் என்பதை நுணுகிப் பார்த்து உணர முடியும். அனுபவங்களை கௌரவப் பிரச்சினைகளுக்கு ஆளாக் காமல், அதாவது, கூறும் விஷயங்கள் தான் சார்ந்து நிற்கும் மக்களுக்குத் தேடித் தருவது கௌரவமா அவமானமா என்பது

போன்ற உணர்வுகள் எவற்றுக்கும் ஆளாகாமல் இயங்குகிறார். நிஜங்களின் விளைவுகளை அல்ல, நிஜங்களையே இவர் முதன்மைப்படுத்துகிறார். இவரிடத்தில் மிகையில்லை; பிரச்சார நோக்கமில்லை. விரும்பியதைப் பார்த்தலும் விரும்பாததை நிகழாதது என பாவனை செய்யும் தந்திரமும் இல்லை. வாழ்வின் முழுமையைக் காணவே இவருடைய ஆயத்தம்; கூடாது போனது இவருடைய வரையறை.

நெடுஞ்சாலைகளிலிருந்து விலகிப் பாதைகள் என அழைக்கத் தகுதியற்ற கரடு முரடான தடங்களில் - ஆசிரியர் பாஷையில் இட்டேறிகளில் - சென்று இவருடைய கிராமங்களை அடைகிறோம். ஓரத்தபாளையம் அல்லது வெங்கமேடு. கீரனூர் அல்லது சிவியார்பாளையம். வறண்ட நீர்நிலைகள். அனல் காற்று. சிற்சில இடங்களில் ஏதோ சிறிது பசுமை. பருத்தி அல்லது சோளம் அல்லது புகையிலை. தோட்டங்களில் ஆண்களுடன் பெண்களும் வேலை செய்கிறார்கள். நீர் இறைக்கப்படும் கிணற்று மேடுகள். தொலைவில் முள்வேலிகள். இவற்றைத் தாண்டி மனிதர்கள். எல்லாம் புதுப் பெயர்களாகவே இருக்கின்றன. நாச்சிமுத்து, கெட்டியப்பன், சின்னய்யன், வீராயி, முத்தையா, ராமாயி. பின் இவர்களின் வீடுகள்; உணவுப் பழக்கங்கள்; உறவுகள். ரொம்பவும் வித்தியாசமான உலகம் என்றே உணர்கிறோம். சரி. இப்போது கதாபாத்திரங்கள் இயங்க ஆரம்பித்துவிடுகிறார்கள். உண்மையில் அவர்கள் மன உலகை எட்டிப் பார்க்கத்தானே இத்தனை பீடிகை. இந்த இயக்கத்தைப் பின்தொடர்ந்து நாம் செல்லும்போது உலகின் முன் தங்களைக் காட்டிக்கொள்ள இவர்கள் அணிந்து கொண்டிருக்கும் முகமூடிகள் கழன்று நிஜ சொரூபங்கள் வெளியாகின்றன. அவர்களுடைய குரோதமும் பொறாமையில் சண்டையிட்டுப் பிரிதலும் கோள் சொல்லிப் பிளவுபடுத்தும் குணங்களும் அனுபவமாகின்றன. வேற்றுமை ஏற்படுத்திக்கொண்டிருந்த புற உலகச் சின்னங்கள் படிப்படியாய்க் கரைய, பின் நகர, நமக்கும் அவர்களுக்குமான தூரங்கள் சுருங்க, மன உலகில் இவர்களை மிக நெருக்கமான தாயாதிகளாக உணர்கிறோம். பின்னணிகளும் தோற்றங்களும் பழக்கவழக்கங்களும் அவற்றின் வலுவை இழக்க, மனநிலைகளின் மேடுகளிலும் சரிவுகளிலும்

தென்படும் வேற்றுமை ஓங்கி ஐக்கிய பாவம் கொள்கிறோம்.

மனிதனைச் சமூகப் பின்னணியில் வைத்துப் பார்ப்பது தவிர்க்க முடியாத காரியமாகவே இவ்வாசிரியருக்கு இருக்கிறது. கிராமிய வாழ்வில் சமூகத்தின் உயிருள்ள பகுதியாக அவர்கள் இயங்குகிறார்கள். கிராமியப் பொருளாதாரம் கூடி வாழ்தலைச் சகல மட்டங்களிலும் நிர்ப்பந்தப்படுத்துகிறது. வேலை, குடும்ப நிகழ்வுகள், பொது நிகழ்வுகள் அனைத்தையும் தனி மனிதன் சமூகத்துக்குத் தந்தும் பதிலுக்குப் பெற்றுமே வாழ்க்கை நடத்த முடிகிறது. வேலைகளில் - உழவிலும் நீர் இறைத்தலிலும் தோட்டத்தைக் காத்துதலிலும் களை பறித்தலிலும் விறகொடித்தலிலும் - பலர், குறைந்தபட்சம் கணவனும் மனைவியுமேனும், இணைய வேண்டியிருக்கிறது. இங்கு உறவுகள் பின்னிக்கொண்டு கிடக்கின்றன. தனிநபர் சுதந்திரத்தைக் காப்பாற்ற உதவும் நிறுவனங்கள் எவையும் இங்கில்லை. தன்னைச் சுற்றி வட்டம் போட்டுக்கொண்டு வாழ்தலும் கிராமத்தில் சாத்தியமில்லை. கூடி வாழ்தல் வாழ்வுக்கே தேவையான சமூக நிர்ப்பந்தமாகச் செயல்படுகிறது. இந்த அமைப்பு அது ஆற்றும் பங்கின் வலுவில் ஒட்டிக் கொண்டிருக்கிறது. அதனாலேயே இவ்வமைப்பு பூரணமானதாகி விடுமா? எந்த அமைப்புக்கும் அதற்குரிய முட்கள் உள்ளன. சமூக எதிர்பார்ப்புகள் பூர்த்தியாகிற அளவுகூட தனிமனித எதிர்பார்ப்புகள் பூர்த்தி பெறாமல் போவது இந்த அமைப்பின் முக்கியமான குறை. இதிலிருந்து விடுதலை தேடித் தன்னிச்சையான சுதந்திரத்திற்கு விழைதல் மோதல்களுக்கு வழிகோலும் காரியமாகிவிடுகிறது. சமூக நிர்ப்பந்தங்களுக்கும் தனிமனித அபிலாஷைகளுக்கும் உள்ள மோதல்களின் கோலங்களும் முடிவில் தனிமனிதனைச் சமூகம் நசுக்கிவிடும் அவலமும்தான் இவருடைய நாவல்களின் மையம் என்று சொல்லலாம். ஆசிரியர் நசுக்கப்படும் தனி மனிதனின் உணர்வுகளைப் பகிர்ந்து கொள்கிறார் என்பது தெளிவு. தனிமனித அபிலாஷைகள் கருகி, சமூகச் சிதையில் ஏன் சரிகின்றன என்பது பற்றி ஆசிரியர் எதுவும் யோசித்தவர் அல்லர் என்பதை அவருடைய நாவல்களே காட்டுகின்றன.

ஆசிரியரின் முடிவுகளை நாகம்மாள் (நாகம்மாள்),

பண்ணாடி (சட்டி சுட்டது) ஆகிய இரு கதாபாத்திரங்களிலும் - தன் உணர்வுகளின் பிரதிநிதிகளாக இவர்களை உருவாக்கி யுள்ளார் ஆசிரியர்- காணலாம். இவர்கள் வாழ்வு ஏன் இவ்வாறு முடிந்தது?

நாகம்மாள் வாழ்வை நோக்கி நிமிர்ந்து நடக்கத் தயாராக இருக்கிறாள். விதவையான தன்னைத் தன் கணவனின் தம்பி கண்காணிக்க, அவனுடைய மனைவி இல்லத்தரசியாக வளைய வரும் ஒரு வீட்டில் ஒடுங்கி வாழ வேண்டும் என்ற நிர்ப்பந்தம் ஏன்? ஆண்மை விரும்பிச் சீண்டும்படி இருக்கிறாள் அவள். கணவனின் சொத்து வேறு அவன் தம்பி வசம் இருக்கிறது. அதைப் பங்கு போட்டு வாங்க வேண்டியது; தன்னைச் சுற்றிவரும் கெட்டியப்பனோடு வாழ்க்கையைப் பகிர்ந்து கொள்ள வேண்டியது; தன் வீடு, தன் கணவன், தன் தோட்டம், தன் வாழ்க்கை, சுதந்திரமான வாழ்வு என்று இராதா? என்ன தப்பு? கூடிற்றா நாகம்மாளுக்கு? வேறு ஆண் பிள்ளையோடு அவள் விரிக்க எண்ணும் உறவில் தங்கள் குடும்பத்தின் மானமே போயிற்று என்று அலறுகிறார்கள் தம்பியும் அவன் மனைவியும். உண்மையில் மானம் பறிபோய்விடும் என்று பயப்படுகிறார்களா அல்லது சொத்துக் குறைந்துவிடும் என்று கவலைப்படுகிறார்களா? சொத்துக் குறைவதைத் தடுக்கத்தான் மானப்பிரச்சினையை ஒரு கருவியாகப் பயன்படுத்துகிறார்களோ? கெட்டியப்பனுக்கு நாகம்மாள் எனும் வசீகரம் மிகுந்த பெண்ணின்மீது ஆசையா? இல்லை, அவள் கொண்டு வரவிருக்கும் சொத்தின் மீதுதான் ஒரு கண்ணா? ஊருக்கு வெளியே, மனிதப் பார்வைக்கு வெகு தூரத்திற்கு அப்பால் நாகம்மாளைச் சந்திக்கும்போதுகூட, கெட்டியப்பன் அவளை இழுத்து அணைத்துக்கொள்வதைவிட்டு, சொத்தைப் பிரிப்பதற்கான உபாயங்கள் பற்றியல்லவா சளைத்துக்கொண்டிருக்கிறான்? நாகம்மாளுக்குக் கெட்டியப்பன்மீது ஆசையா அல்லது அடையப்போகும் சுதந்திர லோகத்துக்கு அவன் ஏற்ற காவலாளி என்ற எண்ணமா? மனநிலைகளில் எந்தப் பொய்யிலும் சரிந்துவிட ஆசிரியர் மறுத்துக் கதாபாத்திரங்களை உண்மை எனும் கத்தியின் விளிம்பு வழியாக நடத்திக் கொண்டு வந்ததில்

கதாபத்திரங்களுக்கும் அதன் மூலம் கதைக்கும் கூடிவரும் நுட்பங்கள் இவை.

நாகம்மாளின் அபிலாஷை கொலையில் முடிந்தது. ஷண்முகசுந்தரத்தை நாகம்மாள் நேரில் சந்திக்கக்கூடுமென்றால், 'ஏனுங்கோ இப்படி ஆச்சு?' என்று கேட்கக்கூடும். ஷண்முக சுந்தரத்தின் பதில், 'ஒண்ணும் தெரியலீங்கோ' என்றே இருக்கும்.

ஆசிரியரின் எண்ணங்களின் மற்றொரு பகுதியைப் பண்ணாடி மூலம் உணர இயலும். பண்ணாடி கிராம மதிப்பீடுகளின் நிறைவான உருவம். ஒதுங்கித் தன்மானத்தோடு வாழ வேண்டும் என்று ஆசைப்படும் கிழவர் அவர். குடும்பத்தின் மீது மிகுந்த பாசம். தெரிந்தவர்களுக்கு உபகாரம் செய்வதில் நம்பிக்கை. மண்ணைக் கொத்திக் கிடைப்பதை உண்டு மன நிம்மதியோடு வாழ வேண்டும் என்று நினைக்கிறார். இது ஒரு கனவா? பேராசையா? எதுவுமில்லை. அவர் தேடிய எளிய சந்தோஷம், எளிய திருப்தி அவரைத் தேடி வரவில்லை. ஏன்? மனைவியை இழந்தார். அவரது வயோதிக காலத்தில், திருமனத்திற்கு நிற்கும் தன் பெண்ணையும் அழைத்துக்கொண்டு தன் வீட்டைத் துறந்து, பெரியபிள்ளைகளைத் துறந்து, பேரக்குழந்தைகளைப் பிரிந்து தோட்டத்தில் சென்று வாழும் படியாகிறது. தன் பிள்ளைகளோடு எவ்வாறு உறவு முறிந்தது என்பதோ பிள்ளைகள் இவரை எவ்வாறு நடத்தினார்கள் என்பதோ நாவலில் காட்டப்படவில்லை. எப்படியோ முடிச்சு விழுந்துவிடும் என்று ஆசிரியர் நம்புகையில் எப்படி விழுந்தால் என்ன? பெண்ணைத் திருமணம் செய்து கொடுக்க வேண்டிய பொறுப்பு கனத்துக்கொண்டிருக்கிறது பண்ணாடிக்கு. ஆனால் அவரோ தன் பெயரிலுள்ள சொத்துகள் முழுவதையுமே தனக்கென எதுவுமே வைத்துக்கொள்ளாமல் பிள்ளைகளுக்கே கொடுத்துவிடுகிறார். மிச்சம், மனைவி விட்டுச் சென்றுள்ள நகைகள், மனைவி பெயரிலுள்ள சொத்து. இவற்றின் பலத்தால் பெண்ணைக் கரையேற்றி விடலாம் என்பது பண்ணாடியின் நினைப்பு. ஆனால் அந்தச் சொத்தையும் அபகரிக்க முனைகிறார்கள் அவருடைய பிள்ளைகள். சங்கடம்

பண்ணாடியின் மனசைக் கவ்வுகிறது.

நிம்மதியாக வாழ்வதற்கு அவசியமான யோக்கியதையும் ஏற்பாடுகளும் கொண்டவர்தான் பண்ணாடி. குழந்தைகளை மிகுந்த பிரியத்துடன் வளர்த்தார். ஊரில், சகவாச தோஷத்தில் தன் பிள்ளைகள் கெட்டுப்போய்விடக்கூடாதே என்ற எண்ணத்தில் அவர்களை முன்னெச்சரிக்கையாக வெளியூரில் விடுதியில் தங்க வைத்துப் படிக்க வைக்கிறார். அவர்கள் நடத்தைகளை நேரில் சென்று கண்காணித்து வருகிறார். இருந்தும் நிம்மதியின்றி உழலும் நிலை அவர்மீது கவிழ்ந்துவிடுகிறது.

நாவல் உலகில் சஞ்சரிப்பது ஆசிரியருக்கு நெடுஞ்சாலையில் நடந்து செல்வது போன்று மிகச் சரளமான இயற்கையான காரியமாக இருக்கிறது. பாத்திரங்கள் ஆயாசம் எதுவுமின்றித் தம் போக்கில் எழும்பிவருகிறார்கள். அவர்களை 'உருவாக்கும்' காரியம் எதுவுமில்லை. நாகம்மாளும் பண்ணாடியும் வாழ்வுமீது ஆசிரியர் கொண்டுள்ள ஈடுபாட்டின் வெற்றி என்று சொல்லலாம். ஆசிரியருடைய கதாபாத்திரங்களில் மட்டுமல்ல, தமிழ் நாவல் கதாபத்திரங்கள் என எடுத்துக்கொண்டாலும்கூட, நாகம்மாளுக்கு மிக முக்கியமான இடமுண்டு. எவ்வித ஒப்பனையும் செய்யப்படாமல் உயிர்ப்புடன் இயங்குகிறாள் அவள்.

தன் அனுபவங்களை மிகுந்த உண்மையுணர்வோடும் கலைப்பாங்கோடும் ஆசிரியர் எழுதியிருக்கிறார். இவ் விஷயத்தில் அனுபவ உண்மைகளைப் பிரதிபலிக்கும் கண்ணாடிபோல் அவர் பங்காற்றியுள்ளார். ஆனால் ஆசிரி-யரின் அனுபவங்கள் அவருக்கே உரித்தான வாழ்க்கைக் கண்ணோட்டத்திற்கு ஆளானதன் மூலம் வீச்சும் விரிவும் பெற்றுச் செழுமையடைந்ததாகச் சொல்ல இயலாது. ஆசிரி-யனின் எழுத்து மூலம் நாம் பெறும் அனுபவத்தை ஆசிரியரின் கிராமங்களில் வாழ்வது மூலம் நேரடியாகப் பெற்றுவிடலாம் என்று தோன்றுகிறது அல்லவா? கலைஞனின் பார்வைக்கு அனுபவங்கள் இலக்காகும்போது தனி உலகம் ஒன்று எழுகிறது. அந்த உலகத்தை அவன் படைப்பு மூலமன்றி வேறு எவ்விதத்திலும் நாம் சந்திப்பது சாத்தியமற்றதாகிவிடுகிறது.

கலைஞன் இவ்வாறு தன்னைத் தவிர்க்க இயலாதபடி ஸ்தாபித்துக் கொள்கிறான். இந்த ஸ்திதியை ஆசிரியர் பெறவில்லை என்பது அவருடைய வரையறையை நமக்கு உணர்த்தும் காரியத்தைச் செய்கிறது. இங்குகூட ஆசிரியர் தனக்கே உரித்தான உலகம் ஒன்றைப் படைத்துள்ளதான மயக்கம் ஏற்படலாம். இம்மயக்கம் அவர் காட்டும் வித்தியாசமான பின்னணியைச் சார்ந்து எழுவது. பின்னணி வேறு; பார்வை வேறு. பின்னணி வெறும் புறநிலை இயக்கம்; பார்வை அக ஒளி.

ஆசிரியர் அதிகமாக எழுதியிருந்தாலும் அனுபவ உண்மை களின் அடிப்படையில் இவருக்கு அதிகமாக எழுத எதுவும் நிர்ப்பந்தமில்லை. கிராமிய வாழ்வின் தோற்றமும் மன இயல்புகளும் அவலமும் இளம் பருவத்திலேயே ஆசிரியர் உணர்ந்துவிட்டவை. தன் சிறுவயதில் (22ஆம் வயதில் எனச் சொல்லப்படுகிறது) ஆசிரியர் 'நாகம்மாளை' எழுதிவிட்டாராம். இந்த ஒரு படைப்பு மூலமே இவர் தன்னைப் பூரணமாக வெளிப்படுத்திக் கொண்டுவிட்டார் என்று சொல்லலாம். இது ஒரு சாதனைதான். பின்வரும் படைப்புகளில் 'நாகம்மாளி'ல் நாம் காணாத ஆசிரியரையோ கண்ட ஆசிரியரின் வளர்ச்சியையோ பார்க்க இயலாதுபோவது, அனுபவங்கள் கெட்டிதட்டிப் போய் விட்டதையும் வளர்ச்சி முடங்கிவிட்டதையுமே காட்டுகிறது. 'நாகம்மாளு'க்குப் பின் சுமார் முப்பது வருடங்கள் தாண்டி எழுதப்பட்டுள்ள 'சட்டி சுட்டது' நாவலைப் படிக்கும் போது இந்த நீண்ட இடைவெளி ஆசிரியரிடத்தில் எவ்வித பாதிப்பையும் ஏற்படுத்தவில்லை என்பது ஆயாசம் தரும் விஷயமாகவே இருக்கிறது. இவர் பொருட்படுத்தி எழுதியுள்ள எல்லா நாவல்களிலுமே 'நாகம்மாளி'ல் சந்தித்த ஆசிரியரையே எவ்வித வளர்ச்சியுமின்றிச் சந்திக்கிறோம்.

உதாசீனமான நோக்கங்களுடன், படைப்பின் உணர்வுகள் எவற்றிற்கும் கொஞ்சமும் ஆளாகாமல் ஆசிரியர் பல நாவல்கள் எழுதியுள்ளார். இவற்றை நாவல்கள் என அழைப்பதுகூட, வேறு எவ்வாறு அழைக்கப்பட வேண்டும் எனத் தெரியாத சங்கடத்தினால்தான். பொருளாதார நெருக்கடிக்கு ஈடுகொடுக்க

இவற்றை இவர் எழுதியிருக்கக்கூடும் என்று சொல்லப்படுகிறது. அனுபவங்களை மதிக்கும் இவருடைய மனப்பாங்கும் அவற்றை யதார்த்தமாகச் சொல்ல முற்படும் இவர் புறப்பாடும் வாழ்வின் நெருக்கடிகளுக்கு முன்னால் அபத்தமான நிலைகளுக்குச் சரிந்துள்ளனவே தவிர, வியாபார ரீதியான எழுத்தை உருவாக்குவது இவருக்குச் சாத்தியமற்ற காரியமாகவே முடிந்திருக்கிறது. ஆரம்பப் பள்ளிக்கூட நாடகத்தில் சிறு பெண் தாசி வேஷம் போட்டுக் கொண்டதுபோல் பரிதாப உணர்வையே ஏற்படுத்துகிறது, இவ்வகையான இவருடைய புத்தகங்கள். இப்புத்தகங்களை எழுதி ஆசிரியர் தனக்குக் களங்கம் ஏற்படுத்திக்கொண்டார் என்று இலக்கிய விமர்சகன் சொல்லலாம். அப்போதுகூட, ஒரு நல்ல எழுத்தாளருக்கு எளிமையாக வாழக்கூட வகை செய்து தராத இச்சமூகத்தில், சக எழுத்தாளர்களும் வாசகர்களும் பிரசுர நிறுவனங்களும் பல்கலைக்கழகங்களும் தமிழாசிரியர்களும் களங்கப்பட்ட பின் கடைசிபட்சமாகத்தான் ஆசிரியர் களங்கப்படுவார் என்று தோன்றுகிறது. தீராத பிடிவாதத்துடன் க.நா.சு. இவரைக் கவனப்படுத்தியிருக்காவிட்டால் நம்முடைய பரிபூரணமான புறக்கணிப்புக்கு இவர் ஆளாகியிருக்கக் கூடுமோ? அந்த விமர்சகருக்கு நாம் நன்றி தெரிவிக்கக் கடமைப் பட்டுள்ளோம்.

பிரக்ஞை, 1977

22

மௌனி

திரை அருகில் இருந்தாலும் அப்புறம் என்ன என்று அறியக் கூடவில்லை; நீக்கியும் கண்டு சொல்ல முடியவில்லை.

-மௌனி (எங்கிருந்தோ வந்தான்)

மௌனி மறைந்துவிட்டார். மரணம் அவர்மீதும் கவிந்துவிட்டது. மரணம் அதன் பாரபட்சமற்ற தன்மையையும் நிச்சயத்தாக்கு தலையும் ஒவ்வொரு முறை நிரூபிக்கும்போதும் நாம் மீண்டும் அதிர்ச்சி கொள்கிறோம். மரணத்தை சகஜமாகக் கண்டு, அதன் வருகை வரையிலும், முன்கூட்டிக் கணிக்க இயலாத வாழ்வின் இதழ் விரிப்புகளைப் புதுமையாகக் காண வேண்டிய நாம், அனைத்தையும் பழமையாகக் கண்டு, ஆகப் பழமையான மரணத்தை மட்டுமே புதுமையாகக் காண்கிறோம்.

மௌனி மறைந்துவிட்டார். ஆனால் அவருடைய படைப்புலகமோ இதோ இப்போதும் நம் கைக்கு எட்டும் தூரத்தில் இருக்கிறது. நினைத்த மாத்திரத்தில் இப்போதும் நாம் அதன் உள்ளே நுழைய முடியும். முன் எண்ணங்களை உதறிவிட்டு, மன வாசல்களையும் சற்றே திறந்து வைத்துக் கொண்டோம் என்றால், மௌனியின் எழுத்துருவம் ஒரு புதிய பரிமாணத்தை இப்போதும் நமக்குத் தரக்கூடும். படைப்பாயிளின் மறைவு,

அவன் படைப்பின்மீது நமக்கு அனுதாபத்தை ஏற்படுத்தும் என்றால், படைப்பைவிடப் படைப்பாளி முக்கியம் என்றாகி விடும். காலத்தை முறியடிக்க முன்னும் கலையை ஒருவன் உருவாக்கிய பின்னரும், காலத்தால் வீழ்ந்துவிடும் உடலைப் பற்றிக்கொண்டிருக்க முடியுமா? தன் அழிவுக்கு எதிராகக் காலத்தின்மீது நகர்த்த, தனக்கென்று எதுவும் இல்லாத உடலாகக் கலைஞனை எப்படிக் காண முடியும்? மௌனி என்ற ஜீவிதத்தின் அர்த்தம் இப்போதும் இருந்துகொண்டிருக்கிறது. அதற்கே உரித்தான வியாகூலங்கள், சஞ்சலங்கள், அழகின் மின்னல்கள், திக்பிரமைகள், பரிதவிப்புகள் எல்லாம் தனி மனிதனின் வாழ்வுபோல் அலங்கோலமாக இல்லாமல், கட்டு மானத்துடன், பொருள்சார்ந்த வடிவத்தில் நம்முன் இருக்கிறது அது.

இவ்வாறெல்லாம் யோசித்த பின்னரும் மனத்தை வெறுமை கவ்வுகிறது. மாற்றாக மௌனியின் படைப்புலகத்தை மீண்டும் இப்போது நினைவுகூர்ந்து பார்க்கலாம். அவர் படைப்புக்கும் நமக்குமான உறவைத் துல்லியப்படுத்திக்கொள்ள மீண்டும் ஒரு பிரயாசை நாம் எடுத்துக்கொள்வோம் என்றால் அதுவே நாம் அவருக்குச் செலுத்தும் அஞ்சலியாக இருக்கும்.

வாழ்வை உள்ளடக்கிக் கொண்டு, ஆனால் முற்றாக அதை விளங்கிக் கொள்ள முடியாத பிரமிப்பை எப்போதும் நமக்குத் தந்தபடி சுழன்று கொண்டிருக்கும் இந்தப் பூமி எனும் ஆகர்ஷண மண்டலத்துக்கு மேலே, மற்றொரு சிறு ஆகர்ஷண கோளமாக அந்தரத்தில் தொங்குகிறது மௌனியின் படைப்புலகம். தெளிவும் தெளிவின்மையும், சிறிது வெளிப்படையும் அதிக ரகசியங்களும், காரிருளும் மின்னல் கீற்றுகளும் கொண்ட கோளம் இது. ஆனால் விடாது நம்மை ஆகர்ஷித்து, களைப்பின்றிப் பின்தொடர்ந்து விரைய, சுகமான வற்புறுத்தலைத் தந்துகொண்டும் இருக்கிறது. இந்த மண்ணின் வெளிப்பாடுகளுக்கும் அந்தரத்தில் தொங்கும் இந்த ஆகர்ஷண கோளத்திற்குமான வேற்றுமைகள் வெளிப்படையானவை. மண்ணின் கோலங்களையோ ஸ்தூலப் பிரதிபலிப்புகளையோ யந்திர வியாபங்களையோ லௌகீக நியதிகளையோ பிரதிபலிக்க

மறுத்த கோளம் இது. வீச்சின்றிச் சுருங்கித் தன் மண்ணையும் உதறிவிட்ட இந்தச் சிறிய கோளம் நம்மை ஏன் ஆகர்ஷிக்க வேண்டும்? நம் தளத்தை அது நிராகரித்ததுபோல் அதையும் நமக்கு ஏன் நிராகரிக்க முடியாமல் போயிற்று?

புற வீச்சின் வியாபகத்தைப் படைப்புத் தேவையில் சுருக்கிக் கொண்டு விட்ட மௌனியின் எழுத்துகளில் எப்போதும் ஒரு வாலிபன் வருகிறான். அவன் காதல் ஏக்கம் கொண்டிருக்கிறான். காதலில் தன்னைக் கரைத்துக் கொள்வதில் உவகை பொங்க நிற்கிறாள் அவன் காதலிக்கும் யுவதியும். இந்த இரு ஜீவன்களின் இடையே நிகழும் ஆகர்ஷணம் மனத்தளத்தில் விரிந்து, புறத்தளத்தில் சிறிது நிகழ்கிறது. ஆகர்ஷணம் அல்ல; ஆகர்ஷணத்தின் விளைவான வியாகூலம்தான் தொடர்ந்து இங்கு மீட்டப்படுகிறது. இந்தச் சோக மீட்டலுக்கு அழுத்தம் தரும் ஸ்வர ஸ்தானங்களும் நாதங்களும் பின்னணிகளுமே இந்த மண்ணிலிருந்து இவர் படைப்பில் இடம்பெறுகின்றன. சோகம் கவிந்து நிற்கும் மனத்திற்குச் சுருதி கூட்டவே புறஉலக வர்ணனைகளும் பயன்படுகின்றன. பரஸ்பர ஆகர்ஷணத்திலும் பிரிவிலும் வியாகூலமுறும் இந்த ஜீவன்களின் ஜோடிகள் ஒருவரையொருவர் அதிகம் அறிந்தவர்களும் அல்லர். ஒரு ஜீவன் மற்றொரு ஜீவனைச் செய்திவசமாகவே அறிந்திருக்கிறது. அல்லது தூரப் பார்வையில் சிறிது தெரிந்துகொண்டிருக்கிறது. அல்லது கிட்டப்பார்வையில் சற்றே அதிகமாக உணர்ந்து கொண்டிருக்கிறது. அறியநேர்ந்த இந்தக் கீற்று அனுபவங்களைச் சார்ந்து அல்ல, இக்கீற்றுகள் உருவாக்கும் கற்பனையைச் சார்ந்தே காதலின் ஆகர்ஷணம் உள் பெருக்காக மனங்களில் மண்டுகிறது. ஒருபோதும் இந்த ஜீவன்கள் இணைவதும் இல்லை. இணைவதற்கான பிரயாசைகள் மேற்கொள்வதும் இல்லை. யதார்த்தத் தளத்தில் கூடி முயங்கும் உன்னிப்பும் இவர்களுக்கு இல்லை. கூடி முயங்குவதில் பெறும் இன்பத்திற்காக அல்ல; பிரிவின் துக்க லகரியை உண்டு, கவித்துவப் புலம்பலுக்குத் தங்களை ஆட்படுத்திக்கொள்ளவே ஆகர்ஷணம் கொள்ள முன்னுவதுபோல் நம்மை எண்ண வைத்துவிடுகின்றன இந்த ஜீவன்கள். இவ்வாறு இணைய முடியாமல் போனதற்கு, இளமையில் பாய்ந்து குறுக்கிட்டு ஒருவரை விழுங்கி விடும்

மரணம், எப்போதும் ஒரு காரணமாக இருக்கிறது. மரணத்தின் சொரூப உக்கிரம் கூட இல்லாத அற்ப அபத்தங்களும்கூடக் காரணங்களாகி விடுகின்றன. எப்படியும் இணைய முடியாமல் போகிறது. இதுதான் முக்கியம்: அடைவதற்காக ஜீவனைப்பிடுங்கும் வேட்கையும் அடைய முடியாமல் போகும் அவலமும்; இதுதான் மௌனியின் மையமான தந்தி. இதையே வெவ்வேறு வார்த்தைகளில், வெவ்வேறு பின்னணிகளில், வெவ்வேறு பெயர்களில், வெவ்வேறு கோலங்களில் அவர் மீட்டுகிறார். மௌனியின் கலையில் காதலைச் சார்ந்து நிகழும் இந்த அவலங்கள் நம் அனுபவத்தில் முழு வாழ்வையும் தொட்டு விரிவு கொள்கின்றன.

மௌனியின் கலைக்கும் நம் வாழ்வுக்குமான தொடர்பு மந்திரவாதிக்கும் கண்கட்டு வித்தைக்குமான தொடர்பைப் போன்றது. வாழ்வின் தளம்போல் மந்திரவாதியும் நிஜம். பொருள் வேண்டி நிற்கும் வாழ்வின் நிலையை மௌனியின் கலை ஏற்றுக் கொண்டிருப்பதால்தான் அவலப் பூச்சான அவரது கலைக் கண்கட்டு வித்தைகள் ஆழ்ந்த அர்த்தத்தைப் பாய்ச்சுகின்றன. வாழ்வின் நிலையில் கனவு, ஸ்திதியின் குரூரம், அவலம் மூன்றும் ஒன்றிலிருந்து மற்றொன்றைப் பிரிக்க முடியாமல் பின்னிக் கிடக்கின்றன. இவ்வனுபவங்களின் மையம் மௌனியின் கலை உலகத்தின் மையத்தால் அதிர்வு கொள்கிறது. அங்குக் காதலுக்கு எதிராக முறிவுகள், கனவைப் பறிக்கும் மரணங்கள், இசைக்கு எதிராக அபஸ்வரங்கள், தோற்றத்துக்கும் நிஜத்திற்குமான முரண் நிலைகள், என்ன ஏது என்று தெரியாத புதிர், திக்பிரமை ஆகியன காட்சிப்படுகின்றன.

நமது போதாமையை எப்போதும் நாம் உள்ளூர உணரும் வகையில் வாழ்வு தொடர்ந்துகொண்டிருக்கிறது. இப்போதாமை நம்மை வருத்தம் கொள்ளச் செய்கிறது. அள்ளி அள்ளிப் பிடிக்கும்போதும் பிடிப்பை வழுக்கிக்கொண்டு தூரத் தூரப் போகிறது வாழ்க்கை. நாம் நம்மைக் காட்டிக்கொள்ள விரும்பும் முகமூடிகளுக்கு அப்பால், நமது சித்தாந்தங்களுக்கும் தத்துவங்களுக்கும் அப்பால் நமது மரபு சார்ந்த வலுக்களுக்கு அப்பால் உள்ளூர போதாமையின் துக்கம் நம்மைச் சங்கடப்

படுத்திக் கொண்டிருக்கிறது. எதையும் முற்றாக அறியவோ அணைக்கவோ சொந்தமாக்கிக் கொள்ளவோ நம் விருப்பம் போல் இயக்கவோ முடியாமல் போகும் போதாமை இது. இந்த அபூர்ணத்தின் துக்க நிலையை மௌனியின் கலை ஸ்பரிசித்து மீட்டுகிறது. காதல் எனும் முகாந்திரத்தை முன் நிறுத்தி எழுப்பப்படும் மீட்டல்களின் அதிர்வுகள் முழு வாழ்வுக்குமாக விரிகின்றன. அந்தரத்தில் தொங்குவது போன்ற இவரது ஆகர்ஷணகோளம் வாழ்வின் அபூர்ணத்தின் குறியீடே. இவரது மொத்தப் படைப்பும் ஒரு குறியீடாகத் தோற்றம் தரும் வலிமையும் இறுக்கமும் கொண்டது.

கொல்லிப்பாவை, 1985

23
சேரன் கவிதைகள்

சேரன் மதிக்கத் தகுந்த ஒரு கவி. மரபு பதப்படுத்தி வைத்திருக்கும் அவரது மொழி, பொருளை வளைத்துக் கட்டும் ஆற்றல் கொண்டது. நுட்பங்களையும் சிக்கல்களையும் மடக்கிக்கொண்டு வரும்போது கூட ஆயாசத்தின் பெருமூச்சை விடாதது.

சேரன் இக்காலத்திற்குரிய பார்வை கொண்டவர். அப்பார்வையால் மரபுக் கவிதையுடன் இணைந்து வரும் களிம்பை - இறந்த காலத்தின் களிம்பு அது- நீக்கிவிட்டு அதன் ஆற்றலை மட்டும் தக்க வைத்துக் கொண்டிருக்கிறார். நம் பண்டைக் கவிதையின் தொடர்ச்சியாக இருப்பது அவரது கவித்துவ மொழி. இத்தொடர்ச்சி மரபுக் கவிதைகளுடன் உறவாடத் தூண்டக்கூடியது. கவிதையின் உயிர், யாப்பின் நுரையீரலில்தான் வாழ்ந்துகொண்டிருக்கிறது என்ற கற்பனையைத் தாண்டிவந்தவர்களாக அவர்கள் இருந்தால் மட்டுமே போதுமானது.

காலத்துக்கும் சேரனுக்குமான உறவு என்ன? நவீனத்துவத்தின் பாதிப்பைப் பெற்ற கவிஞர்தானா அவர்? அவருடைய மண்ணைச் சார்ந்த பாதிப்புகள்தான் அவரிடம் தூக்கலாக வெளிப்பட்டிருக்கின்றன. மேற்கத்தியச் சிந்தனையின் பாதிப்பிலிருந்து ஒரு கவிஞன் தப்பித்துவிட

முடியுமா? கல்வி, வாசிப்பு, பயணங்கள் போன்றவை ஒரு கலைஞனை மேற்கத்தியப் பாதிப்பிலிருந்து தப்பித்து நிற்க விடுவதில்லை.

சேரன் சிறிதும் அந்நியமாதலுக்கு ஆளாகவில்லை. அந்நிய மாதலுக்கு ஆளாவதன் மூலம் ஒரு படைப்பாளி மரபு தராத சில சுதந்திரங்களை வென்றெடுக்கிறான் என்பது என் எண்ணம். இதன் பொருள் அந்நியமாதலுக்கு ஆளாகவில்லையென்றால் படைக்க முடியாது என்பது அல்ல. அந்நியமாதலுக்கு ஆளாகாததைப் படைப்பில் நான் ஒரு குறையாகச் சுட்டுவேன் என்பதும் அல்ல.

புதுக்கவிதை தமிழகத்தில் தோன்றுவதற்கு முன் இங்குக் கவிதையில் மிகப் பெரிய தேக்கம் இருந்தது. இப்போது இதைக் கற்பனை செய்துபார்ப்பது சற்றுக் கடினமானது. பாரதிதாசன் அவரது மிகச் சிறந்த கவிதைகளை எழுதி முடித்த பின், 1959இல் 'எழுத்து' இதழில் சி.சு. செல்லப்பா, ந. பிச்சமூர்த்தியின் 'பெட்டிக் கடை நாராயணன்' என்ற கவிதையை மறுபிரசுரம் செய்வதற்கு முன் – காலம் சூல் கொண்டிருந்த புதுக்கவிதையின் ஊற்றுக்கண் திறக்க இக்கவிதையும் ஒரு தூண்டுகோலாக அமைந்தது – கவிதை இங்கு வறண்டு கிடந்தது.

என்னென்ன நம்பிக்கைகள் சார்ந்து இந்த வறட்சி உருவாயிற்றோ அந்த நம்பிக்கைகளைப் புதுக்கவிஞர்கள் கிழித்துக் காற்றில் பறக்க விட்டார்கள். அது ஒரு அதீதமான செயல்பாடு என்ற எண்ணம் அன்றையச் சூழலில் இருந்தது. உருவம் சார்ந்தும் உள்ளடக்கம் சார்ந்தும் அன்று மீறப்பட்டவை அதீதமானவைதான். இலக்கியத்தில் ஒரு புதிய எழுச்சி தோன்றுகிறபோது அது தர்க்கம் சார்ந்தோ சமநிலை சார்ந்தோ உருவாவதில்லை. நீங்கள் நிற்கிற மரபுப் புள்ளியிலிருந்து மிகக் கவனமாக ஒரு அடிதான் எடுத்து முன்னே வைப்பீர்கள் என்றால் மரபு உங்களை வாரிச் சுருட்டி நீங்கள் நின்றிருந்த புள்ளிக்கு உங்களைப் பின்னகர்த்திவிடும். மிகப் பெரிய தாண்டலை உங்களால் நிகழ்த்த முடிந்தால்தான் மரபின் ஈர்ப்பு வளையத்திலிருந்து வெளியே வந்து உங்களுடைய அனுபவங்களை உங்கள் குரலில் சொல்லமுடியும்.

சேரனின் மொத்தக் கவிதைகளையும் படித்துப் பார்க்கும் போது மரபிலிருந்து வெளியே வர அவருக்குப் பாக்கி நிற்கிறது என்ற எண்ணம் ஏற்பட்டது. இது ஒரு பக்கம். மற்றொரு பக்கம் அன்று தமிழகக் கவிஞர்கள் எப்படி மரபை எதிர்கொண்டார்களோ அப்படித்தான் சேரனும் எதிர்கொண்டிருந்திருக்க வேண்டும் என்ற கட்டாயம் இல்லை. அவர் அவருடைய மண்ணைச் சார்ந்த பாதிப்புகளைப் பெற்றுத் தம் கவிதைகளைப் படைத்திருப்பது வெகு இயற்கையான காரியம். மன ஆரோக்கியத்தைக் காட்டும் காரியம்.

நாங்களோ ஆராய்ச்சி அறிஞர் வானமாமலை அவர்களால் 'மன வக்கிரங்களுக்கு ஆட்பட்ட நோயுற்ற கவிஞர்கள்' எனும் பாராட்டைப் பெறும் பாக்கியத்தைப் பெற்றிருந்தவர்கள். அதுபோன்ற ஒரு பாக்கியத்தைச் சேரனும் பெற்றிருந்திருக்க வேண்டும் என்பது இல்லை. பெற்றிருந்தால், ஒருக்கால், இதைவிடவும் சிறப்பான கவிதைகளை அவர் எழுதியிருக்கக்கூடுமோ என்னவோ. மன ஆரோக்கியமும் நோயுற்றுவிட்ட இக்காலத்தின் தாக்கமும் இணையும்போதுதான் கவிதைகள் நாம் வாழும் காலத்திற்குரிய ஆழத்தைத் தேடிச் செல்வதான தோற்றத்தைத் தருகின்றன.

சேரனின் கவிதைகளை இப்போது புத்தக வடிவில் படித்தபோது கால வரிசையில் அவற்றைப் படித்துப் பார்க்க வேண்டும் என்ற எண்ணம் தோன்றிற்று. தொகுப்பில், கவிதைகள் அச்சேறிய வருடங்கள் தரப்படாத நிலையில் அவை காலவரிசையில்தான் தொகுக்கப் பட்டிருக்கின்றன என்று கற்பனை செய்துகொள்ள நான் விரும்பவில்லை.

இவரது கவிதைகளிலிருந்து நான் பெற்ற அனுபவங்களை மூன்று தளங்களில் பிரிக்கலாம் என்று நினைக்கிறேன். இது போன்ற பிரிவுகள் இயற்கையான அளவுக்குச் செயற்கை யானவையும்தான். ஆனால் ஒரு படைப்பாளியுடன் ஆரம்ப உறவை நெருக்கிக்கொள்ள இது போன்ற பிரிவுகள் ஒரு எல்லை வரையிலும்உபயோகமானவை. படைப்பாளி நம் பிடி மானத்துக்குள்வந்துவிட்ட நிறைவு கூடும்போது இப்பிரிவுகள் வெளிறியும் போய்விடுகின்றன.

சேரன் கவிதைகள்

சேரனின் கவிதைகளை இயற்கை, காதல், போர் என்று நாம் பிரித்துக்கொள்ளலாம். இவரது கவித்துவ ஆளுமையை ஒரு தொடரில் குறுக்குவது என்றால், இயற்கையும் காதலும் போரும் என்று சொல்லி விடலாம். இன்னும் சற்று அழுத்த விரும்புவோம் என்றால் இயற்கையின் உபாசகன் என்றும் நித்திய காதலன் என்றும் இடையறாத போராளி என்றும் வருணிக்கலாம்.

இயற்கை அவர் கவிதைகளில் நேர்த்தியாக வெளிப் பட்டிருக்கிறது. ஈழத்தமிழ் எழுத்தாளர்களுடன் நான் பல முறை என் ஊர்ப்பக்கங்களில் சுற்றியிருக்கிறேன். தங்கள் ஊர் இயற்கை வளத்திற்குமான ஒற்றுமையைச் சுட்டி அவர்கள் வியக்கிறபோது நானும் அவர்களும் ஒரே மண்ணைச் சேர்ந்தவர்கள் என்ற உணர்வு தோன்றி உறவில் நெருக்கம் கூடியிருக்கிறது. நடுவே கிடந்து துள்ளி மறியும் கடல் வற்றிப்போய்விட்டது போன்ற பிரமை ஏற்பட்டிருக்கிறது. இப்போது இக்கவிதைகளில் அந்த இயற்கையின் பேரழகுகளை மீண்டும் பார்க்க நேர்ந்தபோது மனத்தில் நெகிழ்ச்சி கூடிற்று. எண்ணற்ற மரங்கள், செடிகள், புல் பூண்டுகள், பூவரசு, ஆலமரம், மலைவேம்பு, குடைவாகை. நாம் நன்கு அறிந்த இப்பெயர்கள் ஒவ்வொன்றும் இவரது கவித்துவ வரிகளில் ஏன் இவ்வளவு கவர்ச்சி கொள்கின்றன என்ற கேள்விக்கு எனக்கு விடை கிடைக்கவில்லை.

இயற்கை அழகானதுதான். இங்குச் சுட்டப்படுவது அந்த அழகு மட்டுமல்ல. அவருடைய மண்ணில் அவை முளைத்தெழுந்து, கிளை வீசிப் படர்ந்திருக்கும் பெருமிதம்தான் கவித்துவ வரிகளில் விம்முகிறது. இந்த மண்ணும் இந்த மண்ணுக்குரிய இயற்கை வளங்களும் இன்று நம்மிடம் இருக்கின்றனவா? இவற்றை நாம் தக்கவைத்துக் கொள்வோமா? இம்மரங்கள் மீது பட்டு நம் மீது உராயும் காற்றை நாம் மீண்டும் என்றேனும் அனுபவிக்க முடியுமா? இவைபோன்ற கேள்விகள் சார்ந்த விசனங்கள், பின்னால் இவரது போர் சார்ந்த கவிதைகளைப் படிக்க நேரும்போது நம் மனத்தில் படர்கின்றன.

காதல் சம்பந்தப்பட்ட கவிதைகள் உடலும் உள்ளமும்

சார்ந்தவை. உடல் சார்ந்த அழுத்தம் முக்கியமானது. இந்த அழுத்தத்தைத் துல்லியமாகவும் இங்கிதத்துடனும் அவருடைய கவித்துவ மொழி வெளிப்படுத்துகிறது. ஆனால் காதல்கள் நிறைவான வாழ்க்கையைச் சென்றடைவதில்லை. வாழ்க்கையே சீர்குலைந்து சின்னாபின்னப்பட்டுக் கிடக்கிறபோது காதல் மட்டும் எப்படி நிறைவடைந்துவிட முடியும்? உடல் சார்ந்த கவர்ச்சியும் மனம் சார்ந்த உணர்வுகளும் கூடி உறவாடும் நேரத்திலேயே பிரிவும் பிரிவு சார்ந்த துக்கமும் கவிகின்றன. இவரது காதலர்களுக்கு உடலும் மனமும் இருக்கிற அளவுக்கு முகம் இல்லை. அந்தக் காதலர்களின் முகங்களைப் பார்க்க நாம் ஏங்குகிறோம். ஆனால் அவற்றைப் பார்க்க முடியாதபடி மொத்தக் காதல் கவிதைகள் மீதும் ஒரு மூட்டம் பரவிக் கிடக்கிறது. வேரற்ற, நிச்சயமற்ற வாழ்க்கையின் மூட்டம் அது.

போர் சார்ந்த கவிதைகள் எண்ணிக்கையில் மிகுதியானவை. போருக்குப் பின்னால் நிற்கும் அரசியல் விவகாரங்களையோ சண்டைக் காட்சிகளின் விவரங்களையோ வருணிக்கக் கவித்துவ மொழி பொதுவாக இடம் தருவதில்லை. போர் சார்ந்த மானுடத் துக்கத்தைப் பற்றித்தான் இவரது கவிதைகள் பேசுகின்றன. குழந்தைகள் மிகக் கொடுமையாகக் கொல்லப் படுகின்றன. பெண்களின் மனமும் மானமும் சிதைக்கப் படுகின்றன. எந்த நேரத்திலும் மனிதன் தன் உயிரை இழந்து விடலாம். உயிரை இழக்காத நேரத்திலும் உறுப்புகளை இழந்து விடலாம். பார்வையை, பேசும் சக்தியை, கேட்கும் திறனை இழந்துவிடலாம். ‘என்றேனும் இந்தப் பிரச்சினை தீருமா?’ என்ற விடையற்ற கேள்வி நம் மனத்தில் சதா ஒலித்த வண்ணம் இருக்கிறது

போர், கொடுமையைக் கேட்டு நிற்பது, கவிதையோ புதுமையைக் கேட்பது. தொடர்ந்து பாடு பொருளாகப் போர் இடம்பெறும்போது கவிதை கேட்கும் புதுமையை அதற்கு அளிக்க முடியாத தவிப்பு நேர்ந்துவிடுகிறது. வெவ்வேறு கோணங்களில், வெவ்வேறு காட்சிகளை முன்னிறுத்துவதன் மூலம் கவிதை கேட்டுநிற்கும் புதுமையைச் சேரன் அளிக்க

முயல்கிறார். என்றாலும் கவிதையின் உயிர்த்துடிப்புக்கு அவசியமான புதுமையை அளிக்க முடியாததில் கூடும் சலிப்பு பல கவிதைகளில் வெளிப்படுகின்றது.

தமிழினம், வரலாற்றில் இன்றைய துக்கத்துக்கு இணையானத் துக்கத்தை இதற்கு முன் எப்போதும் அனுபவித்ததில்லை என்று தான் கருதுகிறேன். இந்த அளவுக்கு எப்போதும் இழந்ததும் இல்லை. அந்த இழப்பு தரும் துக்கத்தின் கவித்துவப் பதிவு இத்தொகுப்பு.

சேரனின் 'நீ இப்பொழுது இறங்கும் ஆறு' கவிதை தொகுப்பு வெளியீட்டு விழா, மியூஸியம் ஹால், சென்னை, 31-8-2000.

24
பஷீர்:
முற்போக்கு இலக்கியத்தின் அசல்

வைக்கம் முகம்மது பஷீர் என்ற மலையாள எழுத்தாளர் சமீபத்தில் தனது 84ஆம் வயதில் - பிறந்த வருடத்தைப் பற்றிக் கருத்து வேற்றுமை இருக்கிறது - மறைந்தபோது கேரள மக்கள் அவருக்கு அஞ்சலி செலுத்திய விதம் ஆச்சரியத்தை ஏற்படுத்திற்று. அது ஒரு எழுத்தாளனுக்கு அளிக்கப் படும் அஞ்சலியை வெகுவாகத் தாண்டி ஒரு தேசியத் தலைவருக்கு வழங்கப்படும் கௌரவத்தைப் போலவே இருந்தது. அவருடைய இழப்பை ஒரு கலாச்சாரத் திருவிழாவாக மாற்றிக்கொள்ள மக்கள் விரும்பியது போலவும் பட்டது. முதுமை கூடி புகழின் உச்சியில் நிகழ்ந்த மறைவு என்பதால் அது விகற்பமாகவும் இருக்கவில்லை. ஆனால் கொண்டாட்டத்தின் அளவு அதிகமோ என சந்தேகம் கொள்ளும் எல்லைக்குப் போயிருந்தது. பஷீரைப் பற்றிச் சொல்ல நாளிதழ்களும் சஞ் சிகைகளும் போட்ட போட்டியில் இனிச் சொல்ல செய்திகளோ வெளியிடப் புகைப்படங்களோ மிச்சம் இராது என்று தோன்றிற்று. நாளிதழ்களும் சஞ்சிகைகளும் தம் அலுவலகங்களுக்கு விடுமுறை தந்தன.

இந்தப் பின்னணியில் நம் மொழி எழுத்தாளர்களின் மறைவு பற்றி நினைவு வந்தது. பஷீருக்கு இணையாகவோ அதிகமாகவோ சாதனைகள் செய்துவிட்டு அவர் மறைந்த வயதிற்குப் பாதிக்கும் குறைவான வயதுகளில் விடைபெற்றுக் கொண்டவர்கள் அவர்களில் சிலர். அந்த இழப்புகளை நாம் எப்படி எதிர்கொண்டோம் - தமிழ் எங்கள் மொழி அல்ல, உயிர் என்று முழங்கும் நாம்?

பஷீர் மலையாளக் கலாச்சாரத்தில் வெகு ஆழமாக இறங்கியிருக்கிறார் அவருடைய மறைவு உருவாக்கிய அலைகள் இந்த ண்மையை நிரூபிக்கின்றன. பஷீர் மூலம் மலையாள வாசக கள் பெற்றுக்கொண்ட அனுபவச் செழுமை போற்றத்தக்கதா க, கொண்டாடத்தக்க, ாக இருந்திருக்கிறது. வாசகர்கள் பெற்ற அனுபவம் அதன் எல்லையைத் தாண்டி, செய்திகளும் சமிக்ஞைகளுமாக விரிந் து முழுச் சமூகத்தையும் தழுவிக் கொண்டிருக்கிறது. ஒரு இனம் பஷீர் மூலம், புதையுண்டு கிடந்த தன் மன முகங்களை வெளிப்படுத்திக்கொண்டு விட்டது. அந்தப்புதிய முகங்கள் அவர்களுக்குப் பெருமிதத்தைத் தருகின்றன. தங்களைக் கண்டுகொள்ள உதவிய படைப்பாளியை ஒரு கலாச்சாரம் போற்றுவது அதன் ஆரோக்கியத்தைக் காட்டுகிறது. தமிழிலும் இதுபோன்ற காரியங்கள் நிகழலாம் - ஒரு சில நூற்றாண்டுகளுக்குப் பின்னரேனும்.

2

பஷீர் ஒன்பதாம் வகுப்பு படிக்கும்போது சொல்லிக் கொள்ளாமல் வீட்டை விட்டு ஓடினார். தன் சொந்த ஊரான வைக்கத்திலிருந்து எர்ணாகுளத்திற்கு நடந்து சென்று பயணச்சீட்டின்றி ரயிலேறி கள்ளிக்கோட்டை போனார். அங்கு இந்திய தேசிய காங்கிரசில் சேர்ந்து உப்புச் சத்தியாக்கிரகத்தில் பங்குபெற்று அடக்குமுறைக்கும் தண்டனைக்கும் ஆளானார். தென்னிந்தியாவின் பல்வேறு இடங்களில் அவர் சிறை வாழ்க்கையை அனுபவித்தார். பகத்சிங், ராஜகுரு, சுகதேவ் ஆகியோரின் தீவிரவாதத்தில் நம்பிக்கை வைத்துச் சிறிது காலம் செயல்பட்டார். வடஇந்தியாவிலும் ஆப்பிரிக்க அரேபிய

நாடுகளிலும் ஏகமாகச் சுற்றி அலைந்தார். இக்காலங்களில், நம் சமூகம் தாழ்வாகக் கருதும் வேலைகளில் அவர் பார்க்காதவை அதிகம் இல்லை. இமயமலைச் சாரல்களிலும் கங்கைக் கரைகளிலும் இந்து சன்னியாசியாகவும் சூஃபியாகவும் சில காலம் வாழ்ந்தார்.

நாவல்கள் எனப் பொதுவாக மதிப்பிடப்படும் - உண்மையில் நாவல்களுக்கு உரித்தான தளத்தில் அவை இயங்கவில்லை என்று சொல்ல வேண்டும் - 'இளம் பருவத்துத் தோழி,' 'பாத்துமாவின் ஆடு,' 'எங்கள் தாத்தாவுக்கு ஒரு யானை இருந்தது' ஆகிய படைப்புகள் முக்கிய இந்திய மொழிகளில் வெளிவந்திருக்கின்றன. இவற்றை ஆர்.ஈ. ஆஷர் ஆங்கிலத்தில் மொழிபெயர்த்து எடின்பரோ பல்கலைக்கழக வெளியீடாகக் கொண்டுவந்திருக்கிறார். பிரெஞ்சு, மலாய், சீனம், ஜப்பான் ஆகிய மொழிகளில் ஒரு சில படைப்புகள் மொழிபெயர்க்கப் பட்டிருக்கின்றன. 'மதில்கள்', 'சப்தங்கள்', 'காதல் கடிதம்' ஆகியவற்றின் ஆங்கில மொழிபெயர்ப்புகள் வெளிவந்திருக்கின்றன. ஞானபீடம் ஒன்றைத் தவிர தேசிய, மாநிலப் பரிசுகளில் இவர் பெறாதவை எதுவும் இல்லையென்றே சொல்லலாம். பத்மஸ்ரீ பட்டமும் கள்ளிக்கோட்டைப் பல்கலைக்கழகம் வழங்கிய டாக்டர் பட்டமும் பெற்றவர்.

3

பஷீரின் எழுத்துகளில் அவருடைய அனுபவ ஆழத்தின் முத்திரை இல்லாதவை என்று எதுவும் இல்லை. சுய வாழ்க்கை அவருடைய சுரங்கம். அவருடைய படைப்புகளில் கற்பனை சார்ந்த நிஜத்திற்கும் சுய வாழ்க்கை சார்ந்த நிஜத்திற்குமான இடைவெளி அவரால் அழிக்கப்பட்டுவிடுகிறது. இதில் அவருக்கு உற்சாகம். அத்துடன் தன் படைப்புக்குள் பாத்திரமாக வர விரும்புகிறவரும் கூட. (தன் பெயரிலோ அல்லது தான் என்பதை வெளிப்படையாகக் காட்டும் மற்றொரு பெயரிலோ.) மலையாள வாசகர்களுக்கு அவருடைய படைப்புகள் மீது எவ்வளவு மோகமோ அவ்வளவு மோகம் அவருடைய வாழ்க்கையின் மீதும். அவருடைய வாழ்க்கையும் அவர்களுக்கு

ஆர்வத்தைத் தூண்டும் மற்றொரு படைப்பு. இந்த இரண்டு படைப்புகளில் எதை வாசித்தாலும் அதில் மற்றொன்றையும் இணைத்து வாசிப்பது அவர்களுக்குக் காலத்தால் கூடி வந்திருக்கும் வினோதம். ஒரு படைப்பை வாசிக்கும் போது இரு அடுக்குகள் கூடி வந்திருப்பது பஷீருக்கு மட்டுமே கிடைத் திருக்கும் சாதகம் என்று சொல்லலாம்.

பஷீரின் படைப்புகள் எந்த அளவுக்கு வெளிப்படை யானவையோ அந்த அளவுக்கு அவருடைய வாழ்க்கையும் பகிரங்கமானது. தாழ்வுகள் என்று பொதுவாகக் கருதப் படுபவற்றையும் அவர் உற்சாகமாக வெளிப்படுத்திக்கொண்டவர். தான் பார்த்த 'இழிவான' பணிகள், தன்னைப் பிடுங்கிய வறுமை, குடிப்பழக்கம், மனநோய், ஐம்பது வயதில் திருமணம் போன்ற சகல விஷயங்களையும் நகைச்சுவையுடன் ஆனால் தீவிரத்தின் கூர் மழுங்காமல், கீழ்த்தட்டு மக்களின் மனமொழியோடு இணையும் கொச்சையில் தன் படைப்பிலும் தன்னைப் பற்றிய எழுத்திலும் முன்வைத்திருக்கிறார். முதலில் அதிர்ச்சி பெற்று, பின் சகஜமாகி, அவர்மீது அந்தரங்கம் கொள்ள வாசகர்களுக்குக் காரணமாக அமைந்த அவருடைய வெளிப்பாடுகள் இவை.

வாழ்க்கை தனக்குத் தந்த துக்கங்களின் சுமையை மலையாள சமூகத்துடன் படைப்பாகவும் சுய வரலாறாகவும் பஷீர் பகிர்ந்து கொண்டபோது மன இறுக்கம் அவருக்குத் தளர்ந்த அளவுக்கு சூழலின் இறுக்கமும் தளர்ந்தது. வாழ்க்கை பஷீருக்குத் தந்திருந்த துக்கங்களின் சுமைகள் கீழ் மத்தியதர வர்க்க மலையாளிகளுக்கு வாழ்க்கை எப்போதும் தந்துகொண்டிருக்கும் சுமைகள்தானே? சொந்த மண்ணைத் துறந்து அலைதல், சுற்றத்தார் பார்க்க விரும்பாத பணிகளை ஆற்ற வேண்டிய நிர்ப்பந்தம், இல்லாமையின் பிடுங்கல்கள் ஆகியவற்றில் கசங்கி மனஞ்சுருங்கி நிற்கும் ஒரு சமூகத்திற்கு பஷீரின் வாழ்க்கை ஒரு குறியீடு. அவர் தன் வாழ்க்கையை நகைச்சுவையினூடே பேச்சு மொழியில் பகிரங்கப்படுத்திய முறை அவர்கள் பெற்ற ஆசுவாசம். கூர் மழுங்காத விழிப்புணர்வில் நின்று, நகைச்சுவை மூலம் இடைவெளி பெற்று, தன் உள் கசங்கல்களிலிருந்து எப்படி அவர் விடுதலை பெற்றாரோ அந்த விடுதலையை ஒரு

சமூகமும் அவர் மூலம் பெற்றது என்று சொல்லலாம். கூசவோ குறுகவோ அவமானப்படவோ எதுவும் இல்லையென்பதையும் யதார்த்தத்தை ஏற்றுக்கொள்வதே இயற்கை என்பதையும் அவ்வாறு ஏற்றுக்கொள்வதிலிருந்து பிரச்சினைக்கான விடைகள் வெளிப்படுகின்றன என்பதையும் ஒரு இனம் உணர அவர் ஆற்றியுள்ள பங்கு முக்கியமானது.

பிரச்சினைகளை எதிர்கொண்டு விடை காணும் சமூகச் செயல்பாடுகள் மற்ற இடங்களைப் போலவே மலையாள மண்ணிலும் இருவகைத் தளங்களில் நிகழ்ந்திருக்கின்றன - தத்துவம் சார்ந்த இயக்கங்கள்; தனிநபர் சார்ந்த தொண்டுகள். இவற்றில் இரண்டாவது வகையினரின் மரபில் வருகிறவர் பஷீர். தத்துவத்தைச் சார்ந்த செயல்பாடுகள் நிரந்தர விடை களுக்கு இட்டுச் செல்லும் என்பதும் தனிநபர் முயற்சிகள் தற்காலிகமானவை என்பதும் ஒரு நவீனச் சிந்தனை. தர்க்கத்தின் தளத்தில் அது உண்மையாகவே இருக்கலாம். ஆனால் இறுக்கமான தத்துவம் சார்ந்த இயக்கங்கள் யந்திர ரீதியில் செயல்பட்டு முனை மழுங்கிச் சரியும்போது கூர்மையான தனிநபர் செயல்பாடுகள்மீது சமூகம் தன் நம்பிக்கையை புதுப்பித்துக்கொள்ளும் சூழல் உருவாகிவிடுகிறது. இந்தச் சூழலில் பஷீர் அதிக ஆறுதலைத் தரும் ஆளுமையாகிக் கூடுதல் முக்கியத்துவம் பெற்றுவிடுகிறார். இந்த ஆறுதலைத் தந்த பஷீரை நாராயண குருவின் மரபில் வந்த சூஃபி என்று சொல்ல வேண்டும்.

தமிழ் வாசகர்கள் வகைப்படுத்திக்கொள்ள வசதியாக அவருடைய எழுத்தின் குணங்களை மூன்று பகுதிகளாகப் பிரிக்கலாம்.

ஒன்று: காதல் (தமிழில் தவறான அர்த்தம் தரும் சீரழிக்கப்பட்ட சொல்.) பஷீரின் படைப்பில் இது ஆணும் பெண்ணும் கொள்ளும் இயற்கையின் உயிர்ப்பில் மண்ணின் மீதே உக்கிரமாக எழுப்பப்பட்டு நிற்கிறது. ஒரு புறம் காதல், மறுபுறம் வறுமை. காதலில் இருவர் இணைவது இயற்கையின் பேரமைதிக்கு இட்டுச் செல்லும் காரியமாகவும் வாழ்க்கையின் புதிர்களை எதிர்கொள்ள இருவர் கைகோர்த்துக்கொள்ளும்

கூட்டுச் சக்தியாகவும் மலர்கிறது.

இரண்டு: வாழ்க்கையின் கொடுமை சார்ந்த முகங்களும் அந்தக் கொடுமையிலும் ஊடாடி நிற்கும் அன்பின் ஊற்றும். சேற்றில் முளைக்கும் மூலிகைச் செடியின் மணமும் அதன் எளிய பூக்களும் என்று படிமமாகச் சொல்லலாம்.

மூன்று: வாழ்க்கையை மாற்ற முன்வரும் தத்துவம் சார்ந்த இயக்கமே பலரின் பிழைப்பாகி, மக்களை ஏமாற்றுவது பற்றிய பரிகாசம். ஜேப்படித் திருடர்கள், போக்கிரிகள், வஸ்தாதுகள், ஏமாற்றுக்காரர்கள், சவடால்காரர்கள் போன்றவர்கள் கதாபாத்திரங்களாக வரும் படைப்புகளில் பின்னிற்கும் கிண்டல் அரசியல் தளத்தையும் இவர்களின் செயல்பாடுகளுடன் இணைத்துக்கொண்டுவிடுகிறது.

இந்த மூன்று வகைகளும் அவருடைய எழுத்துகளில் மலையாள மண்ணுக்கே உரித்தான வாழ்க்கைமீது ஜீவகளையுடன் உருவாகி வந்திருக்கின்றன.

பஷீருக்கு வாழ்க்கையின் மென்மையும் கடுமையும் ஆழமாகத் தெரியும். மென்மையை உறுதிப்படுத்த கடுமையை ஒருபோதும் மறைக்காதவர் அவர். அவருடைய எழுத்தில் மிகக் கீழானவற்றிற்கு வெகு சமீபத்தில் இருக்கின்றன மிக மேலானவையும். அவருடைய மொத்தப் படைப்பையும் தாண்டிவரும் போது வாழ்க்கை பற்றிய நம்பிக்கை, மூலிகையின் நறுமணம்போல் தன் இருப்பை ஸ்தாபித்துக் கொண்டு விடுகிறது. முன்தீர்மானங்களின் அடிப்படையில் கோட்பாடுகள் சார்ந்து, யந்திர ரீதியாக வாழ்க்கையை அணுகி நம்பிக்கையைப் பறித்தெடுக்க முயன்ற எழுத்தாளர்கள் காலத்தின் முன் பின்னகர்ந்து போய்க்கொண்டிருக்கும்போது (கேரள மண்ணில் இவர்களின் எண்ணிக்கை மிக அதிகம்) வாழ்க்கையின் சகல குணங்களையும் மனந்திறந்து பார்த்த பஷீர் வாழ்க்கையின் தளத்திலேயே நாம் உறுதியாக ஏற்கும் விதத்தில் நம்பிக்கையின் நறுமணங்களை வெளிப்படச் செய்து இன்றும் நிலைகொண்டிருப்பது அவருடைய படைப்பின் சாதனை என்று சொல்ல வேண்டும்.

4

பஷீரின் படைப்புகளின் தேர்வு ஒன்று தமிழில் வெளிவர வேண்டும். 'தாத்தாவின் யானை'யும் 'பாத்துமாவின் ஆடு'ம் சில கதைகளும் மிகுந்த சர்ச்சைக்குள்ளான 'சப்தங்கள்' கதையையும் சேர்த்துக்கொள்ளலாம். மொழிபெயர்க்க மிகக் கடினமானது அவருடைய எழுத்து. தான் பேசிய கொச்சையையே தன் மொழியாக எழுத்தில் அனுசரித்தவர் அவர். முஸ்லீம் குடும்பங்களுக்குள் புழங்கும் கொச்சைச் சொற்கள், அந்தரங்கமான குறியீடுகள், பொருளற்ற ஓசைகளின் பதிவுகள், இவற்றின் ரசவாதக் கலவை. சில படைப்புகள் தமிழில் வந்திருக்கின்றன. அவற்றையே மீண்டும் தமிழின் புதிய தலைமுறை வாசகர்களுக்காகக் கவனமாக நுட்பத்துடன் மொழிபெயர்ப்பது பயனுள்ள காரியமாக இருக்கும். புதுமைப்பித்தனும் ஜெயகாந்தனும் எழுதியிருக்கும் மொழியில் இறக்குமதி செய்ய அவசியமில்லாதவைதான் மலையாளப் படைப்புகளில் அதிகமும். பஷீர் நேரெதிர். அவருடன் ஒப்பிட்டுப் பேச நம் மொழியில் எவரும் இல்லை. மேலும் அவருடைய எழுத்து முற்போக்கு இலக்கியத்தின் அசலுக்கு மிகச் சிறந்த எடுத்துக்காட்டு. புதிய தலைமுறை அதைப் படிக்க வேண்டும். தமிழின் இன்றையத் தேவை அது.

சுபமங்களா, 1994

25
காஃப்காவின் விசாரணை

ஃப்ரன்ஸ் காஃப்காவின் முக்கியப் படைப்பு ஒன்று ஜெர்மன் மொழியிலிருந்து நேரடியாகத் தமிழில் மொழிபெயர்க்கப்பட்டிருப்பது நம் மொழிபெயர்ப்புத் துறையில் நடந்துள்ள மிக முக்கியப் பணியாகும். ஃப்ரன்ஸ் காஃப்கா செக்கோஸ்லோவாக்கியா நாட்டின் தலைநகரான ப்ராக்கில் 1883ஆம் ஆண்டு யூத குடும்பம் ஒன்றில் பிறந்தார். தந்தை வசதியான வியாபாரி. முதலில் சிறிதுகாலம் இலக்கியமும் மருத்துவமும் கற்று விட்டுப் பின்னர் அவற்றை விட்டுச் சட்டக்கல்வியில் டாக்டர் பட்டம் பெற்றுத் தொழிலாளர் காப்பீட்டுக் கழகத்தில் பணிக்குச் சேர்ந்தார். இலக்கியப் பணியைவிட்டு மற்றொன்றில் ஈடுபடுவது அவருக்கு வேதனையை அளித்தது. தான் பார்த்த அலுவலக வேலையிலிருந்து விடுபட்டு முழு நேரமும் படைப்பில் ஈடுபட்டார். தனது 31ஆம் வயதில் திருமண உறுதி செய்துகொண்டார் என்றாலும் திருமண வாழ்வை எதிர்கொள்ளத் தயங்கி அதிலிருந்து விலகிக்கொண்டார். மீண்டும் ஒருமுறை திருமணத்திற்கு முயன்றபோது தனக்குக் காசநோய் இருப்பது தெரியவர மருத்துவமனையில் சேர்ந்தார். காஃப்காவின் ஈடுபாடுகளை ஏற்றுக் கொள்ள முற்றாக மறுத்த தந்தையுடன் அவருக்கு

எப்போதும் கசப்பான உறவே இருந்து வந்தது. தனது 41ஆம் வயதில், 1924இல் அவர் இறந்தார். செக் இனத்தைச் சேர்ந்தவர் என்றாலுங்கூட அவர் தன் நூல்கள் அனைத்தையும் ஜெர்மன் மொழியில் எழுதியிருக்கிறார். அவருடைய வாழ்நாளில் ஏழு படைப்புகள் வெளியாகியிருந்தன. படைப்பு வெறி கொண்டவர் என்பதால் நாவல்கள், நெடுங்கதைகள், சிறுகதைகள், குட்டிக் கதைகள், நாட்குறிப்புகள், கடிதங்கள், சிந்தனைக் குறிப்புகள், கோட்டோவியங்கள் என்று கணிசமாக எழுதியிருக்கிறார். 22 வருடங்கள் தன் நெருங்கிய நண்பனாக இருந்த மாக்ஸ் ப்ரோடுக்குத் தன் கையெழுத்துப் பிரதிகள் அனைத்தையும் படித்துப் பார்க்காமலேயே எரித்துவிட வேண்டும் என்று கேட்டுக்கொள்ளும் கடிதத்தை விட்டுச் சென்றிருந்தார். மாக்ஸ் ப்ரோட் அவருடைய விருப்பத்தை நிறைவேற்றாமல் கையெழுத்துப் பிரதிகளை அச்சேற்றினார். 'விசாரணை,' 'அரண்மனை', 'அமெரிக்கா' ஆகிய மூன்று நாவல்களும் அவருடைய பார்வையை விரிவாகத் தருபவை. 'விசாரணை' அவர் இறந்த மறுவருடம் வெளியாயிற்று.

1930க்கு முன்னரே காஃப்காவின் இடம் ஜெர்மன் மொழியில் உறுதிப்பட்டுவிட்டது. அதன் பின் மொழிபெயர்ப்புகள் மூலம் பிரெஞ்சு உலகத்திலும் ஆங்கில உலகத்திலும் அவர் எழுத்து பரவிற்று. மரபு சார்ந்த மார்க்சியவாதிகள் அவர் மீது முதலில் கடுமையான விமர்சனத்தை முன்வைத்தனர். நவீன மார்க்சியவாதிகள் அவரைப் புதிய பார்வையில் அணுகி மிக முக்கியமான படைப்பாளியாக மதித்துப் பேசுகின்றனர். அவரைமிக மேலான படைப்பாளியாக மதிப்பிடும் முக்கியமான எழுத்தாளர்கள் உலக மொழிகள் அனைத்திலும் இருக்கின்றனர். இவர்களுடைய பிரதிநிதிகளாக நான்கு பேரை நாம் நினைவுகூரலாம். தாமஸ் மன், ஆந்த்ரே ழீத், ஆல்பர் காம்யு, ஹெர்மன் ஹெஸே. நால்வரும் நோபல் பரிசு பெற்றவர்கள். காஃப்காவைத் தமிழில் சிறிய அளவில் கவனப்படுத்தியவர் க.நா.சு.

காஃப்காவை ஆங்கிலத்தில் மொழிபெயர்த்தவர்களில் மிக முக்கியமானவர்கள் எட்வின் முயரும் வில்லா முயரும்.

இந்தியச் சிந்தனை உலகம் பெரிதும் ஆங்கிலம் வழியாகவே காஃப்காவை அறிந்துகொள்ள நேர்ந்தது. எட்வின் முயர் காஃப்காவை அறிமுகப்படுத்திய தன் முதல் குறிப்பில் 'அமைதியைக் குலைக்கும் மேதை' என்று வர்ணிக்கிறார். அதன் பின் இன்றுவரையிலும் காஃப்காவின் வாழ்க்கையைப் பற்றியும் படைப்புகள் பற்றியும் உலக மொழிகள் பலவற்றிலும் நிறையப் புத்தகங்கள் வெளிவந்துள்ளன. காஃப்காவின் வாழ்வையும் படைப்பையும் மதிப்பிடுவதில் இவ்விமர்சகரிடையே கருத்து வேற்றுமைகளும் உள்ளன. இருப்பினும், காஃப்காவை மதிப்பிடும்போது, 'அமைதியைக் குலைக்கும் மேதை' என்ற ஆரம்ப வரையறையை எல்லோருமே ஏற்றுக்கொள்வதாகக் காஃப்கா விமர்சகர்கள் கூறுகின்றனர். இதற்கு மேல் அவர் இன்று தனியான முக்கியத்துவம் பெற்றிருப்பதற்கான காரணம் உண்டு. அவர் தன் வாழ்வு சார்ந்த இக்கட்டான நிலையை - பொறியில் சிக்கிக்கொண்டது போன்ற நிலையை - நவீன மனிதனின் தலைவிதியாக மாற்றித் தந்திருப்பதை இந்நூற்றாண்டின் வரலாறு ஆமோதித்திருக்கிறது. நம் கவனம் பதிய வேண்டிய முக்கிய விஷயம் இது. 20ஆம் நூற்றாண்டிற்குரிய சகல சீரழிவுகளையும் நோக்கித் தமிழ் வாழ்வு நகர்ந்துகொண்டிருக்கும் இக்காலத்தில் காஃப்கா நமக்கும் முக்கியத்துவம் கொண்டவராகிறார். நம் வாழ்வின் மீது நாம் கொள்ளும் கவலை காரணமாகவும் நாம் அவரைப் படிக்க வேண்டிய தேவை உருவாகியிருக்கிறது.

காஃப்கா விட்டுச் சென்ற 'விசாரணை'யின் கையெழுத்துப் பிரதி முழுமையானதல்ல. தமிழ்ப் பதிப்பின் எட்டாவது அத்தியாயத்தின் இறுதியிலும் 'இந்த அத்தியாயத்தை ஆசிரியர் முடிக்கவில்லை' என்ற குறிப்பு உள்ளது. இந்நாவலின் திட்ட வட்டமான ஆங்கிலப் பதிப்பில் முழுமை பெறாத அத்தியாயங்கள் என்று வெவ்வேறு தலைப்புகளின் கீழ் சுமார் இருபது பக்கங்களுக்குக் கதை தரப்பட்டுள்ளது. அத்தியாயங்களுக்குக் காஃப்கா தலைப்பிட்டு வைத்திருந்தாலும் அவற்றை அவர் தன் வாழ்நாளில் வரிசைப்படுத்தி வைத்திருக்கவில்லை. தம் படைப்புகளை மாக்ஸ் ப்ரோட் உள்ளிட்ட சிறு நண்பர் வட்டத்திற்குக் காஃப்கா படித்துக்காட்டும் வழக்கம்

கொண்டிருந்தார். அவருடைய எழுத்தை அவருடைய குரலில் கேட்பது மிகப்பெரிய அனுபவம் என்கிறார் மாக்ஸ் ப்ரோட். தன் படைப்புகளைப் பற்றியும் மாக்ஸ் ப்ரோடிடம் விரிவாகப் பேசியிருக்கிறார் காஃப்கா. இவ்வுறவுகள் மூலம் பெற்ற செய்திகளின் அடிப்படையிலேயே ப்ரோட் 'விசாரணை'யின் அத்தியாயங்களை வரிசைப்படுத்தியிருக்கிறார். காஃப்காவின் படைப்புகள் சார்ந்த ஆராய்ச்சி இன்றும் தொடர்ந்து கொண்டிருக்கிறது. இவ்வாராய்ச்சியின் அடிப்படையில் அச்சேற்றும் படைப்புகளில் பல மாற்றங்களும் நிகழ்ந்து கொண்டிருக்கின்றன. உலக மொழிகளில் இதுபோன்ற காரியங்கள் சகஜமாக நடந்துகொண்டிருக்கின்றன. புதுமைப்பித்தன் எழுத்துக்குச் சரிவரப் பிழைதிருத்தம் பார்க்கப்பட்ட பதிப்புகூட நமக்கில்லை.

காஃப்காவைக் கடினமான படைப்பாளி என்று தமிழ் வாசகர் கற்பனை செய்திருக்கக்கூடும். மிகக் கடினமான எழுத்துக்கு உதாரணமாகக்கூட அவர் பெயர் பல மனங்களில் இருக்கலாம். இந்தக் கற்பனை சரியில்லை என்றோ இந்தக் கற்பனையின் சிறு பகுதிதான் சரியென்றோ சொல்ல வேண்டும்.

காஃப்கா இயற்கைக்கு மாறான கற்பனைவாதியோ மாயப் புனைவுகளை நிகழ்த்தியவரோ பூடகமாக எழுதியவரோ அல்லர். அவருடைய எழுத்துகளில் யதார்த்தத்தின் தளம் இருக்கவே செய்கிறது. 'விசாரணை' நாவலிலும் நாம் லகுவாகப் பற்றிக்கொள்ளும் வகையில் இந்தத் தளத்தை உணரலாம். அதைப்பற்றிக் கொண்டு நமக்கும் இப்படைப்புக்குமான உறவை வளர்த்துக்கொள்ளும்போது காஃப்காவின் கற்பனை வளமும் நகைச்சுவை உணர்வும் நம்மை மேலும் படிக்கத் தூண்டுகின்றன. நிகழ்வுகளையும் உறவுகளையும் வர்ணனைகளையும் விவரிப்பு களையும் தன் பார்வை சார்ந்த சாராம்சத்தை நோக்கித் தீட்சண்யமாகவும் கூர்மையாகவும் வாசக எதிர்பார்ப்புக்கு விட்டுத் தரும் சமரசம் இன்றியும் காஃப்கா நகர்த்திக்கொண்டு போகும்போது சிறிது அந்நியத்தன்மையை வாசகன் உணரக்கூடும். வாசிப்பின் ஒரு கட்டத்தில் இந்த அந்நியத்தன்மையே

படிப்பைத் தூண்டும் அனுபவமாக மாற்றம் கொள்கிறது. உலகப் படைப்புகளில் கடினமானவை எனக் கருதப்படும் பல நூல்களும் மொழி, கட்டுமானம், உத்திசார்ந்த சிரமங்களைத் தருபவை. இவ்வகையான சிரமங்கள் எவற்றையுமே 'விசாரணை' அளிக்கவில்லை. காலமும் நாவலுக்குள் முன்னகர்ந்தே செல்கிறது. காஃப்கா தரும் அந்நியத்தன்மை முற்றிலும் அவர் எடுத்தாளும் விஷயம் சார்ந்தது. அவ்விஷயத்தை அவர் பகுத்தாயும் பார்வையைச் சார்ந்தது. அவரிடம் இருக்கும் தர்க்கமும் கற்பனை வளமும் நகைச்சுவையும் நம் வாழ்வுக்கும் அவருடைய உலகத்துக்குமான இன்றைய பொருத்தங்களும் 'விசாரணை'யுடன் நெருக்கமான உறவுகொள்ள நமக்கு உதவுகின்றன. தமிழ்த் தகவல் தொடர்புச் சாதனங்களும் சந்தை இதழ்களும் உருவாக்கித் தந்திருக்கும் அர்த்தத்தில் 'விசாரணை' சுவாரசியமான நாவல் அல்ல. இந்த அர்த்தத்தில் உலகில் எந்த மொழியிலும் எந்தச் சிறந்த படைப்பும் சுவாரசியமானதல்ல.

காஃப்காவுக்கும் அவர் தந்தைக்குமான உறவுச் சிக்கல்தான் அவருடைய முழு எழுத்திலும் பிரதிபலித்திருப்பதாக மதிப்பிடும் விமர்சனப்பார்வை உள்ளது. காஃப்காவே தன் தந்தைக்கு எழுதிய கடிதத்தில், 'என் எழுத்து எல்லாமே உங்களைப் பற்றியதுதான். உங்களை நோக்கி வீச முடியாதவற்றையே நான் என் எழுத்தில் கொட்டிவைத்திருக்கிறேன்' எனப் பொருள் கொள்ளும்படி சொல்லியிருக்கிறார். காஃப்கா தனக்கு நேர்ந்த உறவுச் சிக்கலை அப்படியே சொல்லியிருந்தால் அது அவருடைய வீட்டுப் பிரச்சினையாக முடிந்துபோயிருக்கும். ஆனால் தன் பிரச்சினையை 20ஆம் நூற்றாண்டை ஆட்டிப் படைத்த சூட்சும சக்திகளைப் புரிந்துகொள்ள உதவும் உலக மொழியாக அவரால் மாற்றித் தர முடிந்தது. இது காஃப்காவின் மிக முக்கியமான சாதனை.

'விசாரணை' நாவலில் 'க' என்னும் கதாபாத்திரத்தைச் சுற்றி நாவல் விரிகிறது. ஒரு நாள் காலை அவர் கைது செய்யப்பட்டு விடுகிறார். ஆனால் அதற்கான காரணம் அவருக்குத் தெரிய வில்லை. அவர் சிறையிலும் அடைக்கப்படவில்லை. வெளி நடமாட்டத்திற்குரிய சுதந்திரம் அவருக்கு இருக்கிறது. அந்தச்

சுதந்திரம் சார்ந்த கற்பனைக்குள் கைதாகி நிற்கும் அவருடைய மனநிலை சிறைக்குள் கசங்குகிறது. சுதந்திரம் - சிறை, சர்வாதிகாரம் - ஜனநாயகம், நீதி - அநீதி, நிறுவனங்கள் - மக்கள் சேவை, மனிதனின் புறச்செயல்பாடுகள் - மனம் சார்ந்த கடடங்கள் ஆகியவற்றினிடையே இருக்கும் முரண்பாடுகளைத் தத்துவங்களுக்குள் திணிக்காமல் வாழ்வின் மீது வைத்து அழகியல் சார்ந்து ஆராய்கிறார் காஃப்கா. இவை எண்ணற்ற கண்டுபிடிப்புகளையும் பொறிகளையும் மனவிரிவையும் நமக்குத் தருகின்றன.

மனித நன்மையைச் சார்ந்த அடிப்படைகள் சமூகத்தில் நிறைவாகச் செயல்பட்டுக்கொண்டிருப்பதான பொய்த் தோற்றத்தை அரசும் அரசாங்கமும் நீதிமன்றங்களும் பிரச்சார உத்திகளும் நமக்குத் தந்துகொண்டிருக்கின்றன. தன்னிறைவும் நிம்மதியும் கொண்ட வாழ்வுக்கான ஏக்கமோ வரலாறு முழுவதும் மனிதன் சுமந்து வந்திருக்கும் ஒன்று. இந்தப் பரிதவிப்பு, ஜோடனைகளின் தோற்றத்தை நம்பும் மாயைக்கு அவனை இரையாக்குகிறது. பூமியின் கருப்பையில் கொதித்துக்கொண்டிருக்கும் அக்னிக் குழம்பு போல் மறைந்து கிடக்கும் மனிதனின் சுயநலன்கள், அதிகாரத்திற்கான வேட்கை, பிறரைச் சுரண்டி வாழ அவன் வகுக்கும் தந்திரங்கள் இவற்றின் நீட்சியான ஏற்பாடுகள் போன்றவை இனங்கூற முடியாத அச்ச உணர்வைத் தருகின்றன. இதன் ஊற்றுக்கண்களை ஆராய்கிறார் காஃப்கா. இந்த ஆய்வு, அதிகாரத்தின் இனங்காண இயலாத இருப்பையும் பீதியின் இழைகளையும் பிரக்ஞை நிலைக்குக் கொண்டுவருகிறது. மறைந்து நிற்கும் அபாயங்களை, தான் வாழ்ந்த காலத்திற்குரிய நெருக்கடிகளை முன்வைத்து, நம் அனுபவமாக மாற்றியதைத்தான் அவருடைய பெரிய சாதனையாகச் சொல்ல வேண்டும்.

இம்மொழிபெயர்ப்பைப் படிக்கும்போது காஃப்காவின் நுட்பமான உலகத்தை வாங்கிக்கொள்வதில் தமிழ் பெற்றிருக்கும் வெற்றி நமக்கு மிகுந்த நம்பிக்கையை உருவாக்குகிறது. கவிதை மரபின் ஆற்றல்களை உள்வாங்கி வளர்ந்திருக்கும் ஒரு மொழி நவீனக் கட்டமைப்பிற்கும் அறிவுப் பார்வைக்கும் உரிய

தர்க்கங்களைத் துல்லியமாகவே வாங்கிக் கொண்டிருக்கிறது. இந்த வெற்றிக்குப் பின் நிற்கும் கடுமையான உழைப்பை இந்நூலின் பதிப்புரைக் குறிப்பைப் படித்துத் தெரிந்துகொள்ளலாம். இம்மொழிபெயர்ப்பை நம் மொழி மேற்கொண்டிருக்கும் நவீனப் பாய்ச்சல் என்று சொல்லலாம். கடினமான இப்பணியைச் சிறப்பாகச் செய்திருப்பவர் ஏ.வி. தனுஷ்கோடி. மொழிபெயர்ப்பு ஆலோசகராகச் செயல்பட்டிருக்கும் ஜி. கிருஷ்ணமூர்த்தி தந்திருக்கும் பின்னுரை தமிழ் வாசகனை நாவலுடன் நன்றாக இணைக்கக்கூடியது. மிகச் சிறப்பாக இந்நூலை வெளியிட்டிருக்கும் க்ரியா பாராட்டிற்குரியது.

காலச்சுவடு, மார்ச் 1996

26

காந்தி இன்று

இன்றைய பார்வையில் காந்தியின் எண்ணங்கள் எந்த அளவிற்குப் பொருட்படுத்தும்படியாக இருக்கின்றன? காந்தியின் எண்ணங்கள் அவர் வாழ்ந்த வாழ்க்கையைச் சார்ந்தவை. வாழ்க்கையை மட்டுமே சார்ந்தவை. சுத்தமான தத்துவக் கேள்வி என்று அவரிடம் எதுவும் இல்லை. அவர் தத்துவ உலகத்தைச் சார்ந்தவரும் அல்லர். இதில் நமக்கு ஒரு நிம்மதி உண்டு. வாழ்க்கையைச் சார்ந்தே, தான் பெற்ற அனுபவங்களைச் சார்ந்தே, மிக விரிவாக ஒருவர் எழுதி வைத்திருக்கும்போது, வாழ்ந்துகொண்டிருக்கிறோம் எனும் தகுதியினாலேயே நாமும் அவரது எண்ணங்களின் அகண்ட உலகத்துக்குள் நுழைய முடிகிறது. குறையான வாழ்க்கையை நிறைவாக மாற்றுவதற்கான சோதனைகளில் தன் வாழ்க்கையை அர்ப்பணித்துக்கொண்டவர் அவர். குறையான வாழ்க்கையின் பிரதிநிதிகளாக நாம் இருந்துகொண்டிருக்கிறோம். இது அவரது எண்ணங்களின் உலகத்திற்குள் நுழைய நமக்கு மற்றுமொரு 'தகுதி'யாகிவிடுகிறது. இவற்றைவிட்டு, அவர் வாழ்ந்து முடித்த வாழ்க்கையின் தளம், அந்தத் தளத்தின் தரம், மேன்மை இவற்றோடு

நாம் வாழ்ந்துகொண்டிருக்கும் தளத்தின் தரத்தை மட்டுமே ஒப்பிடுவோம் எனில் நாம் அவரைப் பற்றி எதுவுமே பேச அருகதை அற்றவர்களாகிவிடுவோம்.

மிக விரிவாக அவர் எழுதி வைத்திருக்கிறார் என்பதை நாம் அறிவோம். எண்பது தொகுதிகளுக்கு மேல் அவரது எழுத்துகள் வெளிவந்துள்ளன. தொகுக்கப்படாதவையாகவும் காலத்தின் நீட்சியில் மறைந்து போனவையாகவும் கணிசமான அளவு இருக்கும் என்றும் சொல்லப்படுகிறது. காந்தியை அறிந்துகொள்ள இன்று நாம் யாரையும் சார்ந்து நிற்கவேண்டியதில்லை. வழிகாட்டிகளையோ உரையாசிரியர்களையோ தேடிக்கொண்டு போக வேண்டியதில்லை. காந்தியைப் பற்றி ஒரு காந்தியப் புலவர் என்ன நினைக்கிறார் என்று தெரிந்து கொள்ள அவரை அணுகுகிறோமே தவிர, காந்தியின் எண்ணங்களைப் புரிந்துகொள்ள எந்தக் காந்தியப் புலவரின் துணையும் தேவையில்லை. இருந்தும்கூட இங்கு காந்தி போதிய அளவு மறுபரிசீலனைக்கு ஆளாக்கப்படவில்லை என்றே நினைக்கிறேன்.

காந்தியின் மறைவுக்குப் பின் இந்திய சமூகக் கருத்துலகில், கடந்த நாற்பது வருடங்களில், இடதுசாரிச் சிந்தனைகளை விளம்பரப்படுத்தும் பல சொற்றொடர்கள் பிரபலமாகிவிட்டன. இந்தச் சொற்றொடர்களை உருவாக்கியவர்களும் பரப்பியவர்களும் இந்திய மக்களை இன்றுவரையிலும் பெரும் அளவுக்குப் பாதித்துவிடவில்லை. ஆனால் கருத்துலக ஆய்வுகளிலும் புத்தகங்களின் உலகங்களிலும் மாநாடு கருத்தரங்குகளிலும் இந்தச் சொற்றொடர்களும் இந்தச் சொற்றொடர்களைச் சார்ந்த மேம்போக்கான தத்துவ விவரிப்புகளும் புழக்கத்துக்கு வந்துவிட்டன. இதன் விளைவாக, சிந்தனையாளர்கள் மேம்போக்காக இரு கூறாகப் பிரிக்கப்பட்டுவிட்டனர். ஒன்று, முற்போக்குவாதிகளின் முன்னணிப்படை; மற்றொன்று, இந்தப் படையில் சேர்ந்து, யார் யாருக்குச் சீருடை, வழங்க முடியவில்லையோ அவர்கள் அனைவரும் பிற்போக்குவாதிகள். ஆனால் வாழ்வின் தளத்திலோ இந்த முற்போக்குவாதிகளும் பிற்போக்குவாதிகளும் கூடிக் கலந்து கிடக்கிறார்கள். இருவருமே

எண்ணங்களின் உலகில், கருத்துகளின் உலகில், புத்தகங்களின் உலகில் தொழில்பட்டுக் கொண்டிருக்கிறார்கள். இப்போது பிற்போக்குவாதிகளிலிருந்து முற்போக்குவாதிகளை இனம் கண்டு கொள்வது எப்படி? அதற்கு எளிமையான வழி ஒன்று உருவாயிற்று. இடதுசாரிச் சிந்தனைகளைச் சார்ந்தவை என்று கருதப்படும் சொற்றொடர்களை ஒருவன்மீது வீசவேண்டும். அந்தச் சொற்றொடர்கள் அவன்மீது ஒட்டிக் கொள்ளும் என்றால், அந்த அளவுக்கேனும் முற்போக்கு மோஸ்தரின் ஈரப்பசையுடன் அவன் இருந்தால், சந்தேகமே இல்லை, அவன் முற்போக்குவாதிதான். வீசப்பட்ட சொற்றொடர்கள் உதிர்ந்துவிட்டால், அப்போதும் சந்தேகமே இல்லை, அவன் பிற்போக்குவாதிதான்.

இன்று நாம் பரிசீலனைக்கு எடுத்துக்கொண்டிருக்கும் கிழவர் இந்த முற்போக்கு மோஸ்தரின் சொற்றொடர்களை ஏற்க மறுத்து அவற்றை உதிர்த்துக்கொண்டு நிற்கிறார். அவர் பிற்போக்குவாதி என்று தீர்மானிப்பதற்கு வேறு என்ன சோதனை வேண்டும்! இந்த மனப்போக்கு அவரை உதாசீனப்படுத்தக் காரணமாயிற்று. சொற்றொடர் சோதனையின் மூலம் ஒருவன் பிற்போக்குவாதி என்ற முடிவுக்கு வந்துவிட்டால் அதன் பின் என்ன செய்ய வேண்டும்? பிற்போக்குவாதியைக் கிழித்து நாட்ட வேண்டும். கிழித்து நாட்டுகிறவன் எவ்விதக் கோட்பாடும் இல்லாமலே, தத்துவ பலம் இல்லாமலே, செயல்பாடு இல்லாமலே, முற்போக்குவாதியும் ஆகிவிடுகிறான். எவ்வளவு சுலபமான பதவி உயர்வு!

எந்தப் பெரும் வாழ்விலும் அபஸ்வரங்கள் உள்ளன. காவியத்தில், கற்பனையின் தளத்திற்கூட, ஒரு முழுமையான கதாநாயகனைக் கவிஞனால் படைத்துக் காட்ட முடிந்து விடவில்லை. எங்கோ ஒரு சிறு கோணலேனும் விழுந்து விடுகிறது. கவிஞனும் பரிபூரணத்திற்கு ஏங்கும் மனிதனே அன்றி, பரிபூரணத்தை எட்டிவிட்ட பரிபூரணன் அல்லன். காந்தியின் வாழ்விலும் அபஸ்வரங்கள் உள்ளன. இந்த அபஸ்வரங்கள் நம்மால் சற்றும் கூச்சம் இன்றிக் கண் திறந்து பார்க்கப்பட வேண்டியவை. பல முரண்பாடுகள், ஒரு சில பாரபட்சங்கள்,

தந்திரங்கள், வழுக்கல்கள், சறுக்கல்கள் எல்லாம் உள்ளன. திருத்தொண்டர் என்றோ புனிதர் என்றோ எடுத்துக்கொண்டால் கூர்மையாகிவிடும் குறைகள். அரசியல்வாதி என்று எடுத்துக் கொண்டால் மங்கிப் பின்னொதுங்கிப் போகும் குறைகள். மலைச் சிகரத்தில் விஷச் செடிகள் போல் இவை தெரிகின்றன. மலைச் சிகரத்தின் அழகுகளை, வானம் அளாவி நிற்கும் அதன் கோலத்தை, எவனுக்கு முழுமையாகப் பார்க்கத் தெம்பு இருக்கிறதோ அவன் விஷச் செடிகளை விஷச் செடிகளாகக் காண்பதில் எவ்விதத் தவறும் இல்லை. மகோன்னதம் அந்த அளவுக்கு மாசுபடட்டும். பெருமையின் நிமிர்வுகள் அந்த அளவுக்குக் குறையட்டும். அவர் வற்புறுத்தி வந்த சத்தியம், ஈவிரக்கமற்ற அந்தச் சத்தியம், அவரையும் தராசில் நிறுத்தட்டும். அனைத்தையும் முழுமையாகக் கண்டு சுதந்திரமான முடிவுக்கு வருவது ஒன்று; விழத்தட்டுவதற்காக ஓட்டைகளை, அபஸ்வரங்களை, பலவீனங்களைக் கண்டுபிடிப்பது மற்றொன்று, இடதுசாரிகளாயினும் சரி, மேலோட்டமான வலதுசாரிகளாயினும் சரி, காந்தியை விழத் தட்டுவதற்குரிய கீறல்களை முன்வைத்தே, அதிகமும் அவற்றிற்கு அழுத்தம் தந்தே பேசியிருக்கின்றனர்.

நேர்மையான மறுபரிசீலனைக்கான காலம் இப்போது தோன்றுகிறதோ என மகிழ்வு கொள்வதற்கான அறிகுறிகள் உள்ளன. இந்த மறுபரிசீலனை செம்மைப்பட நாம் காந்தியுடன் எந்த விதமான உறவு கொள்ள வேண்டும்? இதுதான் மிக முக்கியமான விஷயம். நாம் சேர்த்து வைத்துக்கொண்டிருக்கும் எண்ணங்களிலிருந்து விடுதலை பெற வேண்டும். மேற்கத்திய சித்தாந்தங்கள் எவற்றிலும் சிறைப்பட்டு நிற்காமல், மதக் கோட்பாடுகள் எவற்றிலும் சிக்குண்டு கிடக்காமல் நாம் அவரைப் பார்க்க வேண்டும். எவ்விதமான முடிவுக்கும் வர நாம் இயற்கையாகப் பெற்றிருக்கும் சுதந்திரத்தை, எந்த அமைப்புக்காகவும் விட்டுக்கொடுக்கப் பிடிவாதமாக மறுத்து, திறந்த மனத்துடன் நாம் அவரைப் பார்க்க வேண்டும்.

நாம் வாழ்ந்துகொண்டிருக்கும் வாழ்க்கையின் கஷ்டங்கள் நம்மையும் நமது நட்டையும் சுற்றங்களையும் பிடுங்கியிருக்கின்றன.

நாம் வாழ்ந்திராத காலத்தின் கொடுமைகளையும் நாம் அறிந்திராத மக்களின் துன்பங்களையும் இலக்கியத்தின் மூலம் அனுபவப்பட்டுக் கொண்டிருக்கிறோம். இந்த அனுபவங்களின் பிரக்ஞை ஒருவனுக்கு இருக்கும் எனில், அவன் காந்தியை எதிர்கொள்ள சகல தகுதிகளும் உள்ளவனாக இருக்கிறான். தத்துவச் சிறையிலிருந்து அவரைப் பார்க்காமல் வாழ்க்கைச் சோதனைகளின் துன்பச் சுழிப்பிலிருந்து நமக்கு அவரைப் பார்க்கத் தெரியவேண்டும். அவரை நிலைநாட்டுவதற்காகவோ துதிப்பதற்காகவோ வணங்குவதற்காகவோ நாம் அவரைச் சந்திக்க மறுத்து, கிழித்து நாட்டவோ பிளந்து காட்டவோ அக்கறை கொள்ளாமல், உன்னதமான வாழ்வு ஒன்றைப் புரிந்து கொள்வதற்காக நாம் அவரைச் சந்திக்க வேண்டும்.

இன்று வாழ்வின் இந்தக் காலகட்டத்தில் உன்னதங்கள் மீது நாம் ஆயாசமே கொண்டிருக்கிறோம். உன்னதங்களைக் கண்டு, பரவசப்பட்டு அவற்றைப் பின்பற்றி வெகுதூரம் ஓடி, சூன்யத்தின் குழிக்குள் விழுந்து ஏமாந்து திரும்பிக்கொண்டிருப்பது நம்முடைய தொழிலும் அல்ல. இவர் வருவதற்கு முன்னரே யேசுவைக் கண்டு, புத்தரைக் கண்டு, நபிநாயகத்தைக் கண்டு, இவர்களையொத்த எண்ணற்ற உன்னதங்களைக் கண்டு நாம் சரித்திரத்தில் பரவசப்பட்டிருக்கிறோம். பரவசம் கொப்பளிக்க ஒருவரையொருவர் அணைத்துக்கொண்டிருக்கிறோம். பின் பரவசம் தந்தவர்களைக் காப்பாற்ற மிருக வெறிகொண்டு பரஸ்பரம், வெட்டிச் சாய்த்துக்கொண்டும் இருக்கிறோம். உன்னதங்கள் கண்ட ஊனங்கள் தொடர்கின்றன. அவர்கள் கண்ட அவலங்கள் தொடர்கின்றன. அவர்கள் விவரித்த ஸ்திதி இன்றும் நம் முன்னால் நிற்கிறது. நம்மை அச்சுறுத்துகிறது. நிலைகுலையச் செய்கிறது. ஆக, இன்றைய வாழ்வின் ஊனங்களுக்கு ஏதும் பரிகாரம் பெற முடியுமா என்று பார்ப்பதற்காகவும் நாம் காந்தியை அணுகுகிறோம்.

இவ்வளவு மனநிலைகளையும் முன்னிலைப்படுத்திப் பார்க்கும் ஒருவன், இன்றைய வாழ்வைச் சிறிது செப்பனிட்டுக் கொள்வதில் காந்தி மீண்டும் பங்குபெற முடியும் என்று எண்ணச் சாத்தியக்கூறுகள் உள்ளன. காந்தியைக் கற்கத்

தொடங்கும் மாணவன் முதலில் மூன்று புத்தகங்களில் கவனம் கொள்ள வேண்டும். இது என் தேர்வு. ஆனால் இந்த வாசல் வழியாகத்தான் உள்ளே போகவேண்டும் என்ற கட்டாயம் எதுவுமில்லை. ஒன்று: காந்தியின் சுயசரிதம். அதாவது 'சத்திய சோதனை.' இரண்டு: 'இந்திய சுய ராஜ்ஜியம்,' காந்தி தனது எண்ணங்களின் அடிப்படைகளை விளக்கும் புத்தகம். மூன்று: 'காந்திஜி ஒரு சொற்சித்திரம்.' காந்தியிடம் நேர்ப்பழக்கம் கொண்ட பலரும் தத்தம் அனுபவங்களைக் கூறியிருப்பவற்றின் தொகுப்பு. பி.பி.சி. தயாரித்து அளித்தது. நம் மனத்தில் இருக்கும் கற்பனை காந்தியிலிருந்து உண்மையான காந்தியைப் பிரித்து எடுத்துக்கொள்ள இந்த நூல்கள் உதவும்.

வெள்ளையன் கையிலிருந்து இந்தியாவைப் பிடுங்குவது என்பது அவருடைய லட்சியங்களின் இறுதியும் அல்ல; மிக முக்கியமான லட்சியமும் அல்ல. அவருடைய கவனம் படிந்திருந்த எண்ணற்ற காரியங்களில் அதுவும் ஒன்று. வாழ்க்கையின்மீது அவர் கொண்டிருந்த கவனங்கள் பரந்து பட்டவை. உணவு, உடை, குடியிருப்பு, மருத்துவம், தன்னை மட்டுமே சார்ந்து நிற்பதன் மூலம் ஒருவன் பெறக்கூடிய சுதந்திரங்கள், தொழிலாளர் வாழ்வு, இந்திய விவசாயியின் நலன்கள், கல்வி, நாகரிகம், சுகாதாரப் பழக்க வழக்கங்கள், மதத்தின் அசுத்தங்கள், கழிவறையின் சுத்தங்கள் அல்லது அசுத்தங்கள், உடலைப் பேண வேண்டியதன் அவசியம், மரணத்தைச் சந்திப்பதற்கான அவசியங்கள், பிரம்மச்சரியம், ஆண் - பெண் உறவு, காமம், காமத்துக்கும் சில பொல்லாத உணர்வுகளுக்குமான உறவுகள் என எண்ணற்ற பகுதிகளில் அவரது சிந்தனைகள் வளர்ந்துள்ளன.

அவருடைய சோதனைகள் முக்கியமாக இரண்டு தேசங்களில் நடைபெறுகின்றன. முதலில் தென்னாப்பிரிக்காவிலும் பின் இந்தியாவிலும். என்னை இழிவுபடுத்தக்கூடாது என்பதிலிருந்து இந்தப் போராட்டம் ஆரம்பித்து எங்களை யாரும் இழிவு படுத்தக்கூடாது என்ற திசையை நோக்கி விரிகிறது. எவனும் எவனையும் இழிவுபடுத்தக்கூடாது என்ற ஆதர்சம் தோன்றி மனித விடுதலையே இறுதி லட்சியம் என விகாசம் கொள்கிறது.

ரஸ்கினின் 'கடையேனுக்கும் கதிமோட்சம்' என்ற நூலைப் படிக்க நேர்ந்தபோது அதிலிருந்து முக்கியமாக மூன்று கருத்துகளை அவர் எடுத்துக்கொள்கிறார்.

1. எல்லோருடைய நலனின்தான் பாதிக்கப்பட்டவனின் நலனும் அடங்கியிருக்கிறது.
2. உழைப்பினால் வாழ்கிற தொழிலாளியின் வேலைக்கு இருக்கிற அதே மதிப்புத்தான் வக்கீலின் வேலைக்கும் இருக்கிறது.
3. உழுது பாடுபடும் குடியானவனின் வாழ்க்கையே உயர்வான வாழ்க்கை.

ஃபீனிக்ஸ் பண்ணையை அமைக்க இக்கருத்துகளே அவரைத் தூண்டின.

இம்மூன்று கருத்துகளும் சமூக முக்கியத்துவம் கொண்டவை. வேலை சார்ந்து ஒருவன் தாழ்வாகவோ உயர்வாகவோ கருதப் படுவானாயின் அது நாகரிக சமுதாயம் அல்ல. காலம் காலமாக வந்த ஏற்றத்தாழ்வுகள் மறைய நீண்ட காலம் எடுத்துக்கொள்ளும் என்ற வாதம் உண்டு. அந்த வாதம் இன்று செல்லுபடியாகக்கூடியது அல்ல. ஏற்றத்தாழ்வுகள் மறைவதற்கான முயற்சிகளைத் தீவிரமாக நாம் மேற்கொள்ளும் போது மட்டுமே இந்த வாதம் செல்லுபடியாகும். ஜாதி, அதிகாரம், பணம் எனும் மூன்று தளங்களிலும் இந்த ஏற்றத் தாழ்வுகள் துலக்கமாக வெளிப்படுகின்றன. அதன்பின் ஒருவனின் தோற்றம், படிப்பு, குடும்பம், தேசம் சம்பந்தமான ஏற்றத்தாழ்வுகளும் உள்ளன. அதிகாரத்திலிருப்பவன் ஜாதியின் ஏற்றத்தாழ்வுகளை விமர்சிக்கும்போதே அவனுடைய அதிகாரத்தைப் பயன்படுத்தி, புதிய ஏற்றத்தாழ்வுகளை உருவாக்கிக்கொண்டு இருக்கிறான். இந்த ஏற்றத்தாழ்வுகளுக்கு எதிராகப் போராடும் குணம் முற்றாக மங்கிய நிலையில் நாம் இன்று இருந்துவருகிறோம். இத்தீமைக்கு எதிரான போராட்டத்தை உருவாக்க காந்தி இன்றும் நமக்குப் பெரும் ஆவேசத்தைத் தரக்கூடியவராக இருக்கிறார். ஏற்றத் தாழ்வுகளின் கொடுமைகளை வேறு எவருடைய

மொழியிலும் கூறுவதைவிடவும் காந்தியின் மொழியில் மக்களிடம் எளிமையாக எடுத்துச் செல்ல முடியும். காந்தியின் இந்த முற்போக்கான முகத்திற்கு இன்று எந்தவிதமான பிரச்சாரமும் இல்லை. இன்றையத் தலைமைக்குச் சகல மட்டங்களிலும் இந்த ஏற்றத்தாழ்வுகளைப் பேச்சாக மட்டும் சுருக்கி ஆதாயங்களை அடைய வேண்டும் என்ற எண்ணம் இருக்கிறதே தவிர ஏற்றத்தாழ்வுகளை ஒழிக்க வேண்டும் என்ற எண்ணம் இல்லை. காந்தியின் வாரிசுகள் என்று நம்பப்படுபவர்கள்கூட, காந்தியின் சமூக சாராம்சம் கொண்ட கருத்துகளைப் பரப்ப முற்படுவதில்லை.

மற்றொன்று, மதுவிலக்கு எனும் சீர்திருத்தம். காந்தி உருவாக்க முனைந்த சமுதாயத்திற்கும் என்னைப் போன்ற ஒரு படைப்பாளி கனவு காணும் சமுதாயத்திற்கும் வேற்றுமைகள், இடைவெளிகள் இருப்பது ஆச்சரியம் அல்ல. உன்னதமான கோட்பாடுகளை உறுதியாகக் கடைபிடித்ததன் மூலம் சில உரமான, திட்பமான, அசைக்க முடியாத நம்பிக்கைகளைக் கொண்டவர் காந்தி. இதுபோன்ற வாழ்க்கையை மேற்கொள்ளாத வர்கள் இந்த எண்ணங்களின் ஆழத்தை உணர முடியாது. என்னளவில் நான் மனிதன்; சாதாரண மனிதன். நியாயமான எல்லா சந்தோஷங்களையும் அனுபவிக்க வேண்டும் என்ற ஆசை கொண்டவன். விசேஷ சந்தர்ப்பங்களில், சுய விவேகத்தால் எல்லைகள் வரையறுக்கப்பட்ட கேளிக்கைகளிலும் ஈடுபடலாம் என்ற எண்ணம் கொண்டவன். ஆனால் இன்று மனிதனுக்கும் மதுவுக்குமான உறவு காந்தியின் கோட்பாட்டிலிருந்து வெகுதூரம் விலகிச் சென்றுவிட்டது மட்டும் அல்ல; என்னைப் போன்ற சாதாரண மனிதனின் கனவுகளிலிருந்தும் சபலங்களிலிருந்தும் வெகு தூரம் விலகிச் சென்றுவிட்டது. இந்தத் தேசத்தில்தான் மதுவிலக்குப் பிரச்சாரம் ஒரு காலத்தில் மிகத் தீவிரமாக நடந்தது என்றால் இளைய தலைமுறையைச் சேர்ந்தவர்கள் அதை நம்புவார்களோ என்னவோ! அன்று அந்தப் பிரச்சாரம் பத்திரிகைகளின் பக்கங்களில் இடம் பெற்றிருந்தது. இந்தத் தேசத்தில்தான் மதுக்கடைகளுக்கு முன்னால் வக்கீல் களும் ஆசிரியர்களும் டாக்டர்களும் எழுத்தாளர்களும்

தொழிலாளர்களும் விவசாயிகளும் மறியல் செய்தார்கள். பூரிப்புடன் சிறைத் தண்டனையை ஏற்றுக்கொண்டார்கள். எப்போது இந்தப் பானத்தை, அதன் மிக மோசமான சேர்க்கைகளில் - உடலை அரித்துத் தின்றுவிடும் சேர்க்கைகளில் - தெருவுக்கு இரண்டு கடைகளாகத் திறந்து எல்லோருடைய வாயிலும் ஊற்ற ஆரம்பித்தோமோ அன்று அதற்கெதிரான சகல எதிர்ப்புகளையும் முடக்கிக்கொண்டுவிட்டோம். இன்று தொழிலாளர்களும் விவசாயிகளும் தங்கள் அன்றாடச் சம்பாத்தியத்தை இக்கொடிய பழக்கத்தில் இழந்து தம் உடலையும் முற்றாகச் சீரழித்துக்கொண்டு, தத்தம் குடும்பங்களையும் எல்லையற்ற துயரத்திற்கு ஆட்படுத்திக்கொண்டிருக்கிறார்கள். இந்தப் பிரச்சினை உண்மையாக நம்மைப் பாதிக்கும் என்றால் இத்தீமை பற்றிக் காந்தி கூறியிருக்கும் கருத்துகளும் இதனை ஒழிக்க அவர் வகுத்திருக்கும் திட்டங்களும் இன்றும் நம்மை வெகுவாக ஆட்கொள்ளும்.

இந்திய வாழ்க்கை மேற்கத்திய நாகரிகத்தால் பாதிக்கப்படுவதைக் காந்தி கடுமையாகக் கண்டித்திருக்கிறார். வெள்ளையன் இந்தியாவில் அவனுடைய நாகரிகத்தைப் புகுத்தாமல், நமது நாகரிகத்தை முற்றாக ஏற்றுக்கொண்டு அதையே இங்கும் பரப்பிக்கொண்டும் இருப்பான் என்றால் அவர்கள் நம்முடன் இருந்துவிட்டுப் போகட்டும் என்று சொல்லக்கூட காந்தி ஒரு சமயம் முற்பட்டிருக்கிறார். ஆக, சுயராஜ்ஜியம் என்பதில் முக்கியமான அழுத்தம் இந்திய நாகரிகத்தை விழுங்க முற்படும் மேற்கத்திய நாகரிகத்தை விரட்டுவது என்பது. இதன் இரண்டு முக்கியமான அம்சங்கள்:

1. வாழ்க்கை பற்றி இந்தியனின் அடிப்படையான எண்ணங்களையே மேற்கத்திய நாகரிகத்தின் ஊடுருவல் தகர்த்து விடுகிறது.

2. இந்திய வாழ்க்கையில் பெரும் இயந்திரங்கள் ஊடுருவி அவற்றின் மிருகபலத்தைச் செலுத்த ஆரம்பிக்கின்றன.

உணவுக்கும் உடைக்கும் குடியிருப்புக்கும் இன்னும்

பிற காரியங்களுக்கும் தன் உழைப்பைத் தன் கைகளையே சார்ந்து நின்று, தானே தன்னைக் காப்பாற்றிக் கொள்ளும் சந்தோஷத்தைப் பெற்றுக்கொண்டிருந்த மனிதன், சுதந்திரமாக வாழ்ந்துகொண்டிருந்த மனிதன், இயந்திரங்களின் உறுப்பாகி உடல் உழைப்பை முற்றாகத் துறந்து, புறச்சக்தி ஒன்றுக்கு மண்டியிட்டு நிற்கிறான். இதை மிகக் கேவலமான நிலையாகக் காந்தி கண்டார். இது மிக ஆழமாகப் பரிசீலனை செய்து பார்க்க வேண்டிய வாழ்க்கை நிலையாகும். மனிதன் மீண்டும் எளிமைப்பட வழி உண்டா? தன் கரங்களை நம்பும் மார்க்கம் அவனுக்கு உண்டா? தன்னையும் தனக்குச் சேவகம் செய்யும் சிறு இயந்திரங்களையும் வைத்துக்கொண்டு பெரும் இயந்திரங்களின் மரணப் பிடியிலிருந்து அவன் இனி விமோசனம் பெற முடியுமா? பெரும் இயந்திரங்களின் விஷக் கழிவுப் பொருள்களை உண்ணாமல் சுவாசிக்காமல் இனி அவனுக்கு இருக்க முடியுமா? இயந்திரங்கள் அள்ளி அள்ளித் தரும் வசதிகளை அனுபவிக்கும் மோகத்துக்கு ஆட்பட்டுவிட்ட மனிதனை இனி எளிமையின் உன்னதங்களைப் பற்றிச் சிந்திக்க வைக்க முடியுமா? இயந்திரங்களின் சக்கரங்களும் மனிதனின் பேராசைகளும் சபலங்களும் பின்னிப்பிணைந்து கிடக்கின்றன. நடந்து வந்த பாதையை மீண்டும் திரும்பி நடந்து கடப்பது சாத்தியமற்ற காரியமாகவே தோன்றுகிறது- ஆனால் குறைந்தபட்சம் நின்று, கடந்து வந்த பாதைபற்றியும் போகும் திசை குறித்தும் மறுபரிசீலனை செய்யவேண்டிய கட்டாயத்தை ஏற்படுத்தக்கூடிய அளவுக்கு வாழ்க்கை சிக்கலாகிவிட்டது. இன்று உலகெங்கும் பல அறிஞர்களும் இந்த மறுபரிசீலனையை வற்புறுத்தி வருகிறார்கள். இந்த மறுபரிசீலனையை ஏற்றுக்கொள்ளக்கூடிய அளவுக்கு நமக்கும் விவேகம் இருக்கும் என்றால் அப்போது காந்தி ஆற்றக்கூடிய பங்கும் மிகப் பெரிதாக இருக்கும்.

காந்தி ஒரு ஆழ்ந்த மதவாதி. எல்லா மதங்களின் அடிப்படையான கூறுகளும் ஒன்றே என்ற நம்பிக்கை கொண்டவர். தன் பிறப்பின் மூலம் தன்னிடம் வந்து சேர்ந்த இந்து மதத்தின் மூடப் பழக்கவழக்கங்களையும் ஏற்றத்தாழ்வுகளையும்

களைந்து, சமூக வாழ்வு செம்மை பெறுவதற்கான தொண்டையும் வழிகளையும் வற்புறுத்தும் மதக் கோட்பாட்டை அவர் உருவாக்கிக்கொண்டார். கடவுளைக் காண்பதைத் தனது இறுதி லட்சியம் என்றும் சொல்லிவந்தார். அவ்வப்போது தான் கடவுளை இன்னும் காணவில்லை என்பதையும் தெரிவித்துக்கொண்டிருந்தார். இறுதிவரையிலும் கடவுளைக் காண்பதற்கான சந்தர்ப்பம் அவருக்கு அமையவில்லை என்றே நாம் கருத வேண்டியிருக்கிறது. மனிதத் தொண்டு மூலமே கடவுளைக் காணமுடியும் என்ற அவரது நம்பிக்கையும் செயல்பாடுமே இன்று நாம் அவரைப் பொருட்படுத்திப் பேசும் முகாந்திரத்தை உருவாக்கியிருக்கின்றன. மனிதத் தொண்டை விட்டுவிட்டு வேறு வழிகளில் அவர் கடவுளைக் காண முயன்றிருந்தால், அப்போது அவர் கடவுளைக் கண்டிருப்பாரா என்பதை நம்மால் கூற முடியாது. நாம் அவரைக் கண்டு கொண்டிருக்கமாட்டோம்- இன்று காணும் அர்த்தத்தில் - என்பது தெளிவு. அந்த ஆத்மீக வாழ்வின் ஒரு பகுதியாகப் பிரம்மச்சரியம், சைவ உணவு போன்ற கட்டுப்பாடுகளையும் அவர் வற்புறுத்தி வந்தார்.

சாதாரண மனிதனைப் பொறுத்தவரையிலும் பிரம்மச்சரியம் என்பது ஒரு செயற்கையான, இயற்கையை விவேகமின்றிச் சண்டைக்கு இழுக்கும் சாகசம் என்றே நினைக்கிறேன். பிரம்மச்சரியத்தைக் கடைப்பிடிக்க முயலும் மனிதர்கள் பெரும் அளவில் தோன்ற ஆரம்பித்துவிட்டால், அவர்களுடைய உலகத்தில் நடக்கக்கூடிய ஊழல்களையும் ஒழுக்கக் கேடுகளையும் என்னால் கற்பனை செய்துகூடப் பார்க்க முடியவில்லை. மேலும், குடும்ப வாழ்க்கையில் ஈடுபட்டிருப்போரையும் அவர்களது குழந்தைகளையும் பார்க்க வேண்டும் என்ற ஆசை உள்ள அளவுக்குக் கடவுள் விவேகமானவர் என்பதுதான் என்னுடைய எண்ணம்.

அடுத்து சைவ உணவுக்கும் ஆத்மீக வாழ்க்கைக்கும் எந்தவிதமான சம்பந்தமும் இல்லை. ஆத்மீகச் சிந்தனையாளர்கள் இந்தியாவில் மட்டும் அல்ல, கிழக்கத்திய நாடுகளில் மட்டுமல்ல, உலகெங்கும் இருந்து வந்திருக்கிறார்கள். இருந்து

கொண்டிருக்கிறார்கள். இந்து முனிவர்களுக்குக் கொஞ்சமும் குறையாத கிறிஸ்துவ முனிவர்கள் இருந்து வந்திருக்கிறார்கள். இதற்கு மேல் முஸ்லிம் முனிவர்களும் சூஃபிஸ்டுகளும் இருந்து வந்திருக்கிறார்கள். ஆல்டஸ் ஹக்ஸிலியின் *Perennial Philosophy* என்ற புத்தகத்தைப் புரட்டிப் பார்ப்பவர்களுக்குச் சைவ ஆத்மீகவாதிகள் இருந்திருக்கிற அளவுக்கு, ஒருக்கால் அதற்கு மேலும் அதிகமாக, அசைவ ஆத்மீகவாதிகள் இருந்து வந்திருக்கிறார்கள் என்பதைத் தெரிந்துகொள்ள முடியும். மனிதன் எந்தவிதமான உணவை உண்கிறான் என்பதல்ல; உணவுக்கும் அவனுக்குமான உறவை எப்படி வைத்துக் கொண்டிருக்கிறான் என்பதே முக்கியமானது.

இதேபோல் காந்தியின் தர்மகர்த்தா சித்தாந்தமும் அஹிம்சை சித்தாந்தமும் இன்றைய வாழ்க்கைப் பிரச்சினைகளுக்கு முன்னால் ஆழ்ந்த கேள்விகளுக்கு உட்படுத்தப்பட வேண்டியவை. மனிதனின் பேராசைகளையும் சொத்தின் மீது அவன் கொண்டிருக்கும் பற்றையும் ஆழமாகவே உணர்ந்திருந்த காந்தி, தர்மகர்த்தா சித்தாந்தத்தை உருவாக்கியது விந்தையாகவே இருக்கிறது. காந்தியின் பிற கருத்துகளைப் பார்க்கும்போது உழுது பயிரிடும் விவசாயிக்கே நிலங்கள் சொந்தமாக இருக்க வேண்டும் என்ற கருத்தே அவர் முற்றிலும் வற்புறுத்தியிருக்க வேண்டிய விஷயமாக எவருக்கும் படக்கூடும். இந்திய வாழ்க்கையை மேம்படுத்த மிக அவசியமான அடிப்படையான இந்தச் சீர்த்திருத்தத்தை அவர் ஏன் ஏற்றுக்கொள்ளாது போனார் என்பதை நம்மால் புரிந்துகொள்ள முடியவில்லை.

இன்றைய வாழ்க்கைப் பிரச்சினைகள்மீது நாம் மெய்யான அக்கறை கொள்ளும்போது காந்தியின்மீதும் நாம் தீவிரமான அக்கறை கொள்வோம். அவருடைய எண்ணங்களில் இன்று நாம் ஏற்றுக்கொள்ளும் பகுதி கூடுதலாகவோ குறைவாகவோ இருக்கலாம். அதேபோல் இன்று நாம் நிராகரிக்கும் பகுதியும் கூடுதலாகவோ குறைவாகவோ இருக்கலாம். நாளை நாம் எதிர்கொள்ளும் பிரச்சினைகளுக்கு ஏற்ப இந்நிலைகளில் மாறுபாடும் ஏற்படலாம். ஆனால் இன்று திறந்த மனத்துடன் அவரைப் பார்ப்பவர்களுக்கு, சில அடிகளேனும் முன்னால்

இட்டுச் செல்ல, அவரது வாழ்க்கையும் சிந்தனைகளும் பயன் படும் என்பதை மறுக்க முடியாது.

திருச்சி புனித பால் சமய போதனைக் கல்விக்கூடத்தில் காந்தி பற்றி நடந்த கருத்தரங்கில் 1985 மார்ச் 3ஆம் தேதி படிக்கப்பட்ட கட்டுரை.

ஞானரதம், 1986

27

திருவள்ளுவர் என்னும் நண்பர்

திருக்குறளுடன் நாம் எந்தவிதமான உறவு வைத்துக்கொள்ள வேண்டும்? நாம் விரும்பும் வகையில் உறவு வைத்துக்கொள்ள நமக்கு முழுச் சுதந்திரம் இருக்கிறது. இந்த உறவின் தன்மையை வகுத்துக்கொள்ள வேண்டியது நாம்தான்.

திருவள்ளுவரை மேடைப்பேச்சில் வியந்து பாராட்டலாம். அவருடைய பேரறிவைக் குறட் பாக்களை அள்ளிவீசி நிரூபிக்கலாம். ஒரு குறளுக்கு ஒன்பது விளக்கங்களைச் சொல்லிச் சபையோரை வியப்பில் ஆழ்த்தலாம். குறளின் ஆங்கில மொழி பெயர்ப்பை எடுத்துவிட்டுப் பேச்சாளர் தன் ஆங்கில ஞானத்தையும் வெளிச்சம் போட்டுக் காட்டலாம். வள்ளுவருக்கு இணையான மேதை இன்று இல்லை என்றும் முன்னர் இருந்ததில்லை என்றும் நாளை தோன்றப்போவதில்லை என்றும் சூளுரைக்கலாம். திருவள்ளுவருக்குப் பெருமை சேர்கிறதோ இல்லையோ பேச்சாளரின் வாய்வீச்சு தொடரும் போது அவர் மெத்தப் படித்த மேதாவி என்பதைச் சபை ஏற்றுக் கொள்ளும்படி ஆகி விடும்.

மேடைப்பேச்சாளர் தன் புலமைக் கொடியை நிலைநாட்டத் திருக்குறளைச் சற்று விரிவாகக் கற்றிருக்க வேண்டும் என்ற அவசியம் கூட

இல்லை. ஆங்காங்கே வாகாகச் சில குறள்களைப் பொறுக்கி நெட்டுரு செய்திருந்தாலே போதுமானது. பல்வேறு சந்தர்ப்பங்களுக்கும் பொருந்தி வருவதுபோல் அக்குறள்களின் தேர்வு அமைந்திருந்தால் சொற்பொழிவாளர் கெட்டிக்காரர்தான். அரசியல் மேடைகளில் எந்தெந்தக் குறள்கள் ஜொலிக்கும் என்பது அவருக்குத் தெரியாமலா இருக்கும். கைவசம் இருக்கும் குறளுக்குத் தோதாகப் பேச்சின் தலைப்பு அமையவில்லை என்றால் அதை இழுத்து மடக்கிக் கைவசப்படுத்திக்கொள்வதும் மேடைப் பேச்சுக்குரிய சாமர்த்தியங்களில் ஒன்றுதான். சொல்வதையே திரும்பத் திரும்பச் சொல்ல முதலில் சிறிது கூச்சமாகவே இருக்கும். கூச்சம் மனித ஜன்மங்களுடன் இணைந்து வந்து கொண்டிருக்கும் ஒரு பழைய வியாதி. ஆனால் கைத்தட்டல் தரும் பரவசம் அவ்வியாதியை இருந்த இடம் தெரியாமல் அடித்துவிடும்.

திருக்குறள் சார்ந்த புலமையை மெய்யாகவே தேடிச் செல்வது மற்றொரு வகையினரின் இயல்பு. இவர்களின் நோக்கம் சமுதாய நலன் சார்ந்தது. வள்ளுவரின் கருத்துக்களைச் சமுதாயத்தில் பரப்பினால் மக்கள் மேல்நிலையை அடைந்து விடுவார்கள் என்பது இவர்கள் நம்பிக்கை. தமிழ் வாசகர்கள், படைப்பாளிகள், படிப்பாளிகள் ஆகியோரின் ஏகோபித்த பாராட்டைப் பெற்றுவருகிறவர்கள் இவர்கள். திருக்குறளைத் தமிழ்ச் சமூகத்தில் பரப்பும் தொண்டைத் தலைப்பொறுப்பாக வைத்துக்கொண்டிருக்கும் இவர்களுடைய செயல்பாடுகள் பொதுவாக இரண்டு தளங்களில் நிகழ்கின்றன. எழுத்து வடிவத்திலும் பேச்சு வடிவத்திலும். மேடைப் பேச்சாளர்கள் நூலாசிரியராகவும் நூலாசிரியர்கள் மேடைப் பேச்சாளர்களாகவும் இயங்குவது இயற்கை. இரண்டு ஆற்றல் களையும் சரிசமமாகக் கொண்ட இரட்டைத் துப்பாக்கிகளும் நம்மிடையே உண்டு.

திருக்குறளைச் சமுதாயத்தில் பரப்ப விரும்புகிறவர்களின் ஆவேசங்கள் கட்டுக்கடங்காதவை. இவர்களை நான் அவ்வப் போது சந்திக்கிறேன். தமிழ்ச் சமுதாயத்தில் ஒவ்வொருவரும் - ஆண்கள், பெண்கள், குழந்தைகள் என்று

வேறுபாடு இன்றி- குறளை முழுமையாக மனப்பாடம் செய்ய வேண்டும்; திருக்குறளைக் கட்டாயப் பாடமாக்கினால்கூடத் தவறில்லை என்றார் ஒரு நண்பர். திருக்குறளை முழுமையாகக் கற்றவர்களையே தமிழ் அறிஞர்கள் என ஒப்புக்கொள்வேன் என்றார் மற்றொருவர். திருக்குறளை முழுமையாகக் கற்றறியாதவர் களின் டாக்டர் பட்டங்களைத் தான் மதிப்பதில்லை என்றும் சேர்த்துக் கொண்டார். தமிழர்களுக்கு வேதம், குரான், பகவத் கீதை, பைபிள், தம்மபதம் எல்லாம் குறள்தான் என்றார். இவர்களுடைய ஆவேசங்கள் மீது எனக்கு மதிப்பு உண்டு.

1330 குறள்களையும் ஒவ்வொரு தமிழனுக்கும் ஒப்பிக்கத் தெரிந்து விட்டால் தமிழ்ச் சமூகம் மேல்நிலையை அடைந்து விடுமா என்று நான் என் ஆவேச நண்பரிடம் கேட்டேன். உறுதி, உறுதி என்று மூன்று முறை சொன்னார். நமக்குத் தேவை மனப்பாடத் தகுதியா அல்லது முற்றாக நம்பி ஏற்கும் குறள்களின் கருத்துக்களையேனும் வாழ்வில் புகுத்தி அவற்றின் வலிமையை நடைமுறையில் உணர்ந்து கொள்வதா என்று கேட்டேன். இந்த உணர்வு வலுவடையும் போது தானே திருவள்ளுவர் மீது அதிக நம்பிக்கை கொள்வோம் என்றும் சொன்னேன்.

குறள் வாழ்வுக்கு வழிகாட்டும் ஒரு நூல். இன்றும் நம்மைச் செம்மைப்படுத்திக்கொள்ளவும் செழுமைப்படுத்திக்கொள்ளவும் அந்நூல் உதவும் என்று நம்பத் தொடங்கும்போதுதான் குறளுக்கும் நமக்குமான உறவு துளிர்க்கத் தொடங்குகிறது. வாழ்வுக்கு வழிகாட்டும் நூலை நாம் எப்படிப் பயன்படுத்த வேண்டும்? மேடைப் பேச்சுக்கு உபயோகப்படும் கருவியாகவா? நினைவாற்றலை வளர்க்க ஒரு பயிற்சியாகவா? புலமைப் பிரகடனத்திற்கான முகாந்திரமாகவா?

நாம் வாழ்வின் தளத்தில் ஏழ்மைப்பட்டு நிற்கிறோம். பொருள் சார்ந்த ஏழ்மையும் கலாச்சாரம் சார்ந்த ஏழ்மையும் இக்காலத்தில் நம்மை வாட்டுகின்றன. பொது வாழ்க்கையில் ஒழுக்கம் என்பது காலாவதியாகிவிட்டது. பண உறவுகள் வாழ்க்கைக்கு அடிப்படையான சகல உறவுகளையும் கபளீகரம் செய்துகொண்டிருக்கின்றன. மனித நேயம் என்ற சொல்தான்

எழுத்திலும் பேச்சிலும் அதிகம் அடிபடும் சொல். வாழ்க்கையில் அருகிப்போயிருப்பதும் இந்த மனிதநேயம்தான். உலகியல் சார்ந்த கால்களை மண்ணில் ஊன்றி நிற்க வேண்டும் என்று ஆசைப்படுகிறோம். இந்த உலகத்திற்குரிய இன்பங்களைத் துறக்காமல், பொறிகளை ஒடுக்காமல் மற்றொரு உலகத்தை எண்ணி ஏங்காமல், மனைவி, குழந்தைகளுடன் வாழ விரும்புகிறோம். இந்த நோக்கத்தை நிறைவேற்றிக்கொள்ள சில அடிப்படை நியதிகளை இளமையிலேயே நாம் தெரிந்து கொண்டுவிட்டால் எவ்வளவு நன்றாக இருக்கும். ஒரு சந்தர்ப்பத்தில் ஒரு செயலுக்குத் துணையாக நிற்பது மற்றொரு சந்தர்ப்பத்தில் பொய்த்துப்போய்விடுகிறது. நிரந்தரமான நியதிகள் என்று எதுவுமே கிடையாதா? இருந்தால் அவற்றைத் தொகுத்துக்கொள்வது வாழ்க்கைக்கே ஒரு ஊன்றுகோல் போல அமையுமே. இவ்வாறானத் தேடல் உருவாகும் மனங்களுக்குத் தான் பொது நெறிகளை வற்புறுத்தும் பேரிலக்கியம் தேவையாக இருக்கிறது.

நாம் உலகியலில் பற்றுக் கொண்டிருப்பதால் திருவள்ளுவரின் உறவு மிக இணக்கமாக அமைந்துவிடுகிறது. ஒரு ஊரின் வரைபடம் ஒன்று நம் கைவசம் இருக்கிறது என்று வைத்துக்கொள்வோம். அது சரியான வரைபடம்தானா? அந்த வரைபடம் சார்ந்து பயணத்தை மேற்கொள்ளும்போது அது சுட்டும் இடங்களுக்கு நாம் சரிவரப் போய்ச்சேர்ந்தால் அந்த வரைபடம் சரியானதுதான். சில நோய்களுக்குச் சுயமாகச் சிகிச்சை செய்துகொள்ள வழிவகைகள் கூறும் நூல்கள் இருக்கின்றன. அவற்றின் உதவியால் நோய்களைக் குணப்படுத்திக்கொள்ளும்போது அந்த நூல்களின்மீது நம்பிக்கை கொள்கிறோம். வாழ்க்கையின் அடிப்படையையே கற்றுத்தர முற்பட்ட நூல் வள்ளுவம். அது தமிழ் வாழ்விற்குரிய நெறியை வகுத்திருக்கிறது. மதிப்பீடுகளை மொழிக்குள் துல்லியப்படுத்தித் தருகிறது. திருவள்ளுவர் 2000 வயதான இளைஞர். இன்றும் அவர் உயிர்ப்புடனேயே இருக்கிறார். அந்த உயிர்ப்பை நமக்கு உணர வைப்பது அவருடைய மொழி ஆற்றலும் சிந்தனையின் கூர்மையும். அதில் பழமையின் பாசி இன்னும் படியவில்லை.

வாழ்க்கையைச் செம்மைப்படுத்திக்கொள்ளத் திருக்குறளைப் பயன்படுத்தும் போதுதான் அந்தப் பெரு நூலுக்குரிய மதிப்பை உண்மையாகவே அதற்கு அளிக்கிறோம். 1330 குறள்களையும் நாம் மனப்பாடமாகக் கற்றுவிடலாம். குறுகிய நேரத்தை ஒதுக்கி ஓராண்டில் முடித்துவிடலாம். ஆனால் அந்த மனப்பாடத் தகுதி நம் வாழ்க்கையில் கடுகளவு மாற்றத்தைக்கூட உருவாக்காது. குறளைக் கற்று அதன் பொருளை நாம் நுட்பமாகப் புரிந்துகொள்ள வேண்டும். புரிந்து கொள்ளப் பல உரைகள் இருக்கின்றன. அந்த உரைகள் நமக்கு உபயோகமானவைதான். ஆனால் குறளுக்கு நாம் அளிக்கும் பொருள் உரைகள் சார்ந்து நிற்க வேண்டும் என்ற கட்டாயம் இல்லை. உரையாசிரியர்களுக்குள் கருத்து வேற்றுமைகள் இருக்கின்றன. உரைகளை ஏற்க வேண்டும் என்ற நிலை இருந்தாலும்கூட எந்த உரையைத் தேர்ந்தெடுப்பது என்ற முடிவை நாம்தான் எடுக்க வேண்டியிருக்கிறது. நாம் நமக்குச் சொந்தமான உரைகளை விவேகத்துடன் உருவாக்கிக் கொள்ள முடியும். உரைகளின் உதவியுடன் நாம் உருவாக்கும் அர்த்தங்கள் மூலபாடத்துக்கு முரண்பட்டு நிற்கக் கூடாது. இதன் பொருள் திருவள்ளுவர் ஒன்று சொல்ல நாம் அதை மற்றொன்றாகப் புரிந்துகொள்ளக் கூடாது என்பதுதான்.

திருவள்ளுவரை நாம் நண்பராகத்தான் பாவிக்க வேண்டும். இதற்கு முன் எந்த நூற்றாண்டிலும் இல்லாத இளமையை அவர் சென்ற நூற்றாண்டில் - இப்போது நாம் தாண்டி வந்திருக்கும் நூற்றாண்டில் பெற்றிருக்கிறார். அவர் மிகப்பெரிய பெருமையை அடைந்ததும் சென்ற நூற்றாண்டில்தான். எந்த அறிவையும் புனிதப்படுத்தினால் அது அந்நியப்பட்டுப்போய்விடும். நடைமுறையிலிருந்து பின்னகர்ந்து சடங்குக்குள் சென்று விழும். சடங்கும் சம்பிரதாயமும் தோன்றிவிட்டால் பூசாரிகள் தோன்றிவிடுவார்கள்.

திருக்குறள் மக்களுக்கான நூல். அது நிரந்தரமான உண்மை களைக் கூறுகிறது என்றாலுங்கூட காலத்துக்குக் காலம் அவற்றில் சில குறள்கள் அழுத்தம் கொள்கின்றன. கால மாற்றத்தில் முன்னகர்ந்திருப்பவை பின்னகர்ந்தும் பின்னகர்ந்திருப்பவை

முன்னகர்ந்தும் வரக்கூடும். காலத்தைவென்று நிற்கும் செவ்விலக்கியங்களின் குணம் இது. இன்றைய காலத்துக்கு ஏற்ப பகுத்தறிவுப் பார்வையும் சமத்துவம், சமநீதி சார்ந்த பார்வையும் திருக்குறள் மீது ஏறுகின்றன. அந்நிலை இயற்கையானதுதான். பொது ஒழுக்கம் சீரழிய அவ்வொழுக்கத்தை மீண்டும் வென்றெடுக்க வேண்டும் என்ற உணர்வு தலைதூக்குகிறபோது திருவள்ளுவரின் ஒழுக்கம் சார்ந்த கருத்துகள் மேலோங்கும்.

சுதந்திரப் போராட்ட காலத்தில் அரசியல்வாதிகள் 'கள்ளுண்ணாமை' என்ற அதிகாரத்தில் பல குறள்களை மேடையில் சுய நம்பிக்கையுடன் சொல்லியிருக்கிறார்கள். இன்றைய அரசியல்வாதிகளால் அப்படிக் கூற முடியும் என்று தோன்றவில்லை. தமிழகமே ஒரு பெரிய கள்ளுக்கடையாக மாறுகிற போது-அந்தநாட்கள் வெகு தொலைவில் இல்லை- 'கள்ளுண்ணாமை' மீண்டும் ஓங்கி ஒலிக்கத் தொடங்கலாம். இப்படித்தான் பேரிலக்கியங்கள் தங்கள் முகங்களை மாறி மாறி ஒளிரச் செய்து காலத்தைத் தாண்டி வருகின்றன. திருக்குறளைப் பின்பற்றித் தம் வாழ்க்கையைச் செம்மைப்படுத்திக்கொண்டவர்கள் அது பற்றிப் பேசலாம். திரு.வி.கவும் மு.வவும் அவர்களைப் போல் எண்ணற்ற தமிழர்களும் திருக்குறள் நெறிகளைக் கடைப்பிடித்துத் தம் வாழ்வைச் செம்மைப்படுத்திக்கொண்டவர்கள். அவர்களைப் போன்ற வர்கள்தான் அறிவார்கள் திருக்குறளின் வலிமையை. அவர் களைப் போன்றவர்களால்தான் திருக்குறள் மீது ஆழ்ந்த நம்பிக்கையை மக்களிடையே உருவாக்கவும் முடியும். திருக் குறளை முழங்கும் பிரச்சாரப் பீரங்கிகளிடம் 'நீங்கள் குறள் நெறிக்கு ஏற்ப வாழ்ந்து வருகிறீர்களா அல்லது அவ்வாறு வாழவேனும் முயற்சிக்கிறீர்களா' என்று கேட்க மக்களுக்கு உரிமை உண்டு.

அவ்வாறு கேட்பவர்கள்தான் திருவள்ளுவரின் நண்பர்கள்.

விண்நாயகன், 1-15, பெப். 2000

28

,வா: காற்றில் கலந்த பேரோசை

ந ண்பர் ஒருவரிடம் 'ஜீவா மறைந்துவிட்டார்' என் றேன். 1963 ஜனவரி மாத ம பதினெட்டாம் தேதி. நண்பகல் வேளை. செய்தி தபால் நிலையத்துக்கு வந்து அப்போது ஒரு மண நேரம்கூட ஆகியிருக்க வில்லை. 'ஆ!' என்று கூவி ஸ்தம்பித்து நின்ற நண்பர், இரண்டொரு நிமிஷங்களுக்குப் பின் 'கூட்டத்தில் பேசிக்கொண்டிருக்கும்போதா?' என்று கேட்டார். 'ஏன் அப்படிக் கேட்கிறீர்கள்?' எனக் கேட்க எண்ணியவன் 'தெரியாது' என்ற சொல்லோடு நிறுத்திக்கொண்டேன். அரை மணிநேரத்திற்குப் பின் மற்றொரு நண்பர் காதில் இச்செய்தியைப் போட்டபோது, அவரிடமிருந்தும் அதே கேள்வி பிறந்தது ஆச்சரியத்தை அளித்தது. நண்பர்கள் அரசியல்வாதிகளோ சமூகத் தொண்டர்களோ அல்ல. முற்போக்கு எழுத்தாளர்களும் அல்ல. இருவருமே 'தன் காரியம் ஜிந்தாபாத்' என்று பிழைத்துவரும் சராசரி ஆத்மாக்கள். இருவரது வாயிலிருந்தும் ஒரே கேள்வி புறப்பட்டதைத் தற்செயலான காரியம் என எண்ணி மறந்துவிடுவதும் சுலபம்தான். ஆனால் நான் அவ்வாறு எண்ணவில்லை. அதற்குக் காரணமும் உண்டு. கொடுமை, சற்றும் எதிர்பாராத நேரத்தில் நிகழ்ந்துவிட்டது. வளைய வளைய அதை எண்ணியே பொருமுகிறது மனசு.

ஈவிரக்கம் கெட்டு மறைந்திருந்து படு நீசத்தனமாகத் தாக்கி விட்டது மரணம். நிகழக்கூடாதது நிகழ்ந்து முடிந்து விட்டது.

அவ்வாறு நிகழக்கூடாதது நிகழ்ந்துவிட்டது உண்மை யென்றால், ஜீவா என்ற சக்திப் பிரவாகம் ஓய்வு பெற்ற இடம், அவருடைய இல்லமாகவோ அல்லது மனைவியின் கால்மாடாகவோ அல்லது ஒரு மருத்துவமனையாகவோ அல்லது அவருடைய அலுவலக அறையாகவோ இருந்திருக்க லாம் என ஏன் என் நண்பர்களால் எண்ண முடியவில்லை? மேடையில், மனித வெள்ளத்தை நோக்கி அவர் முழங்கிக் கொண்டிருக்கும்போதுதான் விபரீதம் நேர்ந்திருக்கக் கூடுமென ஏன் அவ்வுள்ளங்கள் தாமாகக் கற்பனை பண்ணிக் கொள்கின்றன? பைத்தியக்காரத்தனமான கற்பனை என எண்ணிவிடலாமா இதை?

நண்பர்களைப் பொறுத்தவரையில் ஜனப்பிரளயத்தின் முன்னால் நின்று சங்கநாதம் எழுப்பிக்கொண்டிருக்கும்போதே, அண்டம் முட்ட எழுந்து நாற்றிசையிலும் அலையலையாய்ப் பரவும் அப்பேரோசையில் அவர் கலந்துவிடுவதே ஜீவாவின் முத்திரை கொண்ட மரணமாக இருக்கும் போலும். அப்போது தான் நாடகத்தின் இறுதிக் காட்சி முந்திய காட்சிகளுடன் பொருந்தி அமையும் போலும். மேடையில் வாழ்ந்த மனிதன், வாழ்ந்த இடத்தில்தானே மறைந்திருக்கவும் வேண்டும்? இவ்வாறு எண்ணுகிறது பேதை மனசு. ஜீவா என்ற தொண்டன் தனது இறுதி மூச்சு நிற்பதுவரையிலும் சர்ஜித்துக் கொண்டுதான் இருந்திருப்பான் என்பதில் இவர்களுக்கு எத்தனை நம்பிக்கை! எனவே தான் 'மூச்சு நின்றுவிட்டது' என்று நான் சொன்னபோது 'பேச்சு நின்றபோதா?' எனத் திருப்பிக் கேட்கிறார்கள். எத்தனை அர்த்தபுஷ்டியான கேள்வி! ஜீவா தனது அரிய சேவையால் சர்வசாதாரண உள்ளங்களில்கூட எழுப்பியிருக்கும் சித்திரம்தான் எத்தனை ஜீவகளையுடன் காட்சி தருகிறது!

நண்பர்கள் எழுப்பிய கேள்வியை, 'பற்றற்ற' சமூகப் பிரதி-நிதிகள் அவருடைய அயராத பணிக்கு மனமுவந்து அளித்த நற்சாட்சிப் பத்திரமாகவே நான் மதிக்கிறேன்.

இருபது வருடங்களுக்கும் அதிகமாகவே இருக்கும். அன்று திருவிதாங்கூர் திவானாயிருந்த ஸி.பி. ராமஸ்வாமி அய்யர் பிறப்பித்திருந்த தடையுத்தரவு காரணமாக ஜீவா நாஞ்சில் நாட்டில் கட்டுண்டு கிடக்க நேர்ந்த காலம்.

ஸ்ரீமான் சுப்பையா பிள்ளை அவர்களின் டீக்கடை அந்தக் காலத்தில் நாகர்கோவில் மணிமேடை ஜங்ஷனில் இருந்தது. ஸ்ரீமான் சுப்பையா பிள்ளை அவர்கள் என நான் சொன்னது சம்பிரதாயத்தைக் கருதி. 'வெட்டுக் கத்தி' சுப்பையன் என்பதே மக்கள் மன்றம் அறிந்த பெயர். காந்தியவாதி எனினும் அண்ணலின் அஹிம்சா சித்தாந்தத்தைப் பூரணமாக ஏற்றுக் கொண்டவர் என்று சொல்லிவிட முடியாது.

அவருடைய டீக்கடைக்குப் பின்னால் ஒரு குதிரை லாயம். அங்கு வற்றலாக ஒரு குதிரை. பார்த்தமாத்திரத்திலேயே அது நின்றுகொண்டிருக்கும் ஆச்சரியத்தில் ஆழ்ந்து போய்விடுவோம். எதிரே ஒரு 'ரேக்ளா' வண்டி. மாலை வேளைகளில் சுப்பையா பிள்ளை இதில் அமர்ந்து நகருள் உலா சென்று திரும்புவதுண்டு. இந்தக் குதிரை லாயத்தை ஒட்டியிருந்த ஒட்டுத் திண்ணையில், ஒரு சின்னஞ்சிறு முக்காலியில், பழகிப் பழுப்பேறிப்போன ஒரு புத்தகத்தைப் படித்துக்கொண்ருந்தார், நான் முதன்முதலில் சந்தித்த ஜீவா.

ஸ்டாலின், கார்க்கி இருவரது முகச் சாடைகளையும் சம பாகத்தில் கலந்து தாமிரத்தில் வார்த்தெடுத்தது போன்ற முகம். செழுமையான மீசை. இறுக்கமான தேகக்கட்டு. நிஜாரும் அரைக்கைச் சட்டையும் அணிந்திருந்தார்.

உள்ளே நுழைந்ததும் என்னை அங்கு அழைத்துச் சென்றவரைப் பார்த்து அவர் பட்டென்று போட்ட 'லால் சலாம்' என்னை வெருள அடித்துவிட்டது. சிறிது நேரத்திற்கெல்லாம் அழைத்துச் சென்றவரும் தம் சொந்த வேலையைக் கருதி என்னை அவர் முன்னால் விட்டு விட்டுச் சென்றுவிட்டார். என் முகத்தைப் பார்த்த ஜீவா என் பீதியை உணர்ந்து கொண்டார் என்றே நினைக்கிறேன். 'அம்பி, குதிரை பாத்தியா?" என்று கொஞ்சலாகக் கேட்டார்.

நான் குதிரையைப் பார்த்தேன். 'தெனாலிராமன் குதிரை வளர்த்தின கதை படிச்சிருக்கியா? நம்ம சுப்பையன் குதிரை கிட்டே அது பிச்சை வாங்கணும். ஆமாம், பஞ்சகல்யாணிக் குதிரை, ஆமா...' தலையை மேலும் கீழுமாக அசைத்தார். 'அரேபியாவிலிருந்து எப்படி பொறுக்கிக் கொண்ணாந்து இருக்கான் பாரு... வண்டியிலே பூட்டப் பொறுக்காது... ஆமா... வண்டியிலே காலைத் தூக்கி வைக்கணும்னு சொன்னா ஒரு ஆளு முன்னாலே நின்னு குதிரையை ஆவிச்சேத்து அணைச்சு மடக்கிப் பிடிச்சுக்கணும்... ஆமா... லேசா நெனக்காதே, வாயு வேகம்மனோ வேகம்... சிட்டாப் பறந்துடும்... ஆமா...' தொடர்ந்து சொடக்குப் போட்டுக்கொண்டே தலையை மேலும் கீழும் பலமாக ஆட்டினார்.

குரலில் வெளியான கிண்டலைப் புரிந்துகொண்டு சிரித்தேன். இரு கைகளையும் ஆட்டியபடி அவர் பேசுவதும் தலையை உருட்டுவதும் எனக்குப் புதிய காட்சியாக இருந்தது. அந்தப் பேச்சுத் தோரணை என்னை வெகுவாகக் கவர்ந்தது. ஆனால் அதே சமயம் இனம் தெரியாத கலவர உணர்ச்சியையும் ஏற்படுத்தியது.

சிறிது நேரம் அமைதியாகக் கழிந்தது. ஜீவா மீண்டும் என் வாயைக் கிளறினார்.

'அம்பி, காலையிலே என்ன சாப்பிட்டே?'

'தோசை.'

'தோசையா... பேஷ்... தோசை.... இல்லையா? சரி, எத்தனை தோசை சாப்பிட்டே?'

'ரெண்டு.'

துடித்த இருவிரல்களை என் கண்ணெதிரே நீட்டி 'ரெண்டே ரெண்டா?' என்று கேட்டார். தலையை அசைத்தேன்.

'பூ! காணாது, காணவே காணாது. குறைஞ்சது நாலு தோசை திங்கணும். அதுக்கு மேலே அஞ்சு ஆறு ஏழு எட்டு ஒன்பது பத்து... அது உன் பிரியம் போலே.'

காற்றில் கலந்த பேரோசை

இரு கைகளையும் முன்னால் நீட்டி என்னை இழுத்து அவர் முன்னால் நிறுத்திக்கொண்டு என் சோனிக் கைகளைத் தோளிலிருந்து மணிக்கட்டு வரையிலும் உருவியவாறு, 'இப்படியா இருக்கணும் உடம்பு? இரைப்பூச்சி கணக்க. நல்லா சாப்பிடணும்; நல்லா ஓடியாடி விளையாடணும்' என்றவர், வலது பக்கம் தலையைச் சரித்து இடது கையை மேலும் கீழும் அசைத்தபடியே, 'நல்லா விளையாடணும்; தேகப் பயிற்சி செய்யணும்; தண்டால் எடுக்கணும்; புட்பால் விளையாடணும்; வாலிபால் விளையாடணும்; பாட்மிண்டன் விளையாடணும்; என்று அடுக்கிக்கொண்டே வந்து சரேலென்று சடுகுடு விளையாடணும்; ஆசனம் போடணும்; கிட்டிப்புள் விளையாடணும்; குழிப்பந்து விளையாடணும்; மரக்குரங்கு விளையாடணும்; கண்ணாமூச்சி விளையாடணும்; கரணம் போடணும்' என்று ஒரே மூச்சில் சொல்லிவிட்டு இரைக்க இரைக்க என் முகத்தைப் பார்த்துச் சிரித்தார். நான் அசந்து போனேன். அவருடைய அபிநயத்தையும் பேச்சையும் வெகுவாக ரசிக்கவும் செய்தேன். இதற்குள் மூட்டம் கலைந்து மனசும் அவர்பால் கவிய ஆரம்பித்திருந்தது. அவருக்கும் உற்சாகம் பெருகி வந்தது. அப்போது அவர் என் முகத்தைப் பார்த்துச் சிரித்தபடி, முன்னால் குனிந்து கண்களில் விஷமச் சிரிப்புப் பொங்க, 'பூணூல் போட்டாச்சா?' என்று கேட்டார்.

'ம்.'

'காட்டு.'

சட்டையைத் தூக்கிக் காட்டினேன்.

'மந்திரம் தெரியுமா?'

'ம்.'

'சொல்லு.'

தயங்கினேன்.

'கூச்சப்படாதே, சும்மா சொல்லு. மெதுவாச் சொல்லு போதும்' என்றார். காதை என் வாயோரம் வைத்து, கூரை முகட்டைப் பார்த்தவாறு கேட்கவும் ஆயத்தமாகிவிட்டார்.

அவர் கா தோரம் வளர்ந்திருந்த ரோமக் கற்றையைப் பார்த்தபடி நான் இரண்டு வரி மந்திரம் சொன்னேன். அவர் கடகடவென்று சிரித்தபடி என் முதுகைப் பலமாகத் தட்டினார். 'நீ ரொம்பவும் கெட்டிக்காரன் போ' என்றார். 'ஆனால் உடம்பு இப்படி இருந்தாப் போதாது. ரெண்டு தோசையா? காணவே காணாது... அவியல் சாப்பிடணும்; கட்டித் தயிர் சாப்பிடணும்...' என்று மீண்டும் ஆகார விஷயங்களைப் பற்றிப் பேசலானார்.

அவர் ஏதோ ஒரு இடத்தில் பேச்சை நிறுத்தியதும், 'இந்தக் குதிரை ஏன் ஒரு காலை மட்டும் லேசா தூக்கி வெச்சுகிட்டு இருக்கு?' என்று நான் அவரிடம் கேட்டேன். என் வெகு நாளைய சந்தேகம் அது.

நான் பேச ஆரம்பித்துவிட்ட மகிழ்ச்சியில் 'என்ன கேட்டே? என்ன கேட்டே?' என்று அவர் ஆவலோடு முன்னால் குனிந்தார்.

திரும்பக் கேட்டேன்.

'ஏன் ஒருகாலை மட்டும் சப்பாணிக் கை கணக்க தூக்கி வெச்சுக்கிட்டு இருக்குண்ணுதானே கேக்குறே? அப்படித்தானே? அப்படித்தானே?' அப்போது அவருடைய வலதுகை மணிக்கட்டு தானாக அந்தரத்தில் உயர்ந்து கீழ்நோக்கி வளைந்து சப்பாணிக் கை காட்டிக் கொண்டிருந்தது. குதிரையை அவர் சிறிது நேரம் வைத்த கண் வாங்காமல், ஏதோ மிகச் சிறிய சாமானைப் பார்ப்பது போல் பார்த்துக் கொண்டிருந்தார். 'சப்பாணிக் கை'யும் அப்படியே அந்தரத்தில் அசைவின்றி நின்றிருந்தது.

அப்புறம் என் முகத்தைப் பார்த்துச் சிரித்தார். 'பேஷ் பேஷ்' என்ற பாவத்தில் தலையை அசைத்தார். நான் மிக அபூர்வமான ஒன்றைக் கண்டு சொன்னதுபோல் பெருமிதம் அவர் முகத்தில் பரவியது. அவருடைய முகம் அப்போது என் மனசுக்கு ஊட்டிய குளுமை வார்த்தைகளில் தேக்க முடியாத ஒன்று. என் வாழ்நாளில் முதன்முதல் என்னை ஒருவர் பாராட்டிய சுகத்தை அன்று அனுபவித்தேன். (இந்நினைவுகள் இன்றும் என் மனத்தில் பசுமையாய் நிலைத்து நிற்கக் காரணமும் இது தானோ?)

'அம்பி, நல்லாக் கேட்டே போ!' என்று சொல்லிவிட்டு ஓட்டடல் பக்கம் திரும்பி கனத்த குரலில் 'சுப்பையா, சுப்பையா,' 'அம்பி ஒரு கேள்வி கேக்றான் பாரு. வந்து பதில் சொல்லு' என்று கத்தினார்.

சுப்பையா பிள்ளை நகர்ந்து வந்து அவர் முன்னால் நின்றார்.

'அம்பி கேக்றான், இந்தக் குதிரை ஏன் ஒரு காலை மட்டும் லேசா தூக்கி வெச்சுக்கிட்டு இருக்குன்னு கேக்றான் பாரு! எப்படிப் போடறான் பாரு கேள்வியெ! நோட் பண்ணிப்புட்டான் அம்பி! நோட் பண்ணிக் கேக்கறான். பதில் சொல்லு, சொல்லு... சொல்லு... சொல்லு...' என்று அமர்க்களப்படுத்தினார்.

பாவம் சுப்பையா பிள்ளை! கல்தூணாய் நின்று கொண்டிருந்தார்.

ஒன்றிரண்டு நிமிஷங்கள் கழிந்தன.

'என்ன ரொம்ப யோசிக்கிறயோ?' ஜீவாவின் குரலில் கிண்டல் தொனித்தது.

'எனக்குத் தெரியாதண்ணேய்' என இரண்டு கைகளையும் விரித்துக் காட்டிவிட்டு, பிள்ளை ஓட்டடல் பக்கம் நழுவப் பார்த்தார்.

'இந்தா, இந்தா, ஒரு நிமிஷம்... இங்கே வா... இது தெரியாதுன்னு சொல்லிட்டே, போகட்டும்... விடு... இந்தாப் பாரு, ஒரு கேள்வி... சின்னக் குருவியிருக்கே, சின்னக் குருவி... அது எப்படிடே மானத்திலே பறக்குது?'

ஜீவா பதிலை எதிர்பார்த்துத் தரையை நோக்கி முகத்தைக் கவிழ்த்துக் கொண்டார்.

சிறிது நேரம் மௌனம்.

'சரி போனால் போகட்டும், விட்டுத் தள்ளு. மோட்டார் கார் இருக்கே மோட்டார் கார்... சர்ர்ர்னு பாயுதே, அது எப்படி ஓடுது? சொல்லு பார்ப்போம்...'

பரிபூரண அமைதி.

'ஸ்விச்செத் தட்னா பட்னு லைட்டு விழுதே. அது எப்படி சொல்லு, என் அருமைத் தம்பில்லா நீ... சொல்லு... என் ராசால்ல சொல்லு... சொல்லு...'

சுப்பையா பிள்ளை என்னைப் பார்த்து அசட்டுச் சிரிப்புச் சிரித்தார். 'இந்த ஆள் கையில் அகப்பட்டுவிட்டால், அவ்வளவுதான்' என்பது அந்தச் சிரிப்புக்கு அர்த்தம். ஒன்றாம் வகுப்பு மாணவன் மாதிரி அவர் ஜீவா முன் தொந்தி தொப்பை யோடு நின்றிருந்தது வெகு ரசமான காட்சியாக இருந்தது.

'சரி, கடைசிக் கேள்வி. இதுக்குள்ளே என்ன இருக்கு? சொல்லு பார்ப்போம்?' என்று கேட்டுக்கொண்டே ஜீவா சுப்பையா பிள்ளையின் தொந்தியைத் தடவினார்.

'மட்டன்' என்று சொல்லிவிட்டு 'பூபூபூ' வென்று சிரித்தார் சுப்பையா பிள்ளை.

ஜீவாவும் கடகடவென்று உடம்பு குலுங்கச் சிரித்தார்.

'மட்டன், கோழி சூப்பு, ஆம்லெட், குருமா, காமா சோமா... அதெல்லாம் இருக்கட்டும், இல்லாமலா போய்விடும்! நான் அதைக் கேக்கலே. சின்னக்குடல், பெரியகுடல், அந்தப் பை, இந்தப் பை அப்படீன்னெல்லாம் சொல்றாங்களே அதெக் கேக்கறேன். வயித்துக்குள்ளே என்ன என்ன இருக்குன்னு ஒரு சின்னப் படம் போட்டுக் காட்டு பார்ப்போம்.'

'சும்மா இரு அண்ணேய், நீ ஒண்ணு. ஆளைப் போட்டுப் பயித்தாரன் ஆக்கிக்கிட்டு. அம்பி சிரிக்கான் என்னைப் பாத்து' என்று உடம்பை நெளித்தபடி கொஞ்சினார் பிள்ளை.

ஜீவா, பிள்ளையின் கரங்களைப் பற்றியபடி, 'சுப்பையா, தம்பி சுப்பையா, நாம் எல்லாம் இந்த தேசத்திலே, நாங்களும் மனுஷப் பிறவீன்னு சொல்லிக்கிட்டு வேட்டியும் கெட்டிக்கிட்டு அலையுறோமே, எதுக்குன்னு கேக்கறேன்? நமக்கு ஏதாவது தெரியுதா? நாம் ஏதாவது செய்து காட்டியிருக்கோமா? சத்தியமாக் கேக்கறேன்... காரு எப்படி ஓடுதுன்னு கேட்டா தெரியாதுங்கறே... சோறு எப்படிச் செமிக்குதுன்னு கேட்டா

தெரியாதுங்கறே... விளக்கு எப்படி எரியுதுன்னு கேட்டா தெரியாதுங்கறே... குருவி எப்படிப் பறக்குதுன்னு கேட்டா தெரியாதுங்கறே... வாத்து எப்படி நீஞ்சுதுன்னு கேட்டா தெரியாதுங்கறே...' என்று சொல்லிக்கொண்டே வந்தவர், துரித காலத்தில் ஆரம்பித்து, 'எப்படி நிக்கறே? - தெரியாது; எப்படி ஓடறே?- தெரியாது; எப்படிப் படுக்கறே? - தெரியாது; பல் எப்படி முளைக்குது? - தெரியாது...' என்று சொல்லிவிட்டு உரத்த குரலில் 'என்ன எளவுதான் நமக்குத் தெரியும்?" என்று உணர்ச்சிவசப்பட்டுக் கத்தினார்.

சுப்பையா பிள்ளை ஜீவாவின் முகத்தையே பார்த்தபடி நின்றிருந்தார். அவர் முகத்தில் கோபத்தின் சாயலே தெரியவில்லை. அதற்கு நேர்மாறாக அவரை உட்காரவைத்து புஷ்பார்ச்சனை செய்தால் பிறக்கும் திருப்தியே முகத்தில் தெரிந்தது.

ஜீவா தொடர்ந்து பேசினார்:

'சுப்பையா, நல்லாக் கேட்டுக்கோ. எறும்பு இருக்கே எறும்பு, இதைப் பத்தி இங்கிலீஷிலே எழுதி வைச்சிருக்கான் பாரு, புஸ்தகம் தண்டிதண்டியா தலையாணி கணக்கா! எத்தனை ஆயிரம் புஸ்தகம் எறும்பெப் பத்தி! அட ஆண்டவனே, எறும்புலெ எத்தனை வகை; ஒவ்வொண்ணும் என்ன என்ன செய்யுது; பாட்டி எறும்பு என்ன செய்யுது; பேரன் எறும்பு என்ன செய்யுது; அக்கா எறும்பு என்ன செய்யுது; அம்பி எறும்பு (என்னைக் காட்டியவாறு) என்ன செய்யுது; எறும்புக் கூட்டம் லெஃப்ட் ரைட் போட்டு எப்படி மார்ச் பண்ணிப் போகுது; அதிலெ தலைவன் யாரு; தொண்டன் யாரு; ஆண்டையாரு; அடிமை யாரு; அய்யர் எறும்புக்கு என்ன மரியாதை; அரிஜன் எறும்புக்கு என்ன மரியாதை; காதலன் எறும்பும் காதலி எறும்பும் பூங்காவனத்தில் 'பாயும் ஒளி நீ எனக்கு, பார்க்கும் விழி நான் உனக்கு' அப்டீனு தொகையறா எடுத்து கிட்டப்பா சுந்தராம்பாள் மாதிரி பாடிக்கிட்டு எப்படி காந்தர்வ விவாகம் பண்ணிக்கிடுது... எனக்குச் சொல்லத் தெரியலே. சுப்பையா, எனக்குச் சொல்லத் தெரியலே! பாவிகள் எழுதி வெச்சிருக்கிற புஸ்தகத்திலெ லேசா ஒரு பக்கத்தெப் பாக்க இந்த ஆயுள் பத்தாது. பத்தவே பத்தாது!... ஆமா...

நாம என்னடான்னா நாமதான் மகா கெட்டிக்காரங்கன்னு நெனச்சுக்கிடறோம்... 'ஓம்' என்கிற ரெண்டு எழுத்துக்குள்ளே நீ, உங்கப்பன், பாட்டன், பேரன், பூட்டன் தெரிஞ்சுக்கிட்டுது அத்தனையும் அடக்கி வெச்சுருக்கோம், எல்லாம் இதுக்குள்ளே அடங்கிப் போச்சு என்கிறோம்... வேண்டாம், புதுசா ஒண்ணும் வேண்டாம், வேண்டவே வேண்டாம் அப்டீனு தொண்டை கிழியக் கத்தறோம், புல்லும் தர்ப்பையும் போறும் என்கிறோம். என்னை விட்டால் யாருடா? ஹாய் தாட்புட் ராஜா அப்டீனு தொடையெத் தட்டறோம்... சாயங்காலமாயுட்டா ரேக்ளா வண்டியிலெ ஊர் சுத்தப் போறோம்... மோர்க் காரியிட்டெ குஸ்திக்குப் போறோம்... பால்காரியிட்டே சவால் விடுறோம்... தம்பி உன்னைச் சொல்றேன்னு நெனச்சுக்கிடாதே. பொதுவாச் சொல்றேன்... ஆமா... நாம என்னைக்காவது அது ஏன் அப்படி? இது ஏன் இப்படி? அப்படி இருக்குமா? எப்படி இருக்கணும்? எப்படி மாத்தணும்? கொஞ்சமாவது யோசிச்சிப் பார்த்திருக்கிறோமா? கடுகளவாவது யோசிச்சுப் பார்த்திருக்கிறோமா?... யோசிக்காம மண்ணாந்தைகளா போயுட்டோமே தம்பி, மண்ணாந்தைகளா போயுட்டோமே... மண்ணாந்தைகளா போயுட்டோமே...'

இரு கைகளாலும் ஜீவா தன் நெஞ்சில் அடித்துக் கொண்டார்.

ஜீவா, நீங்கள் எவ்வளவு அருமையான மனிதர்! உள்ளூர் மின்சார நிலையத்துக்குச் செல்கிறோம். அங்குக் கணப்பொழுதில் மின்சக்தியை உற்பத்தி செய்யும் ராட்சச யந்திரங்களைப் பார்க்கிறோம். பக்கத்தில் நிற்கும் இஞ்சினியர் அதன் சக்தியை நமக்கு விளக்குகிறார். நாம் அதைக் கேட்டுப் பிரமிக்கிறோம். எனினும் அதன் சக்தி அங்கு நம் கண்களுக்குப் புலனாவதில்லை. அதை நம்மால் உணரவும் முடிவதில்லை. மின்சக்தி ஒளியுருவம் பூண்டு நம் வீட்டு வாசல் திண்ணைக்கு வருகிறது. அதன் அடியில் அமர்ந்து பிளேட்டோவின் அரசியல் படிக்கிறோம். ஒளி, அடுக்களைக்குள் செல்கிறது. மனைவி, குழம்புக்குத் தாளித்துக் கொட்டுகிறாள். கூடத்து விளக்கொளியில் குழந்தைகள் கண்ணாமூச்சி விளையாடுகின்றன.

ஒன்று சிருஷ்டி; மற்றொன்று சிருஷ்டியின் பயன். பயன் இல்லை யென்றால் சிருஷ்டி அர்த்தமற்றதாகிவிடும்.

ஜீவா தனக்கென ஒரு தத்துவத்தை சிருஷ்டித்துக்கொண்டவர் அல்ல. அவர், தான் நம்பிய தத்துவத்தை, அச்சில் உயிரிழந்து கிடக்கும் அதன் சித்தாந்தக் கருத்துகளை, தனது அரிய திறமையால், கலை நோக்கால், கற்பனையால், உயிர்பெறச் செய்து, மனிதன் முன் படைத்தவர். மின்சக்திக்கு ஒளியுருவம் கொடுத்தவர் அவர்.

அவருடைய வாழ்வை, அதன் மையமான போக்கை எண்ணிப் பார்க்கையில், ஒரு கனவு, சிறுபிராயத்திலிருந்தே நெஞ்சோடு வளர்ந்த ஒரு கனவு, அவருக்கு இருந்திருக்கத்தான் வேண்டும் என்று தோன்றுகிறது. மனித வெள்ளத்தை அவர்களில் ஒருவனாய் முன்னின்று தலைமை தாங்கி இட்டுச் சென்று, அதி உன்னதமான ஓர் எதிர்காலத்துக்கு அழைத்துச் செல்ல வேண்டும் என்பதே அது.

'மனித சிந்தனையே, கற்பனைக்கும் எட்டாத பேராற்றலே, நீ சிந்தித்தவற்றில் சிறந்தவற்றை என்னிடம் ஒரே ஒருமுறை கூறு. அதனை நான் எட்டுத் திசையிலும் பரப்பி மனித ஜாதியை நீ சொன்ன இடத்திற்கு அழைத்து வருகிறேன். சந்தேகப்படாதே. செய்துகாட்டுகிறேன். என்னைப் பயன்படுத்திக்கொள். கைம்மாறு வேண்டாம். என்னை நீ பயன்படுத்திக் கொள்வதே நீ எனக்குத் தரும் கைம்மாறு.' இதுவே அவருடைய பிரார்த்தனை.

இந்த அடிப்படையான மனோபாவத்திலிருந்து பிறந்தது அவருடைய கொள்கை; அவருடைய நம்பிக்கை.

கரும வைராக்கியத்தோடு தன்னை ஒரு கொள்கைக்கு அர்ப்பணித்துக்கொண்ட ஜீவா, தன் வாழ்நாளில் அனுபவித்த துயரங்கள், இன்னல்கள்... அவற்றை எண்ணி இப்போது வருந்துகிறோம். கடைசி வரையிலும் அவர் சங்கடங்களை சந்தோஷத்தோடு அனுபவித்துவிட்டார். எண்ணிப்பார்க்கையில் இது எத்தனை சிரமமானது என்பது தெரிகிறது.

அவருடைய தியாகத்துக்குத் தலை வணங்குவோம். பேச்சுக்கலை, அவர் பெற்ற வரம் என்றுதான் சொல்ல

வேண்டும். அதோடு அவர் பேசுகையில் வெளிப்படும் உத்திகளும் பேச்சை அமைக்கும் அழகும் வெகு நூதனமாகவும் நளினமாகவும் இருக்கும். பேச்சுக்கலையை விளக்கும் பாடப் புத்தகங்கள் எத்தனையோ விதிகள் கூறும். ஜீவா அவற்றைக் காலடியில் போட்டு மிதித்தவர். அவருடைய பாணி இரவல் பாணி அல்ல; கற்று அறிந்ததும் அல்ல. நம் நாட்டு மக்களின் தரத்தையும் அனுபவ அறிவையும் பழக்கவழக்கங்களையும் நம்பிக்கைகளையும் நன்றாகத் தெரிந்துகொண்ட ஒரு மனிதன், விஷயத்தைக் கலைநோக்கோடு அணுகிக் கற்பனையும் கலந்து நாளடைவில் வெற்றிகரமாக அமைத்துக்கொண்ட பேச்சுப் பாணி அது. அதோடு, உழுது விதைத்தால் நல்ல அறுவடை காண வேண்டும் என்பதில் ஜீவாவுக்கு நிர்ப்பந்தமுண்டு. இந்தத் தேசத்தில் பேச்சு, அதற்குரிய பயனைத் தர வேண்டுமென்றால், அது எவ்வாறு அமைய வேண்டும் என்பதும் அவருக்குத் தெரியும். பேச்சைக் கேட்டுக்கொண்டிருந்தவன் 'ஜீவா நன்றாகப் பேசினார்' என்று சொன்னால் மட்டும் போதாது; கொள்கை ரீதியாக அவனை மாற்றியதில் தான் வெற்றி பெற்றிருந்தால்தான் அவருக்குத் திருப்தி. தன்னை வளர்த்துக்கொள்ளப் பேசியவர் அல்ல அவர்; தான் நம்பிய கொள்கை, கண்ணோட்டம் இவை வளரப் பேசியவர். இந்தப் 'பயன்கலை' மனோபாவத்தைக் கருத்தில் கொண்டால்தான் அவருடைய பேச்சுத் திறனையும் பாணிகளையும் நாம் உணர முடியும். விஸ்தாரமான பீடிகை போட்டு, விரிவான பின்னணி அமைத்து, தூண்களை நிறுத்தி, முகப்புக் கட்டி, கோபுரம் எழுப்பி, பிரகாரம் சுற்றி வரும் பேச்சு அவருடையது. செல்விகள் குத்து விளக்கைச் சுற்றிக் கும்மியடிப்பது மாதிரி வெகுநேரம் விஷயத்தைச் சுற்றிச் சுற்றி வந்து கும்மியடிப்பார். அப்போதெல்லாம் தற்செயலாய் விஷயத்தின் மையக் கருத்தைப் பேச்சு தொட்டுவிட்டாலும் சரேலென்று வாபஸ் வாங்கிப் பின்னணிக்குச் சென்று ஆலாபனை செய்துகொண்டிருப்பார். இப்போது பறக்கும் விமானத்திலிருந்து ஊரைப் பார்ப்பது போல் விஷயத்தை மேல்வாரியாகப் பார்க்கிறோம். பின்னால் எல்லோரையும் ஒரு மொட்டை மாடிக்கு அழைத்துச் சென்று விஷயத்தை ஒரு 'குளோஸ் அப்பில் காட்டுவார். அதுவரையில் விஷயத்தின்

மேல் அனாவசியமாகப் படிந்து கிடந்து சேஷ்டைகள் செய்து கொண்டிருந்த பேய்கள் இப்போது ஓடிப்போய்விடும். சிக்கல்கள் அறுபடும். பனிமூட்டம் கலையும். விஷயத்தின் சொரூபம், கண்ணாடி அணியாமலே, தெற்றெனப் புலப்படும்.

சில சமயம் அவர் எதிர்க்கட்சிக்காரனின் கோணத்தை எடுத்துக் கொண்டு அவர்களே அமர்த்திய திறமையான வக்கீல் மாதிரி வாதம் பண்ணுவார். கூட்டத்துக்குப் பிந்தி வந்து, கட்டைவிரலில் நின்றபடி கழுத்தை நீட்டுகிறவன், 'இவரென்ன கட்சி மாறிவிட்டாரா?' என்று கூடச் சந்தேகப்படுவான். பின்னால் ஒரு ராட்சசப் பறவையின் இறகுகளைச் சீவித் தள்ளுவதுபோல் தானே எழுப்பிய கேள்விகளுக்குச் சாங்கோபாங்கமாகப் பதில் சொல்ல ஆரம்பிப்பார். எதிர்க்கட்சியின் வாதங்களைக் கொன்ற பின்பும் அதை நையப் புடைத்தால்தான் அவருக்குத் திருப்தி பிறக்கும். சில சமயம் திறமையான திரைப்படப் புகைப்படக்காரர் மாதிரி ஒரு கோணத்தில் நின்றே விஷயத்தைச் சுட்டிக்கொண்டிருப்பதும் உண்டு. அடுத்தாற்போல் மற்றொரு கோணம். இவ்வாறு மாறிமாறிப் பல கோணங்களில் பார்க்கிற போது விஷயம் பாமரர்கள் உள்ளங்களில்கூட மங்காத சித்திரம்போல் பதிந்துவிடும். எதிர்க்கட்சியின் வாதங்கள் சிறு பிள்ளைத்தனமானதாக இருக்குமென்றால், அவற்றைப் பூனை எலியைக் கொல்வதுபோல் வேடிக்கை பார்த்து, விளையாட்டுப் பார்த்துக் கொல்வது கேட்க வெகு ரசமாக இருக்கும்.

அவருடைய பேச்சில் சங்க காலப் பாடலைத் தொடர்ந்து நந்தன் சரித்திரக் கீர்த்தனை ஒன்று வரும். பத்து வருடங்களில் கேட்டிராத பழமொழி காதில் விழும். பிராந்தியச் சொற்றொடர் ஒன்று வாய்ப்பான இடத்தில் விழுந்து அழகூட்டும். பிரதம மந்திரியின் பாராளுமன்றப் பேச்சையும் கிராமத்து விதவை ஒருத்தி வயிற்றெரிச்சலோடு ஏசுவதையும் அவர் அவரவருக்கு உரிய வார்த்தைகளில் சொல்வார்.

மாலையில் பேசப்போகும் விஷயத்தை ஜீவா நண்பர்களிடம் பிரஸ்தாபித்துப் பேசிக்கொண்டிருக்கிறார். அப்போது அருகில் இருக்கும் ஒரு இளைஞன் ஒரு புதுக் கருத்தை உதிர்க்கிறான். ஜீவா அதை வரவேற்று, தலையை அசைத்து ஆமோதிக்கிறார்.

'நீ சொன்னபடியே சொல்லப் போகிறேன்' என்று அவனிடம் சொல்லிவிட்டுக் கூட்டத்துக்குச் செல்கிறார். இளைஞனும் முன் வரிசையில் அமர்ந்து பேச்சைக் கேட்க சித்தமாக இருக்கிறான். அன்றைய பேச்சைப் பூராவையுமே தான் அவருக்குத் தானம் செய்த எண்ணம் அவன் மனதில்! ஆனால் ஜீவா வாயிலிருந்து இளைஞன் சொன்ன கருத்து வெளியாகும்போது, அதற்கு ஆயிரம் இறக்கைகள் முளைத்திருக்கும்; ஆயிரம் கால்களும் கைகளும் முளைத்திருக்கும். அத்துடன் இளைஞனுடைய 'காப்பி ரைட்'டும் காற்றோடு போயிருக்கும்.

விஷயத்தை வண்டி வண்டியாகக் குவித்து, சின்ன மூளை களைக் குழப்பி வாதனைக்கு உள்ளாக்குவது பல பிரசங்கி களுக்குப் பொழுதுபோக்கு. ஜீவா இதற்கு எதிரி. ஒரு சில கருத்துகளை விரிவாகச் சொல்லிப் புரிய வைத்துவிட்டால் போதும் என்பதே அவருடைய எண்ணம். வானவேடிக்கைக் காரன் நாழிக்குள் திணிக்கும் மருந்து போல் இரண்டு கைப்பிடி விஷயம்தான் எடுத்துக்கொள்வார். மேடை மீது ஏறி அதற்கு நெருப்பு வைத்ததும் அதிலிருந்து வர்ண ஜாலங்கள் தோன்றும், பச்சையும் சிவப்பும் மஞ்சளும் உதிரும்; குடைகுடையாய் இறங்கி வரும்; மாலை மாலையாய் இறங்கி வரும்.

பேச்சுக்கலை அவருடைய காலடியில் விழுந்து கிடந்தது. இப்போது மேடையில் ஒரு நாற்காலி காலியாகிவிட்டது. அது என்றும் காலியாகவே கிடக்கும். வயதில் குறைந்தோரை, அவர்களுடன் தான் ஒட்டிப் பழகியிருந்தால், ஒருமையில் அழைப்பதற்கே ஜீவா பெரிதும் விரும்புவார். ஒருமையில் அன்பைக் காட்ட அவருக்கு ஆசை. நீ, நீ, நீ என்று ஒரு வாக்கியத்துக்குள் 'நீ'க்கள் கணக்கில்லாமல் வரும்.

என்னை எப்போதும் அவர் ஒருமையிலேயே அழைப்பது வழக்கம். அதோடு அவர் பன்மையில் அழைப்பவர்களும் என்னுடன் இருந்து விட்டால் ஒருமை வேகம் மேலும் ஓங்கி விடும். 'இவன் நமக்குத் தம்பி மாதிரி. தொட்டில் குழந்தையாக இருந்தது முதற்கொண்டு இவனை நமக்குத் தெரியும். இவனுக்கு நம்மிடம் ரொம்பவும் வாஞ்சை' என்று சொல்லாமல் சொல்வது போலிருக்கும்.

ஆயிரம் அணைப்பில் வெளியாகாத அன்பு அவருடைய ஒரு ஒருமை அழைப்பில் தேங்கிவிடும்.

இப்போது அதை எண்ண சந்தோஷமாக இருக்கிறது. வருத்தமாகவும் இருக்கிறது.

அவருடைய உணர்ச்சிகளை நாம் புண்படுத்தி, அவருடைய பொறுமையை அளவுக்கு மீறிச் சோதித்துவிட்டால் சில சமயம் அவர் கோபப்படுவதுண்டு. ஒருசமயம் தனி அறையில் விவாதித்துக் கொண்டிருந்தபோது அவர் பெரிதும் மதித்திருந்த ஒரு சர்வதேச அரசியல் தலைவரை நான் இழிவுபடுத்திப் பேசியது பொறுக்காமல் உணர்ச்சிவசப்பட்டு, 'இனிமேல் உன்னோடு விவாதம் செய்யமாட்டேன். சத்தியம்,' என்று மேஜைமீது அறைந்து சொல்லிவிட்டுப் பொதுக்கூட்டத்துக்குச் சென்றுவிட்டார். சத்தியம் நாலு மணி நேரத்தில் காற்றோடு போய்விட்டது. இரவு பத்து மணிக்குமேல் வந்து, விட்ட இடத்திலிருந்து தொடர்ந்து பேச ஆரம்பித்தார். சினத்தைப் பேணும் சின்னபுத்தி அவரிடம் கிடையாது. மனிதன், தன்னுடைய குறைந்த ஆயுளில், நொள்ளைக் காரணங்கள் கூறிப் பிறரிடம் விரோதம் பாராட்டுவது அறியாமை என்பதே அவருடைய எண்ணமாக இருந்திருக்க வேண்டும்.

தலைவர் ஜீவா என்ற மகுடம் பெற்று எத்தனையோ ஆண்டுகளுக்குப் பின்னாலும் தன்னுடைய கடைசி நாட்கள் வரையிலும் அவர் தன்னை ஒரு தொண்டன் என்றே எண்ணி யிருந்தார். அதை விடவும் 'நான் ஒரு பள்ளி மாணவன், படித்துக் கொண்டிருக்கிறேன், படித்துக்கொண்டே இருப்பேன்' என்ற எண்ணம் எப்போதும் அவர் மனதில் பசுமையாக இருந்தது போலிருக்கிறது. அவர் கரைத்துக் குடித்துவிட்ட ஒரு விஷயத்தைப் பற்றி ஒரு கற்றுக்குட்டி அவரிடம் பேசினாலும் அதையும் காது கொடுத்துக் கேட்பார். தனக்குத் தெரியாத விஷயங்கள் பிறருக்குத் தெரிந்திருக்கும் என்ற எளிய உண்மை எப்போதும் அவர் நினைவில் நிற்கும். தனக்கு முடிவெட்ட வரும் தொழிலாளியிடம் அரைமணி நேரம் பேசி அவன் தோளில் கை போட்டு உறவாடவில்லை என்றால் மண்டை வெடித்துவிடும் அவருக்கு. நீங்கள் அவரை இந்தியக் குடியரசின்

தலைவர் ஆக்கியிருந்தாலும் அவரை விட்டு இந்த அரிய குணங்கள் மறைந்து இருக்காது.

ஜீவாவைப் பார்க்க நாலைந்து நண்பர்கள் புறப்பட்டுச் செல்கிறார்கள். உள்ளூர் இளைஞன் ஒருவனும் இவர்களுடன் தொத்திக் கொள்கிறான். இவன் ஒரு மாணவர் தலைவனாக இருக்கலாம்; அல்லது கையெழுத்துப் பத்திரிகை ஆசிரியனாகவும் இருக்கலாம். எல்லோரும் ஜீவா முன் அமர்ந்த பின் இவனுக்கு ஒட்டிக்கொள்ள பெஞ்சின் நுனி மட்டுமே கிடைக்கிறது. பேச்சை ஜீவா ஆரம்பித்து வைத்து சண்டமாருதமாகப் பொழிகிறார். அவர் கண்களுக்கு எப்போதும் எதிரே ஜனசமுத்திரம். அவர் அமர்ந்திருக்கும் இடமே மேடை. நண்பர்களும் பேச்சில் பங்கெடுத்துக்கொள்கிறார்கள். சூழ்நிலை தரும் உற்சாகத்தில் இளைஞனும் எதையோ சொல்ல தைரியம் கொண்டு இதற்குள் மூன்று தடவை வாயைத் திறந்து திறந்து மூடிவிட்டான். நண்பர்களில் சிலர் இதைக் கவனிக்கவில்லை. கவனித்தவர்களும் கவனித்ததுபோல் காட்டிக் கொள்ளவில்லை. அதோடு 'இவன் எதற்குப் பேச ஆரம்பிக்கிறான்' என்று விசாரப்படுகிறார்கள். இவனைப் பேசவொட்டாமல் அடிக்க வழியுண்டா என்று தீவிரமாக யோசனை செய்கிறார்கள். அப்பாவி இளைஞன் நாலாவது தடவையும் வாயைத் திறக்கிறான். ஆனால் இந்தத் தடவை ஜீவா இதைக் கவனித்து விடுகிறார். உடனே அவர் கையை உயர்த்திப் பெரிய மனிதர்களை யெல்லாம் அடக்கி விட்டு, கருவியை எடுத்துக் காதில் மாட்டிக் கொண்டு, இளைஞனின் வாய் அருகே குனியும் வினயத்தைப் பார்த்தால், உடன் இருக்கிறவர்களுக்கு 'அவன் வேத மந்திரத்தை ஓத, இவர் கேட்கப் போகிறார்' என்றே தோன்றும்.

யாரும் அலட்சியத்துக்கு ஆளாகிப் புண்பட்டு விடக்கூடாது என்பதில் அவர் சர்வ ஜாக்கிரதையாக இருப்பார்.

தனக்கு ஏற்படும் சந்தோஷத்தைப் பிறரோடு பகிர்ந்துகொள்ள வேண்டும் என்று ஜீவா மிகவும் ஆசைப்படுவார். சந்தோஷச் செய்திகளை முடிந்த மட்டும் ஆர்ப்பாட்டமாகக் கெட்டிமேளம் போட்டுக் கொட்டி முழக்குவார்.

ஒரு சமயம் குற்றாலம் திருவிதாங்கூர் பங்களாவில் அவர் தன் மனைவி குழந்தைகளுடன் தங்கியிருக்கையில், அவருடைய மூத்த பெண்ணைப் பார்த்து 'இவளுக்கு நம்ம பக்கத்துச் சாடை' என்று மனதில் பட்டதைச் சொல்லி வைத்தேன்.

'நம்ம பக்கத்துச் சாடைனு ஒண்ணு இருக்கா? விளக்கமாச் சொல்லு' என்றார்.

'இதை ரொம்பவும் விளக்கமாகச் சொல்லிவிட முடியாது. நம்ம பக்கத்துப் பெண்களுக்கு ஒரு விதமான சாடையுண்டு. அது இவள் முகத்தி ும் தெரிகிறது. அதாவது நம்ம மண்வாசி தெரிகிறது. மனத்ி ல் தோன்றுவதுதான் இதற்கு ஆதாரம்...' என்று சொன்னே ன்.

ஏனோ இதைச் சொன்னதும் அவர் ஒரே ஆர்ப்பாட்டமாக சந்தோஷப்பட ஆரம்பித்துவிட்டார்.

'நிஜமாகவா சொல்கிறாய்? எப்படித் தெரியுது உனக்கு? நிஜமாகவா? பத்மா... பத்மா... ராமசாமி என்ன சொல்றானு வந்து கேளு' என்று அழைத்துக்கொண்டே, ஜன்னல் வழி வெளியே பார்த்து, அங்கு நின்றிருந்த ஒரு ஆரம்பப்பள்ளி ஆசிரியரையும் உள்ளே அழைத்து, அவரிடமும் விஷயத்தைச் சொன்னார். அப்புறம் அன்று பூராவும் வந்து போனவர்களிடமெல்லாம் இதைச் சொல்லியிருக்கிறார் என்பது எனக்குப் பின்னால் தெரிய வந்தது. இதில் என்ன பிரமாதம் என்று நீங்கள் நினைக்கலாம். நானும் அப்படியேதான் எண்ணுகிறேன். ஆனால் அதுவல்ல முக்கியம். ஜீவாவுக்கு சந்தோஷம் வந்து விட்டது! அதை ஆரவாரத்தோடு பிறருடன் சேர்ந்துக் கொண்டாடினால்தான் அவருக்குத் திருப்தி.

இப்போது சந்தோஷ ஆரவாரம் அடங்கிவிட்டது.

ஆற்றில் ஒரு கிளையைப் போடுகிறோம். அது ஆற்றோடு செல்கிறது. நீரோட்டத்தில் சிக்கிக் கனவேகமாக ஓடுகிறது. சுழியில் அகப்பட்டுச் சுழல்கிறது. சில சமயம் கரையோடு ஒதுங்குகிறது. மீண்டும் ஓடுகிறது. சுற்றிச் சுழன்று இலக்கு அழிந்து செல்கிறது.

ஒரு சாதாரண விவசாயக் குடும்பத்தில் பிறந்த சொரிமுத்துப் பிள்ளை ஆற்றில் கிளையைப் போட்டாற்போல் வாழ்ந்திருக்க வேண்டியவர்தான். ஆனால் அவரோ இயற்கையின் விதிகளை மறுத்து எதிர்நீச்சல் போடத் துணிந்தார்.

அவரை அறிஞர் என்கிறோம்; பல்கலைக்கழகத்துக்கு இதில் பங்கு இல்லை. பேச்சுக்கலை வீரர் என்கிறோம்; கற்றுக்கொடுத்த குரு யாரும் இல்லை. பழந்தமிழ் இலக்கியத்தை யாரும் அவர் காதில் ஓதவில்லை. அங்குலத்துக்கு அங்குலம் சாணுக்குச்சாண் தன்வாழ்வைத்தானே உருவாக்கிக்கொண்டவர் அவர். சொரிமுத்துப் பிள்ளைக்கும் தலைவர் ஜீவாவுக்குமுள்ள இடைவெளி கொஞ்ச தூரமல்ல. அதை ஒரு கணம் எண்ணிப் பார்த்தால், அவருடைய சாதனை தெரியவரும்.

'என் வாழ்வு என் கைகளில்' என்று நம்பியவர் அவர். அவருடைய வாழ்க்கையை ஆராய்ந்து பார்க்கிறபோது அவருடைய நம்பிக்கை பலித்திருக்கிறது என்றே சொல்ல வேண்டும். கடவுளின் 'முன்னேற்பாடுகளை' முடிந்த மட்டும் அவர் தகர்த்து எறிந்து விட்டார். நீரில் விழுந்த கிளை மலைக்குச் சென்றுவிட்டது.

எனினும், மரணம் இன்னும் கடவுளுக்குத்தான் சொந்தம்.

பேரோசை காற்றில் கலந்துவிட்டது.

தாமரை, ஜீவா சிறப்பு மலர், 1963.

29

இ.எம்.எஸ்.
(1909 – 1998)

1998 மார்ச் மாதம் 19 ஆம் தேதி திருவனந்தபுரத்தில் மருத்துவமனையில் தனது 89 ஆவது வயதில் நிமோனியா நோயின் பக்கவிளைவாக ஏற்பட்ட மாரடைப்பால் காலமானார் இ.எம்.எஸ். முழுப் பெயர் ஏலம்குளத்து மனக்கால் சங்கரன் நம்பூதிரிப் பாட்.

பள்ளிப் பருவத்திலேயே தான் பிறந்த ஜாதியான நம்பூதிரிப் பிராமணர்களின் நிலப்பிரபுத்துவ சிந்தனைகளையும் ஜாதிப் புத்தியையும் பழைமை வாதத்தையும் விமர்சிக்கத் தொடங்கினார். அவரது சமூகச் சிந்தனையின் துவக்கம் இது. 1932இல் தனது 22 ஆவது வயதில் ஒத்துழையாமை இயக்கத்தில் நுழைந்தார். அன்று துவங்கிய பயணம் இறுதிவரை இடைவெளியின்றியும் ஓய்வின்றியும் முன்னகர்ந்து சென்றது. நினைவுகொள்ள சில புள்ளிகளும் திருப்பங்களும்: யோகக்ஷேம சபை (இ.எம்.எஸ்ஸின் சொற்களில் 'நம்பூதிரியை மனிதன் ஆக்குவதற்காக'), காங்கிரஸ் சோஷலிஸ்ட் கட்சி, கம்யூனிஸ்ட் கட்சி, தலைமறைவு வாழ்க்கை, சொத்தில் பெரும்பகுதியை இயக்கத்திற்கு அளித்தல், சிறைத் தண்டனை, இரண்டாவது உலகப்போரை 'மக்கள் போர்' எனக் கட்சி வரையறுத்தபோது இயக்கத்திற்கு

ஏற்பட்ட நெருக்கடியை எதிர்கொள்ளல், ஜனநாயகத்தை ஏற்றுத் தேர்தலில் வெற்றி, கேரள முதலமைச்சர், கட்சியின் அகில இந்தியச் செயலாளர், வெளிநாட்டுப் பயணங்கள், பல புத்தகங்களைப் படைத்தல், எண்ணற்ற இதழியல் கட்டுரைகள், பிளவுபட்ட கட்சியின் தலைமை ஏற்றுச் செயல்படல், மீண்டும் முதலமைச்சர், இறுதிவரையிலும் கட்சியின் தத்துவ வழிகாட்டி.

உலகத்திலேயே தேர்தல் மூலம் ஆட்சிக்கு வந்த முதல் கம்யூனிஸ்ட் அமைச்சரவையின் தலைவர் என்ற அளவில் 1957இல் இந்தியாவும் உலகமும் இ.எம்.எஸ்ஸைக் கவனிக்கத் தொடங்கிற்று. உலக மக்களின் விடுதலையைக் குறிக்கோளாகக் கொண்ட இ.எம். எஸ்., அறிவுப்பூர்வமான அவர் தத்துவப்பார்வை உலகம் தழுவி நின்றாலும் கேரள மக்களைச் சார்ந்தும் மண்ணைச் சார்ந்தும் கலைகளைச் சார்ந்தும்தான் உணர்வுப்பூர்வமாக இயங்கினார். இயக்கம், தத்துவம், இலக்கியம், கலைகள், அறிவுத்துறைகள் ஆகியவை சார்ந்த தன் சிந்தனைகளை நாள்தோறும் வெளிப் படுத்திக் கேரள மக்களின் கூட்டுச் சிந்தனை இயக்கத்தின் போக்கை ஏதோ ஒரு வகையில் நிர்ணயித்துக் கொண்டிருந்தவர்.

நிலச்சீர்திருத்தத்தை இந்தியாவில் முதன்முதலில் அமுல் படுத்தியவர். இந்திய விவாசாயிகளின் பிரச்சினைகளை அறிவுப்பூர்வமாகவும் திட்டவட்டமாகவும் கற்றறிந்த சிந்தனையாளர்களில் முதன்மையானவர். அவரது செயல்பாடுகள் மூலம் கேரளக் கிராமிய வாழ்வின் அடிப்படைக் குணத்தில் ஒரு பெரும் மாற்றம் நிகழ்ந்தது. இம்மாற்றம் நவீன கேரளத்திற்கே அச்சாணியாக இன்றும் இயங்கிக்கொண்டிருக்கிறது. கல்வித் துறையிலும் தான் பெற்றிருந்த அதிகாரத்தின் எல்லைக்குள் நின்று புரட்சிகரமான மாற்றங்கள் செய்தவர்.

இந்தியச் சிந்தனை மரபின் இரு போக்குகளை - லோகாயதம், ஆத்மீகம் - தெளிவாகக் கற்றறிந்த பண்டிதர் என்பதை வரலாற்றாசிரியர்கள் ஒப்புக்கொள்கின்றனர். மனித வாழ்க்கையின் சகல நடைமுறைப் பிரச்சினைகளையும் நேற்றைய வரலாற்றையும் வர இருக்கின்ற காலத்தையும் மார்க்சியப் பார்வையில் ஒருங்கிணைக்க முயன்று அப்பெரும்

முயற்சி பரிசளித்த நெருக்கடிகளையும் தத்தளிப்புகளையும் கருத்துலகவாதிக்குரிய தைரியத்துடன் எதிர்கொண்டவர். 'மக்களுக்குக் கற்றுத்தந்த ஆசான்' என்ற விவரிப்புக்கு முற்றிலும் பொருத்தமானவர். இ.எம்.எஸ்ஸின் ஆரம்ப காலப் படைப்புகளைப் படித்தவர்கள் வரலாற்றில் தானும் தன் இயக்கமும் ஆற்ற இருக்கின்ற பங்கு பற்றி அவர் சில தெளிவுகளைத் தன் இளம் வயதிலேயே கொண்டிருந்தார் என்பதற்கான தடயங்கள் இருப்பதாகக் கூறுகின்றார்கள். தன் சாதனை ஒரு தனி மனிதனின் சாதனை மட்டுமல்ல என்பதிலும் தத்துவமும் இயக்கமும் இணைந்து நின்றதில் கூடிய விளைவு என்பதிலும் கடைசிவரையிலும் தெளிவாக இருந்தார்.

இ.எம்.எஸ்ஸைப் பற்றி அவரது பங்கை ஏற்றுக்கொள்ளும் சிந்தனையாளர்களின் விமர்சனங்களும் உள்ளன. இயக்கத்திற்குள் கருத்துகள் எதிர்நிலைகளில் திரண்டு மோதல்கள் உருவாகும் நேரத்தில் முடிவுகள் எடுப்பதில் அவருக்கு நேர்ந்த தாமதங்கள் விமர்சனத்திற்கு உள்ளாகியிருக்கின்றன. முரண்களைச் சார்ந்த மோதல்கள் உருவாகும்போது புத்தரைப்போல் இரு ஓரமும் சாராமல் நடுவழியைப் பின்பற்றுவதில் குறியாக இருந்திருக்கிறார் என்ற மதிப்பீடும் உள்ளது. இலக்கியப் படைப்புகள் சார்ந்த அவரது ஆரம்பகாலச் சித்தாந்தங்களும் கோட்பாடுகளும் நகைப்புக்குரியவை. இலக்கிய ஈடுபாடு கொண்ட ஒருவர் அன்று எடுத்த முடிவுகள் இன்றும் புதிராகவே நிற்கின்றன. தத்துவவாதியாக அவருக்கு உயர்ந்த இடம் தர விரும்புகிறவர்கள் கூட மார்க்ஸுடனோ லெனினுடனோ மா சே துங்குடனோ அவரை ஒப்பிட்டுப் பேச விரும்புவதில்லை. சித்தாந்தியாக இ.எம்.எஸ்ஸின் நன்கொடை இந்தியச் சூழலில் மார்க்சியத்தை நடைமுறைப்படுத்த அவர் எழுதிச் சேர்த்த அத்தியாயங்களைச் சார்ந்து நிற்பதாகக் கூறுகிறார்கள். ஜனநாயக மார்க்சியத்தின் தந்தை என்று அவரைக் கூறலாம். ஜனநாயக மதிப்பீடுகள் ஒரு எல்லை வரையிலும் அமுலாகிவிட்ட ஒரு சூழலில் மார்க்சிய இயக்கம் எதிர்கொள்ள நேரும் பிரச்சினைகளைத் தெளிவுபடுத்தும் விதமாக அவர் உருவாக்கிய கருத்துகள் முக்கிய மானவை. இந்தியச் சூழலில் தொழிலாளி வர்க்கம் எப்படிச் செயல்பட வேண்டும்? குடியரசுத் திட்டத்தை ஏற்றுக்கொண்ட

நிலையில் மக்களுக்கு எப்படி சேவை செய்ய வேண்டும்? தேசிய விடுதலை இயக்கம், மொழிப் பிரச்சினை, ஜாதிக்கெதிரான இயக்கம் இவற்றைத் தொழிலாளி வர்க்க அரசியலில் எவ்வாறு ஒன்றிணைப்பது? இவை சார்ந்த சிந்தனைகள் அவருடைய சுயபார்வையிலிருந்து உருவானவை என்ற மதிப்பீடு பரவலாக உள்ளது.

காலச்சுவடு 21, ஏப் - ஜூன் 1998

30
பயம் – நனவிலும் கனவிலும்

நெருக்கடிநிலை அறிவிக்கப்பட்டதை அன்றைய காலை நாளிதழைப் பார்த்துத்தான் நான் தெரிந்துகொண்டேன். அச்செய்தியைப் படித்தபோது இருந்த இடம், சுற்றுச்சூழல், மனவுணர்வுகள் எல்லாவற்றையும் இப்போதும் நினைவுகூர்ந்து பார்க்க முடிகிறது. செய்தியின் சாராம்சத்தைப் பற்றியோ பின் விளைவுகளைப் பற்றியோ புரிந்து கொள்ள உதவும் கற்பனைகள் எதுவும் அன்று இல்லாமல் இருந்தேன்.

'நெருக்கடி நிலை' என்பது பின்னால் வந்த சொற் சேர்க்கை. ஆங்கிலச் சொல்லை மொழிபெயர்ப்பதில் முதலில் சில திணறல்கள் இருந்தன. 'எமர்ஜென்சி' என்ற சொல்லைத்தான் நாளிதழ்களும் இதழ்களும் மக்களும் முதலில் பயன்படுத்தினார்கள். அந்தச் சொல்லின் ஓசையில் ஒரு எச்சரிக்கைக் குணம் இருப்பது விரைவில் பலரும் அதைப் பாவிக்கக் காரணமாக இருந்திருக்கலாம். ஆரம்பக் காலத்தில் மேடையிலும் அரசியல் தலைவர்கள் 'எமர்ஜென்சி' என்றே குறிப்பிட்டார்கள்.

கைது செய்யப்பட்ட, தலைமறைவான தலைவர்கள் பற்றி யெல்லாம் செய்திகள், நெருக்கடி நிலை அறிவிக்கப்பட்ட தினத்திலிருந்து தொடர்ந்து

நாளிதழ்களில் வெளியாகிக்கொண்டிருந்தன. இதழ்களில் வெளிவந்த செய்திகளின் சூட்சுமங்களைச் சரிவரப் புரிந்து கொள்ள முடியாதபோது ஏற்படும் அச்சம் என்னை ஊடுருவத் தொடங்கிற்று. நண்பர்கள் எவரையும் தேடிச் செல்ல முடியாதபடி ஒவ்வொரு நாளும் பகலில் செய்து முடிக்க வேண்டிய வேலைகள் என்னை அழுத்திக்கொண்டிருந்தன.

நாள் போகப்போக உருவாகிவரும் ஆபத்தின் முகச் சாடைகள் நிழல்களாகத் தெரியத் தொடங்கின. தெருவில் நடந்து செல்லும்போது கூடக் கண்களுக்குப் புலனாகாத கெடுபிடிகளை உணர முடிந்தது. நம்மை, நமக்குத் தெரியாமல் வேவு பார்த்து, நமது தொடர்புகளையும் நடமாட்டங்களையும் அவசியம் ஏற்படும்போது அம்பலப்படுத்தும் இயந்திரம் வலுவுடனும் வேகமாகவும் முடுக்கப்பட்டு அனைத்தும் நுட்பமாகப் பதிவாகிக்கொண்டிருக்கிறது என நினைக்கத் தொடங்கினேன். இந்தக் கற்பனையில் ஒட்டிக்கொண்டிருந்த உண்மையின் துகள் களைப் பின்னால் காலம் அம்பலப்படுத்திற்று.

ஒருநாள் கிருஷ்ணன் மொட்டைத் தலையுடன் வந்தான். எனக்கு முதலில் அவனை அடையாளம் தெரியவில்லை. கைவண்டியிலிருந்து துணி மூட்டைகளைப் புரட்டித் தள்ளிக் கொண்டிருந்தான். எப்போதும் அடர்த்தியான பாகவதர் கிராப்புடனேயே அவனைப் பார்த்திருக்கிறேன். தலை மயிரை நடு நெற்றிக்கு மேல் வலது கையால் கோதிக் கொள்வதையும் வலது காதோரம் கட்டை விரலால் பின்புறம் ஒதுக்கிக் கொள்வதையும் அவன் மிகுந்த ஆசையுடன் செய்துகொண்டே இருப்பவன். அவனைப் பார்த்திருக்கும் எவருக்கும் அவன் நினைவு தட்டியதும் மனதிலெழும் சித்திரங்கள் இவை.

'என்ன இது?' என்று கேட்டேன்.

'போலீஸ் இளுத்துக்கிட்டுப் போய் மொட்டையடிச்சு விட்டுட்டாங்க' என்றான்.

நீண்ட தலை மயிரோ பெரிய மீசையோ வைத்திருப்பவர்கள், இளைஞர்கள் போலவோ அல்லது கிராமவாசிகள் போலவோ காட்சி அளித்தால் அவர்களைப் போலீஸ் லாரியில் அள்ளிக் கொண்டு போய் மீசையைச் சிரைத்து, திருப்பதி மொட்டையும் போட்டுப் பின் விட்டுவிடுவார்களாம். கல்லூரி மாணவர்கள்

நூற்றுக்கணக்கில் மொட்டை அடிக்கப் படுகிறார்கள் என்றான் கிருஷ்ணன்.

'தாடி?' என்று கேட்டேன்.

'தாடிக்குப் பெரிய ஆபத்து இருக்குதாட்டுத் தெரியல. ஆனா நேத்து ஒரு தாடியக்கூடக் கண்ணிலே காங்கலே' என்றான்.

ஒரு சிறிய விஷமம் போல் முதலில் தோன்றியது வெகு விரைவில் ஊர் முழுக்கப் பரவி எல்லோருடைய அடி நெஞ்சிலும் பீதியைக் கிளப்பிவிட்டது. சிகை வைத்திருந்தவர்கள் அவர்களாகவே சீப்பு கனத்தில் வேனல் கிராப் அடித்துக் கொண்டார்கள். பக்கடா மீசைகள் பொடி மீசைகளாக மாறின. நவீன மோஸ்தர் உடைஅணிந்திருப்பவர்களைச் சந்திப்புகளில் மடக்கி 'ஒழுங்கான' உடை அணிந்து நாகரிகமாக நடமாடச் சொல்லி எச்சரிக்கை செய்தார்கள். கல்லூரிப் பெண்களிடம் 'இம்மி பிசகாத ஆடைகளைக் கட்டும்படியும் இல்லாத வரையிலும் வேறு தொழிலுக்குப் போகும்படியும் புத்திமதி சொன்னார்கள். நாலுபேர் சேர்ந்து நின்று பேசிக்கொண்டிருந்தால் கலைந்து போகச் சொல்லி விரட்டினார்கள்.

ஒருநாள் என் நண்பரான கவிஞர் உமாபதியைச் சந்தித்தபோது அவர் தனக்கெதிராக போலீஸ் கெடுபிடி இருப்பதைச் சொன்னார். பேங்கில் கணக்காளராகப் பணிபுரியும், ஒதுங்கி வாழும் ஒருவரை ஏன் போலீஸ் அச்சுறுத்த வேண்டும்? உமாபதி 'தெறிகள்' சிற்றிதழை நடத்திக்கொண்டிருந்தார். அவருடைய முகவரிக்கு வந்த ஒரு சிற்றிதழ் நக்சல்பாரிகளுடன் தொடர்புடையது எனச் சந்தேகம் கொண்டு போலீஸ் உமாபதியை விசாரணை என்ற பெயரில் பயமுறுத்திக்கொண்டிருந்தது. அந்த நாட்களில் அடிக்கடி நான் உமாபதியை அவருடைய வீட்டிற்குச் சென்று சந்தித்துப் பேசுவது வழக்கமாக இருந்தது. நாங்கள் இணைந்து நாகர்கோவிலில் சில இலக்கியக் கூட்டங்களும் நடத்தினோம்.

ஒருமுறை புதுக்கவிதை பற்றிய விவாதக் கூட்டம் ஒன்று ஒரு ஓட்டல் அறையில் நடந்தது. நகுலன், கிருஷ்ணன் நம்பி,

ராஜமார்த்தாண்டன் என்று பலரும் பங்கெடுத்த கூட்டம் அது. விவாதம் சூடுபிடித்து நடந்துகொண்டிருந்தபோது அறைக் கதவைத் தட்டும் சத்தம் கேட்டது. துப்பறியும் இலாகாவிலிருந்து மூன்று அதிகாரிகள் வந்திருப்பதாகத் தெரிந்தது. உண்மையில் கூட்டத்தைக் கூட்ட நாங்கள் அழைப்பிதழ்கூட அடித்திருக்கவில்லை. ஒருவர் மற்றொருவரிடம் சொல்லி கூட்டப்பட்ட கூட்டம். அதிகாரிகள் உள்ளே வந்ததும் விவாதம் நடக்கும்போது தாங்களும் அங்கு இருக்க வேண்டும் என்றார்கள். தரையில் சுவர்களையொட்டி இரண்டு வரிசையில் நண்பர்கள் உட்கார்ந்துகொண்டிருந்ததால் அதிகாரிகளுக்கு நட்ட நடுவில் உட்காரத்தான் சிறிது இடம் இருந்தது. அவர்கள் அமர்ந்தபோது பெரும்பான்மையான நண்பர்களுக்குப் பெரும்பான்மையான நண்பர்களின் முகங்களைப் பார்க்க முடியாத மறைவு ஏற்பட்டது. அகலமான முதுகுகள் சிறிய முகங்களை ஏகமாக மறைத்தன. குரல்வளைகள் அமுக்கப்பட்டதுபோல் பேச்சு முடங்கிப்போய்விட்டது. 'ஃப்ரீயாகப் பேசுங்க' என்றார் ஒரு அதிகாரி. ஒன்றிரண்டு பேர் கொஞ்சம் பேச முயன்றார்கள். சில கேள்விகளும் எழுந்தன. எல்லோருக்குமே கூட்டத்தை முடித்துக் கொள்ளலாம் என்று தோன்றிற்று.

'சில சந்தேகங்கள் இருக்குது' என்றார் ஒரு துப்பறியும் அதிகாரி. 'புதுக்கவிதைனு வாய்க்கு வாய் சொல்லுறீங்களே, அது ஒரு சங்கேதச் சொல்தானே? யாரக் குறிப்பிடுறீங்க? கவிதைனு ஒண்ணு உண்டு. புதுக்கவிதைனு கிடையாதே' என்றார்.

புதுக்கவிதையின் உருவம் புதிதாக முளைத்திருப்பதை நாங்கள் விளக்க முயன்றோம்.

'இந்தப் பாருங்க. நானும் கவிதை எழுதறவன். எனக்கு யாப்பும் தெரியும்' என்றார்.

'எழுத்து' இதழ் பற்றியும் சி.சு. செல்லப்பா பற்றியும் ந. பிச்சமூர்த்தி பற்றியும் க.நா.சு. பற்றியும் சொல்ல முயன்றோம். அதிகாரிகளுக்குச் சந்தேகம் வலுத்துக்கொண்டே போயிற்று. எங்கள் எல்லோருடைய பெயர்களையும் குறித்துக்கொண்டு, 'விசாரணைக்குக் கூப்பிட்டா வாங்க' என்று சொல்லிவிட்டுப்

போனார்கள்.

அப்போது ஜனதா கட்சியில் பணிபுரிந்துகொண்டிருந்த திருமதி லக்ஷ்மி கிருஷ்ணமூர்த்தி அவர்கள் (வாசகர் வட்டம்) எங்களூருக்கு வந்தார். நாங்கள் சந்தித்துக்கொண்டோம். நெருக்கடி நிலையால் வரவிருக்கும் ஆபத்துக்களை விளக்கி அவர் தொடர்ந்து கூட்டங்களில் பேசிக்கொண்டிருந்தார். அவர் விளக்கியபோதுதான் நிலைமையின் பயங்கரம் எனக்கு உறைத்தது. நீதிமன்றங்களும் பத்திரிகைகளும் முற்றாக முடக்கப்படுவதற்கான சாத்தியமுண்டு என்றார் அவர். விசாரணையின்றி ஒரு கைதியை வாழ்நாள் முழுவதும் சிறையில் இருத்திவிடலாம் என்றார்.

பதற்றம் இல்லாமல் இருக்க முடியவில்லை. என் பதற்றத் திற்கு ஆசுவாசம் தேடிக்கொள்வதுபோல் சில படைப்புகளை எழுதினேன். எனக்குத் தெரியாத புதிய முகங்கள் என் முன் வந்து அமர்ந்தாலோ தொலைபேசியில் ஒரு புதிய குரலைக் கேட்டாலோ பீதி மனத்தில் படர்ந்தது. போலீஸ் கெடுபிடி சார்ந்த கனவுகள் காணத் தொடங்கினேன். என்னைக் கைதுசெய்து கொண்டு போகும்போது, 'எத்தனை வருஷங்கள் வேண்டுமென்றாலும் ஜெயிலில் போடுங்கள். 'தயவுசெய்து அடிக்காதீர்கள்' என்று கைகுவித்து மன்றாடுவேன். ஒரு தடவை பூஜ்ய வினோபா பாவேயும் நானும் ஜெயிலில் ஒரே அறையில் தள்ளப்பட்டிருப்பதுபோல் கனவு கண்டேன். 'ஒரு திருடனுடனோ ரவுடியுடனோ கொலைகாரனுடனோ என்னைப் போடுங்கள். வினோபாஜியுடன் வேண்டாம்' என்று அழுதுகொண்டே மன்றாடுவேன். என் கதறலுக்கு ஜெயில் அதிகாரிகள் செவிசாய்க்கவில்லை.

நெருக்கடி நிலை அகற்றப்பட்ட பின் ஒரு நாள் நண்பர் பேராசிரியர் ஜேசுதாசன் அவர்கள் என்னைப் பார்க்க வந்தார். ஒரு பேங்க் அதிகாரியின் பெயரைச் சொல்லி, தெரியுமா என்று கேட்டார். எனக்கு நேர்ப்பழக்கம் இல்லை என்றும் அவருடைய வீடு நம் வீட்டுக்கு வெகு அருகிலேயே இருக்கிறது என்றும் சொன்னேன். நண்பருக்கு அவரை ஒரு நன்கொடை விஷயமாகப் பார்க்க வேண்டியிருந்தது. பேங்க் அதிகாரியின் தந்தையைத் தான் தனக்கு நன்கு தெரியும் என்றும் இவ்வுறவு பற்றி அதிகாரி

தெரியாதவராக இருக்கலாம் என்றும் கூறினார் பேராசிரியர். பேங்க் அதிகாரி அப்போது ஒரு குறிப்பிட்ட அரசியல் கட்சியின் தொடர்பால் எங்கள் மாவட்டத்தில் செல்வாக்கு மிகுந்த ஆளுமையாக உருவாகிக்கொண்டிருந்தார்.

இருவரும் அதிகாரியைப் பார்க்கச் சென்றோம். பேராசிரியர் அதிகாரியிடம் தான் வந்த விஷயத்தைக் கூறியதும் அதிகாரி உள்ளே சென்றார். அவர் வெளியே வரச் சற்று நேரமாயிற்று. அதிகாரி ஒரு பெரிய தட்டுடன் வந்தார். அதில் பலவகைப் பழங்கள். நடுவில் கவரில் பணம். பேராசிரியர் எதிர்பாராமல் கிடைத்த அன்பில் மிகுந்த நெகிழ்ச்சி அடைந்தார். என்னைச் சுட்டி, 'தெரியுமா?' என்று அதிகாரியிடம் கேட்டார் பேராசிரியர். 'எனக்கு அவரைத் தெரியும். அவருக்காக ஒரு காரியத்தை நான் செய்தேன். அது அவருக்குத் தெரியாது' என்றார்.

நெருக்கடி நிலையில் என்னைக் கைது செய்வதற்கான முடிவைக் காவல்துறை எடுத்திருந்ததாகவும் நல்ல நேரத்தில், தான் குறுக்கிட்டு அதைத் தடுத்ததாகவும் சொன்னார். அநேக தடவைகள் நான் உமாபதி வீட்டுக்குச் சென்றிருந்ததும் துப்பறியும் நிபுணர்களுக்குப் புரியாத இலக்கியக் கூட்டங்களை நடத்தியதும் என் சிற்றிதழ் தொடர்புகளும் நட்பின் அடிப்படையில் இடதுசாரிச் சிந்தனையாளர்கள் என் வீட்டிற்கு அவ்வப்போது வந்துபோனதும் என்னைப் பற்றிய சந்தேகங்கள் வலுக்கக் காரணங்களாக இருந்தனவாம். நெருக்கடிநிலை நீடித்திருந்தால் என்ன நடந்திருக்கும் என்றே சொல்ல முடியாது என்றார். 'உமாபதி சொல்லி எனக்கு உங்களைப் பற்றி நன்றாகத் தெரியும்' என்றார்.

அதிகாரி கூறிய செய்தி எனக்கு வியப்பாக இருந்தது. 'தமிழகத்தில் ஒருவரைக் கைது செய்தால் வட இந்தியாவுக்குக் கொண்டு போவார்களா?' என்று நான் கேட்டேன். அதிகாரி அதற்குப் பதில் சொல்லவில்லை. ஏன் அப்படிக் கேட்கிறேன் என்பதும் அவருக்கு விளங்கவில்லை.

காலச்சுவடு 37, செப்-அக் 2001